தமிழறிஞர்கள்

தமிழறிஞர்கள்

அ.கா. பெருமாள் (பி.1947)

நாட்டார் வழக்காற்றியல் ஆய்வாளர். கிராமங்களில் சிதறிக் கிடக்கும் பன்முகத்தன்மை கொண்ட பண்பாட்டைச் சேகரித்து ஆராய்வது இவரது பணி. இவர் பதிப்பித்ததும் எழுதியதுமான நூல்கள் எண்பத்து எட்டு. தமிழக அரசின் சிறந்த நூலாசிரியர் விருதை 'தென்னிந்தியத் தோல்பாவைக் கூத்து' (2003), 'தென்குமரியின் கதை' (2004) ஆகிய நூல்களுக்காக இருமுறை பெற்றிருக்கிறார்.

இவரது முக்கியமான நூல்கள், 'நாட்டார் நிகழ்த்துக் கலைக்களஞ்சியம்' (2001), 'தெய்வங்கள் முளைக்கும் நிலம்' (2003), 'ஆதிகேசவப் பெருமாள் ஆலயம்' (2006), 'தாணுமாலயன் ஆலயம்' (2008), 'இராமன் எத்தனை இராமனடி' (2010), 'வயல்காட்டு இசக்கி' (2013), 'முதலியார் ஓலைகள்' (2016), 'சீதையின் துக்கம் தமயந்தியின் ஆவேசம்' (2018) 'தமிழறிஞர்கள்' (2018), 'தமிழர் பண்பாடு' (2018), 'பூதமடம் நம்பூதிரி' (2019), 'அடிமை ஆவணங்கள்' (2021), 'தமிழ்ச் சான்றோர்கள்' (2022) 'கேரளத்தில் கண்ணகி வழிபாடும் கொடுங்கல்லூர் கோவிலும்' (2022), 'அய்யா வைகுண்டரும் அகிலத்திரட்டும்' (2023), 'அத்யாத்ம ராமாயணம்' (2023) ஆகியன.

தொடர்புக்கு : 94420 77029

மின்னஞ்சல் : perumalfolk@yahoo.com

ஆசிரியரின் பிற நூல்கள்
[காலச்சுவடு வெளியீடு]

நாட்டுப்புறவியல்

- ❖ சடங்கில் கரைந்த கலைகள் (2009)
- ❖ இராமன் எத்தனை இராமனடி (2010)
- ❖ அர்ச்சுனனின் தமிழ்க் காதலிகள் (2012)
- ❖ வயல்காட்டு இசக்கி (2015)
- ❖ முதலியார் ஓலைகள் (2016)
- ❖ சீதையின் துக்கம் தமயந்தியின் ஆவேசம் (2018)
- ❖ பூதமடம் நம்பூதிரி (2019)
- ❖ தமிழ்ச் சான்றோர்கள் (2022)
- ❖ அடிமை ஆவணங்கள் (2021)
- ❖ அய்யா வைகுண்டரும் அகிலத்திரட்டும் (2023)
- ❖ அத்யாத்ம ராமாயணம் (2023)

சமயம்

- ❖ சிவாலய ஓட்டம் (ஒரு பாதயாத்திரையின் ஆன்மீக வரலாறு) (2011)

பதிப்பு

- ❖ நாஞ்சில் நாட்டு மருமக்கள்வழி மான்மியம் – குறுங்காவியம் (கவிமணி), (2008)
- ❖ அய்யா வைகுண்டசாமி அருளிய அகிலத்திரட்டு அம்மானை – ஆன்மீகம் (சகாதேவன் சீடர் இரா. அரிகோபாலன்), (2009)

அ.கா. பெருமாள்

தமிழறிஞர்கள்

காலச்சுவடு பதிப்பகம்

அன்பார்ந்த வாசகருக்கு,

வணக்கம்.

காலச்சுவடு நூலை வாங்கியமைக்கு நன்றி.

நூலின் உள்ளடக்கம், உருவாக்கம், அட்டைப்படம் இன்ன பிற அம்சங்கள் பற்றிய உங்கள் கருத்துகளையும் ஆலோசனைகளையும் காலச்சுவடு வரவேற்கிறது. தகவல், எழுத்து, வாக்கியப் பிழைகள் தென்பட்டால் அவசியம் தெரிவித்து உதவுங்கள். நூல் தயாரிப்பில் கடும் குறைபாடு இருப்பின் மாற்றுப் பிரதி உங்களுக்குக் கிடைக்கக் காலச்சுவடு ஏற்பாடு செய்யும்.

மின்னஞ்சல்: publisher@kalachuvadu.com

காலச்சுவடு நாகர்கோவில் அலுவலகத்திற்குக் கடிதம் அனுப்பலாம்.

தங்கள்

எஸ்.ஆர். சுந்தரம் (கண்ணன்)
பதிப்பாளர் — நிர்வாக இயக்குநர்

தமிழறிஞர்கள் ❖ கட்டுரைகள் ❖ ஆசிரியர்: அ.கா. பெருமாள் ❖ © அ.கா. பெருமாள் ❖ முதல் பதிப்பு: டிசம்பர் 2018, ஆறாம் பதிப்பு: செப்டம்பர் 2024 ❖ வெளியீடு: காலச்சுவடு பப்ளிகேஷன்ஸ் (பி) லிட்., 669, கே.பி. சாலை, நாகர்கோவில் 629001

tamiZaRiñarkaL ❖ Essays ❖ Author: A.K. Perumal ❖ © A.K. Perumal ❖ Language: Tamil ❖ First Edition: December 2018, Sixth Edition: September 2024 ❖ Size: Demy 1 x 8 ❖ Paper: 18.6 kg maplitho ❖ Pages: 296

Published by Kalachuvadu Publications Pvt. Ltd., 669 K.P. Road, Nagercoil 629001, India ❖ Phone: 91-4652-278525 ❖ e-mail: publications@kalachuvadu.com ❖ Printed at Clicto Print, Jaleel Towers, 42 KB Dasan Road, Teynampet Chennai 600018

ISBN: 978-93-88631-06-8

09/2024/S.No. 874, kcp 5306, 18.6 (6) uss

நாகர்கோவில் தெ.தி. இந்துக்கல்லூரித்
தமிழ்த்துறை ஆய்வு மையத் தலைவர் பேராசிரியர்
முனைவர் தெ.வே. ஜெகதீசன் அவர்களுக்கு
அன்புடனும் நன்றியுடனும்

பொருளடக்கம்

முகவுரை 11

1. சி.வை. தாமோதரம் பிள்ளை (1832–1901) 15

2. சே.ப. நரசிம்மலு நாயுடு (1854–1922) 24

3. மனோன்மணீயம் பெ. சுந்தரனார் (1855–1897) 29

4. வெள்ளகால் ப. சுப்பிரமணிய முதலியார் (1857–1946) 37

5. ஜே.எம். நல்லுசாமிப் பிள்ளை (1864–1920) 44

6. பின்னத்தூர் அ. நாராயணசாமி அய்யர் (1862–1914) 52

7. செல்வக் கேசவராய முதலியார் (1864–1921) 57

8. எல்.டி. சாமிக்கண்ணு பிள்ளை (1865–1925) 64

9. அரசன் சண்முகனார் (1868–1915) 72

10. பரிதிமாற் கலைஞர் (1870–1903) 78

11. பா.வே. மாணிக்க நாயகர் (1871–1931) 86

12. வ.உ. சிதம்பரனார் (1872–1936) 93

13. மறைமலையடிகள் (1876–1950) 97

14. கவிமணி தேசிகவிநாயகம் பிள்ளை (1876–1954) 105

15. சி.கே. சுப்பிரமணிய முதலியார் (1877–1961) 111

16. மு. இராகவையங்கார் (1878–1960) 114

17. கே.என். சிவராஜ பிள்ளை (1879–1941) 118

18. நாவலர் சோமசுந்தர பாரதியார் (1879–1959)   128
19. பண்டிதமணி மு. கதிரேசன் செட்டியார் (1881–1953)   136
20. வ.வே.சு. ஐய்யர் (1881–1925)   143
21. தமிழவேள் உமா மகேசுவரனார் (1883–1941)   152
22. வ.சு. செங்கல்வராய பிள்ளை (1883–1971)   157
23. ந.மு. வேங்கடசாமி நாட்டார் (1884–1944)   163
24. நாமக்கல் கவிஞர் வெ. ராமலிங்கம்பிள்ளை (1888–1972)   171
25. எஸ். வையாபுரிப் பிள்ளை (1891–1956)   175
26. பி.ஸ்ரீ. ஆச்சார்யா (1886–1981)   187
27. தி.வை. சதாசிவப் பண்டாரத்தார் (1892–1960)   196
28. சுவாமி விபுலானந்தர் (1892–1947)   203
29. ஆண்டி சுப்பிரமணியம் (1897–1981)   210
30. வ. சுப்பையா பிள்ளை (1897–1983)   218
31. யோகி சுத்தானந்த பாரதி (1897–1990)   224
32. தேவநேயப் பாவாணர் (1902–1981)   231
33. அ. சிதம்பரநாதன் செட்டியார் (1903–1967)   239
34. கி.வா. ஜகந்நாதன் (1906–1988)   248
35. கா. அப்பாத்துரை (1907–1989)   255
36. மா. இராசமாணிக்கனார் (1907–1967)   263
37. பெரியசாமித் தூரன் (1908–1987)   271
38. ஆ. முத்துசிவன் (1910–1954)   278
39. புலவர் கா. கோவிந்தன் (1913–1991)   283
40. வ.சுப. மாணிக்கம் (1917–1989)   290

முகவுரை

தமிழினி பதிப்பகம் வசந்தகுமார் நடத்திய தமிழினி மாத இதழில் வெளிவந்த கட்டுரைகளே இப்போது "தமிழறிஞர்கள்" என்னும் பெயரில் நூலாக வருகிறது. இத்தொகுப்பில் 40 கட்டுரைகள் உள்ளன.

இவற்றில் தமிழினி இதழில் 30 கட்டுரைகளும் தமிழ் இந்து பத்திரிகையில் 2 கட்டுரைகளும் காவ்யா மாத இதழில் ஒன்றும் பூண்டி புஷ்பம் கல்லூரி வெளியிட்ட தொகுப்பு நூலில் ஒன்றும் வந்தன. எஞ்சியவை தமிழினி இதழில் வெளியிட அனுப்பப்பட்டவை. 2012இல் அந்த இதழ் நின்றதால் அந்தக் கட்டுரைகள் அச்சாகவில்லை. இப்போது இந்நூலில் அவை இணைக்கப்பட்டுள்ளன.

இத்தொடரை எழுத ஆரம்பித்தபோது தமிழறிஞர்களைக் காலவரிசையில் எழுதுவது என்று திட்டமிட்டிருந்தேன். ஆனால் அது நடக்கவில்லை. அறிஞர் பற்றி எழுதும் கட்டுரையில் அவரது வாழ்க்கை பற்றிய சுருக்கமான சித்திரம், அவர் எழுதிய நூல்களின் மொத்த எண்ணிக்கை, சில நூல்களின் பெயர்கள், ஒரு சில நூல்கள் பற்றிய விமர்சனம், அவரது தமிழ்க் கொடையாகக் கருதப்படும் தகுதி ஆகியன இடம்பெற வேண்டும் என்பதில் கட்டாயமாக இருந்தேன்.

தமிழறிஞர்களின் தனிப்பட்ட பலவீனம், அவர் நூல்களின் எதிர்மறையான கருத்துக்கள், அவர் சார்ந்த இசங்களுக்காகச் செய்த வேலை என்பன

போன்ற விஷயங்கள் தேவையில்லாதவை என்று கருதியதால் அவற்றைக் கணக்கில் எடுக்கவில்லை.

ஓர் தமிழறிஞர் தினமும் கடலைமிட்டாய் சாப்பிடுவார்; இன்னொருவர் தினமும் இனிமா கொடுக்க சோப்பைப் பயன் படுத்துவார் என்பன போன்ற செய்திகளுக்கு முக்கியத்துவம் கொடுத்த முந்தைய கட்டுரைகளைப்போல் தமிழினிக்கு எழுதப் போகிற கட்டுரை அமையக் கூடாது என்பதில் வசந்தகுமார் கவனமாக இருந்தார்.

ஒரு அறிஞரின் நூல்களில் குறைந்த பட்சம் மூன்று நூல்களை யாவது படித்த பின்புதான் அவரைப் பற்றி எழுதவேண்டும் என்பதில் தீர்மானமாக இருந்தேன். அதனால் காலவரிசைப்படி தமிழறிஞர்களை அறிமுகப்படுத்த வேண்டும் என்ற எண்ணம் அப்போது நிறைவேறவில்லை.

இந்த நூல் ஆய்வுநூல் அல்ல. இன்றைய இளைய சமூகம் அறிய வேண்டியவர்களை அறிமுகப்படுத்துவது என்ற நோக்கத்தில் எழுதப்பட்டது. பணம், புகழ், விருது என்பவற்றுக்காக ஏக்கப்படுதல் என்னும் மனநிலையைத் தாண்டிய பல தமிழறிஞர்கள் வாழ்ந்திருக்கின்றனர் என்பதை இந்தக் கட்டுரை களுக்காகச் செய்திகள் சேகரித்தபோது அறிந்துகொண்டேன். பெற்ற மக்களை விபத்தில் பலிகொடுத்தபோதும், சொத்துகள் ஏலம் போன சமயத்திலும், மனைவியின் கொடுமையைத் தாங்கிக்கொண்டும், நிறைய குடும்ப உறுப்பினர்களுக்காக உழைத்துக்கொண்டும், வறுமை, நோயால் தாக்கப்பட்டபோதும் தமிழ் ஆராய்ச்சியில் சுணக்கம்காட்டாத அறிஞர்களை இந்தப் புத்தகத்தை எழுத முற்பட்டபோது அறிந்துகொண்டேன்.

இதழில் தமிழறிஞர் பற்றித் தொடராய்க் கட்டுரைகள் வந்தபோது சில தமிழறிஞர்களின் உறவினர்கள் தொலைபேசி வழியும் கடிதம் வழியும் தொடர்புகொண்டு பாராட்டினார்கள்; சில தவறுகளைச் சுட்டிக்காட்டினார்கள்; மேலும் செய்திகள் சொன்னார்கள். யாராலும் கவனிக்கப்படாத ஆண்டி சுப்பிரமணியம் பற்றிய கட்டுரை வந்தபோது பம்பாயிலிருந்து அவரது அண்ணன் மகன் தொடர்பு கொண்டார். அதுபோல மா. இராசமாணிக்கனார், வெள்ளகால் முதலியார், ஜே.எம். நல்லுசாமிப் பிள்ளை, மாணிக்க நாயக்கர், சி.கே. சுப்பிரமணிய முதலியார் ஆகியோரின் உறவினர்கள் கடிதம் எழுதினார்கள். இந்நூலில் விடுபட்ட தமிழறிஞர்கள் பலர் உண்டு. நான் சேகரித்த பட்டியலில் இன்னும் 80 பேருக்கு மேல் உள்ளனர். வாய்ப்பும் அவகாசமும் இருந்தால் எழுதலாம் என்று நினைக்கிறேன்.

கட்டுரைகள் எழுதும்போது அபூர்வமான புத்தகங்களைப் பெறுவதற்கு நாகர்கோவில் தெ.தி. இந்துக் கல்லூரித் தமிழ்த்துறைத் தலைவர் முனைவர் தெ.வே. ஜெகதீசன் உதவினார். இதே கல்லூரி நூலகர் சி. மாணிக்கவாசகம், கல்லூரி நூலகத்திலிருந்து அமைதியாகப் படித்துக் குறிப்பெடுக்க உதவினார். ஒருவகையில் *2008*இலிருந்து *2013* முடிய *5* ஆண்டு களின் உழைப்பு இந்த நூல்.

எழுத்தாளர் ஜெயமோகன் இந்தத் தொடர் கட்டுரைகளை நூலாக வெளியிட வேண்டும் என்பதில் ஆர்வம் காட்டினார். ஆ.இரா. வேங்கடாசலபதி நூலின் பிரதியை ஆழமாகப் படித்து ஆலோசனைகள் சொன்னார்; மிகுந்த சிரமம் எடுத்துக்கொண்டார்.

இந்த நூலை வெளியிட கணினியில் தட்டச்சு செய்தும் அட்டைப்படம் வடிவமைத்தும் உதவிய வள்ளியூர் வி. பெருமாள், அச்சுப்பிழை திருத்தி உதவிய திருமதி சுடர்விழி, கணினியில் திருத்தம் செய்த வி. பிரேமா, பமிலா, கல்வெட்டியல் அறிஞர் செந்தீ நடராசன்; கட்டுரைகளை வெளியிட்டு உதவிய தமிழினி வசந்தகுமார், தமிழ் இந்து குழுமத்தினர், காவ்யா சண்முக சுந்தரம், பூண்டி புஷ்பம் கல்லூரித் தமிழ்த்துறை ஆசிரியர் கோ.வெ. நடராசன் என எல்லோருக்கும் நன்றியைத் தெரிவித்துக் கொள்கிறேன்.

என் தனிப்பட்ட வாழ்வில் சோர்வோ எதிர்பார்ப்போ மனப்பிறழ்வோ இல்லாமல் உதவிக்கொண்டிருக்கும் தெ.வே. ஜெகதீசனுக்கு இந்நூலைச் சமர்ப்பித்துள்ளேன்.

நாகர்கோவில்
20 டிசம்பர் 2018

அ.கா. பெருமாள்

1

சி.வை. தாமோதரம் பிள்ளை
(1832-1901)

உ.வே. சாமிநாத அய்யரின் 'என் சரித்திரம்' என்ற நூல் சி.வை. தாமோதரம் பிள்ளையைப் பற்றித் தவறான அபிப்பிராயத்தை உருவாக்கிவிட்டது. தாமோதரம் பிள்ளை அடுத்தவர் உழைப்பைச் சுரண்டுபவர், சாமர்த்தியமாக அடுத்தவரின் சேகரிப்பை அபகரிப்பவர் என்னும் எண்ணத்தைப் பொறியளவு ஏற்படுத்திவிடுகிறார் உ.வே.சா. ஆனால் இது தவறான தகவல். சாமிநாதய்யர் சொல்வது முழுவதும் உண்மையல்ல என்று இதை விரிவாகவே ஆராய்ந்திருக்கிறார் பொ. பூலோகசிங்கம். (தமிழ் இலக்கியத்தில் ஈழத் தமிழறிஞர்கள் பெருமுயற்சி, குமரன் புத்தக இல்லம், கொழும்பு. 2002)

திரு.வி.க. தன் வாழ்க்கைக் குறிப்பில் பழந்தமிழ் நூல்களைப் பதிப்பித்தவர்களாக ஆறுமுக நாவலர், சி.வை. தாமோதரம் பிள்ளை, உ.வே.சா., வையாபுரிப் பிள்ளை என்பவர்களை வரிசைப்படுத்துகிறார்.

இந்த வரிசை கால ரீதியானது. இந்தப் பெயர்த் தேர்வு தரத்தின் அடிப்படையிலானது.

உ.வே.சா. பிறப்பதற்கு ஒரு வருஷம் முன்பே (1854) நீதிநெறி விளக்கம் என்ற நூலை அச்சில் ஏற்றியவர் சி.வை. தாமோதரம் பிள்ளை. அப்போது அவருக்கு வயது 22 தான். இந்த நூலின் பதிப்பு வெளிவந்து 18 ஆண்டுகளுக்குப் பின், தான் பதிப்பித்த ஒரு நூலில் (1872) சி.வை. தாமோதரம் பிள்ளை "என் பதிப்பு நூலில் அச்சுப்பிழைகளைக் கண்டுபிடித்து எழுதுங்கள். அடுத்த பதிப்பில் பிழைகள் திருத்தப்படும்; பிழைகளைக் கண்டுபிடித்தவரின் பெயரும் வெளியிடப்படும். அதோடு 50 பிழைகளைக் கண்டு பிடிப்பவருக்கு அந்த நூல் இலவசமாக அளிக்கப் படும்" என்று விளம்பரம் செய்திருக்கிறார். என்றாலும் யாரும் 50 பிழைகளைக் கண்டுபிடிக்கவில்லை. இதை அவரே எழுதியிருக்கிறார்.

இவர் பதிப்பித்த நூல்களின் எண்ணிக்கை பத்துதான். அவருடைய மொத்த வயதைக் கணக்கிட்டால் இது குறைவுதான். ஆனால் இவற்றைப் பதிப்பிட்ட அவரின் உழைப்பு, நேர்த்தி போன்ற வற்றையும் கணக்கில் எடுத்தால்தான் அவரது அருமை தெரியும்.

சி.வை. தாமோதரம் பிள்ளை, யாழ்ப்பாணம் புத்தூர் அருகே சிறுப்பிட்டி என்ற கிராமத்தில் 12.09.1832இல் பிறந்தார். அவர் பிறந்தது ஏழாலை என்ற குக்கிராமமாக இருந்தாலும் சிறுப்பிட்டி கிராமத்தையே தன் சொந்த ஊராகத் தாமோதரம் பிள்ளை கூறுகிறார். இவரது தந்தை வைரவநாதன். தாய் பெருந்தேவி. இவர் மூத்தமகன்; தாமோதரம் பிள்ளை பாரம்பரியமாகத் தமிழ் உணர்வு உடைய குடும்பத்தில் பிறந்தவர்.

தமிழகத்தைப் போலவே யாழ்ப்பாணத்திலும் குரு சிஷ்ய திண்ணைப்பள்ளிக்கூட மரபு உண்டு. யாழ்ப்பாணம் ஹாலந்தின் காலனியாக 150 ஆண்டுகள் இருந்தபோது பள்ளிக்கூடக் கல்வி பரவலானது. 1769வரை ஹாலந்து ஆட்சிக் காலத்தில் ஈழத்தமிழ் இலக்கியங்கள் செழித்திருந்தன என்று கூறுகின்றனர்.

ஈழத்தில் தந்தையிடமோ உறவினரிடமோ திண்ணைப் பள்ளிக்கூட ஆசிரியரிடமோ தமிழ் படிக்கும் வழக்கம் இருந்தது. ஈழத்துத் தமிழ் அறிஞர்களான பொன்னம்பலம், கணேசய்யர், சுன்னாகம் குமாரசாமி போன்றோர் இப்படித்தான் படித்தார்கள். இது 19ஆம் நூற்றாண்டில் யாழ்ப்பாணத்தில் பரவலாக இருந்த முறை.

யாழ்ப்பாணத்திலும் குழந்தைகளுக்கு ஏடு தொடங்குதல் என்ற வழக்கம் உண்டு. அது விஜயதசமியில் மட்டுமல்ல, தைப்பூச நாளிலும் நடக்கும். யாழ்ப்பாணம் குடா நாட்டில்

மாடுகளுக்குப் புல்லுக்குப் பதில் பனைஓலையைக் கொடுக்கும் வழக்கம் உண்டு. பனைஓலையை நார்நாராகக் கிழித்துத் துண்டுகளாக்கி மாட்டுக்குப் போடுவார்கள். நிலாக் காலத்தில் இந்த வேலை நடக்கும். அப்போது ஆசிரியரோ தந்தையோ பனை ஓலையைக் கிழித்துக்கொண்டே தன் மாணவர்களுக்கு இராமாயண, பாரதக் கதையைச் சொல்வார்கள். இப்படிக் கேட்பதை நிலாப்பள்ளிப்படிப்பு என்று பெருமையாகச் சொல்லிக் கொள்வார்கள். 19ஆம் நூற்றாண்டில் யாழ்ப்பாணத்தில் புராணப் படனம் பழகுதல் என்றும் சொற்றொடர் வழக்கில் இருந்தது. இராப்பள்ளியில் புராணங்களைக் கற்றல் என்பது இதன் பொருள்.

சி.வை. தாமோதரம் பிள்ளையும் ஆரம்பக்காலத்தில் நிலாப்பள்ளியில் தந்தையிடம் படித்தார். சுன்னாகம் முத்துக்குமார நாவலரிடம் இலக்கணம் படித்தார். பின்னர் வட்டக்கோட்டை கல்விநிலையத்திலும் தெல்லியம்பதி அமெரிக்க மிஷன் கல்லூரியிலும் படித்தார் (1844–52). இக்காலத்தில் தமிழ்ப்புலவர் படிப்பில் சான்றிதழ் பெற்றிருக்கிறார். ஆங்கில மொழி அறிவும் ஆசிரியர் பயிற்சிப் படிப்பும் இக்காலத்தில் பெற்றார்.

படிப்பு முடிந்ததும் தான் படித்த பள்ளியில் ஆசிரியராகப் பணிபுரிந்திருக்கிறார். இந்தக் காலத்தில் சென்னையிலிருந்து தினவர்த்தமானி என்னும் பத்திரிகை வியாழக்கிழமைதோறும் வந்தது. இதன் ஆசிரியராக பெர்சிவல் பாதிரியார் இருந்தார். அவர் இப்பத்திரிகையின் பொறுப்பிலிருந்து விலகியபோது தாமோதரம் பிள்ளையைச் சிபாரிசு செய்தார். இதற்காக சி.வை. தாமோதரம் பிள்ளை சென்னைக்கு வந்தார். இக்காலத்தில் சென்னையில் வாழ்ந்த பிரிட்டிஷ் பேராசிரியர்களுக்கும் அதிகாரிகளுக்கும் (பர்கால், வால்டர், எலியட், லூசிங்கடன் போன்றோர்) தமிழ் கற்பித்தார்.

1857இல் சென்னைப் பல்கலைக்கழகம் ஆரம்பிக்கப்பட்ட போது சி.வை. தாமோதரம் பிள்ளை மாணவராகச் சேர்ந்திருக்கிறார். பி.ஏ. படிப்பு முடித்தபோது சி.வை. தாமோதரம் பிள்ளைக்கு வயது 25. சென்னைப் பல்கலைக்கழகத்தின் முதல் மாணவராகப் பட்டம் பெற்றவர். இவர் இதே ஆண்டில் கோழிக்கோடு உயர்தரப் பாடசாலையிலும் சென்னை ராஜதானிக் கல்லூரியிலும் சில மாதங்கள் வேலை பார்த்திருக்கிறார். சென்னை அரசாங்க வரவு செலவு கணக்குத் துறையிலும் அதிகாரியாகப் பணியாற்றியிருக்கிறார்.

இவர் உயர்பதவியில் இருந்தபோது சட்டப்படிப்பு படித்து (1871) நீதிமன்றப் பணிக்குச் சென்றார். புதுக்கோட்டை சமஸ்தான நீதிபதியாக இருந்தபோது ஓய்வு பெற்றார் (1882). பின்னர் வக்கீல்

தொழில் செய்தார். அரசு தனக்குக் கொடுத்த ஓய்வூதியம் முழுவதையும் ஆய்வுப்பணிக்கே செலவழித்திருக்கிறார்.

சி.வை. தாமோதரம் பிள்ளை ஓய்வுபெற்ற பின்பு கும்பகோணத்தில் தங்கினார். இதற்குக் காரணம் நூல்களைப் பதிப்பிக்க வசதியான இடம் என்பதும் அந்த ஊரில் வக்கீல் தொழில் செய்யமுடியும் என்பதும் தான்.

தாமோதரம் பிள்ளை மிகச்சிறந்த பதிப்பாளர், உரை நடையாளர். உதயதாரகை பத்திரிகையில் இவர் ஆசிரியராக இருந்தபோது சைவசமயம் குறித்த பல உரைநடைக் கட்டுரைகள் எழுதியிருக்கிறார்.

சிறந்த ஆய்வாளரான வையாபுரிப்பிள்ளை சி.வை. தாமோதரம் பிள்ளையை ஆறுமுகநாவலர், மகாலிங்கையர் ஆகியோருடன் ஒப்பிட்டுக் கூறுவார். "முக்கியமாக சி.வை. தாமோதரம் பிள்ளையின் பதிப்பு முயற்சியைப் பாராட்டுகிறேன்; இவர் பதிப்பு முயற்சியில் ஈடுபட்டிருந்த காலத்தில், ஒருசிலர் தம்மைத் தவிர தமிழ் நூல்களைப் பதிப்பிடும் பணியைச் செய்தவர்களை எல்லாம் பழித்துவந்தார்கள். ஆனால் சி.வை. தாமோதரம் பிள்ளை இவர்களில் முழுக்க வேறுபட்டவராய் இருந்தார்" என்கிறார் வையாபுரிப்பிள்ளை.

பிள்ளை யாழ்ப்பாணம் மிஷன் வித்தியாசாலையில் உபாத்தியராக இருந்தபோது மானிப்பாய் அமெரிக்கன் மிஷன் அச்சுக்கூடத்தில் 'நீதிநெறி விளக்க'த்தைப் பதிப்பித்தார் (1854). இந்த ஆண்டில் இவர் தொல்காப்பியம் சேனாவரையர் உரையை வெளியிட்டார். ஒரு வகையில் உ.வே.சா. போன்றோர் பதிப்புக்கு இது முன்னோடி.

உ.வே.சா. என் சரித்திரத்தில் இதைத் "தாமோதரம் பிள்ளை கும்பகோணத்தில் வந்து வசிக்கப்போகிறார் என்பது தெரிந்து எனக்கு ஆறுதல் உண்டாயிற்று. சேலம் ராமசாமி முதலியார் கூறியபடி பழைய தமிழ் நூல்களை ஆராய்வாரும் படிப்பாரும் இல்லாமல் பிற்கால நூல்களையே படிப்பவர்கள் மலிந்த தமிழ் நாட்டில் எனக்குத் துணைசெய்வார் ஒருவரும் இல்லை. நானோ அந்த ஆராய்ச்சியில் நூதனமாகப் புகுந்தவன். ஆனாலும் எப்படியாவது விஷயத்தைத் தெரிந்துகொள்ளவேண்டும் என்ற ஆவல் மாத்திரம் எஞ்சியது. இந்த நிலையில் பழங்காலத்துத் தமிழ் நூல்களை அச்சிடும் விஷயத்தில் ஊக்கமுள்ள ஒருவர் கும்பகோணத்துக்கு வரப்போகிறார் என்று அறிந்தவுடன் எனக்கு மகிழ்ச்சி உண்டாயிற்று" என்றார்.

'வீரசோழியம் மூலமும் பெருந்தேவனார் உரையும்' நூலை வெளியிட்டபோது (1881) தமிழ் இலக்கணக்கடல்களாக விளங்கிய அறிஞர்கள் இப்படி ஒரு நூலைக் காதால் கூடக் கேட்டதில்லையே என்றார்களாம். 1883இல் திருத்தணிகை புராணத்தையும் இறையனார் அகப்பொருள் மூலம் நக்கீரர் உரைஆகியவற்றை வெளியிட்டார். இறையனார் உரை வெளியான பிறகு தமிழ்மொழியை அகத்தியருடன் இணைத்துப் பேசும் வழக்கம் தீவிரமாகிஇருக்கிறது. இதை சி.வை. தாமோதரம் பிள்ளை கண்டித்திருக்கிறார்.

1885இல் தொல்காப்பியம் பொருளதிகாரத்தை வெளியிட்ட போது இவர் பெரும் அளவில் கைப்பணத்தை இழந்திருக்கிறார். இந்த நூலைப் பதிப்பிக்க இவர் முன்உதவித் திட்ட அறிவிப்பை வெளியிட வேண்டி வந்திருக்கிறது. இதற்கு மிகவும் உதவியவர் சுப்பிரமணிய தேசிகர்.

இந்த நூல்களை வெளியிட்ட ஆழ்ந்த அனுபவத்தின் பின்புதான் சி.வை. தாமோதரம் பிள்ளை கலித்தொகையைப் பதிப்பித்தார் (1885). இவர் இந்நூலைப் பதிப்பிக்க ஆறுக்கும் மேற்பட்ட பிரதிகளைப் பரிசோதித்திருக்கிறார். இவற்றில் திருவாவடுதுறை பிரதியே நல்லபிரதி என்பதைக் கடைசியில் கண்டுபிடித்தார். கலித்தொகை பதிப்பித்தபோது அரசுமுறை மன்ற நடுவராய் இருந்தார். அதனால் புதுக்கோட்டை முகவரியில் இந்நூல் வெளிவந்தது.

1889இல் 'இலக்கண விளக்கம்' வந்தது. இதே ஆண்டில் சூளாமணியைப் பதிப்பிக்கத் திருவாவடுதுறைப் பிரதியைப் பயன்படுத்தினார். இந்தச் சமயத்திலும் கைப்பணத்தை இழந்திருக்கிறார். இவர் இந்து பத்திரிகையில் ஒருமுறை "என் கைப்பணம் இதுவரை ரூபாய் 3500க்கு மேல் செலவழிந்துவிட்டது" என்று வருத்தப்பட்டு எழுதியிருக்கிறார்.

1890, 91ஆம் ஆண்டுகளில் 'தொல்காப்பியம் நச்சினார்க்கினியர் உரை'யை முழுவதுமாக வெளியிட்டார். இந்தச் சமயத்தில் அவர் யாழ்ப்பாணத்தில் இருந்திருக்கிறார். அங்குச் சில நாட்கள் இருந்துவிட்டுச் சென்னை வந்தார். இறுதியாக அவர் வெளி யிட்டது அகநானூறு பதிப்பு.

சூளாமணி வசனநூல், ஏசுவரலாறு, இராமன் கதை, சைவ சமயம் தொடர்பான சில உரைநடைகள் போன்றவற்றையும் 6, 7ஆம் வகுப்பு பாடநூல்கள் சிலவற்றையும் சி.வை. தாமோதரம் பிள்ளை வெளியிட்டுள்ளார்.

சென்னைப் பல்கலைக்கழகம் இவரைப் பல்கலைக்கழகப் பதிப்புக்குழு உறுப்பினராக ஏற்றுக்கொண்டது.

பிரிட்டிஷ் அரசு இவருக்கு ராவ்பகதூர் என்ற விருது கொடுத்தது. சி.வை. தாமோதரம் பிள்ளை யாழ்ப்பாணம் ஏழாலை சைவப்பிரகாச சபையை நிறுவியவர். தமிழ், தெலுங்கு, வடமொழி, ஆங்கிலம் என நான்கு மொழிகளை அறிந்தவர். அரசுப் பேரகராதித் தொகுப்புக் குழு உறுப்பினர், கொழும்புப் பல்கலைக்கழகத் தமிழ் ஆராய்ச்சித் துறை உறுப்பினர் எனப் பல பதவிகளில் இருந்தவர்.

சி.வை. தாமோதரம் பிள்ளை சென்னை, புதுக்கோட்டை போன்ற இடங்களில் இருந்தபோது தமிழ் மாணவர்களை ஊக்கப்படுத்தும் முறையில் சில காரியங்களைச் செய்திருக்கிறார். இதுகுறித்துப் பரிதிமாற் கலைஞரின் வரலாற்றில் ஒரு நிகழ்ச்சி பதிவு செய்யப்பட்டுள்ளது. சென்னை மாநிலக் கல்லூரியில் பரிதிமாற்கலைஞர் தமிழ்த் தேர்வில் முதல் வகுப்பில் வெற்றிபெற்றபோது சி.வை. தாமோதரம் பிள்ளை அவரை வீட்டிற்கு அழைத்துப் பரிசு கொடுத்திருக்கிறார்.

உ.வே.சா. 'என் சரித்திர'த்தில் இவர் பற்றி எழுதிய சில தகவல்களை யாழ்ப்பாணம் பூலோக சிங்கம் விரிவாக மறுத்து எழுதியிருக்கிறார்.

என் சரித்திரம் நூலில் உ.வே.சா., "பிள்ளையவர்கள் கலித்தொகைக்கு மெய்ப்புத் திருத்த வேண்டும் எனக் கட்டாயப் படுத்தியதாகவும் தனக்கு நேரமில்லை என்று அவரிடம் சொன்னபோது சி.வை. தாமோதரம் பிள்ளை விடவில்லை; தளர்ச்சியடைந்தபோதும் விடவில்லை; விடாமல் புரூப் அனுப்பிக்கொண்டிருந்தார்" என்கிறார். பிள்ளையவர்கள், கலித்தொகை பதிப்புரையில் உ.வே.சா. புரூப் திருத்தியதாகக் குறிப்பிடவில்லை. இதுபற்றிப் பூலோக சிங்கம் கூறும்போது சிறிய உதவி செய்தாலே அதை மறுக்காமல் குறிப்பிடும் குணமுள்ள பிள்ளையவர்கள் உண்மையிலேயே உ.வே.சா. புரூப் திருத்தியிருந்ததைக் குறிப்பிடாமல் இருந்திருப்பாரா என்று கேட்கிறார். சி.வை. தாமோதரம் பிள்ளை தன் பதிப்பு நூல்களில் உதவி செய்தவரின் பெயர்களைப் பட்டியலிடுவதைப் பூலோகசிங்கம் எடுத்துக்காட்டுகிறார்.

தாமோதரம் பிள்ளைக்குத் திருவாவடுதுறை சந்நிதானம் சுப்பிரமணிய தேசிகரைத் தானே அறிமுகம் செய்ததாகவும் உ.வே.சா. கூறுகிறார். ஆனால் இதைப் பூலோகசிங்கம் விரிவாக மறுத்துள்ளார். மறுப்புக்குச் சான்றும் கூறுகிறார். சி.வை.

தாமோதரம் பிள்ளை 1885லிருந்துதான் கும்பகோணவாசியானார். அப்படியானால் சுப்பிரமணிய தேசிகரை 1885இல் தான் சி.வை. தாமோதரம் பிள்ளைக்கு அறிமுகப்படுத்தியிருப்பார் உ.வே.சா. என்று ஆகிவிடும். ஆனால் அதற்கு முன்பே தான் வெளியிட்ட (1881) வீரசோழியம் பதிப்பு உரையில் திருவாவடுதுறை சுப்பிரமணிய தேசிகர் வழி வீரசோழிய ஏடு கிடைத்ததையும் அதற்கு நன்றி தெரிவித்ததையும் குறிப்பிடுகின்றார். இதனால் 1881க்கு முன்பே தேசிகரை சி.வை. தாமோதரம் பிள்ளை அறிந்திருக்கிறார் என்று தெரிகிறது. ஆகவே உ.வே.சா. கூறுவது தவறு என்கிறார். இதற்கு வேறு சில சான்றுகளும் பூலோகசிங்கம் தருகிறார்.

தாமோதரம் பிள்ளையின் பதிப்பு முன்னோடிகளாகப் புதுவை நயனப்ப முதலியார், திருவேங்கடாசல முதலியார், களத்தூர் வேதகிரி முதலியார் (1795–1852), ஆறுமுக நாவலர் (1822–1879), வில்லிவாக்கம் தாண்டவராய முதலியார் எனச் சிலரைச் சொல்லலாம். இவர்கள் எல்லோரும் பதினெண் கீழ்க் கணக்கு நூல்களுக்குப் பிற்பட்ட இலக்கியங்களில் கவனம் செலுத்தியவர்கள். சி.வை. தாமோதரம் பிள்ளை இவர்களிடமிருந்து வேறுபட்டு, சங்க இலக்கியங்களைப் பதிப்பிப்பதில் கவனம் செலுத்தினார்.

சி.வை. தாமோதரம் பிள்ளையும் உ.வே.சாவைப் போல் ஏடு தேடி அலைந்திருக்கிறார். தமிழ் ஏட்டுப் பிரதிகளைத் தேடி அலைந்த அனுபவத்தை அவர் விரிவாக எழுதவில்லை என்றாலும் பதிப்புகளின் முகவுரையில் கோடிட்டுக் காட்டுகிறார். ஏடுகளில் உள்ள தவறு, அதைத் தாளில் பெயர்த்தெழுதும்போது சிரமம் பற்றி அலட்டாமல் குறிப்பிடுகிறார். பலரிடம் ஏடு தேடி அலைந்த ஏமாற்றத்தையும் எழுதியிருக்கிறார்.

இவர் ஒருமுறை தமிழ்ப்புலவர் ஒருவரிடம் கலித்தொகையின் மூல ஏடு முழுவதும் இருப்பதைக் கேள்விப்பட்டு அதை வாங்கும் நண்பரிடம் சொன்னார். அந்த நண்பர் சி.வை. தாமோதரம் பிள்ளைக்கு எழுதிய கடிதத்தில்,

> "அரவின் சுடிகை அரதனத்திற்கும் ஆழிவாய் இப்புயண் முத்திற்கும் அவை உயிரோடு இருக்குறுங்காறும் ஆசை கொளல் வேண்டாவாறு போல இம்மகானுடைய சீவதசையில் இவர் கைபட்ட ஏடுகளை கண்ணால் பார்க்க முடியா"

எனப் பதில் எழுதினாராம்

சி.வை. தாமோதரம் பிள்ளை தான் சேகரித்த ஏட்டுப் பிரதிகளை முதலில் பிரதி செய்துவிட்டுத் தகுதியான அறிஞர்களின் உதவியுடன் பாடபேதங்களைக் குறித்துக்கொள்வாராம்.

இதன்பிறகு ஒரு சரியான பிரதியைத் தயாரித்துவிட்டு அச்சுக்குக் கொடுப்பாராம்.

சி.வை. தாமோதரம் பிள்ளை பதிப்பித்த நூல்களின் முகவுரைகளில் அவரின் விசாலமான தமிழ் அறிவு வெளிப்படுகிறது. வீரசோழியம் பதிப்புரையில் தமிழ் இலக்கியங்களின் காலங்களை எட்டுப் பிரிவாகப் பகுத்து ஆராய்கிறார். இவரது காலத்துக்குப் பின்னர் வந்த எம். ஸ்ரீனிவாச அய்யங்கார் தன் நூலில் *(Tamil Studies)* இதைக் கண்டிக்கிறார். அகத்தியர் தமிழ் மொழியை உருவாக்கியவர் என்ற தொன்மத்துக்கு எதிரானவர் சி.வை. தாமோதரம் பிள்ளை.

சி.வை. தாமோதரம் பிள்ளையின் தனிப்பட்ட வாழ்க்கை சோகமானது. இவர் முதலில் யாழ்ப்பாணம் வள்ளியம்மை என்ற பெண்ணை மணந்தார். மனைவி இறந்தபின் மீண்டும் மறுமணம் புரிந்தார். இவருக்கு இரண்டு குழந்தைகள் பிறந்தபின் மனைவி இறந்தாள். பின் 1890இல் யாழ்ப்பாணத்தில் மூன்றாவது பெண்ணை மணந்தார். மீண்டும் இரண்டு பிள்ளைகள். இந்த மனைவியுடன் சென்னையில் வாசம் செய்தார்.

இவரின் மூன்று மனைவிகளுக்குமாகப் பத்துப் பிள்ளைகள் உண்டு. இவர்களில் எட்டுப் பேர் சி.வை. தாமோதரம் பிள்ளை உயிரோடு இருந்தபோதே இறந்துவிட்டனர். எஞ்சிய இரண்டு பேரில் அழகுசுந்தரம் என்ற மகன் கிறிஸ்தவச் சமயத்திற்கு மாறிவிட்டார். அதனால் சி.வை. தாமோதரம் பிள்ளை அவரை வீட்டைவிட்டு வெளியே அனுப்பிவிட்டார். பிற்காலத்தில் சி.வை. தாமோதரம் பிள்ளை ஓர் இடத்தில் என் மகன் கிறிஸ்தவன் ஆன பின்பு பண்பட்டிருக்கிறான் என்று எழுதினார். என்றாலும் கடைசிவரை மகனை அவர் ஏற்றுக்கொள்ளவில்லை.

சி.வை. தாமோதரம் பிள்ளையின் மகன் அழகுசுந்தரம் கிறிஸ்தவர் ஆனபின் தன் பெயரை பிரான்சிஸ் கிங்ஸ்பெரி தேசிகர் என்று வைத்துக்கொண்டார். இவர் சிறுவயதில் மெசபடோமியாவிற்கு ராணுவ வீரராகச் சென்றிருந்தார். இவர் திருவாசகத்தையும் சுவிசேஷத்தையும் ஒப்பிட்டுப் பேசுவதில் திறமையானவர் என்பதால் தமிழ்க் கிறிஸ்தவர்களிடம் இவர் பிரபலமாயிருந்தார். இவர் "கிறிஸ்து தேவ உலகிலிருந்து இறங்கியவர் அல்லர். அவர் மனிதராக இருந்து தெய்வமானவர்" என்று பிரச்சாரம் செய்தார். கட்டுரையாகவும் எழுதினார். இது கிறிஸ்தவப் பணியாளர்களிடம் வெறுப்பை உண்டாக்கியது. இதனால் கிங்ஸ்பெரி திருச்சபையிலிருந்து நீக்கப்பட்டார். இவர் தன் இறுதிக்காலத்தில் எழுதிய 'நான் ஏன் கிறிஸ்தவன் ஆனேன்' என்ற சிறு நூல் பற்றி அப்போது பரவலாகப் பேசப்பட்டது.

சி.வை. தன் இறுதிக்காலத்தில் உயிலில் கிங்ஸ்பெரிக்குச் சொத்து கிடையாது என்று எழுதிவைத்தார். தன் சொந்த நூல்நிலையத்துப் புத்தகங்களையும் ஏடுகளையும் விலைக்குக் கொடுத்து அதில் கிடைக்கும் பணத்தைத் தன் மகளின் படிப்புக்குக் கொடுக்கும்படி எழுதியிருந்தார்.

சி.வை. தன் 69ஆம் வயதில் (1901) மறைந்தார். இவரின் மரணப் படுக்கையில் மருத்துவ சிகிச்சை அளிக்கப்பட்டபோது அதை ஏற்க உறுதியாக மறுத்திருக்கிறார்; அதனால்தான் இறந்தார் என்ற கருத்தும் உண்டு. இவரது உடல் சென்னை புரசைவாக்கம் சுடுகாட்டில் எரியூட்டப்பட்டது.

2

சே.ப. நரசிம்மலு நாயுடு
(1854-1922)

சென்னையிலிருந்து ஜபல்பூர் 1228 மைல் தூரம். ரயில்வே கட்டணம் எவ்வளவு தெரியுமா? வெறும் 13 ரூபாய் 3 அணா. இது 1886இல். சென்னை ஜார்ஜ் டவுனில் உள்ள ஆர்மீனியன் செயிண்ட்மேரி கோவிலுக்கு மெட்ரிடையஸ் என்ற பெயர் இருந்தது. இது மெட்ராஸ் ஆகி மதராஸ் ஆனது. இதுபோன்ற செய்திகளைச் சுவையுடன் சொல்லுவது செ.ப. நரசிம்மலு நாயுடுவின் "ஆரியர்

அ.கா. பெருமாள்

திவ்ய தேச யாத்திரை" என்ற நூல். இது வடநாட்டு அனுபவம் பற்றியது. தென்னாட்டு அனுபவம் பற்றியது தட்சண இந்திய தேச சரித்திரம். இரண்டு நூல்களும் சுமார் 1500 பக்கங்கள்.

சேலம் பகடால நரசிம்மலு நாயுடு பல்வேறுபட்ட துறைகளில் ஈடுபாடுடையவர். பயண இலக்கியம், இதழியல், அறிவியல், இசை பற்றி எழுதியவர். பிரம்ம சமாஜி, தமிழ், தெலுங்கு, ஆங்கில மொழிப் புலமை, தத்துவம், வரலாறு, கல்வி ஈடுபாடு. சமூகக் கரிசனை, பெண்ணியச் சிந்தனையாளர், தொழில்துறை வளர்ச்சிக்கு அடிகோலுதல் என இவரைப் பற்றிச் சொல்லிக்கொண்டே போகலாம்.

தமிழகத்தில் விஜயநகரப் பேரரசு நிலைபெற்ற காலத்தில் சலம கோத்திரம் பகடால நரசிம்ம நாயுடு ஆட்சி நிர்வாகப் பிரதிநிதியாக இருந்தார். பலிஜா நாயுடு சமூகத்தைச் சார்ந்த இவரது மரபுவழிப் பேரன் நரசிம்மலு நாயுடு. இவரது முன்னோர்கள் இசுலாமியப் படையெடுப்பின்போது சேலத்தில் குடியேறியவர்கள்.

இந்தக் குடும்பத்தில் 1854 ஏப்ரல் 12இல் நரசிம்மலு நாயுடு பிறந்தார். ஆரம்பத்தில் தெலுங்கு படித்தார். பள்ளிப் படிப்புடன் முறையான படிப்பு நின்றுவிட்டாலும் சுயமாய்க் கற்றது அதிகம். 14 வயதில் திருமணம். சில காரணங்களால் இரண்டாவது மணம். ஓராண்டு ஸ்ரீரங்கத்தில் தங்குதல். 1879இல் கோவையில் குடியேறுதல். மக்கள்கணக்கெடுப்புப் பணி, ஆசிரியர், பத்திரிகையாசிரியர் எனப் பல பணிகள். 1922 ஜனவரி 21இல் 68ஆம் வயதில் மறைந்தார்.

இந்திய தேசிய காங்கிரஸ் கட்சி உருவாகும் முன்பே சென்னை மகாஜன சபை என்ற சமூகச் சீர்திருத்த இயக்கத்தில் பங்கு பெற்றவர் நாயுடு. 1885இல் காங்கிரஸ் கட்சி உருவான போதே கோயம்புத்தூரில் காங்கிரஸ் அமைப்பை ஏற்படுத்தியவர்.

இந்திய தேசிய காங்கிரஸின் முதல் மாநாடு பம்பாயில் நடந்தபோது தமிழகப் பிரதிநிதிகளில் ஒருவராக நாயுடு சென்றார். 1886இல் கல்கத்தா காங்கிரஸ் மாநாட்டிலும் 1887இல் சென்னை காங்கிரஸ் மாநாட்டிலும் கலந்துகொண்டவர் இவர். இதுபோல மக்கள் நலனுக்காகப் பல்வேறு அமைப்புகளை உருவாக்கியவர் இவர்.

சுப்பராயலு நாயுடு வடமொழி, தெலுங்கு மொழிகளைப் பயிற்றுவிக்க அமைத்த தர்மம், குடிஎதிர்ப்புக்கு உருவாக்கிய ஒருசபை, வேளாண் கண்காட்சி நடத்த கோயமுத்தூர் விவசாயக் காட்சி சபை, சமூகக் சீர்திருத்தத்திற்கான சபை எனச் சில சபைகளை நிறுவியவர். 1887இல் கௌரவ நீதிபதியாகவும் இருந்தார்.

கோயம்புத்தூர் மக்களின் குடிநீர்த் திட்டத்தில் முதலில் பங்கு வகித்தவர். பிற்காலத்தில் சிறுவாணித் திட்டம் உருவாக இவரும் ஒரு காரணம். நாயிடு கோயம்புத்தூரில் பொதுக்கூட்டம் நடத்துவதற்கு ஒரு கட்டிடம் கட்ட நிதி திரட்டினார். அப்போது விக்டோரியா மகாராணியின் 50ஆம் ஆட்சியாண்டு (1887) அவர் நினைவாக நிதி திரட்டி ஒரு மண்டபத்தைக் கட்டினார்.

கொங்கு நாட்டில் பிரம்ம சமாஜத்தைப் பரப்பியவர்களில் நாயுடுவுக்குப் பெரும் பங்கு உண்டு. இராஜாராம் மோகன்ராய் ஆரம்பித்த பிரம்ம சமாஜம் பின்னர் ஏற்பட்ட கருத்து வேறுபாட்டால் இந்தியப் பிரம்ம சமாஜம் சாதாரணப் பிரம்ம சமாஜம் என்று பிரிந்து இயங்கியது. தமிழகத்தில் வேதசமாஜம் என்ற பெயருடன் இயங்கிய இந்த அமைப்பு பின் பிரம்ம சமாஜம் ஆயிற்று.

நாயுடு 1879இல் கோவையில் குடியேறி பின், பிரம்ம சமாஜத்தைப் பரப்புவதில் தீவிரமானார். இக்காலத்தில் கேசவசந்திரசேனுடன் தொடர்பு கொண்டிருக்கிறார். அப்போது பிரம்ம சமாஜத் தலைவராக இருந்த சிவநாத சாஸ்திரியை கோவைக்கு அழைத்துப் பேசவைத்திருக்கிறார். நாயுடு எழுதிய “தென்னிந்திய பிரம்மசமாஜத்தின் சரித்திர சார சங்கம்” (1905) முக்கியமான நூல். நாயுடு 1922இல் எழுதிய உயிலில் “என் சொத்துக்களில் சிலதின்படி கோயமுத்தூர் நரசிம்மலு நாயுடு பிரம்ம சாதனாசிரம்மம் என்னும் பெயரால் ஒரு தர்மத்தை எனது தோட்ட பங்களாவில் ஸ்தாபிக்க வேண்டும்” என்று எழுதியிருக்கிறார்.

நரசிம்மலு நாயுடுவின் வாழ்க்கை வரலாற்றை எழுதிய கவிஞர் சிற்பி பாலசுப்பிரமணியம், நாயுடு எழுதி அச்சில் வந்தவை 94 நூல்கள் என்றும், அச்சிடக் காத்திருப்பவை 19 என்றும் கூறுகிறார். ஆக 68 வயதில் 113 நூல்களை எழுதியிருக்கிறார்.

சிற்பியின் கணக்குப்படி மாணவர்களின் பாடநூல்கள், இசைப் பாடல்கள், வரலாற்று நூல்கள், சமய ஆன்மிக நூல்கள்,

அறிவியல் நூல்கள், சீர்திருத்த நூல்கள் எனவாக 12 தலைப்புகளில் எழுதியுள்ளார். 'பெண்கவி பிரபாவம்' என்ற தலைப்பில் இவர் எழுதிய நூல் இவர் பெண்ணியம் குறித்து ஆரம்பக்காலத்தில் யோசித்தவர் என்பதைக் காட்டுகிறது.

நாயுடு 14 வயதிலேயே தினவர்த்தமானி இதழில் எழுதியிருக்கிறார். சேலம் சுதேசாபிமானி (1877) கோயம்புத்தூர் அபிமானி (1879) ஸ்ரீரங்க ஸ்தல பூவிணி கோயமுத்தூர் கலாநிதி (1881) போன்ற இதழ்களை நடத்தியிருக்கிறார். ஸ்ரீரங்க ஸ்தல பூவிணி இதழில் திருவரங்க ஆலயத்தின் வரலாற்றை விரிவாக எழுதியிருக்கிறார். இது பின்னர் நூலாக வந்தது.

நாயுடு எழுதிய பயண நூல்களில் ஆரியர் திவ்விய தேசயாத்திரை, தட்சண இந்திய சரித்திரம் இரண்டும் முக்கியமானவை. இரண்டும் 1500 பக்கங்களுக்கு மேல் வருபவை.

ஆரிய திவ்விய தேச யாத்திரை நூல் 1889இல் வந்தது. 1886 டிசம்பர் 5 முதல் 1887 பிப்ரவரி 25 வரை வடஇந்தியாவில் பயணித்த அனுபவத்தைக் கூறுவது இந்த நூல். நாயிடு 1885 டிசம்பரில் பம்பாய் முதல் இந்திய தேசிய காங்கிரஸ் மாநாட்டிலும் கலந்துகொண்டிருக்கிறார். அந்த அனுபவம் இந்த நூலில் உண்டு.

அலகாபாத், காசி, கல்கத்தா, ஆக்ரா, தில்லி, ஜெய்பூர், நாகப்பூர் எனப் பல இடங்களில் இவர் பயணித்த அனுபவம் சுவையாக இந்நூலில் சொல்லப்படுகிறது. இவர் கூறும் ரயில் பயணம் முக்கியமானது. இந்தியாவில் ரயில் வந்த 27 ஆண்டுகளில் இவர் ரயிலில் பயணம் செய்திருக்கிறார். அப்போதே ரயில் நிலையங்களின் அசிங்கமான தோற்றம், பயணிகள் தங்க வசதியற்ற நிலைபற்றி எல்லாம் குறிப்பிடுகிறார். 130 ஆண்டுகளுக்கு முன் ஏற்பட்ட இவரது அனுபவம் இன்றும் சில இடங்களில் பொருத்தமாக இருக்கிறது. இப்பயணத்தில், இவர் தான் சென்ற கோவில்களின் தொன்மங்களையும் தொகுத்திருக்கிறார். 1885, 86களில் பம்பாயிலும் கல்கத்தாவிலும் நடந்த காங்கிரஸ் மாநாடு பற்றியும் இந்நூலில் தகவல்கள் உள்ளன. இந்த மாநாட்டில் தாதாபாய் நவ்ரோஜி, ஜி. சுப்பிரமணிய அய்யர் போன்றோரையும் நாயுடு சந்தித்திருக்கிறார்.

தட்சண இந்திய சரித்திரம் 1919இல் வந்தது. 939 பக்கங்கள் கொண்டது. தென்னிந்திய நகரங்களில் நடந்த பிரம்ம சமாஜக் கூட்டங்களுக்குப் பேசச் சென்றபோதும் 1879–1910ஆம் ஆண்டுகளில்

தலயாத்திரை சென்றபோதும் கிடைத்த அனுபவத்தையும் இதில் எழுதியிருக்கிறார். வெறும் பயண அனுபவம் மட்டுமல்ல தனிப்பட்டவர்கள் சிலரைப் பற்றியும் எழுதியிருக்கிறார். *The Hindu* (1878) சுதேசமித்திரன் (1880) ஆகிய இதழ்களைத் தோற்றுவித்த ஜி. சுப்பிரமணிய அய்யர், வீரராகவாச்சாரியார் ஆகியோரைக் கண்மணிகள் எனப் போற்றுகிறார்.

பெரும்பாலும் நரசிம்ம நாயுடு பற்றிய தகவல்கள் பல பேருக்குத் தெரியாது.

3

மனோன்மணீயம் பெ. சுந்தரனார்

(1855–1897)

தமிழறிஞர்களிலேயே மாணவர்கள் எல்லோருக்கும் தெரிந்த பெயர் மனோன்மணீயம் சுந்தரனார். இதன் காரணம் தெரிந்ததுதான். கடந்த 40 ஆண்டுகளாகப் பள்ளிகளிலும், பொதுக் கூட்டங்களிலும் தமிழ்த்தாய் வாழ்த்தாகப் பாடப்படும் நீராரும் கடலுடுத்த என்னும் பாடலுக்குச் சொந்தக்காரர் சுந்தரனார். அதோடு ஏறத்தாழ 90 ஆண்டுகளுக்கு மேல் தமிழகப் பல்கலைக்கழகங்களில் பாடத் திட்டத்தில் இருந்த மனோன்மணீயம் என்ற நாடகத்தை எழுதியவர் என்பது திருநெல்வேலிப் பல்கலைக்கழகம் இவர் பெயரால் இருப்பது என்னும் காரணங்களையும் சேர்த்துக்கொள்ளலாம்.

கருணாநிதி முதலமைச்சராக இருந்தபோது மனோன்மணீயம் நாடகத்தில் வரும் நீராரும்

கடலுடுத்த என்று தொடங்கும் வாழ்த்துப் பாடலைத் தமிழகத்தின் தமிழ்த்தாய் வாழ்த்தாக அறிவித்ததற்கு (1970 நவம்பர். 23) அரசியல் ரீதியான மொழிரீதியான காரணங்கள் இருந்தன. பாரதியையோ பாரதிதாசனையோ அவர் தேர்ந்தெடுக்காமலிருந்ததற்கான காரணங்கள் அப்போது பேசப்பட்டன. மோகன ராகத்தில் திஸ்ர தாளத்தில் இப்பாடலைச் சுரப்படுத்திய எம்.எஸ். விஸ்வநாதன் இதற்குத் தனியாக மெருகூட்டியிருக்கிறார்.

மனோன்மணீயம் சுந்தரனார் வரலாற்று ஆய்வாளர்; கல்வெட்டாய்வாளர்; தமிழ் இலக்கிய வரலாற்றின் முன்னோடி; அறிவியல் கட்டுரைகள் எழுதியவர் என்றும் இவரைப் பற்றிய செய்திகள் முன்னிறுத்தப்படவில்லை. இவரின் பிராமண எதிர்ப்பும் திராவிடச் சைவச் சார்பும் அன்றைய நிலையில் உகந்ததாகவும் பிற்கால அரசியல்வாதிகளுக்குத் தங்களை முன் நடத்திச்செல்ல உதவியாகவும் இருந்ததால் இவரது நுட்பமான பக்கங்கள் காட்டப்படவில்லை. 42 வயது வாழ்ந்த இவரது சாதனை அளப்பரியது.

இவரது முதல்நூல் 1877இல் வெளிவந்திருக்க வேண்டும் என்றாலும் 1888இல்தான் இவர் தீவிரமாய் எழுத ஆரம்பித் திருக்கிறார். 1891இல் மனோன்மணீயம் நாடகம் வெளிவந்தபின் தமிழறிஞர்களிடம் பிரபலமாயிருக்கிறார். இவர் தமிழில் எழுதிய வற்றில் நூல் வடிவில் வந்தவை மனோன்மணீயம் நாடகம் (1891), சாத்திர சங்கிரகம் என்னும் நூற்றொகை விளக்கம் (1888) ஆகிய இரண்டும்தான்.

திருநெல்வேலியில், இவர் இருந்தபோது எழுதிய பாடல்கள் 'சிவகாமியின் சரிதம்' என்னும் தலைப்பில் சிறு பிரசுரமாக வந்தன. பின்னர் மனோன்மணீயம் நாடகத்தின் ஒரு பகுதியாக இது இணைக்கப்பட்டது. சைவ சித்தாந்தத் தத்துவம் தொடர்பான இப்பாடல்களைச், சைவசித்தாந்த நூல் பதிப்புக் கழகம் இராமலிங்கத் தம்புரானின் உரையுடன் வெளி யிட்டுள்ளது.

ஒரு நற்றாயின் புலம்பல் என்னும் தலைப்பில் அமைந்த இவரது பாடல்கள் விவேக சிந்தாமணியில் வந்தன (1885). இவையும் தத்துவார்த்தப் பாடல்கள்தாம். பொதுப்பள்ளி எழுச்சி என்னும் தலைப்பில் சில பாடல்களை விவேக சிந்தாமணியிலும் (1895) அன்பின் அகநிலைப் பாடல்கள் என்னும் தலைப்பில் சில பாடல்களை ஜநாநந்தினி என்ற பத்திரிகையிலும் (1891) வெளியிட்டுள்ளார். பின்னது புனித பவுல் கூறிய அன்பு பற்றிய கருத்தை அடிப்படையாகக் கொண்டது.

சுந்தரனார் எழுதிய புஷ்பங்களும் அவற்றின் தொழில்களும் (1892), மரங்களின் வளர்ச்சி (1892), ஜீவராசிகளின் இலக்கணம் (1897) ஆகிய மூன்றும் கட்டுரைகள். விவேக சிந்தாமணியில் வந்தவை. பின்னர் இவற்றைச் செந்தமிழ் செல்வி வெளியிட்டது.

சுந்தரனார் ஆங்கிலத்தில் எழுதிய கட்டுரைகள் சென்னை தாம்பரம் கிறிஸ்தவக் கல்லூரி இதழ்களில் வந்தன. The Ten Tamil Idylls, (1890-1891), Hobbes - The Father of English Ethics (1894-95), Bentham The Juristic Moralist (1896) என்னும் இக்கட்டுரைகளில் The Ten Tamil Idylls மட்டும் 1957இல் நூல் வடிவில் வந்தது.

சென்னை கிறிஸ்தவக் கல்லூரி இதழில் இவர் தொடராக வெளியிட்ட Some Milestones in the History of Tamil Literature or The Age of Thirugnanasambandha என்னும் தலைப்பில் அமைந்த கட்டுரைகள் 1896இல் நூல் வடிவில் வந்தது. இதற்கு அப்போது தொல்லியல் ஆய்வறிஞர் வெங்கய்யா முகவுரை எழுதியுள்ளார்.

சுந்தரனார் எழுதியதாக உள்ளவற்றில் மனோன்மணீயம் உட்பட பிற கட்டுரைகளும் பாடல்களும் 300 பக்க அளவிலும் ஆங்கிலக் கட்டுரைகள் 300 பக்க அளவிலும் வரும். தமிழ் இலக்கிய வரலாற்றுக் கால ஆராய்ச்சிக்கு இவரது ஆய்வுகள் முன்னோடியாக இன்னும் கருதப்படுகின்றன.

திருஞானசம்பந்தர் காலஆராய்ச்சி பற்றிய நூல் 65 பக்கங்களைக் கொண்டது. 19ஆம் நூற்றாண்டில் தமிழ் இலக்கியக் காலஆராய்ச்சி பற்றி வந்த துல்லியமான நூல் இது. வையாபுரிப்பிள்ளை இந்நூல் பற்றி "சுந்தரனார் செய்த இந்தக் காலஆராய்ச்சி பிற்காலத்தில் கிடைத்த கல்வெட்டுகள் வழி உறுதி செய்யப்படுவதுடன் மறுக்க முடியாமலும் உள்ளது" என்கிறார். ஆதிசங்கரர், சம்பந்தரைத் திராவிடச் சிசு என்று குறிப்பிட்ட செய்தியைச் சுந்தரம்பிள்ளைதான் இந்த நூலில் முதலில் கூறுகிறார். திராவிடம் என்னும் சொல் தமிழரைக் குறிக்கப் பயன்பட்டது என்னும் கருதுகோளைத் தமிழ் ஆய்வாளர்களுக்கு எடுத்துக்கொடுத்தவரும் இவர்தான்.

கால்டுவெல் சம்பந்தர் காலப் பாண்டியனான நின்ற சீர் நெடுமாறன் என்னும் கூன்பாண்டியன் கி.பி. 1292இல் மதுரையை ஆண்டவன் எனக் கூறிச் சம்பந்தரைக் கிபி 13ஆம் நூற்றாண்டினர் என்கிறார். சி.வை. தாமோதரன் பிள்ளை கூன்பாண்டியன் 2000 ஆண்டுகளுக்கு முந்தியவன் என்பார். இதுபோன்ற கருத்துக்களை மறுத்துச் சரியாக வரையறை செய்திருக்கிறார் சுந்தரனார்.

சம்பந்தர், இரண்டாம் புலிகேசியைப் போரில் முறியடித்த சிறுத்தொண்டர் காலத்தவர்; வாதாபியில் நடந்த இப்போர் கி.பி. 642இல் நடந்தது. அதனால் சம்பந்தர் கி.பி. 7ஆம் நூற்றாண்டினர் என்கிறார் பெ.சு. இதுபோல வேறு சான்றுகளையும் கொடுத்துச் சம்பந்தர் காலத்தை நிறுவியுள்ளார். பிற்கால ஆராய்ச்சியாளர்கள் இந்தக் காலத்தின் அடிப்படையில் சம்பந்தர் காலத்துக்கு முன்னரோ பின்னரோ எனக் கணித்து பக்தியியக்கக்காரர்களின் காலங்களை நிர்ணயித்துள்ளனர்.

திருவனந்தபுரத்தில் தொல்லியல் துறையில் 1894 மார்ச் மாதம் சுந்தரம்பிள்ளை ஆற்றிய சொற்பொழிவுகள் *Some Early Sovereigns of Travancore* என்னும் தலைப்பில் இதே ஆண்டில் வெளிவந்தது. இதற்கு ஆசிரியர் முகவுரையும் உண்டு. இதன் இரண்டாம் பதிப்பு 1943இல் வந்தது. இது நான்கு இயல்களும் மூன்று பின்னிணைப்புகளும் கொண்ட நூல். முதல் மூன்று இயல்களும் வேணாட்டு மன்னர்களின் பட்டியல்களையும் வரலாற்றையும் நான்காம் இயல் திருவிதாங்கூரில் கிடைத்த சில கல்வெட்டுகளையும் கூறுவன. பின்னிணைப்பில் கல்வெட்டு மூலங்களும் சுந்தரம்பிள்ளையின் வரலாறும் உள்ளன.

வேணாட்டு அரசர்களின் வரலாற்றை முதல் முறையாக கல்வெட்டுச் செய்திகளின் வழி கணிக்கும் நூல் இது. இந்த நூலுக்காக உ.வே.சா.வின் சிலப்பதிகார முதல் பதிப்பை (1892) இவர் பயன்படுத்தியிருக்கிறார். இந்நூல் ஐந்து நூற்றாண்டுகளில் வாழ்ந்த 9 அரசர்களைப் பற்றிக் கூறுகிறது.

சுந்தரம்பிள்ளை கல்வெட்டாய்வாளர். சில ஆண்டுகள் திருவிதாங்கூர் கல்வெட்டுத் துறையிலும் பொறுப்பு வகித்திருக்கிறார். இவர் நாஞ்சில் நாட்டுப் பகுதியிலும் (சோழபுரம், புரவசேரி) இடநாட்டிலும் (திருவட்டாறு) கல்வெட்டுக்களைத் தேடிக் களஆய்வு செய்திருக்கிறார். இவரே படி எடுத்திருக்கிறார். இந்தக் கல்வெட்டுகளின் வழி வேணாட்டு அரசர்கள் பற்றிய செய்திகளை முறைப்படித் தொகுத்திருக்கிறார்.

சுந்தரம் பிள்ளையின் *The Tamil Idylls* என்னும் சிறுநூல் பத்துப்பாட்டுப் பற்றிய திறனாய்வு நூல். இது 1890–92 அளவில் எழுதப்பட்டதாயினும் 1953இல் தான் நூல் வடிவில் வந்தது. ஒருவகையில் உ.வே.சா.வின் பத்துப்பாட்டுப் பதிப்பு பற்றிய திறனாய்வுக் கட்டுரை இது என்றும் கூறலாம். இந்நூலில் சுந்தரம் பிள்ளை சங்ககால நக்கீரரின் காலத்தை ஆய்வுக்கு உட்படுத்துகிறார். முருகாற்றுப்படையைக் காலத்தால் பின்தள்ளியதற்குரிய காரணங்களைத் துல்லியமாக முன்வைக்கிறார்.

ஆங்கில அறிவியலின் தந்தையாகக் கருதப்பட்ட ஹாப்ஸ் பற்றிய செய்திகளைக் கூறுவது *Hobbes the Father of English Ethics* என்ற கட்டுரை.

சுந்தரனார் எழுதிய நூற்றொகை விளக்கம் என்னும் உரைநடை நூல் 1888இல் ஆங்கில முகவுரையுடன் வெளிவந்தது. சைவசித்தாந்த நூல் பதிப்புக் கழகம் 1936இல் இந்நூலை மறுபதிப்பு செய்துள்ளது. இதன்பிறகு இந்நூல் அச்சில் வரவில்லை. நூற்றொகை விளக்கம் 94 பக்கங்களைக் கொண்ட சிறுநூல் தமிழ் உரைநடை வடிவத்தைப் பழைய மரபின்படி 38 சூத்திரங்களில் விளக்குகிறது. ஒரு நூல் எப்படி அமைந்திருக்க வேண்டும்; உரைநடை வடிவம் எத்தகைய பிரிவுகளை உடையது என்பனவற்றை இந்நூல் விளக்குகிறது.

சுந்தரம் பிள்ளையின் கணிப்பின்படி படைப்பாளியோ ஆராய்ச்சியாளனோ கட்டுரையாசிரியனோ ஒரு நூலைப் பேரறிவு, சிற்றறிவு, புலனறிவு என்னும் மூன்று அறிவுகளின் அடிப்படையில் உருவாக்குகிறான். பேரறிவு என்பது பரம்பொருள் அல்லது கடவுள் தொடர்பானது. எனவே ஒரு நூல் இறை உணர்வு, அறிவு, இயல்பான அறிவு, அனுபவ அறிவு ஆகியவற்றின் தொடர்பாக வெளிப்படுகிறது. இந்த விளக்கத்தின் அடிப்படையில் நூலின் வடிவங்களையும் இவர் பாகுபாடு செய்கிறார். நூற்றொகை விளக்கம் நூலின் பின்னிணைப்பில் 80 தமிழ்ச் சொற்களுக்கான ஆங்கில விளக்கம் கொடுக்கப்பட்டுள்ளது. (மின்மயம் – *Electricity*, அளலன் – *Oxygen*, பௌமியம் – *Geology or Geogany*)

மனோன்மணீயம் நாடகம் 1891 மார்ச்சில் வெளிவந்தது. இது *Edward Bulwer Lytton (1803-1873)* எழுதிய *The Secret way* என்ற ஆங்கில இலக்கியத்தைப் பின்பற்றியது. இதில் இணைக்கப் பட்டுள்ள சிவகாமி சரிதம் *Goldsmith* எழுதிய *The Hermit* என்னும் கவிதையைத் தழுவியது. என்றாலும் இந்த நாடகத்தை மொழிபெயர்ப்பு அல்லது தழுவல் எனக் கூறமுடியாது.

மனோன்மணீயம் நாடகம் காளிதாசரின் மேகசந்தேசம் போன்று படிப்பதற்காக எழுதப்பட்டது என்ற கருத்தை இது வெளிவந்த காலத்திலேயே பம்மல் சம்பந்த முதலியார் கூறியிருக்கிறார். சேலம் தியேட்டர்ஸ் இந்த நாடகத்தைத் திரைப் படமாக்கினர் (1942). இதில் பி.யூ. சின்னப்பா புருஷோத்தமனாகவும் டி.என். பாலையா குடிலனாகவும் பி.ஆர். ராஜகுமாரி மனோன்மணீயாகவும் நடித்துள்ளார். இந்தப் படத்துக்கு நாகர்கோவில் கே.வி. மகாதேவன் இசையமைத்திருக்கிறார். மனோன்மணீயம் நாடகம் சென்னை பல்கலைக்கழகப் பாடத்திட்டத்தில் வைத்தபோது (1891) உ.வே.சா. அந்த நாடகத்தில்

சில குறைகளைச் சுட்டிக்காட்டி சுந்தரம்பிள்ளைக்குக் கடிதம் எழுதியுள்ளார். வையாபுரிப்பிள்ளை இந்த நூலை 1922இல் பதிப்பித்தார்.

* * *

தென்கேரள மலையாளிகளுக்குத் தமிழ் மக்களிடம் இப்போதுள்ள இளக்காரமும் மறைமுக வெறுப்பும் 19ஆம் நூற்றாண்டில் கிடையாது. திருவிதாங்கூர் அரசர்களுக்குத் தமிழர்களிடம் பெரிய மரியாதை இருந்திருக்கிறது; பெரிய பதவிகளில் தமிழர்களை அமர்த்தியிருக்கின்றனர். விவசாயம், வணிகம் இரண்டிலும் தமிழர்களின் பங்கு கேரளத்திற்குக் கணிசமாய் உண்டு. திருநெல்வேலி மாவட்டத்திலிருந்து தென்கேரளத்தில் குடியேறிய தமிழர்களில் பலர் திருவிதாங்கூர் அரசர்களின் வேண்டுகோளால் சென்றனர் என்பது வாய்மொழிச் செய்தி.

திருநெல்வேலி மாவட்டம், களக்காட்டுப் பகுதியிலிருந்து கேரளம், ஆலப்புழைக்குக் குடியேறிய தெக்கேகரக் குடும்பத்தினரில் ஒருவர் அர்ஜுனன் பிள்ளை. இவர் துணி வணிகராய் இருந்தார். இவரது மகன் பெருமாள் பிள்ளை நிறையவே சம்பாதித்திருக்கிறார். இவரது மனைவி மாடத்தி அம்மா. இந்தத் தம்பதிகளுக்கு 1855 ஏப்ரல் 5ஆம் தேதி சுந்தரம்பிள்ளை பிறந்தார்.

திருவிதாங்கூர் அரசர்கள் தென்கேரளத்தில் தமிழ் படிப்பிற்கு ஆதரவு அளித்ததும் தமிழ்ப் பள்ளிக்கூடங்களை நிறுவியதும் வெறுப்பில்லாமல் செய்த காரியங்கள். மலையாளம் மட்டுமே பேசப்பட்ட ஆலப்புழையில் 19ஆம் நூற்றாண்டில் தமிழ்ப் பள்ளிக்கூடங்கள் இருந்தன. இவை தமிழகத்திலிருந்து குடியேறிவர்களுக்காகத் திறக்கப்பட்ட பள்ளிக்கூடங்கள். சுந்தரம்பிள்ளை 12 வயது வரை ஆலப்புழையில் படித்திருக்கிறார். பின் திருவனந்தபுரத்தில் ஆங்கிலப் படிப்பு. மகாராஜா பள்ளியிலும், கல்லூரியிலும் (இன்றைய பல்கலைக்கழகக் கல்லூரி) படித்திருக்கிறார். 1876இல் தத்துவத்தைப் பாடமாக எடுத்து முதல் வகுப்பில் தேர்ச்சி பெற்றார்.

சுந்தரம் பிள்ளையிடம் மகாராஜா கல்லூரி முதல்வர் நெருக்கமாக இருந்திருக்கிறார். 1880இல் எம்.ஏ. தத்துவப் பாடத்தில் தேர்ச்சி; இக்காலத்தில் திருவனந்தபுரம் சாலையில் இருந்த நாகை நாராயணசாமிப் பிள்ளை என்பவரிடம் யாப்பும் பிற இலக்கணங்களும் படித்திருக்கிறார்.

சுந்தரம்பிள்ளை பி.ஏ. படித்தவுடன் திருநெல்வேலியில் ஒரு பள்ளிக்கூடத்தில் (இன்றைய இந்துக்கல்லூரி) ஆசிரியராக

இருந்திருக்கிறார். இது ஓராண்டுக்குத்தான். இக்காலத்தில் கோடகநல்லூர் சுந்தர சுவாமிகளிடம் சைவசித்தாந்த பாடம் கேட்டிருக்கிறார். பிற்காலத்தில் சுந்தர சுவாமிகளின் நிஜானந்த விலாசம் என்னும் நூலை அச்சிட உதவியதற்கு இது காரணமாக இருந்தது.

எம்.ஏ. முடித்தபிறகு, மகாராஜா கல்லூரியில் வரலாறு, தத்துவம் கற்பித்திருக்கிறார். இது ஓராண்டுதான். இக்காலத்தில் இவர் தொல்லியல் தொடர்பான நூல்களையே பெரிதும் கற்றார் (1880–1882). இந்தக் காலக்கட்டத்தில் திருவிதாங்கூர் அரசராக இருந்த விசாகம் திருநாள் சுந்தரம்பிள்ளையை வருவாய்த்துறையின் கீழ் அடங்கிய பிறவகை சிரஸ்தார் (Commissioner of separate) என்னும் பதவியில் அமர்த்தினார். மூன்றாண்டுகள் இப்பதவியில் இருந்தார் (1882–1885). அப்போது, தன் பதவியைப் பயன்படுத்தி கோவில் கல்வெட்டுகளை ஆராய்வதில் பெரும் நேரத்தைச் செலவழித்தார்.

வருவாய்த்துறை பதவியில் இருக்க அவருக்கு விருப்பமில்லை. அதனால் அரசரின் சிபாரிசில் மறுபடியும் பல்கலைக்கழகக் கல்லூரிப் பேராசிரியர் ஆனார். இறுதிக்காலம் வரை அங்குதான் இருந்தார். திருவிதாங்கூர் அரசு தொல்லியல் துறையை ஆரம்பித்தபோது (1896) சில ஆண்டுகள் அதன் மதிப்புறு தலைவராக இருந்தார். அப்போது தென்திருவிதாங்கூர் பகுதியில் 50 கல்வெட்டுகளைப் படி எடுத்திருக்கிறார்.

இவரது தீவிர ஆய்விற்காக பிரிட்டிஷ் அரசு M.R.A.S (Member of the Royal Asiatic Society of Great Britan and Ireland) என்ற பட்டத்தைக் கொடுத்தது. தொல்லியல் ஆய்வாளர்களுக்கான லண்டன் வரலாற்று ஆய்வு மையம் FRHS என்ற விருதை வழங்கியது (1896). இதே ஆண்டு இந்திய பிரிட்டிஷ் அரசு ராவ்பகதூர் விருது கொடுத்தது.

சுந்தரனார் சென்னைப் பல்கலைக்கழகத்தில் உயர்கலைக் கழக உறுப்பினராக இருந்திருக்கிறார் (1891). இதே காலத்தில், இப்பல்கலைக்கழகத்தில் ஆங்கிலம், தமிழ், வரலாறு, தத்துவம் ஆகிய பாடங்களுக்குத் தேர்வுநிலை உறுப்பினராகவும் இருந்தார். அப்போது பம்மல் சம்பந்த முதலியாரின் லீலாவதி சுலோசனா நாடகத்தின் ஒரு பகுதியை பி.ஏ. பாடத்திட்டத்தில் வைத்தார்.

பெ.சு. நடுத்தர உயரமும் ஸ்தூல சரீரமும் மாநிறமும் கொண்டவர். அந்தக் கால வழக்கப்படி தலையில் தலைப்பாகையும் கோட்டும் அணிந்திருப்பார். அவரது மனைவி சிவகாமி; ஒரே மகன் நடராஜன். அவர் வழக்குரைஞராக இருந்தவர்; காங்கிரஸ்

கட்சி ஆட்சியின் போது திருக்கொச்சி நிதியமைச்சராக இருந்தார். கேரளத்தில் சிறந்த நிர்வாகி எனப் பெயர் பெற்றவர்.

நான் 1990இல் பெ.சு.வின் மகன் பி.எஸ். நடராஜ பிள்ளையின் இரண்டாம் மகன் வெங்கடேசனை ஒரு திருமண வீட்டில் சந்தித்தபோது, சுந்தரம்பிள்ளை தொடர்பான கடிதங்களோ பழைய புத்தகங்களோ இருக்கிறதா எனக் கேட்டேன். அவர் "அப்பா திருவிதாங்கூர் சமஸ்தான ஆட்சியில், சமஸ்தான காங்கிரசில் தீவிரமாய் இருந்ததால் எல்லாவற்றையும் இழக்க வேண்டி வந்தது. அப்போதைய திவான் சி.பி. ராமசாமி அய்யர், தனிப்பட்ட வஞ்சத்தைத் தீர்ப்பது போல் நடந்தார். சுவாமி விவேகானந்தர், உ.வே.சா., மறைமலையடிகள் போன்றோர் தாத்தாவுக்கு எழுதிய கடிதங்களைக்கூட அள்ளிக்கொண்டு போனார்" என்றார்.

4

வெள்ளகால்
ப. சுப்பிரமணிய முதலியார்
(1857-1946)

புதுமைப்பித்தனின் சாபவிமோசனம் கதையில் ஒரு நிகழ்ச்சி. காட்டில் ஒரு நாள் கோதமன் கனிவர்க்கங்களைச் சேகரித்துக்கொண்டிருந்தபோது முதல் மணநாள் நிகழ்ச்சி அவர் நினைவுக்கு வந்தது. "அந்த மணவினை உள்ளப் பரிவு பிறந்த பின்னர் பூத்திருந்தாலும் ஏமாற்றத்தின் அடிப்படையில் பிறந்ததுதானே. பசுவை வலம் வந்து பறித்ததுதானே என்றது கோதமன் மனசு."

இந்தச் செய்தியில் பசுவை வலம் வந்து அகலிகையை மணம் செய்தான் கோதமன் என்பதன் அர்த்தம் எழுத்தாளர் சுந்தர ராமசாமிக்குத் தெரியவில்லை. இது எங்கே வருவது என்று

கேட்டார். நான் வான்மீகி ராமாயணம், ஆனந்த ராமாயணம் எனத் தேடி அலுத்தேன். கண்டுபிடிக்க முடியவில்லை.

ஒருமுறை தற்செயலாகக் கேரளப் பல்கலைக்கழக முன்னாள் பேராசிரியர் வீரபத்திர செட்டியாரைச் சந்தித்தபோது என் சந்தேகத்தைக் கேட்டேன். அவர் வெள்ளகால் ப. சுப்பிரமணிய முதலியாரின் அகலிகை வெண்பா நூலைக் கொடுத்துப் படிக்கச் சொன்னார். அவரே விளக்கமும் சொன்னார்.

அகலிகையை யார் மணம் புரிவது என்ற போட்டி இந்திரனுக்கும் கோதமருக்கும் நடந்தது. எல்லாப் போட்டிகளிலும் கோதமர் வென்றார். கடைசிப் போட்டியைக் கேட்டான் இந்திரன். இரண்டு தலையுள்ள ஒரு பசுவைப் பார்க்கவேண்டும், யார் முதலில் வென்றாரோ அவரே மணாளன் என்றார்கள். இந்திரன் ஐராவதம் யானைமேல் ஏறி உலகைச் சுற்றப் போனான். கோதமர் மாட்டுப் பண்ணைக்குச் சென்றார். ஈனும் தருணத்தில் உள்ள ஒரு பசுவைப் பார்த்தார். யோனியில் கன்று தலையை நீட்டி வெளியே வந்தது. இரண்டு தலைப் பசுவைப் பார்த்ததாகச் சொல்லி அகலிகையை வரித்துக்கொண்டார் கோதமர்.

அகலிகை பற்றிய இந்தக் கதை தென்னிந்திய ராமாயணங்களில் காணப்படாதது. அப்படியானால் புதுமைப்பித்தனுக்கு இது எப்படிக் கிடைத்தது? வெள்ளகால் ப. சுப்பிரமணிய முதலியார் அகலிகை வெண்பாவில் இதை எப்படிப் பயன்படுத்தினார் என்று வீரபத்திரச் செட்டியாரைக் கேட்டேன். அவர் அதற்கும் பதில் சொன்னார்.

முதலியார் இந்தக் கதையைக் கதாகாலட்சேபக்காரர் ஒருவர் வழி கேட்டிருக்கிறார். கோதமர் பசுவைப் பார்த்த நிகழ்ச்சி எந்த ராமாயணத்திலும் இல்லாதது. முதலியாரின் அகலிகை வெண்பாவின் முதல் பதிப்பைப் புதுமைப்பித்தன் படித்திருக்கிறார். மூன்றாவது பதிப்பை (1938) முதலியாரே புதுமைப்பித்தனுக்குக் கொடுத்திருக்கிறார். புதுமைப்பித்தன் சாபவிமோசனத்தை எழுதுவதற்கு (1943) அகலிகை வெண்பா காரணமாய் இருந்திருக்கிறது என்றார்.

வெள்ளகால் ப. சுப்பிரமணிய முதலியாரின் முன்னோர்கள் தொண்டைமண்டலத்தைப் பூர்வீகமாய் கொண்டவர்கள். கி.பி. 16ஆம் நூற்றாண்டில் மதுரை அரசின் அமைச்சர் அரியநாயக முதலியார் ஏற்பாட்டில் அரசு நிர்வாகம் செய்யக் குடிபெயர்ந்திருக்கிறார்கள். இவர்களில் ஒரு குடும்பம் திருநெல்வேலி மாவட்டம் தென்காசி வட்டத்தில் உள்ள வெள்ளகால் கிராமத்தில் வாழ்ந்தனர். அங்கே பழனியப்ப முதலியார் என்பவர் இருந்தார்.

அவர் சைவம், தமிழ் இரண்டிலும் ஈடுபாடுடையவர். பரம்பரைச் செல்வந்தர். அவருடைய மகனே சுப்பிரமணிய முதலியார். 1857 ஆகஸ்ட் 14இல் பிறந்தவர். அவர் சிறுவயதில் வெள்ளகாலில்தான் இருந்திருக்கிறார். தந்தை பணியின் நிமித்தம் திருநெல்வேலிக்குக் குடிபெயர்ந்தபோது அவரும் வந்தார்.

வெள்ளகால் ப. சுப்பிரமணிய முதலியார் முதல் நான்காண்டு திருநெல்வேலி தெற்கு புதுத்தெருவில் இருந்த கணபதியா பிள்ளையின் திண்ணைப் பள்ளிக்கூடத்தில் படித்திருக்கிறார். தொடர்ந்து திருநெல்வேலி அரசரடிப்பாலம் தெரு மிசன் பள்ளியில் ஆங்கிலம் படித்தார். நெல்லை இந்துக் கலாசாலையில் (இன்றைய ம.தி.தா. இந்துக் கல்லூரி) மெட்ரிக்குலேசன் படித்தார். அதோடு படிப்பை நிறுத்திவிட தந்தை உத்தரவு இட்டதால் விவசாயத்தில் இறங்கினார். உறவினர் ஒருவரின் தூண்டுதலால் சென்னைக் கிறிஸ்தவக் கல்லூரியில் இண்டர்மீடியட் படித்தார். இதில் ஆங்கிலத்தில் குறைந்த மதிப்பெண் பெற்று தோற்றார்; இரண்டாவது முறை முயன்றார்; தேறவில்லை; இண்டர்மீடியட் படிப்புக்கு முற்றுப்புள்ளி வைத்தார்.

வெள்ளகால் ப. சுப்பிரமணிய முதலியார் முதலில் திருநெல்வேலி வருவாய்த்துறை அலுவலகத்தில் எழுத்தராகச் சில நாட்கள் வேலை பார்த்தார். அப்போது சென்னை சைதாப்பேட்டையில் விவசாயப் பள்ளி செயல்பட்டது. அதில் டிப்ளமோ படிக்க வேண்டும் என்று முதலியார் ஆசைப்பட்டதால் தந்தையார் விருப்பமின்றிச் சென்னைக்கு அனுப்பினார்.

வெள்ளகால் ப. சுப்பிரமணிய முதலியார் விவசாய டிப்ளமோ முடித்தபின்பு கால்நடை ஆய்வாளர், கால்நடைக் கணக்கெடுப்பாளர் பணியில் இருந்தார் (1884–87). அப்போது ரூ.75 சம்பளம். அவரது திறமையின் காரணமாகச் சென்னை ராஜதானி அரசு அவரை கால்நடை மருத்துவம் படிக்க மும்பைக்கு அனுப்பியது. அங்கு G.B.U.C படித்துத் தங்கப்பதக்கம் பெற்றார். பின் கால்நடை மருத்துவராக, இணைக் கண்காணிப்பாளராக இருந்தார். 1914இல் ஓய்வு பெற்றார்.

வெள்ளகால் ப. சுப்பிரமணிய முதலியார் முதல் மனைவி இறந்தபின் இரண்டாவது கல்யாணம் செய்துகொண்டார். இரண்டு மனைவியருக்கும் 6 மக்கள். திருநெல்வேலியில் இவர் 1946இல் தன் 90ஆம் வயதில் மறைந்தார்.

வெள்ளகால் ப. சுப்பிரமணிய முதலியாருக்குத் தமிழ்மொழி இலக்கியங்களில் ஈடுபாடு வந்தது குடும்பச் சூழ்நிலையால்

தான். என்றாலும் திருநெல்வேலிப் பின்னணி ஒரு முக்கியக் காரணமாக இருந்திருக்கிறது. குற்றாலத்தில் டி.கே.சி.யின் வீட்டு வட்டத்தொட்டி மாதிரி திருநெல்வேலி தெற்குப் புதுத்தெருவில் கவிராஜ நெல்லையப்பப் பிள்ளையின் தோட்டத்தில் ஒரு சவுக்கை இருந்தது.

அந்தச் சவுக்கையில் வேம்பத்தூர் பிச்சுவையர், முகவூர் கந்தசாமிக் கவிராயர், சென்னிகுளம் அண்ணாமலை ரெட்டியார் எனத் தமிழ்ப் புலவர்களும் படிப்பாளிகளும் கூடியிருக்கிறார்கள். அவர்களின் கலந்துரையாடல் பெரும்பாலும் தலபுராணங்கள், சித்தர்பாடல்கள் பற்றி இருந்தாலும் வெள்ளகால் ப. சுப்பிரமணிய முதலியாருக்குத் தமிழ் அறிமுகமானது அங்குத்தான். அவர் இலக்கணம் படித்ததும் பாடல் இயற்றியதும் அங்கேதான்.

பிற்காலத்தில் உ.வே.சா. திருவாவடுதுறை ஆதீனம் அம்பலவாண தேசிகர், மனோன்மணியம் சுந்தரனார், கவிமணி தேசிக விநாயகம் பிள்ளை போன்றோருடன் நெருங்கிப் பழகியிருக்கிறார். இவர்களுடன் இலக்கிய ரீதியான கடிதத் தொடர்பும் உண்டு. மாதவையா இவரின் நெருங்கிய நண்பர். விஜயமார்த்தாண்டம் நாவலை வெள்ளகால் ப. சுப்பிரமணிய முதலியாருக்குச் சமர்ப்பணம் செய்திருக்கிறார் மாதவையா.

வெள்ளகால் ப. சுப்பிரமணிய முதலியார் 13 நூல்களையும், ஒரு ஆங்கில நூலையும், பத்துக்கு மேற்பட்ட கட்டுரைகளையும் எழுதியிருந்தாலும் கம்பராமாயணச் சாரம் நூலைப் பதிப்பித்ததற்காகவே நினைக்கப்படுகிறார்.

வெள்ளகால் ப. சுப்பிரமணிய முதலியார் எழுதியவற்றுள் நெல்லைச் சிலேடை வெண்பா, கோம்பி விருத்தம், அகலிகை வெண்பா, தனிக்கவித் திரட்டு, சர்வ சன செபம் ஆகிய ஐந்தும் கவிதை நூல்கள். சுவர்க்க நீக்கம், இந்து தேசத்துக் கால்நடைக்காரார் புத்தகம், இந்தியாவில் கால்நடைகளுக்குக் காணுகிற வியாதிகள் பற்றிய புத்தகம், கல்வி விளக்கம், ஜான் மில்டன் ஆகியவை மொழிபெயர்ப்புகள்.

கால்நடைகளுக்கு வியாதி வராமல் அம்மை குத்தலும் அதன் உபயோகமும் என்ற நூல் இவரது அனுபவத்தால் எழுதப்பட்டது. *'Kambaramayanam'* என்ற ஆங்கில நூல் கம்பனைப் பற்றியது. செந்தமிழ், ஆனந்த விகடன், பஞ்சாமிர்தம், செந்தமிழ்ச் செல்வி, கரந்தைக் கட்டுரை போன்ற இதழ்களில் வந்த கட்டுரைகள் நூல் வடிவில் வரவில்லை.

வெள்ளகால் ப. சுப்பிரமணிய முதலியார் என்றதும் தமிழறிஞர்களிடையே கால்நடை மருத்துவர், நீண்ட காலம்

வாழ்ந்தவர், கம்பன் பாடல்களைத் தெரிவுசெய்து கொடுத்தவர் என்னும் மூன்று செய்திகளும்தான் நினைவுக்குவரும்.

கம்பனின் பாடல்களைத் தெரிவுசெய்து கொடுக்க வேண்டும் என்ற உந்துதல் ஏற்பட *Beauties of Shakespeare, The Golden Treasury* போன்ற நூல்கள் காரணமாயிருந்திருக்கின்றன என்பதைக் கம்பராமாயணச் சாரம் பாலகாண்டம் முகவுரையில் கூறியிருக்கிறார். இவ்விரு நூல்களைப் படித்ததும் அவர் கம்பனின் தேர்ந்த பாடல்களைத் தொகுத்து கம்பராமாயண இன்கவித் திரட்டு என்ற தலைப்பில் செந்தமிழ் இதழில் எழுதினார்.

இந்தக் கட்டுரைகள் ஒழுங்கு செய்யப்பட்டு நூல் வடிவில் வந்துள்ளன. கம்பனின் ஆறு காண்டங்களின் பாடல்களும் தெரிவு செய்யப்பட்டு வெளியாகியுள்ளன. அதற்கு உ.வே. சா. முகவுரையும் விபுலானந்தரின் அறிமுகவுரையும் உள்ளன. ஒவ்வொரு பாடலுக்கும் நேரடிப் பொருளும் அருஞ்சொற் பொருளும் அடிக்குறிப்புகளும் உள்ளன.

பாடல்களின் தேர்வு வெள்ளக்கால் ப. சுப்பிரமணிய முதலியாரின் கவிதை ரசனை அடிப்படையில் உருவானதுதான். அதுபோலவே உரையும், கம்பனிடம் மட்டுமே உள்ள அபூர்வமான சொற்களை அடையாளம் கண்டு கூறுதல், அருஞ்சொல்லுக்கு இலக்கண விளக்கம் கூறுதல், கதைப்போக்கிற்கு ஏற்ப விடுபட்ட பாடல்களுக்கு உரைநடை விளக்கம் கூறுதல், பாடபேதங்கள் உள்ள இடங்களைச் சுட்டுதல் என அந்தப் பதிப்பு ஆய்வுப் பதிப்பாக உள்ளது.

கம்பராமாயணத்தில் அவர் கொடுத்திருக்கும் அடிக் குறிப்புகளில் அவரது முழுமையான ஆய்வுப்பார்வை வெளிப்படுகிறது. அக்குறிப்பு கம்பனை விரிவாகப் படிக்க வேண்டும் என்ற ஆர்வத்தைத் தூண்டுவதாக உள்ளது.

கம்பராமாயணத்தில் தெரிவுப் பாடல்கள் தமிழில் பத்துக்கு மேல் நூல்களாக வந்துள்ளன என்றாலும் வெள்ளகால் ப. சுப்பிரமணிய முதலியாரின் நூல் நான்கு பதிப்புகளைக் கண்டுள்ளது. பலரால் மீண்டும் மீண்டும் படிக்கப்பட்டது. கம்பராமாயணப் பிரசங்கிகளில் பலர் இந்தச் சாரத்தை மட்டுமே படித்தவர்கள் என்ற கருத்து உண்டு.

கால்நடைகளின் வியாதி தொடர்பாக இவர் எழுதிய மூன்று நூல்களில் இரண்டு மொழிபெயர்ப்புகள்; ஒன்று வேறுபல நூல்களைப் படித்தும் தன் அனுபவத்தின் வழியும் எழுதியது.

கால்நடைகளின் பராமரிப்புப் பற்றியும் வியாதிகளுக்குரிய மருந்துகள் பற்றியும் தமிழகத்தில் பாரம்பரியமாக உள்ள மாட்டு

வாகட முறைகளைப் பற்றியும் இவர் அறிந்திருக்கிறார். கால்நடை மருத்துவர் என்ற முறையில் ஆங்கிலேயர் எழுதிய நூல்களைச் சாதாரணப் பாமரனுக்கு – குறிப்பாகத் தமிழ் எழுதப்படிக்கத் தெரிந்த கிராமத்து ஆளுக்கும் புரியும்படி எழுதவிரும்பினார். இதனால் Lieut. Col. James Miller என்பார் எழுதிய Indian Stock Owners Manual என்ற நூலை இந்து தேசத்துக் கால்நடைக்காரர்களின் புத்தகம் என்ற பெயரில் மொழிபெயர்த்தார்.

அறிவியல் நூல்களைக் கிறிஸ்தவ மிஷனரிகள் மட்டுமே வெளியிடுவது என்றிருந்த காலத்தில் வெள்ளகால் ப. சுப்பிரமணிய முதலியார் தனிப்பட்ட முறையில் இந்த முயற்சியில் இறங்கியிருக்கிறார் (1885). இந்த நூல்களைத் தவிர The More Deadly Forms of Cattle Diseases in India என்ற நூலை இந்தியாவில் கால்நடைகளுக்குக் காணுகிற அதிக பிராணாபாயமான வியாதிகளைப் பற்றிய புத்தகம் என்ற தலைப்பிலும் மொழி பெயர்த்துள்ளார். இந்த நூலைச் சென்னை ராஜதானி அரசே வெளியிட்டது (1886).

இவை தவிர கால்நடைகளுக்கு வியாதி வராமல் அம்மை குத்தும் முறையும் அதன் உபயோகங்களும் (Preventive Inoculation and its Uses), உள்நாட்டுக் கால்நடைகளின் மேம்பாடு (Improvement of the Local Cattle) என்ற நூல்களையும் மொழிபெயர்த்திருக்கிறார்.

இந்த நூல்கள் எல்லாமே 19ஆம் நூற்றாண்டில் வந்தவை. கால்நடைகளுக்குரிய அலோபதி மருத்துவ முறையை இந்திய மொழிகளில் முதலில் அறிமுகப்படுத்தியவர் என்ற பெருமை அவருக்கு உண்டு.

வெள்ளக்கால் ப. சுப்பிரமணிய முதலியாரின் சமகால பிரிட்டீஷ் கல்வியாளரான Herbert Spencer என்பவரின் Education என்ற நூலைக் கல்வி விளக்கம் என்ற தலைப்பில் மொழிபெயர்த்துள்ளார்.

வெள்ளகால் ப. சுப்பிரமணிய முதலியார் மொழிபெயர்த்த கோம்பி விருத்தம், சுவர்க்க நீக்கம் இரண்டும் அவருக்குப் பெருமை தேடித்தந்த நூல்கள். T. Merric எழுதிய The Chameleon என்ற நூல் சென்னைப் பல்கலைக்கழகத்தில் பாடத்திட்டத்தில் இருந்தது. வெள்ளகால் ப. சுப்பிரமணிய முதலியார் இந்த நூலை அடிப்படையாக வைத்துக் கவிதை வடிவில் கோம்பி விருத்தத்தை எழுதினார். இந்நூல் அவரது சமகாலக் கவிஞர்களால் பாராட்டப்பட்டிருக்கிறது. இண்டர்மீடியட்டுக்கு அது பாடமாக இருந்தது (1934).

மில்டனின் *Paradise Lost* என்ற காவியத்தை வெள்ளகால் ப. சுப்பிரமணிய முதலியார் மொழிபெயர்த்ததால் பிரிட்டிஷ் அரசிடம் அவர் செல்வாக்குப் பெற்றார் என்ற செய்தி அக்காலத்தில் பேசப்பட்டிருக்கிறது. அந்தக் காப்பியத்தை ஏற்கெனவே வேதக்கண் என்பவர் (கன்னியா குமரி மாவட்டம்) ஆதி நந்தவனப் பிரளயம் என்ற பெயரிலும் தாமஸ் வேதநாயக நாடார் என்பவர் பூங்காவனப் பிரளயம் என்ற பெயரிலும் மொழிபெயர்த்துள்ளனர். இவ்விரு நூல்களின் பாடல்களும் அம்மானை வடிவிலும் நாடகத்தன்மையுடனும் உள்ளவை. வெள்ளகால் ப. சுப்பிரமணிய முதலியார் அதை இலக்கிய அந்தஸ்துக்குக் கொண்டுசென்றார்.

வெள்ளக்கால் ப. சுப்பிரமணிய முதலியார் ஓய்வு பெற்றபின் பொதுப்பணியிலும் ஈடுபட்டிருக்கிறார். திருநெல்வேலி நகரம் போர்டு உறுப்பினர் (1916), தலைவர் (1918), தென்காசி பெஞ்சு கோர்ட் தலைவர் (1922) என்னும் பதவிகளை வகித்திருக்கிறார்.

ஆங்கில அரசு அவருக்கு ராவ்சாகிப் பட்டத்தையும் (1926) சென்னை மாகாணத் தமிழ்ச் சங்கம் முதுபெரும் புலவர் என்ற விருதையும் கொடுத்தன. திருநெல்வேலி மாவட்ட ஆட்சித் தலைவர் அவர் ராவ்சாகிப் பட்டம் பெற்றதற்கு விழா எடுத்திருக்கிறார்.

5

ஜே.எம். நல்லுசாமிப் பிள்ளை
(1864-1920)

வக்கீல்களுக்கும் நீதிபதிகளுக்கும் ஆன மோதல் காலங்காலமாய் இருக்கிறது. ஜே.எம். நல்லுசாமிப் பிள்ளை 1893 முதல் 1912 வரை 19 ஆண்டுகள் சென்னை ராஜதானியில் தமிழக, ஆந்திர, கேரளப் பகுதிகளில் நீதிபதியாய்ப் பணியாற்றினார். அக்காலங்களில் அவர் தொடர்ந்து இடமாற்றம் செய்யப்பட்டிருக்கிறார். அதற்குக் காரணம் அவர் பணிசெய்த நீதிமன்றங்களில் வக்கீல்களை வெளிப்படையாய்ப் பகைத்துக்கொண்டதுதான். அந்தப் பகை உருவானதற்கு அடிப்படையாகச் சில காரணங்கள் இருந்தன. நல்லுசாமிப் பிள்ளை நீதிமன்றத்துக்கு வரும் வாதியையும் பிரதியையும் தனித்தனியே அழைத்துப் பேசிச் சமாதானம் செய்துவிடுவார். பெரும்பாலான சிவில் வழக்குகளை இப்படியே பைசல் செய்துவிட்டார் என்பது அவர்மேல் உள்ள பெரிய குற்றச்சாட்டு.

அ.கா. பெருமாள்

குற்றவாளிக் கூண்டில் நிற்பவரிடம் வக்கீல்கள் எரிச்சலூட்டும்படியான கேள்விகள் கேட்பதைக் கண்டித்தார். வழக்குகளைக் காரணமின்றி நீட்டிப்பதற்குரிய தேவையை வக்கீல்களிடம் வெளிப்படையாகவே அவர் விசாரித்தார். நீதிமன்றத்தில் வழக்குகள் தேங்குவதற்கு வக்கீல்களின் அசிரத்தையும் வழக்குகளைப் படிக்காமல் நீதிமன்றத்தில் விவாதிப்பதும்தான் காரணங்கள் என்பதைப் பொதுமேடைகளிலும் கூட அவர் பேசியிருக்கிறார்.

ஆக, இந்தக் காரணங்களால் நல்லுசாமி நீதிபதி பதவியை ராஜிநாமா செய்யும் சூழ்நிலையை வக்கீல்கள் உருவாக்கினார். இத்தனைக்கும் அப்போதைய பிரிட்டிஷ் உயர்நீதிமன்றம் அவரது தீர்ப்புகளை அப்படியே ஏற்றுக்கொண்டு பாராட்டிய காலத்தில்தான் இது நடந்திருக்கிறது.

வக்கீல்கள் இப்படியாக அவரைப் பந்தாடிய காலகட்டத்தில் (1895–1911) அவர் எழுதிய சைவசமயம் தொடர்பான ஆங்கிலக் கட்டுரைகளை ஜெர்மனியில் மேக்ஸ் முல்லர், பாரிசில் ஜூலியன் வில்சன், லண்டனில் பிரூரசர், ஆக்ஸ்போர்டில் ஜி.யூ. போப் ஆகியோர் படித்துவிட்டு எதிர்வினை ஆற்றியிருக்கின்றனர். அவர்கள் எல்லோருமே சைவத்தையும் தமிழையும் பற்றி அறிய நல்லுசாமி காரணமாய் இருந்திருக்கிறார்.

நல்லுசாமிப் பிள்ளையின் பேரை முதலில் நான் கேட்டது 1995இல் தஞ்சை உலகத் தமிழ் மாநாட்டில். நான்காம் நாளில், மாலை சிறப்பு அமர்வில் பிளாக்பேர்ன் பேசினார். கேரளத்தில் கம்பன் – இராம அவதார நிகழ்ச்சி என்ற தலைப்பிலான பேச்சைக் கேட்கப் போய் இடம் தெரியாமல் நூல்நிலைய அரங்கிற்குப் போய்விட்டேன். அரங்கில் 50க்கும் குறைவானவர்கள் தாம் இருந்தனர். அதுவே அன்று பெரும் கூட்டம். பார்வையாளர்களில் தெரிந்த முகம் இல்லை. மூன்று பேர் தெரிந்தவர்கள். அவர்களும் நாட்டுப்புறவியலுக்குச் சம்பந்தம் இல்லாதவர்கள்.

பேச வந்தவரின் முகத்தைப் பார்த்ததும் வேறு இடத்துக்கு வந்தது புரிந்தது. அன்று பிளாக்பேர்ன் தலைமை தாங்கினார். பேசியவர் ஜப்பானியப் பேராசிரியர் *Muneo Tokunaga.* இளைஞர். தலைப்பு சைவ சித்தாந்தம் – விசிஷ்டாத்வைதம் ஒப்பீடு. பார்வையாளர்களில் மூன்று பேர் தவிர எல்லோருமே மலேசியக்காரர்கள்.

அந்த ஜப்பானியர் பேச்சின் இரண்டாம் நிமிடத்திலேயே நல்லுசாமிப் பிள்ளையை மேற்கோள் காட்ட ஆரம்பித்தார். மொத்தப் பேச்சில் அவர் நல்லுசாமிப் பிள்ளையைப் பலமுறை

குறிப்பிட்டார். மலேசியக்காரர்களில் சிலருக்கு நல்லுசாமிப் பிள்ளையைத் தெரிந்திருந்தது. கூட்டம் முடிந்து வெளியே வந்தபோது அறுபதைத் தாண்டிய மலேசியக்காரர் ஒருவரிடம் நல்லுசாமிப் பிள்ளையைப் பற்றிக் கேட்டேன். அவர் நல்லுசாமி பற்றி மரியாதையுடன் பேசினார். நல்லுசாமியின் தம்பி ஜே.எம். சோமசுந்தரம் பிள்ளை செந்தமிழ்ச் செல்வியில் எழுதிய கட்டுரை பற்றியும் சொன்னார்.

நல்லுசாமி சைவ சித்தாந்தம் பற்றி நுட்பமாக அறிந்த தமிழறிஞர். அந்தக் காலத்தில் சைவம், சித்தாந்தம், சமய இலக்கியம் பற்றி ஆங்கிலத்தில் எழுதிக்குவித்தவர்.

போப்பின் திருவாசக மொழிபெயர்ப்பு வந்தபோது அவர் அந்த நூலில் நூறு பிரதிகளை விலைக்கு வாங்கித் தமிழ் அறியாத அறிஞர்களுக்கு இலவசமாய்க் கொடுத்திருக்கிறார்.

நல்லுசாமிப் பிள்ளை சென்னையில் சட்டப்படிப்பை முடித்துவிட்டு உயர்நீதிமன்றத்தில் வக்கீலாகப் பதிவுசெய்து கொண்டு (1887) சில நாட்கள் பணி செய்தார் என்றாலும் முறைப்படி வக்கீலாக வேலைபார்த்தது மதுரை நீதிமன்றத்தில் தான்.

மதுரையில் அப்போது பிரபலமாக இருந்த வக்கீல் சுப்பிரமணிய அய்யரின் இளம்படியினராக (Junior) இருந்து கொண்டு நடத்திய வழக்குகள் அவரைப் பிரபலமாக்கின. அவரது வழக்குகள் நிச்சயமாகத் தோற்காது; தோற்றாலும் சென்னை உயர்நீதி மன்றத்தில் வெற்றிபெறும் என்ற நம்பிக்கை கட்சிக்காரர்களிடம் பரவலாக இருந்தது.

ஒருமுறை உயர்நீதி மன்றத் தீர்ப்பு ஒன்றில் நல்லுசாமியின் விவாதக்குறிப்பு (Notes of argument) பற்றிய செய்தி தனிப்பத்தியில் குறிக்கப்பட்டிருக்கிறது. இது பாராட்டுச் செய்தியாகவும் இருந்தது. நல்லுசாமி பெரிய கையெழுத்தில் அதைப் பிரதி செய்து தம் அலுவலகத்தில் ஒட்டிவைத்திருந்தார்.

அவர் ஆறு ஆண்டுகள்தாம் மதுரையில் வக்கீலாக இருந்தார். அந்தத் தொழிலில் காட்டிய சிரத்தையும் நேர்மையும் அவருக்கு ஊரில் மரியாதையைக் கொடுத்தது. இதனால் 1893இல் இவரை ஜில்லா முன்சீப்பாக அரசு நியமித்தது. அப்போது அவருக்கு வயது 29 தான். படிப்படியாகப் பதவிஉயர்வு பெற்றார். அவர் வடஆர்க்காடு திருப்பத்தூரில் முன்சீப்பாக முதலில் பொறுப்பேற்ற அன்று மாலையில் நடந்த பாராட்டுக் கூட்டத்தில் இலக்கியம் பற்றியே பேசியிருக்கிறார்.

நல்லுசாமிப்பிள்ளை திருப்பத்தூரில் முன்சீப்பாக இருந்தபோது இலக்கிய, சைவ சமய ஆராய்ச்சியில் ஈடுபட ஆரம்பித்துவிட்டார். இக்காலத்தில் சிவஞான போதத்தின் ஆங்கில மொழிபெயர்ப்பை வெளியிட்டார் (1894). அப்போது இவருக்கு வயது 30 தான். இந்த நூல் வெளிவந்த மூன்று ஆண்டுகளில் திருவருட்பயன் நூலின் ஆங்கில மொழிபெயர்ப்பு வந்தது (1897).

நல்லுசாமிப் பிள்ளை சைவ சமயம் தொடர்பாக ஆங்கிலத்திலும் தமிழிலும் இரண்டு பத்திரிகைகளை வெளியிடத் திட்டமிட்டார். அப்போது மதுரை வக்கீல்கள் சிலர், இப்படி எல்லாம் நீங்கள் செயல்பட ஆரம்பித்தால் முன்சீப் பணி பகுதிநேர வேலையாகிவிடும். இது நல்ல நீதிபதியின் அடையாளமும் அல்ல என்று எச்சரிக்கை செய்தார்கள்.

நண்பர்களின் எச்சரிக்கையை அவர் பொருட்படுத்தவில்லை. உண்மைநெறி விளக்கம் அல்லது சித்தாந்த தீபிகை என்னும் தலைப்பில் தமிழிலும், Light of Truth or Siddhanta Deepika என்னும் தலைப்பில் ஆங்கிலத்திலும் பத்திரிகைகளை வெளியிட்டார் (1897).

பொதுவாக இதுபோன்ற சிறுபத்திரிகைகளை வெளியிடும் போது பணநஷ்டம், உழைப்பு போன்றவை கண்ணுக்குத் தெரியாது. பத்திரிகையை நிறுத்தும்போது ஆதங்கம் வரும். மொத்தத் தமிழ்ச் சமூகத்தையும் கரித்துக் கொட்டிப் பேசுவது சகஜம். நல்லுசாமிப் பிள்ளையின் அனுபவம் வேறு.

அவர் முன்சீப் பதவியில் கிடைத்த வருமானத்தைப் பத்திரிகைக்குச் செலவழிக்கவில்லை. முறைப்படியாக உபரியாக வந்த வருமானத்தின் ஒரு பகுதி பத்திரிகைக்கு என்று ஒதுக்கி வைத்தார். தமிழ்ப் பத்திரிகை ஒரு வருஷம்தான் வெளிவந்தது. ஆங்கிலப் பத்திரிகை 14 வருஷங்கள் தொடர்ந்து வந்தது. அதுவும் நின்றபோது அவர் நஷ்டக்கணக்கு பார்க்கவில்லை. ஆழம் தெரிந்துதான் காலைவிட்டேன் என்றாராம் நண்பர்களிடம்.

ஆங்கிலப் பத்திரிகையில் மெய்கண்ட சாத்திரங்களின் மொழிபெயர்ப்பு முழுவதுமாக வந்தது. இவை பற்றிய குறிப்புகளும் வந்தன. தமிழ்ப் பதிப்பில் மெய்கண்ட சாத்திரங்களின் உரையும் வந்தது. ஆங்கிலப் பத்திரிகையில் சங்க இலக்கியப் பாடல்களின் (கலித்தொகை, பத்துப்பாட்டு) மொழிபெயர்ப்புகளும் வந்தன. முக்கியமாகச் சைவ சமய ஆராய்ச்சி, சிந்து சமவெளி நாகரிகத்தில் சைவம், சைவ வரலாறு போன்றவை பற்றிய செய்திகளுக்கு இப்பத்திரிகை முன்னுரிமை கொடுத்தது.

ஆங்கிலப் பத்திரிகை அக்காலத்தில் (1897–1911) 300 பிரதிகள் தாம் அச்சிடப்பட்டது. பெரும்பாலும் மேலை, கீழை நாடுகளுக்கு இலவசமாக அனுப்பப்பட்டது.

அதில் அவர் எழுதிய *True Knowledge of Good and Evil* என்ற கட்டுரை கத்தோலிக்க அருள் பணியாளர்களிடம் பாராட்டைப் பெற்றிருக்கிறது. இக்கட்டுரை இளம் குருமார்கள் படிக்கத் தகுந்தது எனக் கோடைக்கானல் செம்பானூர் *Sacred College* அருள்பணியாளர்களுக்குச் சிபாரிசு செய்திருக்கின்றது. இதே கட்டுரையைப் படித்துவிட்டு ஐரோப்பிய சமயப் பணியாளர் *Rev. Goodwill* என்பவர் எழுதிய நீண்ட கடிதம் பத்திரிகையில் பிரசுரமாயிருக்கிறது.

சென்னையிலிருந்து வெளிவந்த *Indian Patriot* என்ற பத்திரிகையில் நாயன்மார்களைப் பற்றி அவர் எழுதிய கட்டுரைகள், அவரின் காலத்துக்குப்பின் நூல்வடிவில் வந்தது (1924).

நல்லுசாமியின் திருமந்திர மொழிபெயர்ப்பு 1902இல் வந்தபோது பெரும்பாராட்டைப் பெற்றிருக்கிறது. ஆரம்பக் காலத்தில் இவர் எழுதிய கட்டுரைகள் *Studies in Saiva Siddhanta* என்ற தலைப்பில் தனி நூலாகவும் (1911) சிவஞானபோதம் முதலிய 14 நூல்கள் ஒரே தொகுப்பாகவும் வெளிவந்தன. லண்டனில் இருந்து வெளிவந்த *The Rajput* என்ற பத்திரிகையின் ஆசிரியர் ஜெஸ்ஸராஜ சிங்ஜீ சிதோயா என்பவர், இந்திய சமய இலக்கியங்களில் சைவம் பெற்ற இடம் பற்றி நல்லுசாமிப் பிள்ளை எழுதிய கடிதங்களைத் தொடர்ந்து வெளியிட்டிருக்கிறார்.

நல்லுசாமி, அவரது சமகாலத்தில் பரவலாக அறியப்பட்டிருந்த செந்தமிழ், *Tamilian Antiquary, Madras Review, The New Reformer* போன்ற பத்திரிகைகளில் பழந்தமிழ் இலக்கியங்கள் பற்றிய அறிமுகக் கட்டுரைகளை எழுதியிருக்கிறார்.

அவர் தமது சமகால அறிஞர்களில் மறைமலை அடிகள், திரு.வி.க., மனோன்மணியம் சுந்தரனார், உ.வே.சா., மு. கதிரேசன் செட்டியார் போன்ற பலரிடம் தொடர்பு வைத்திருக்கிறார். வி.வி. ரமண சாஸ்திரி என்பவர் நல்லுசாமியின் அபிமானப் புத்திர ராக இருந்து உதவியிருக்கிறார். நல்லுசாமிப் பிள்ளை நடத்திய பத்திரிகைகளின் உதவியாசிரியர் பொறுப்பில் இருந்தவர் அவர்.

ஆனந்த குமாரசாமி 'சிவானந்த நடனம்' *(Dance of Siva)* என்ற நூல் எழுதியபோது ஏற்பட்ட சந்தேகங்களுக்காக நல்லுசாமிப் பிள்ளைக்கு எழுதிய கடிதங்களைத் தொகுக்கும்

முயற்சி, நல்லுசாமியின் கடைசிக் காலத்தில் ஆரம்பிக்கப்பட்டுப் பாதியில் நின்றிருக்கிறது. அந்தக் கடிதங்களில், நடராஜ தத்துவம், சிவவழிபாடு, சிற்பங்கள் பற்றி நல்லுசாமியும் ஆனந்த குமாரசாமியும் விவாதித்த செய்திகள் உள்ளன என்கின்றனர்.

நல்லுசாமி தமிழகத்தின் பல நகரங்களில் முன்சீப்பாகப் பணியாற்றியபோதும், அந்தப் பதவியிலிருந்து விலகிய பின்பு (1912) மதுரை நீதிமன்றத்தில் எட்டு வருஷங்கள் வக்கீலாக இருந்தபோதும் சைவ மாநாடுகளிலும் இலக்கியக் கூட்டங்களிலும் ஆர்வத்துடன் பங்கேற்றுள்ளார்.

மதுரை, திருச்சி, தூத்துக்குடி நகரங்களில் தொடர்ந்து நடந்த சைவ மாநாடுகளுக்கு நல்லுசாமியை அழைக்க வேண்டும் என்பது மாநாட்டின் ஆலோசனைக் கூட்டத்தில் ஏகமனதாய் முடிவாகியிருக்கிறது. 1907இல் கல்கத்தாவிலும், 1911இல் அலகாபாத்திலும் நடந்த சர்வ சமயக் கூட்டங்களில் *(Convention of Religions)* தமிழகச் சைவ சித்தாந்த வல்லுநர்களின் பிரதிநிதியாக அவர் சென்றிருக்கிறார்.

விவேகானந்தர் சிகாகோவிலிருந்து இந்தியா திரும்பி சென்னை ஐஸ் ஹவுசில் தங்கிய சமயத்தில் சைவசித்தாந்திகள் சார்பாக அவரைச் சந்திக்கச் சென்ற தலைமை உறுப்பினர் இவர்தான்.

இலங்கை பொ. இராமநாதன், சிதம்பரத்தில் சித்தாந்த சமாஜத்தை நிறுவியபோது நடந்த முதல் மாநாட்டில் (1900) நல்லுசாமியே தலைமை தாங்கினார். இந்தச் சமாஜம் தமிழகத்தில் உள்ள மொத்த சைவசித்தாந்த சமாஜத்தின் தலைமைப் பதியாக இருக்க வேண்டும் என்று முதல் கூட்டத்தில் பேசியிருக்கிறார்.

நல்லசாமி மதுரையில் வக்கீல் தொழில் செய்த காலங்களில் காங்கிரஸ் கட்சியில் சேர்ந்து செயல்பட்டிருக்கிறார் (1913–1920). அப்போது மதுரை நகரசபை உறுப்பினராகத் தேர்ந்தெடுக்கப் பட்டிருக்கிறார். இச்சமயங்களில் சென்னை, பம்பாய், அலகாபாத் நகரங்களில் நடந்த காங்கிரஸ் மகாசபைக் கூட்டங்களுக்கும் சென்றிருக்கிறார். இதே சமயத்தில் சென்னை ஆளுநர் ஆம்ச் என்பவருக்குச் சைவசித்தாந்தம் கற்பித்தார்.

நல்லுசாமி தன் 23 வயதில் வக்கீல் தொழில் ஆரம்பித்ததிலிருந்து (1887) தம் இறுதிக்காலம் வரை (1920) 33 ஆண்டுகளாகத் தம் வருமானத்தின் ஒரு பகுதியைப் புத்தகங்கள் வாங்குவதற்கும் பத்திரிகைகளை அச்சிடுவதற்கும் செலவிட்டிருக்கிறார்.

அவர் புத்தகங்களைத் தம் சொந்தச் செலவில் ஐரோப்பியர்களுக்கு இலவசமாகவே அனுப்புவதைப் பார்த்த அவரது நண்பர் ஒருவர் சைவமடங்களில் இதற்காகப் பணஉதவி பெறலாம் என்று ஆலோசனை கூறியது மட்டுமின்றி அதற்குரிய முயற்சியில் அவரே இறங்கினார். மடங்களுக்கு அது பற்றிய ஆர்வமோ அக்கறையோ இல்லை என்பதை நண்பர் புரிந்துகொண்டார். இதுபோன்ற நற்காரியங்களை நிறுவனங்கள் ஆரம்பத்தில் புரிந்துகொள்ளாது, எப்போதும் நல்ல முயற்சிகளைத் தனிநபர்களே ஆரம்பித்து வைப்பார்கள் என்றாராம்.

அவரிடம் புத்தகங்களை இலவசமாகப் பெறுவதற்கு என்றே கல்லூரிப் பேராசிரியர்கள் அவரைத் தேடி வருவார்களாம். அப்போதும் அவர் முகம்கோணாமல் புத்தகங்களைக் கையெழுத்திட்டுக் கொடுப்பாராம்.

அவருக்குச் சொந்தமான நல்ல நூலகம் இருந்தது. *Encyclo paedia Brittanica*வின் 25 தொகுதிகள் இவரிடம் இருந்தன. *The Person, The Windsor, Temple Bar, The Chamber's Journal* போன்ற பத்திரிகைகளைத் தம் சொந்த நூலகத்துக்கு வாங்கியிருக்கிறார். என் நூலகம் படிப்பவருக்கு எப்போதும் திறந்திருக்கும் என்று அடிக்கடிக் கூறுவாராம்.

நல்லுசாமியின் குடும்பம் பற்றிய செய்திகள் குறைவாகவே கிடைத்துள்ளன. அவரது தம்பி சோமசுந்தரம் பிள்ளை அவரைப் பற்றி நீண்ட கட்டுரை எழுதியுள்ளார். செந்தமிழ்ச் செல்வியில் சில செய்திகள் துணுக்குகளாக வந்துள்ளன. இவை ஜே.எம். சோமசுந்தரம் நேரடிப் பேச்சில் கூறியவை. ஜே.எம். சோமசுந்தரம் அறநிலையத்துறையில் துணைஆணையராக இருந்து ஓய்வு பெற்றபின் அண்ணாமலைப் பல்கலைக்கழகத்தின் பதிப்புத் துறையில் இருந்தார். கோவில் வரலாறு, சிற்பங்கள் பற்றித் தமிழிலும் ஆங்கிலத்திலும் அவர் எழுதிய நூல்கள் முக்கியமானவை (சோழர்காலக் கோவில் பணிகள், *Tiruchendoor Temple*)

நல்லுசாமியின் முன்னோர்கள் காஞ்சியில் வாழ்ந்தவர்கள். 17ஆம் நூற்றாண்டின் கடைசியில் வேளாளர்களுக்கும் பிற சாதியினருக்கும் இடையில் ஏற்பட்ட மோதலில் காஞ்சியிலிருந்து குடிபெயர்ந்து திருச்சிக்கு வந்தனர். அக்காலக்கட்டத்தில் திருச்சியை ஆண்ட நாயக்கர்களின் அரசு அலுவலர்களாக இருந்த திருச்சி சைவ வேளாளர்கள் காஞ்சியிலிருந்து குடிபெயர்ந்தவர்களுக்கு அடைக்கலம் கொடுத்தனர். பிற்காலத்தில் காஞ்சி குடும்பத்தினர் ஆர்க்காட்டு நவாப்புகளுக்குத் தலைமைக்

கணக்கராக இருந்தனர். 18ஆம் நூற்றாண்டு இறுதியில் அவர்கள் ராயர் என்னும் அந்தஸ்தைப் பெற்றனர். பிரிட்டிஷ் ஆட்சியிலும் அவர்கள் உயர்ந்த பதவியில் இருந்தனர்.

நல்லுசாமிப் பிள்ளையின் முன்னோர்கள் எப்போதும் காஞ்சி குடிவகையினர் (ஜனவி குலத்தினர்) என்று அழைக்கப்பட்டனர். ஸ்ரீரங்கம் ரயில் நிலையத்தின் அருகில் உள்ள காஞ்சி காமாட்சி கோவிலின் மரபுவழி உரிமை அவர்களுக்கு உரியது. அந்தக் குடும்பத்தினர் எல்லாக் காலத்திலும் தமிழ் அபிமானிகளாக இருந்திருக்கிறார்கள். அந்த மரபில் பிறந்த மாணிக்கவாசகம் பிள்ளைக்கும் செல்லத்தம்மைக்கும் பிறந்தவர் நல்லுசாமி (24–11–1864). மாணிக்கவாசகம் திருச்சி கிழக்கிந்திய அரசு நிர்வாகத்தின் வருவாய்த்துறை தலைமைக் கணக்கராக இருந்தவர்.

நல்லுசாமி திருச்சியில் ஓதுவார் ஒருவரிடம் பக்திப் பாடல்களையும், திண்ணைப் பள்ளிக்கூட ஆசிரியரிடம் பொதுவான பாடல்களையும் படித்திருக்கிறார். பின்னர் எஸ்.பி.ஜி. பள்ளியில் மெட்ரிக்குலேசன், எப்.ஏ. முடித்துவிட்டு சென்னை ராஜதானி கல்லூரியில் பி.ஏ. தத்துவம் படித்தார். தொடர்ந்து சென்னையில் சட்டக் கல்லூரியில் படித்துவிட்டுச் சென்னை நீதிமன்றத்தில் வக்கீலாகப் பதிவு செய்தார் (1887).

16 வயதில் இலட்சுமியைத் திருமணம்செய்துகொண்டார். அவர்களுக்கு நான்கு மக்கள். நல்லுசாமி நல்ல உழைப்பாளி. வக்கீல் தொழிலில் நிறையச் சம்பாதித்திருக்கிறார். குடும்பத்தைக் கட்டிக்காக்கும் பொறுப்பை அவரது மனைவி முழுமையாக ஏற்றிருந்ததால் அவரால் நிறைய எழுத முடிந்தது.

அவரது நூல்களின் பதிப்புரிமையைத் தர்மபுர ஆதீனம் பெற்றபின்பு குறைந்த விலையில் சில புத்தகங்கள் வெளிவந்தன.

6

பின்னத்தூர்
அ. நாராயணசாமி அய்யர்
(1862-1914)

பொதுவாகச் சாதாரண இலக்கிய மாணவனுக்குச் சங்க இலக்கிய உரையாசிரியர்கள் என்றதும் உ.வே.சா., பெருமழைப்புலவர் சோம சுந்தரனார், அவ்வை துரைசாமிப் பிள்ளை, வேங்கட சாமி நாட்டார் என்ற வரிசையில் பின்னத்தூர் நாராயணசாமி அய்யர் என்ற பெயர் நினைவுக்கு வரும். (சில இலக்கிய வரலாற்றாசிரியர்கள் நாராயண சாமி அய்யங்கார் எனக் குறிப்பிட்டுள்ளனர்; இது தவறு)

பின்னத்தூர் என்று சுருக்கமாக மற்ற உரை யாசிரியர்கள் குறிப்பிடும் நாராயணசாமி அய்யருடன் நற்றிணையை மட்டுமே சேர்த்துப்பார்ப்பது என்பது மரபு. ஆனால் அய்யர் கல்வெட்டியலில் ஈடுபாடுடையவர், அவதானம் செய்பவர் என்பது யாருக்கும் தெரியாது.

அவதானம் அல்லது கவனம் என்ற கலை மனதைக் கட்டுப்படுத்தும் சித்தர்களின் சிந்தனையிலிருந்து தோன்றியது என்பர். அவதானம் (கவனம்) என்பது நினைவுக்கலை. ஒரே சமயத்தில் பல செயல்களைச் செய்துகாட்டும் சாதனை அவதானம் எனப்படும். அவதானம் செய்பவர் கைவிரல்களால் லாடச் சங்கிலியைக் கழற்றிக்கொண்டிருப்பார், அவர் முதுகில் ஒருவர் கல்லை எறிவார்; இன்னொருவர் ஈற்றடிகொடுத்து வெண்பா பாடச்சொல்வார். இப்படியாகப் பல செயல்களை ஒரே சமயத்தில் செய்து இறுதியில் எல்லாவற்றிற்கும் விடையும் கூறுவது இதன் செயல்முறை. இதற்கு நினைவாற்றல் (கவனம்), விரைவாகச் செயல்படல், வெவ்வேறு பொறிகள் வழி அறிவைப் பெறும் ஆற்றல், பாடல்புனையும் திறமை போன்றன நுட்பமாக இருக்க வேண்டும்.

ஒரே சமயத்தில் ஆறு செயல்கள் செய்வது சட்டவதானம், எட்டு செய்வது செயல்கள் அட்டவதானம், பத்து செயல்கள் செய்வது தசவதானம், 16 செயல்கள் செய்வது சோடவதானம், நூறு செயல்கள் செய்வது சதாவதானம். இந்த அவதானங்களைச் செய்தவர்கள் எல்லோருமே தமிழ்ப்புலவர்கள். இக்கலை 17ஆம் நூற்றாண்டிற்குப் பின்னர்தான் உருவானது.

சரவணப்பெருமாள் கவிராயர், செய்குத்தம்பிப் பாவலர் போன்றோர் சதாவதானம் செய்தவர்கள். சீறாப்புராண ஆசிரியர் உமறுப்புலவரின் பேரர் அப்துல்காதர் அட்டாவதானி. வினோதரசமஞ்சரி நூலாசிரியர் வீராசாமிச் செட்டியார் கூட ஓர் அவதானிதான். தமிழகத்தில் அவதானம் செய்தவர்களாக 160க்கும் மேற்பட்டவர்கள் இருந்தனர்.

இந்த வரிசையில் உள்ளவர் தஞ்சை மாவட்டம் பூண்டி வட்டத்தில் உள்ள பின்னத்தூர் அப்புசாமி அய்யர். இவர் பரம்பரை வைத்தியர்; வடமொழி அறிந்தவர்; தினமும் வேதபாராயணம் செய்பவர். இவருடைய மனைவி சீதாலட்சுமி. இந்தத் தம்பதிகளுக்கு 1862ஆம் ஆண்டு அ. நாராயணசாமி அய்யர் பிறந்தார். பிற்காலத்தில் இவர் சொந்த ஊரான பின்னத்தூர் என்ற பெயராலேயே அழைக்கப்பட்டார்.

அப்புசாமி அய்யர் தன் மகனுக்கு இளமையிலேயே சமஸ்கிருதத்தையும் அவதானக் கலையையும் கற்றுக்கொடுத்தார். நாராயணசாமி ஆரம்பக்காலத்தில் வேதாத்தியானமும் செய்தார். ஆனால் நாராயணசாமிக்கு அவதானக்கலை முழுவதுமாய்க் கைவரவில்லை. அதைவிட அவருக்குத் தமிழ்ப் படிப்பில்தான் ஈடுபாடு இருந்தது.

பின்னத்தூரில் திண்ணைப் பள்ளிக்கூடம் நடத்திய கிருஷ்ணாபுரம் முத்துராம பாரதியிடம் நாராயணசாமி சில ஆண்டுகள் பயின்றார். பின் நாராயணசாமி அய்யரிடமும் தமிழ் இலக்கணம் படித்தார். தானே முயன்று பல நூல்களைக் கற்றார். யாழ்ப்பாணம் ஆறுமுகநாவலரின் மருமகனும் வித்துவசிரோன்மணியுமான பொன்னம்பலம் பிள்ளை வேதாரண்யத்தில் சில ஆண்டுகள் வசித்தபோது அப்பகுதி மாணவர்களுக்குத் தமிழ் கற்பித்தார். அப்படிக் கற்றவர்களில் பின்னத்தூர் நாராயணசாமி அய்யரும் ஒருவர். இவர் பொன்னம்பலம் பிள்ளையிடம் சிலப்பதிகாரத்தைப் பாடம் கேட்டிருக்கிறார்.

பின்னத்தூர் 37 வயதில்தான் (1899) கும்பகோணம் டவுண் பள்ளியில் பணிக்குச் சென்றார். இந்த ஆண்டிலிருந்து இறுதிக் காலம்வரை இங்கேயே பணிபுரிந்தார். இவர் 50 வயதில் நீரிழிவு நோயால் தாக்கப்பட்டு 1914ஆம் ஆண்டில் தன் சொந்த ஊரிலேயே மறைந்தார்.

பின்னத்தூரார் எழுதியவை பழையது விடுதூது, நீலகண்டேசுரக் கோவை, மாணாக்கராற்றுப் படை, இயன்மொழி வாழ்த்து, தென்தில்லை உலா, தென்தில்லைக் கலம்பகம், இராமாயண அகவல் போன்றன. திருக்களர் ஸ்ரீ பாரிஜாத வனேஸ்வரசுவாமி தலபுராணத்திற்கு உரை எழுதிப் பதிப்பித்திருக்கிறார். காளிதாசனின் பிரகசன நாடகத்தை மொழிபெயர்த்திருக்கிறார். இது அச்சில் வரவில்லை. இதுபோன்று இவர் வடமொழியிலிருந்து மொழிபெயர்த்து எழுதிய வேறு நூல்களும் அச்சில் வரவில்லை. இவர் பதிப்பித்த முக்கியமான நூல் நற்றிணை.

இவர் இயற்றிய இயன்மொழி வாழ்த்து என்ற நூல் புதுக்கோட்டை சமஸ்தானம் இராஜமார்த்தாண்ட தொண்டைமான் என்பவர் பற்றியும் அவரது நாட்டின் பரிபாலன முறை பற்றியும் வாழ்த்திப் பாடுவது. இந்நூலின் முதல்பகுதி தொண்டைமானின் நாட்டின் ஐந்து திணை நிலங்கள் பற்றியும் இரண்டாம் பகுதி புதுக்கோட்டை நகர மக்கள் பற்றியும் கூறுகிறது. 19ஆம் நூற்றாண்டைய புதுக்கோட்டை சமஸ்தானத்தின் இயல்பான செய்திகளைச் சித்திரிப்பது என்ற பெருமை இந்நூலுக்கு உண்டு.

புதுக்கோட்டைச் சாலையில் கல்லாலான தெருவிளக்குத் தூண்கள் நின்றன. இதில் இருந்த கண்ணாடிவிளக்கை ஏற்ற பணியாளர் இருந்தனர். இதுபோன்ற செய்திகள் இதில் பதிவு செய்யப்பட்டுள்ளன. பாஞ்சாலங்குறிச்சி கட்ட பொம்மன் புதுக்கோட்டையில் தங்கியபோது ஆங்கிலேயரின்

வேண்டுகோளுக்கிணங்க கட்டபொம்மனையும், ஊமைத் துரையையும் பிடித்துக்கொடுத்தவர் விஜயரகுநாத தொண்டை மான் என்ற செய்தி இந்நூலில் பெருமையாகவே விவரிக்கப் படுகிறது. இதுபோலவே மருது சகோதரர்களைப் பிடிக்க புதுக்கோட்டை அரசர்கள் உதவினார்கள் என்ற செய்தி பெருமையாய்க் கூறப்படுகிறது. இப்படி ஒரு கருத்து பாமரர்களிடம் இருந்தது என்பதையும் ஆங்கிலேயர்களின் விசுவாசிகளாக இருந்த ஒரு கூட்டம் இதை நியாயப்படுத்தியது என்பதையும் இயல்பாகவே இந்நூல் விவரிக்கிறது.

பின்னத்தூரார் இயற்றிய மாணாக்கராற்றுப் படை என்ற நூல் பழைய ஆற்றுப்படை இலக்கிய மரபின் அடிப்படையில் எழுதப்பட்டது. இதில் கும்பகோணம் டவுண் உயர்நிலைப்பள்ளி மையப்படுத்தப்படுகிறது. முக்கியமாக ஏழை மாணவர்களை இப்பள்ளிக்கு ஆற்றுப்படுத்துவது இதன் சிறப்பு. இந்நூல் கடின நடையுடையது.

பின்னத்தூராரின் வாழ்நாள் ஆய்வு நற்றிணை உரைதான். இவர் குறுந்தொகை, நற்றிணை, அகநானூறு ஆகிய மூன்று நூல்களுக்கு உரை எழுத ஆரம்பித்தார். முதலில் நற்றிணைக்கு உரை எழுதத் தொடங்கினார். அப்போது இவருக்குக் காவல்துறை அதிகாரியாக இருந்த சோமசுந்தரம் பிள்ளை என்பவர் பொருளுதவி செய்தார். அவர் தூண்டியதால் நற்றிணைப் பதிப்பு வேலையை ஆரம்பித்தார் பின்னத்தூரார். சென்னை ராஜதானி கையெழுத்துப் புத்தகசாலையில் உள்ள நற்றிணை ஏடு, உ.வே. சா. கொடுத்த இரண்டு ஏட்டுப் பிரதிகள், மதுரைத் தமிழ்ச் சங்கப்பிரதிகள், கனகசுந்தரம் பிள்ளை என்பவர் கொடுத்த ஏடு ஆகியவற்றின் அடிப்படையில் ஒரு மூலப்பிரதியை உருவாக்கி இதற்கு உரை எழுதினார்.

பின்னத்தூராரின் நற்றிணை உரை சென்னை சைவ வித்தியாநுபாலன யந்திரசாலையில் அச்சானது. அப்போது இவர் நீரிழிவு நோயால் அவதிப்பட்டார். இவர் இறந்த பிறகுதான் நூல் முழுதும் அச்சாகி வெளிவந்தது. இதன் பிறகு சைவ சித்தாந்த நூல்பதிப்புக் கழகம் பெருமழைப்புலவர் சோமசுந்தரனாரைக் கொண்டு உரை எழுதி வெளியிட்டாலும் சங்க இலக்கிய ஆய்வாளர்கள் பின்னத்தூரார் உரையையே ஆதாரமாகக் கொள்கின்றனர்.

அய்யரின் உரை பின்வருமாறு அமையப்பெற்றது.(1) செய்யுளின் திணை, துறை, துறை விளக்கம், இலக்கண விளக்கம் கூறுதல் (2) செய்யுளின் ஒவ்வொரு வரிக்கும் தனித்தனிப் பொருள் கூறுதல்; இதற்குத் தெளிவான பொருள் தருதல் (3) அரிய

சொல்லுக்குத் தனியே பொருள் தருதல்; சில சொற் களுக்கு விரிவான விளக்கம்அளித்தல் (4) விளக்க உரையில் மெய்ப்பாடு, பயன் போன்ற அகப்பொருள் விளக்கம் தருதல் (5) தன் பொருளுக்கு அரண் சேர்க்கும் வகையில் இலக்கிய மேற்கோள் காட்டுதல்; பாடபேதம் கூறுதல் (6) செய்யுளின் வரிகளைச் செய்யுளின் அமைப்புப்படிக் கூறாமல் கொண்டுகூட்டிப் பொருள்கோள் வழி தருதல் ஆகியன.

பழைய உரைகாரர்களான நச்சினார்க்கினியர், பரிமேலழகர் போன்றோரை ஒட்டி வடமொழிச் செல்வாக்கைத் தன் நற்றிணை உரையில் படரவிட்டிருக்கிறார் பின்னத்தூரார். பரத்தை, தலைவியின் பாங்கிக்குப் பாங்காயினார் கேட்ப விறலிக்குச் சொல்லியது என்னும் கூற்றில் அமைந்த நற்றிணைப் பாடலில் (எண் 176) பரத்தை, "காதலன் என்றுமோ உரைத்திசின் தோழி" என்பாள். இங்கு வரும் தோழியைப் பரத்தையின் தோழியாகவே கொண்டு உரை வகுக்கிறார் அய்யர். பரத்தையின் தோழி விறலி; விறல் – தத்துவம், இவண் சிருங்காரம் முதலாய ஒன்பான் சுவை என்பர். அத்தலைவன் தன் மெய்க்கண்ணே தோன்றுமாறு அவிநயத்தில் புலப்படுத்திக் காட்டவல்லவன்" என்கிறர். இங்கு வடமொழி பாற்பட்டு விளக்கம் அளிக்கிறார். இதை இவரின் சமகாலத்திலும் பின்னரும் மறுத்திருக்கின்றனர்.

அய்யர் நற்றிணைப் பாடல்களுக்கு உள்ளுறை, இறைச்சி போன்றவற்றைக் காணும் முயற்சியில் நுட்பமாய் முற்பட்டுள்ளார். பழைய உரையாளர்களான நச்சினார்க்கினியர், பரிமேலழகர் போன்றவர்களின் தகுதி அய்யருக்கும் உண்டு என்பதற்கு நற்றிணை சான்று.

வாழ்ந்த காலத்திலும் பின்னரும் எந்த மரியாதையையும் பாராட்டையும் அய்யர் பெறவில்லை.

7

செல்வக்கேசவராய முதலியார்
(1864-1921)

பச்சையப்பன் கல்லூரியில் ஓர் இலக்கியக் கூட்டம்; ஆங்கிலப் பேராசிரியர் ஒருவர் கவிதைப் பற்றிப் பேசுகிறார்; கவிஞர் பைரனின் ஒரு பாடலை முழுதும் சொல்லுகிறார் *"Roll Roll on Roll thou dark blue ocean"* என்ற வரிக்கு நிகராக வேறுமொழியில் கவிதை உண்டா என்று கேட்டுவிட்டுப் பெருமிதமாய்க் கூட்டத்தைப் பார்க்கிறார்.

அவரை அடுத்துப் பேசவந்த பேராசிரியர் செல்வக் கேசவராய முதலியார் தமிழில் "கடலைப் பற்றி இல்லாத வரிகளா? மருந்துக்கு ஒன்று சொல்கிறேன்; கேளுங்கள்" என்று சொல்லிவிட்டு

போவாய் வருவாய் புரண்டு விழுந்திரங்கி
நாவாய் குமுற நடுங்குறுவாய் – தீவாய்
அரவகற்றும் என்போல ஆர்கலியே மாதை
இரவகற்றி வந்தாய்சொல் இன்று

என்னும் புகழேந்திப் புலவரின் பாடலைச் சொன்னார். இதை விளக்கவும் செய்தார். இந்த நிகழ்ச்சி அப்போது முதலியாருக்குக் கல்லூரியில் சிறப்பான இடத்தைத் தக்கவைக்க உதவியிருக்கிறது.

முதலியார், ஆங்கிலப் புலமைக்காகவும், அவர் எழுதிய தமிழ்உரைநடை நூல்களுக்காகவும் தாம் வாழ்ந்த காலத்தில் பாராட்டப்பட்டிருக்கிறார். பதிப்பாசிரியர், ஆராய்ச்சியாளர், உரைநடையாளர், இலக்கண அறிஞர், வரலாற்று நூலாசிரியர், மொழிபெயர்ப்பாளர், தொகுப்பாளர் என்னும் பன்முகத் தன்மை உடையவர் இவர். பச்சையப்பன் கல்லூரியின் சிறந்த பேராசிரியர் என்னும் பெயரைப் பெற்றவர். தெ.பொ. மீனாட்சி சுநதரனார், ரா.பி. சேதுப்பிள்ளை இருவரும் இவரது மாணவர்கள்.

சென்னையில் திருமணம் என்ற ஊரில் கேசவ சுப்பராய முதலியாருக்கும் பாக்கியம் அம்மாவிற்கும் 1864ஆம் ஆண்டு பிறந்தவர் செல்வக் கேசவராய முதலியார். தந்தை பரம்பரைச் செல்வந்தர். பச்சையப்பன் கல்லூரித் தமிழ் ஆசிரியர். இவர் அந்தக் காலத்தில் (19ஆம் நூற்றாண்டின் ஆரம்பத்தில்) சொந்தமாக அச்சுப்புத்தகங்களையும் ஏடுகளையும் வைத்திருந்திருக்கிறார்.

கேசவராயர் முதலில் தந்தையிடம் தமிழ் படித்தார். பள்ளியில் ஆங்கிலம் கற்றார். மெட்ரிக்குலேசன் படித்தபோது தமிழை மறக்கவில்லை. பச்சையப்பன் கல்லூரியில் எப்.ஏ, பி.ஏ. முடித்தார். அப்போதும் தமிழைச் சிறப்புப் பாடமாக எடுத்திருந்தார். பின் சென்னை ராஜதானிக் கல்லூரியில் தமிழ் சிறப்புப் பாடமாக எடுத்து எம்.ஏ. பட்டம் பெற்றார். அப்போது துணை மொழியாக மலையாளத்தைக் கற்றுக்கொண்டார். இதே காலத்தில் தெலுங்கையும் படித்தார். சென்னை ராஜதானிக் கல்லூரியில் முதல் தமிழ் எம்.ஏ. பட்டம் பெற்றவர் என்ற பெருமை இவருக்கு உண்டு.

முதலியார் எம்.ஏ. முடித்தபின்பு அரசு வேலைக்கு முயற்சித்தார் (1888). கிடைக்கும் தறுவாயில் இவரது தந்தை ஆசிரியப் பணியே உகந்தது என்று கூறியதால் பச்சையப்பன் கல்லூரியில் ஆசிரியப் பொறுப்பை ஏற்றுக்கொண்டார் (1888). அப்போது ரூபாய்30 தான் சம்பளம். தமிழாசிரியர்களுக்குச் சம்பளம் குறைவான காலம் அது. பின்னர் இவர் ரூ.250 சம்பளம் வாங்கியிருக்கிறார்.

கல்லூரியில் வேலை கிடைத்த பின்பு திருமணம் ஊரிலிருந்து சென்னை, பெரம்பூரில் முதலியார் குடியேறினார். என்றாலும் திருமணம் பெயர் அவருக்கு அடைமொழியாகத் தொடர்ந்தது. முதலியார் ஆறு பண்டைய இலக்கியங்களைப் பதிப்பித்திருக்கிறார். 14 உரைநடை நூல்களை எழுதியிருக்கிறார்.

இவர் பதிப்பித்த நூல்களில் ஆசாரக்கோவை (1893), அறநெறிச்சாரம் (1905), பழமொழி நானூறு (1917), முதுமொழிக்காஞ்சி (1919) ஆகிய நான்கு நூல்களும் முழுமையான பதிப்புகள். குசேலோபாக்கியானம், அரிச்சந்திர புராணம் இரண்டும் சுருக்கப் பதிப்புகள். பாடத்திட்டத்தில் வைப்பதற்காக வெளியிடப் பட்டவை. இவற்றில் தேர்ந்தெடுத்த பாடல்களும் பதவுரையும் சிறு முகவுரையும் உள்ளன. இவை ஆராய்ச்சிப் பதிப்புகளல்ல.

முதலியார் தன் பதிப்பு நூல்களை எல்லாம் சென்னை, வேப்பேரி எஸ்.பி.இ.கே. அச்சுக்கூடத்தில் சொந்தப் பணத்தில் அச்சடித்திருக்கிறார். இதிலுள்ள சிரமமும் நஷ்டமும் இவருக்கு நன்றாகவே தெரிந்திருக்கிறது. ஆசாரக்கோவை பதிப்பில்

"பண்டைத் தமிழ்ப் பனுவல்களைப் பதிப்பிப்பதென்றால் கையிலுள்ள பொருளைக் கொண்டுபோய் நட்டாற்றில் வலிய எறிந்துவிட்டு வெறுங்கையை வீசிக்கொண்டு வீடுபோய் சேர்வதே முடிவான பொருள் என்பதுணர்ந்து எச்சரிக்கையாய் இருப்பார்க்கு இன்னலொன்றும் இல்லை..." என்று கூறியிருக்கிறார் (1893). இப்படி எல்லாம் தமிழ்ப் புத்தகங்களை அச்சிடுவதால் பொருள் இழப்பு ஏற்படும் என்பதை அறிந்துதான் இந்த முயற்சியில் ஈடுபட்டதாகவும் எழுதியிருக்கிறார்.

முதலியார் பதிப்பு முயற்சியில் குறிப்பாக ஆசாரக் கோவை நூலை அச்சிடுவதற்கென்று ஒரு காரணம் உண்டு.

சார்லஸ் கோவர் என்பவர் பதிப்பித்த (1871) *Folk Songs of South India* என்னும் நூலில் பழம் பாடல்களை *Folk Songs* வரிசையில் சேர்த்திருந்தது சில தமிழறிஞர்களை நெருடியிருக்கிறது. ஆசாரக்கோவைப் பாடல்களும் இந்த நூலில் உள்ளன. மக்கள் அன்றாடம் பின்பற்ற வேண்டிய நடைமுறைப் பழக்கங்களைக் கூறுவது என்ற உள்ளடக்க முறையில் இந்த நூலைக் கருதியிருக்கிறார். இது நாட்டார் தன்மையுடன் கூடியது என்று அவர் கணித்ததும் ஒரு காரணம். இதனால் முதலியார் ஆசாரக் கோவையைப் பதிப்பிக்க வேண்டும் என்று யோசித்திருக்கிறார்.

பொதுவாக இவரது பதிப்பில் பதவுரை, அரும்பதவுரை, கருத்துரை, மேற்கோள் காட்டல், பாடபேதம், இலக்கணக் குறிப்பு, வரலாற்றுக் குறிப்பு ஆகியன இருக்கும். பழைய உரை இருந்தால் அதையும் கொடுக்க வேண்டும் என்பது இவரது பதிப்பு முறை. இவரது பதிப்புகளுக்கு ஆ. சிங்காரவேலு முதலியார், வ.உ.சிதம்பரம் பிள்ளை, சுப்பராய செட்டியார் ஆகியோர் உதவியிருக்கின்றனர்.

முதலியாரின் ஆசாரக்கோவை பதிப்பு முகவுரையின் வழி இந்நூல் 1850 ஆண்டளவில் முதலில் அச்சாகியிருக்கிறது என்று தெரிகிறது. முதலில் இந்நூலைப் பதிப்பித்தவர் இதற்கு நச்சினார்க்கினியர் உரை செய்துள்ளார் என்கிறார்; இதுவே பழைய உரை என்றும் கூறுகிறார். இந்தக் கருத்தை முதலியார் மறுத்து இவ்வுரையை இயற்றியவர் யார் என்பது தெரியவில்லை. ஆனால் இது பழைய உரை என்கிறார்.

ஆசாரக்கோவையை இவர் நீதி நூலாக மட்டும் கருதவில்லை. சமூகப் பண்பாட்டில் நிலவிய பல பழக்கவழக்கங்களையும் நம்பிக்கைகளையும் தொகுத்த முதல் தொகுப்பாகவும் கருதினார். அதோடு பண்டை அரசினர் ஒப்புக்கொண்ட நடைமுறை வழக்கம் இவை என்றும் ஆசாரக்கோவை ஆசிரியர் கருதியதை இவர் சுட்டுகிறார். இப்பார்வையே இவரைப் பிற தமிழறிஞர் களிடமிருந்து பிரித்துக்காட்டுகிறது. என்றாலும் முதலியாரின் உரை சில இடங்களில் பழைய உரையை ஒத்துக்கொண்டு நடக்கிறது.

பழமொழி நானூறு நூலின் மூலத்தை முதலில் திருச்சி ஆறுமுகம் நயினார் பதிப்பித்திருக்கிறார் (1904). முதலியார் 1917இல் இரண்டாம் முறையாக இதைச் செம்பதிப்பாக வெளிக்கொண்டு வந்தார். முதலியாரின் தந்தை இந்நூலின் சுவடியைச் சேகரித்து வைத்திருக்கிறார்.

முதலியார் இந்நூல் பண்டை இலக்கியம், பதினெண் கீழ்க்கணக்கு நூல்களில் ஒன்று என்னும் பொதுத்தன்மையைத் தாண்டி சமூகச் சார்புடன் பார்த்து இதைப் பதிப்பித்திருக்கிறார். பழமொழி நானூறு பதிப்பில், இந்நூலாசிரியர் புராணங்கள், காவியங்களிலிருந்தும் பண்டை இலக்கியங்களிலிருந்தும் விஷயங்களை எடுத்துக்கொண்டுள்ளார் என்று கூறியதுடன் இவற்றைப் பட்டியலிட்டிருக்கிறார்.

பிற பிரதிகளில் காணப்படாத பாடல் ஒன்று முதலியாரின் பதிப்பில் உள்ளது. இப்பாடலை மூல ஏட்டிலிருந்தே பெற்றிருக் கிறார். பழமொழி நானூறு பதிப்பில் இவர் ஆங்கிலப் பழமொழி களையும், அவற்றிற்குச் சமமான தமிழ் பழமொழிகளையும் கொடுத்திருக்கிறார். இப்பதிப்பில் பல பாடபேதங்களும் கூறுகிறார்.

சங்கம் மருவிய காலத்தில் மக்களின் பண்பாடு அழியும் நிலையில் இருந்தபோது அதைப் பாதுகாத்து மக்களுக்கு அறிவுறுத்தும் வகையில் உருவாக்கப்பட்ட நூல் முதுமொழிக் காஞ்சி. இதை 1919இல் முதலியார் பதிப்பித்துள்ளார். இந்த

நூலிலும் சார்லஸ் கோவூர் தொகுத்த முதுமொழிக்காஞ்சிப் பாடல் பகுதிகளைக் கொடுத்துள்ளார்.

அறநெறிச் சாரத்தை முதலில் 1905லும் பின் செம்பதிப்பாக 1912லும் பதிப்பித்துள்ளார். இதற்குத் திருமயிலை சண்முகக் கவிராயரிடம் தாள் பிரதியையும், சிங்காரவேலு முதலியாரிடம் ஓலைப் பிரதியையும் காஞ்சிபுரம் சமணர்கள் சிலரிடம் ஓலைப் பிரதிகளையும் பெற்றிருக்கிறார். இந்நூலின் முறைவைப்பைக் குறித்து எழுத முதலியாருக்கு அருங்கலச் செப்பு நூல் உதவியிருக்கிறது.

இப்பதிப்பின்வழி வாக்கர் என்பவரால் அறநெறிச்சாரம், நீதிமொழித் திரட்டு என்னும் தலைப்பில் பதிப்பிக்கப்பட்ட செய்தியும், இதற்கு ஆங்கில மொழிபெயர்ப்பு இருந்ததும் தெரிகிறது.

முதலியார் எழுதிய உரைநடை நூல்கள் ராபின்சன் குருசோ (1915), திருவள்ளுவர் (1920), அபிநவக்கதைகள் (1921), வியாசமஞ்சரி அல்லது நற்புத்திபோதம் (1921), பஞ்சலட்சணம் (1922), ஜெயங் கொண்டானின் கலிங்கத்துப்பரணி, கதாசங்கிரதம் (1928), அக்பர் (1931), தமிழ் வியாசங்கள் (1945), கண்ணகி சரித்திரம் (1947), கம்ப நாடர், தமிழ்மொழி வரலாறு, குசேலர் சரித்திரம் ஆகியன.

முதலியார் தன் உரைநடையில் ஆங்கிலமொழியின் செல்வாக்கு உண்டு என்கிறார். "தான் கூறப்புகுந்த விஷயங் களுக்கேற்ப ஒருவனுடைய நடை ஒருநூலில் ஒருவிதமாயும் வேறொன்றில் வேறு ஒருவிதமாயும் இருக்கும்" என்பது இவரது கருத்து. இவரது மொழிநடை எளியது. வடமொழிச் சொற்களை இவர் வேண்டுமென்றே ஒதுக்கவில்லை. அபூர்வமாய்த் தன் சமகால வழக்கில் இல்லாத சொற்களையும் இவர் கையாண்டுள்ளார் (எ.கா. விற்பன்னர்).

"தமிழிற்குக் கதி கம்பனும் திருவள்ளுவனும்" என்று கூறிய முதலியார் இருவரைப் பற்றியும் தனி நூல் எழுதியுள்ளார். இவை கல்லூரி மாணவர்களை மனதில் வைத்து எழுதப்பட்ட புத்தகங்கள். கம்ப நாடர் என்ற நூல் முதலில் 1909இல் வெளியானது. இதன் மறுபதிப்பு 1926இல் வந்தது. முதல் பதிப்பில் ஆங்கில முகவுரை உண்டு. கம்பரைப் பற்றியும் அவர் இயற்றிய ராமாயணம் பற்றியும் மாணவருக்கு விளக்கவே இந்நூல் எழுதப்பட்டதாக முதல் பதிப்பில் கூறுகிறார். நூறு பக்கமுள்ள சிறுநூல் இது.

கம்பரைப் பற்றி அழகிரிசாமி "கம்பன் கம்பராமாயணத்தை இயற்றினான் என்பது மட்டும் தான் கம்பனது வாழ்க்கையைப்

பற்றிய உண்மையான கணிப்பு" என்று சொன்னதை கி. ராஜ நாராயணன் ஒருமுறை சொன்னார். ஆனால் முதலியார் தொண்டைமண்டல சதகம், சோழ மண்டல சதகம், பாண்டி மண்டல சதகம், தமிழ் நாவலர் சரிதை என்னும் நூல்களிலிருந்தும் வாய்மொழியாகப் பேசப்பட்ட செய்திகளிலிருந்தும் கம்பரின் வாழ்க்கையை உருவாக்கியிருக்கிறார். முதலியார் கூறும் கம்பர் முழுமையானவரல்லர். உருவாக்கப்பட்டவர் தான். கம்பரின் காலம் கி.பி. 12ஆம் நூற்றாண்டு என்ற இவரது கணிப்பைப் பின்னர் வந்த ஆய்வாளர்கள் ஒப்புக்கொள்ளுகின்றனர்.

கம்பர் வடமொழியை மட்டுமல்ல சூளாமணி, சிந்தாமணி, திருக்குறள் எனப் பல தமிழ் நூல்களையும் ஆழ்ந்து படித்தவர் என்பதையும் ஆதாரபூர்வமாக இவர் இந்நூலில் கூறுகிறார். திருவள்ளுவரின் காலத்தையும் திறத்தையும் ஆராய்வது திருவள்ளுவர் என்ற நூல். முதலியாரின் கருத்துப்படி தொல்காப்பியரின் சமகாலத்தவர் வள்ளுவர். தமிழில் பண்டை நூல்களுக்கு எல்லாம் முற்பட்டது குறள் என்பது இவரது கருத்து. வள்ளுவர் வைணவர் என்பதற்கு இந்நூலில் ஆதாரம் காட்டுகிறார்.

கண்ணகியின் சரிதம், கலிங்கத்துப்பரணி கதா சங்கிரகம் ஆகிய இரண்டு நூல்களும் சிலப்பதிகாரம், கலிங்கத்துப் பரணி ஆகிய இரண்டு நூல்களின் சுருக்கம்தான். இரண்டுமே மாணவர்களுக்காக எழுதப்பட்டவை என்றாலும் கலிங்கத்துப் பரணியின் காலம் கலிங்கப்போர் நடந்த காலம் (கி.பி. 11ஆம் நூற்றாண்டின் கடைசிப் பகுதி) பற்றிய ஆய்வு இதில் உள்ளது. கண்ணகி சரித்திரம் என்ற நூலில் கண்ணகி கோவலனுடன் வானஊர்தி ஏறிய இடம் சேலம் மாவட்டத்தில் உள்ள திருச்செங்கோடு என்கிறார்.

வியாசமஞ்சரி என்ற கட்டுரைத் தொகுதியில் திமிரி சபாபதி முதலியார் 19ஆம் நூற்றாண்டின் ஆரம்பத்தில் எழுதிய கட்டுரைகளை எளிய நடையில் தருகிறார். இது சிறுவர்களுக்காக எழுதப்பட்டது. காலையில் எழுதல், கடவுளைத் தொழுதல், கற்றல், சினேகம் செய்தல் என்னும் பல விஷயங்கள் பற்றிய அறிவுரைகள் இந்நூலில் உள்ளன.

முதலியாரின் அபிநவக் கதைகள் நூலில் கற்பலங்காரம், தனபாலன், கோமளம், சுப்பையர், கிருஷ்ணன், ஆஷாடபூதி என்னும் ஆறு கதைகள் உள்ளன. இதில் சுப்பையர் கதை சுவையானது. சென்னையில் ஒரு சந்தை தீப்பற்றியபோது ஒருவன் காணாமல் போய்விட்டான். நெருப்பில் இறந்துவிட்டான் என

நினைத்து அவனது உறவினர்கள் உத்தர கிரியை நடத்திவிட்டனர். இதன் பிறகு சில நாட்கள் கழித்து அந்த ஆள் திரும்பிவந்தான். இதனால் வந்த விளைவைக் கதை வர்ணிக்கிறது.

"இராபின்சன் குருசோ" ஆங்கில நாவலின் சுருக்கத்தை முதலியார் மட்டுமல்ல வேறுசிலரும் வெளியிட்டிருக்கின்றனர். (குருசாமிப் பிள்ளையின் ராபின்சன் குருசோ). முதலியார் மாணவர்களின் நலன் கருதி இந்நூலை எழுதியதாக முதல் பதிப்பில் கூறுகிறார். இது பாடத்திட்டத்திலும் இருந்தது.

அக்பர் என்ற நூல் முகலாயச் சக்கரவர்த்தி அக்பரின் வரலாற்றைக் கூறுவது. இது நிகழ்ச்சித் தொகுப்பாக இருப்பதால் படிக்கத் தூண்டுவது. இந்நூல் அக்பரின் வரலாற்றை மட்டுமல்ல மொத்த முகலாய வரலாற்றையும் கூறுவது.

பஞ்சலட்சணம் ஐந்திலக்கணங்களைக் கூறும் நூல். இதுவும் மாணவர்களுக்காக எழுதப்பட்டது.

முதலியார் கல்லூரியில் முப்பது ஆண்டுகளுக்கு மேலாகப் பணிபுரிந்தவர். மாணவர்களுக்காகவே உரைநடை நூல்களை எழுதியவர். நல்ல நூல்களை மாணவர்கள் படிக்க வேண்டும் என்பதில் கவனம் செலுத்தியிருக்கிறார். இவரைச் சிறந்த ஆய்வாளர் எனக் கூறமுடியாவிட்டாலும் நல்ல மொழிநடையில் உரைநடை நூல்களைத் தந்தவர்; சிறந்த பதிப்பாளர் என்ற பெருமைக்குரியவர்.

8

எல்.டி. சாமிக்கண்ணு பிள்ளை
(1865-1925)

தமிழ் இலக்கியங்களின் காலத்தை முன்னே கொண்டுசெல்வதால் மொத்தத் தமிழ்ப் பண்பாட்டிற்கு உலகளாவிய மரியாதை வந்துவிடும், இந்திய மொழிகளின் மத்தியில் தனியான அந்தஸ்து உருவாகும் என்ற இலக்கிய அரசியல் நிலவிய காலத்தில்தான் வையாபுரிப்பிள்ளை தமிழ் நூல்களின் காலத்தை அறிவியல் ரீதியாகக் கணித்துப் பின்னே கொண்டுவந்தார். தமிழ் மரபை மிகப்பழங் காலத்துக்குக் கொண்டுசெல்வது என்பது உணர்வு பூர்வமான விஷயமே என நம்பிய தமிழறிஞர்களில் வையாபுரிப்பிள்ளை முன்னணியில் நின்றவர்.

இவர் தம் கால ஆராய்ச்சிக்கு வடமொழி இலக்கிய வரலாற்றாசிரியரான விண்டர் நீசையும், வானியல் கோள்களின்படி இலக்கியக் காலத்தைக்

கணித்த சாமிக்கண்ணு பிள்ளையையும் மேற்கோள் காட்டு கிறார்.

முறையாகத் தமிழ் பயிலாத, தமிழ்மொழியில் எழுதாத ஆனால் ஆராய்ச்சியாளர்களால் மேற்கோள் காட்டப்படும் அறிஞர் சாமிக்கண்ணு பிற துறைகளிலிருந்து தமிழ் ஆராய்ச்சிக்கு வந்தவர். இவர் தமிழ் இலக்கிய ஆய்வாளர்களாலும், தமிழக வரலாற்றாசிரியர்களாலும் புறந்தள்ள முடியாதவர்.

கொங்குநாட்டில் சோமனூர் தாலுகா கிராமம் ஒன்றில் ஞானப்பிரகாசம் லூயிஸ் பிள்ளை என்னும் வருவாய்த் துறை குமாஸ்தா ஒருவர் இருந்தார். இவரது மனைவி சிலுவை முத்தம்மா. லூயிஸ் பிள்ளைக்குப் பிரெஞ்ச் மொழி தெரியும். அதனால் அப்போது அவருக்கு மரியாதை இருந்தது. இந்தக் காரணமே அவருக்கு மறுமலர்ச்சிக் கிறிஸ்தவர் ஒருவரிடம் மதிப்பை உண்டாக்கியது. அரசு செல்வாக்குடைய அவரின் உதவியுடன் லூயிஸ் பிள்ளை சென்னைக்குப் பணிமாற்றம் பெற்றுப் போய்விட்டார். சென்னையில் லூயிஸ் இருக்கும்போது தான் சாமிக்கண்ணு பிறந்தார் (1865 பிப்ரவரி 4). கத்தோலிக்கரான லூயிஸ் தன் மகன் சாமிக்கண்ணுவிற்கு மறுமலர்ச்சி கிறிஸ்தவரின் சர்ச்சில் ஞானஸ்நானம் கொடுத்தது அவரது மனைவிக்குப் பிடிக்கவில்லை. அவள், தன் அண்ணன் ராயப்பனின் உதவியுடன் கணவனையும் மகனையும் கொங்கு நாட்டுக்கு மறுபடியும் அழைத்துவந்துவிட்டாள்.

சாமிக்கண்ணு மாமாவின் தயவில் ஊட்டியில் கொஞ்ச நாள் படித்தார். தொடர்ந்து அவருக்கு உதவ மாமாவாலும் முடிய வில்லை. லூயிஸ் செலவாளி; அதனால் கடன். மகனைப் படிக்க வைக்க முடியவில்லை. இந்தச் சமயத்தில் சாமிக்கண்ணுவின் படிப்புப் பொறுப்பை நாகப்பட்டினம் சேசு சபையினர் ஏற்றுக்கொண்டனர்.

சாமிக்கண்ணு நாகப்பட்டினம் சூசையப்பர் பள்ளியிலும், கல்லூரியிலும் மெட்ரிக்குலேசன், எஃப்.ஏ., பி.ஏ. எனப் படிப்பை முடித்தார் (1881). அப்போது ஆங்கிலம், பிரெஞ்சு, இத்தாலி மொழிகளில் தேர்ச்சிப் பெற்றார். மாணவப் பருவத்தில் லத்தீனில் பாடல்கள் எழுதியிருக்கிறார்.

எம்.ஏ.யில் ஆங்கிலம், லத்தீன் மொழிகளைப் படித்தார். இந்தக் காலகட்டத்தில் சூசையப்பர் (St. Joseph's College) கல்லூரி நாகப்பட்டினத்திலிருந்து திருச்சிக்கு இடம் பெயர்ந்தது (1883). இக்கல்லூரியில் முதல் ஆங்கில விரிவுரையாளராகச்

சேர்ந்த சாமிக்கண்ணு அங்கு 4 ஆண்டுகள் பணிபுரிந்தார். இக்காலத்தில் இவருக்குத் திருமணம் நடந்தது. மனைவி இரத்தின சிரோன்மணி.

சாமிக்கண்ணுவுக்கு ஆங்கிலம், லத்தீன், பிரெஞ்ச், ஜெர்மன் மொழிகளில் மட்டுமல்லாது சமஸ்கிருதத்திலும் பயிற்சி உண்டு. மலையாளம், தெலுங்கு, கன்னடம், இந்தி, குஜராத்தி மொழிகளைப் பேசும் அளவுக்குத் தெரிந்திருந்தார். கிரீக், ஹீப்ரு, மொழிப் புத்தகங்களை படித்துப் புரியும் அளவுக்குத் திறன் உண்டு.

சென்னைப் பல்கலைக்கழகத்தின் வழி சட்டப்படிப்பும் முடித்துவிட்டு, லண்டன் கல்விநிலையம் நடத்திய எல்.எல்.பி. தேர்விலும் வெற்றி பெற்றிருக்கிறார்.

சாமிக்கண்ணு திருச்சி கல்லூரியில் வேலையை விட்டதும் சென்னை சட்டசபை மொழிபெயர்ப்பாளராக ஆனார். கல்லூரி ஆசிரியர் வேலையில் கிடைத்ததைவிட எட்டு மடங்கு சம்பளம் இதில் கிடைத்தது.

சட்டசபை மொழிபெயர்ப்பாளர் பணியில் 90 ரூபாய் மாதம் கிடைத்தாலும் (1890) அதில் அவருக்குத் திருப்தி இல்லை. அந்த வேலையை விட்டு சென்னை ராஜதானிக் கல்லூரியில் லத்தீன் பேராசிரியர் ஆனார். இக்காலத்தில் சிவில் சர்வீஸஸ் தேர்வை எழுதித் தோற்றார். என்றாலும் இவரது மதிப்பெண், பொதுஅறிவுத்திறன் ஆகியவற்றின் அடிப்படையில் இவர் துணை கலெக்டராகத் தேர்ந்தெடுக்கப்பட்டார் (1891).

இவர் கர்நூலில் துணை கலெக்டர் ஆக இருந்தபோது நடந்த மதக் கலவரத்தை அடக்க துப்பாக்கிச் சூடு நடத்தாமல், நேரடியாகவே இரண்டு பக்கத்தாரையும் அழைத்துப் பேசினார் என்ற குற்றச்சாட்டும் இவர் மீது உண்டு. இங்கு இரண்டு வருடங்கள் பணி.

சென்னை அரசுச் செயலகத்தில் பதிவாளர் (1893), வருவாய்த் துறை உதவிச் செயலர் (1895), இதே துறைச் செயலர் (1906) எனப் பல பதவிகளில் பணியாற்றிவிட்டு 1917இல் நெல்லூர் மாவட்ட கலெக்டர் ஆனார். அப்போது இவருக்கு வயது 52. இங்கு இவர் பணி செய்த காலத்தில் ஜாலியன்வாலாபாக் படுகொலை நடந்தது. தொடர்ந்து நெல்லூரிலும் இந்து முஸ்லீம் கலவரம் நடந்தது. இக்காலங்களில் இவர் நடுநிலையுடன் செயல்பட்டிருக்கிறார்.

1920இல் சென்னை ராஜதானி அரசுச் செயலர்; 1921இல் சட்டசபைச் செயலர் எனப் பதவி உயர்வு பெற்றார். இக்காலத்தில் சி.பி. ராமசாமி அய்யர் இவரைப் பாராட்டியிருக்கிறார். இந்தப் பதவியில் இருந்தபோதுதான் மறைந்தார்.

சாமிக்கண்ணு பிள்ளைக்குத் திருமணம் ஆன ஐந்தாம் ஆண்டில் ஒரு பிரசவத்தில் மனைவி இறந்தார் (1892). அடுத்த ஆண்டு இரண்டாம் திருமணம் செய்துகொண்டார். இரண்டு மனைவிகளுக்கும் 16 குழந்தைகள். இவரது தந்தையின் இரண்டாம் மனைவியின் பிள்ளைகளும் இவருடன்தான் இருந்தன. ஆக இவரது வீட்டில் எப்போதுமே 25 பிள்ளைகள் இருக்குமாம். இந்தச் சூழ்நிலையில் 16க்கும் மேற்பட்ட மொழிகளைப் படித்து 22க்கு மேற்பட்ட புத்தகங்களை எழுதியிருக்கிறார் என்பது ஆச்சரியம்தான்.

இவரது நிர்வாகத் திறமையைப் பாராட்டி சென்னை அரசாங்கம் ராவ்பகதூர் (1905), திவான் பகதூர் (1909) என்னும் பட்டங்களைக் கொடுத்தது.

இவர் வருவாய்த்துறையில் பணியாற்றியபோது அரசு சார்பாக ஐரோப்பிய நாடுகளுக்குச் சென்றார் (1903). அப்போது இவர் ரோமில் போப்பைச் சந்தித்தபோது லத்தீன், ஹிப்ரூ மொழிகளில் பேசினார் என்ற செய்தி அன்று பரபரப்பாகப் பேசப்பட்டிருக்கிறது.

சென்னை சட்டசபை மேம்பாட்டுச் செயல்படுத்தலுக்காக 1922இல் இங்கிலாந்து சென்றார். அங்கு அவர் பெற்ற அனுபவத்தைச் சென்னைச் சட்டசபையில் செயல்படுத்தினார். முக்கியமாகத் தமிழ்நாடு சட்டசபையில் இன்று உள்ள பெரிய நூலகம் உருவாகக் காரணமாக இருந்தவர் இவர்.

சாமிக்கண்ணு சட்டசபையில் செய்த மாற்றங்களை அப்போது சுயராஜ்யா பத்திரிகை விமர்சித்திருக்கிறது (1924 ஏப்ரல் 1). இவ்விதழில் காங்கிரஸ் தலைவர் சத்தியமூர்த்தி இவரை அரசாங்க ஆளாகவே விமர்சித்துச் சட்டசபைச் செயலர் பஞ்சாங்கம் தொகுக்கத்தான் லாயக்கு என்று பரிகசித்திருக்கிறார். இதே காலகட்டத்தில் இவரது காலக்கணக்கு தொடர்பான கட்டுரைகள் ஆக்ஸ்போர்டு பல்கலைக்கழகத்தில் விவாதிக்கப்பட்ட செய்தியைத் திருச்சி புனித ஜோசப் கல்லூரி மலர் வெளியிட்டிருக்கிறது. சாமிக்கண்ணு பிள்ளையின் காலக்கணக்கு ஆராய்ச்சி சத்தியமூர்த்திக்குப் பஞ்சாங்கமாகப் பட்டிருக்கிறது.

இவர் சட்டசபையில் பிரெஞ்சு, லத்தீன் மொழிகளிலிருந்து ஆங்கிலத்தில் மொழிபெயர்க்கும் பணியைச் செய்தபோதே அவரது எழுத்துப்பணி ஆரம்பமாகிவிட்டது. இக்காலத்தில் தமிழ்நாடு பேராயரின் வேண்டுகோளுக்காக அர்ச் பெர்னாடு என்பவர் லத்தீன் மொழியில் எழுதிய 'சிலுவையில் ஏசுநாதர்' என்ற கவிதை நூலை ஆங்கிலத்தில் கவிதை நடையிலேயே மொழிபெயர்த்திருக்கிறார்.

அபு டுபே எழுதிய *The Hindu Manners and Customs* என்னும் பிரெஞ்சு நூல் ஆங்கிலத்தில் மொழிபெயர்க்கப்பட்டபோது சாமிக்கண்ணு பெரும் அளவில் உதவி இருக்கிறார்.

இந்தக் காலகட்டத்தில் (1875–1900) வானநூல் படிப்பில் தீவிரமாக இருந்திருக்கிறார். இவரது நண்பர் அம்புரோஸ் என்பவரின் தூண்டுதல் இதற்கு ஒரு காரணம். *Indian Review* இதழில் (1900) இவர் திதிகள், நட்சத்திரங்கள் பற்றி எழுதிய கட்டுரை இவரை ஆய்வாளராக அறிமுகப்படுத்தியது.

சட்டசபைப் பேச்சுகளையும் பொதுக்கூட்டங்களில் பேசிய பேச்சுகளையும் குறிப்பெடுக்க ஆங்கிலச் சுருக்கெழுத்து அவசியம் என்று உணர்ந்து மாணவர்களுக்கும் காவல்துறையினருக்கும் எளிதாகப் படிப்பதற்கென்றே சுருக்கெழுத்து நூலை வெளியிட்டார். *(Phonetic Shorthand)* இது ஐந்து தொகுதிகளாக வந்தது (1908). பிட்மனின் நூலைக் கற்பதில் உள்ள சிரமம் இதில் இல்லை.

இதன்பிறகு இவரது எழுத்துப் பணி தீவிரமாயிருக்கிறது. இவர் கத்தோலிக்க மதப் பணியாளர்களிடம் நெருங்கிய தொடர்பு வைத்திருந்தார். அவர்களின் வேண்டுகோளுக்கிணங்கி பிரெஞ்சு, இத்தாலி மொழிகளிலிருந்து மதம் தொடர்பான நூல்களை ஆங்கிலத்தில் மொழிபெயர்த்திருக்கிறார். *The Secret of Memory (1909)* என்ற இத்தாலி நூலின் பெயர்ப்பு. *Catholic Action* என்ற பிரெஞ்சு நூலின் பெயர்ப்பு (1910) எல்லாம் இப்படி வந்தவைதாம்.

இவர் எழுதியவையாக 17 ஆங்கில நூல்களும் ஆறுக்கும் மேற்பட்ட மொழிபெயர்ப்பு நூல்களும் திருச்சி புனித ஜோசப் கல்லூரி இதழில் எழுதிய பல கட்டுரைகளும் உள்ளன. இவற்றில் இந்தியப் பஞ்சாங்கம் குறித்து *Indian Chronology, Solar Lunar and Planetary (1911), Indian Ephemeris (1922)* போன்ற நூல்களே இவருக்குப் பெருமையைத் தேடித்தந்தவை.

1916இல் சென்னைப் பல்கலைக்கழகத்தில் எஸ். சுப்பிரமணிய பிள்ளை நினைவுச் சொற்பொழிவிற்காக வேதாந்தச் சோதிடப் பஞ்சாங்கம் என்ற தலைப்பில் இவர் பேசிய பேச்சு, சென்னைத் தமிழ் அறிஞர்களிடம் இவரை முதலில் அறிமுகப்படுத்தியது.

சென்னைப் பல்கலைக்கழகம் இந்தியப் பஞ்சாங்கத்தை விரிவாக ஆராய்ந்து வெளியிட இவரை வேண்டிக் கொண்டது. இவர் 1919-22ஆம் ஆண்டுகளில் உழைத்த உழைப்பின் பலன்தான் 3000 பக்கங்களுக்கு மேல் உள்ள எட்டுத் தொகுதிகளில் வெளிவந்த *Indian Ephemeris* என்ற நூல்.

இந்த நூலில் 1300 ஆண்டுகளுக்குரிய பஞ்சாங்கம் கணிக்கப்பட்டுள்ளது. இந்தியாவில் வழக்கில் உள்ள விக்கிரம, கலி போன்ற 60 வருடங்கள் பற்றிய காலக்கணிப்புக் குறிப்பு இதில் உள்ளது. இக்காலத்து வரலாற்றாசிரியர்களுக்கும் கல்வெட்டுக் களைப் பதிப்பித்தவர்களுக்கும் இது வரப்பிரசாதமாக இருந்தது.

தமிழகத்தின் காலக் கணிதத்தை அறிமுகப்படுத்திய சுவல், தீட்சதர் போன்றோரைவிட இவர் ஒரு படி மேலானவர் என்று திருவிதாங்கூர் தொல்பொருள் துறையிலிருந்த கோபிநாதராவ் பிற்காலத்தில் கூறியுள்ளார்.

சாமிக்கண்ணு பிள்ளை முறையாகத் தமிழ் இலக்கியங்களைப் படித்தவரல்லர். இந்தியப் பஞ்சாங்கத்தை ஆராய்ச்சி செய்த போது தமிழக வரலாற்று நூல்களைப் படிக்க வேண்டிய சூழ்நிலையில் தமிழ் இலக்கியங்களையும் படித்தார். அப்போது சென்னைப் பல்கலைக்கழகப் பேராசிரியர்கள் சிலர் இவருக்கு உதவியிருக்கின்றனர்.

திருச்சி புனித ஜோசப் கல்லூரி வரலாற்றுத் துறை சார்பாக இவர் பேசிய பேச்சு (1914) அந்த ஆண்டு ஓர் இதழில் வெளிவந்தது. பன்னிரு ஆழ்வார்களில் சிலர், இரண்டாம் குலோத்துங்கன், பிற்காலப் பாண்டியர்கள் போன்றோர்களின் காலங்களை வானிலைக் கோள்களின் அடிப்படையில் கணித்துப் பேசிய இந்தப் பேச்சு அப்போது திருச்சி தமிழ் அபிமானிகளான சிலரிடம் சலசலப்பை உண்டாக்கினாலும் இவருக்கு ஆதரவாகவும் சிலர் இருந்தனர்.

இவர் இலக்கியங்களில் வரும் கோள்களின் போக்கு பற்றிய செய்திகளின் அடிப்படையில் காலங்களைக் கணிக்க ஆரம்பித்தபோதுதான் அச்சில் வந்த கல்வெட்டுகளைப் படிக்க ஆரம்பித்தார். பாண்டியர் கல்வெட்டுகளில் வரும் கோள்களின் போக்கு பற்றிய செய்திகளின் அடிப்படையில் ஜடாவர்மன்

ஸ்ரீவல்லபன் 1291இல் அரசப் பதவி ஏற்றான்; பாண்டியன் குலசேகரன் 1166 ஜூலை 26ஆம் தேதி முடிசூடினான் என்னும் முடிவுகளையும் முன்வைத்தார்.

சாமிக்கண்ணு பிள்ளையைத் தமிழறிஞராக அடையாளப் படுத்தியது அல்லது தமிழ் இலக்கியங்களின் காலங்களைக் கணித்தவர்களில் முக்கியமானவர் என இனம் காட்டியது பரிபாடலின் காலம் பற்றி இவர் கூறிய கருத்துதான். பரிபாடலைப் பற்றிய குறிப்பிற்காகவே இவரது இந்தியப் பஞ்சாங்கம் நூலைத் தமிழறிஞர்கள் திரும்பிப்பார்க்க ஆரம்பித்தனர்.

பரிபாடலின் 11ஆம் பாடலை மட்டும் தஞ்சை ஆபிரகாம் பண்டிதர் பதிப்பித்து, இதில் வரும் சோதிடக் குறிப்பை வெளியிட்டபோது, தஞ்சை சமஸ்கிருதப் பண்டிதர் சுப்பிரமணிய சாஸ்திரி பொத்தாம்பொதுவாகத் தமிழர்களுக்குச் சோதிட அறிவு கிடையாது என்று ஒரு பத்திரிகையில் எழுதினார். இதற்காகவே சாமிக்கண்ணு பரிபாடலின் 11ஆம் பாடலைத் தம் ஆய்வுக்கு எடுத்துக்கொண்டார். இதற்கு அவர் உ.வே.சா. பதிப்பித்த (1918) நூலையே ஆதாரமாகக் கொண்டார்.

மதுரையில் வெள்ளம் வந்ததாகப் பரிபாடலில் குறிப்பிடப் படும் இடத்தில் கோள்களின் போக்கு பற்றிய செய்தி வருகிறது. இது 14 வரிகளில் கூறப்படுகிறது.

சந்திரகிரணம் தோன்றிய நாள் காலையில் வானத்தில் கார்த்திகை உச்சம் அடையும்போதும் செவ்வாய் மேஷத்திலும் குரு மீனத்திலும் நிற்கத் தனுசிலிருந்து சனி மகரத்திற்குச் செல்லும்போது சுக்கிரன் இடபத்திலும் புதன் மிதுனத்திலும் நிற்கவும் வைகையில் வெள்ளம் வந்தது என்பது பரிபாடல் செய்தி.

பரிபாடலின் உரையாசிரியரான பரிமேலழகர் வெறும் ஊகத்திலேயே இந்த வரிகளுக்கு உரை எழுதினார். வாய்ப் பாடுகளால் இக்காலத்தைக் கணிக்கவில்லை என்று விளக்கினார் சாமிக்கண்ணு. மதுரையில் வெள்ளம் பெருக்கெடுத்தது கி.பி. 634ஆம் ஆண்டு ஜூன் மாதம் 17ஆம் தேதி (பௌர்ணமி) வெள்ளிக்கிழமை காலை 6 மணிக்கு என்று துல்லியமாகக் கணித்திருக்கிறார்.

பரிபாடல் காலம் பற்றிய இந்தக் கணிப்புச் செய்தியின் மொழிபெயர்ப்பு செந்தமிழ் (தொகுதி 22) இதழில் வந்தது. தமிழர்கள் ஜைனரிடமிருந்து வான சாஸ்திரத்தைக் கற்றுக்கொண்டார்கள் என்றும் இந்தியாவின் பிற பகுதிகளைவிடத் தமிழர்களின்

கணிதமுறை புராதனமானது என்றும் காரணகாரியங்களுடன் இக்கட்டுரையில் நிரூபித்திருக்கிறார்.

இதுபோலவே சிலப்பதிகாரத்தில் வரும் கோள்களின் அடிப்படையில் அதன் காலம் கி.பி. 756 மே 17 திங்கள் அல்லது கி.பி. 756 ஜூலை 23 வெள்ளி ஆக இருக்கலாம் என்கிறார். இவரது கணக்குப்படி சீவகசிந்தாமணியின் காலம் கி.பி. 814 ஜனவரி.

சாமிக்கண்ணு பிள்ளை வாழ்ந்த காலத்தில் தமிழக வரலாற்றறிஞர்களால் அவர் கண்டுகொள்ளப்படவில்லை.

கம்பீரமான தோற்றமுடைய இந்தப் பன்மொழி அறிஞர் அறுபது வயதில் வாதநோயால் பாதிப்படைந்து 1925இல் மறைந்தார்.

9

அரசன் சண்முகனார்
(1868-1915)

நாவலர் சோமசுந்தர பாரதியார் ஒருமுறை விவேகபானு ஆசிரியரும் சிறந்த தமிழ் அபிமானியுமான மு.ரா. கந்தசாமிக் கவிராயரைப் பார்க்கப் போயிருந்த அனுபவத்தை எழுதியிருந்தார்.

'நான் கவிராயரின் வீட்டிற்குள் நுழைந்தபோது ஒரு மனிதர் திண்ணையில் படுத்துக்கிடப்பதைக் கண்டேன். அவர் அழுக்கு வேட்டி உடுத்தியிருந்தார். மேல்சட்டை இல்லை. மேலே ஒரு துண்டு மட்டும் தான். பண்ணை வேலையாள் போன்ற குடுமி; வெற்றிலைக்காவி படிந்த மீசை; சவரம் செய்து சில நாள் ஆனதன் அடையாளம்; நோஞ்சான் உடம்பு; தலைக்கு வலது கையை அணையாகக் கொண்டு கிடந்தார். நான் அவரைக் கவனிக்காமல் கவிராயரிடம் உரையாட ஆரம்பித்தேன். தொல் காப்பியரின் ஒரு சூத்திரத்தைச் சொல்லி விளக்கம்

சொன்னேன். அப்போது அந்த அழுக்கு மனிதர் எழுந்து உட்கார்ந்தார்; நிமிர்ந்து பார்த்தார். அப்போது கவிராயர், இவர் தான் 'அரசன் சண்முகனார்' என்று அறிமுகம் செய்து வைத்தார். எனக்கு அவரைப் பார்த்ததும் வியப்பு. கொஞ்சமும் பொலிவில்லாத இந்த மனிதரா இலக்கணக் கடலாக இருக்கிறார் என்று நினைத்தேன். அவருக்கோ தடபுடல் ஆசாமி காரில் வந்திறங்கிய ஆங்கிலம் படித்த கனவான் தொல்காப்பியச் சூத்திரத்தை மனப்பாடமாக ஒப்புவிக்கிறாரே என்ற வியப்பு. அரசன் சண்முகனாருடன் என் நட்பு இப்படித்தான் ஆரம்பித்தது' என்கிறார்.

ஒருமுறை தூத்துக்குடி சைவ சித்தாந்த சபை விழாவிற்காகச் சென்றிருந்தார் சண்முகனார். ரயில் நிலையத்தில், இவரை வரவேற்கச் சென்றவர்கள் அடையாளம் காணமுடியாமல் திரும்பிவிட்டனர். அவர் நடந்தே கூட்டம் நடக்கும் இடத்துக்குச் சென்றாராம். மறைமலையடிகள் கூட ஒரு கூட்டத்தில் "கல்விப் பெருமைக்கேற்ப அவரது தோற்றம், உடை பற்றிக் கவலைப்படாமல் இருப்பது அவருக்கு ஒரு குறைதான்" என்றிருக்கிறார்.

படாடோபமாக உடுக்க முடியாத பொருளாதார நிலை, எப்போதும் உடல்நலக் கோளாறு, மரபு வழியான கருத்துகளை மறுத்து எழுதியதால் சம்பாதித்துக்கொண்ட விரோதத்தால் வந்த பாதிப்பு. எல்லாவற்றின் கலவைதான் சோழவந்தான் அரசன் சண்முகனார்.

தன் சமகாலத்தில் பெரும் எதிர்ப்பிற்கும் விமர்சனத்திற்கும் பரிகசிப்பிற்கும் ஆளான தமிழ் இலக்கணவாதி சண்முகனார். இவரும் மரபுவழிப் புலவர்தான். 18 வயதிலேயே இவர் பாடல்கள் புனைய ஆரம்பித்துவிட்டார். சிதம்பர விநாயக மாலை, மாலை மாற்று மாலை இரண்டும் ஆரம்பகால நூல்கள். மதுரையில் ஆசிரியராகப் பணிபுரிந்தபோது எழுதியவை இன்னிசை இருநூறு, வள்ளுவர் நேரிசை, பஞ்சதந்திர வெண்பா, மதுரைச் சிலேடை, நவமணிக்காரிகை நிகண்டு, நுண்பொருள் கோவை ஆகியன. இவர் எழுதிய இன்னிசை இருநூறு என்ற சிறுநூலை உ.வே.சா.வே அச்சிட்டு உதவியிருக்கிறார். இந்த நூல்கள் தவிர முருகன் பேரில் பாடப்பட்ட ஏகபாத நூற்றந்தாதி, மதுரை மீனாட்சியம்மை சந்தத் திருவடி மாலை, திருவடிப்பத்து போன்ற சிறு கவிதை நூல்களையும் இயற்றியுள்ளார்.

அரசன் சண்முகனாரை இந்தச் செய்யுள் நூல்களை வைத்து மதிப்பிடக்கூடாது. சைவ சித்தாந்தப் பற்று, தலங்களைப் பாடுதல் என்பவை ஒருபக்கம் இருந்தாலும் இவர் தீவிர

விவாதத்திற்குரிய ஆராய்ச்சிக் கட்டுரைகளையும் மூன்று நூல்களையும் தந்திருக்கிறார்.

அரசன் சண்முகனார் ஆரம்பக்காலத்தில் தமிழகத்தில் அறிமுகமானதற்கும், எதிர்ப்பைச் சம்பாதித்துக்கொண்டதற்கும் அவரின் கட்டுரைகள்தாம் காரணம். அவரது 'அன்மொழித் தொகை' என்ற ஆராய்ச்சிக் கட்டுரை செந்தமிழ்ச் செல்வி இதழில் வெளிவந்தபோது தமிழறிஞரிடையே பரபரப்பு ஏற்பட்டது. திருக்குறளில் உள்ள

அணங்குகொ லாய்மயில் கொல்லோ கனங்குழை
மாதர்கொல் மாலு மென் நெஞ்சு

என்ற பாடலில் வரும் கனங்குழை என்ற சொல்லுக்கு ஆகுபெயர் என இலக்கணக் குறிப்பு கூறுகிறார் பரிமேலழகர். இதே சொல்லுக்கு இலக்கணம் அன்மொழித்தொகை என்பார் சிவஞான முனிவர். காலங்காலமாக உள்ள இந்தச் சிக்கலில் இலக்கணப் புலவர்கள் மாட்டாமலே இருந்துவந்தனர்.

அரசன் சண்முகனாரே இதைப் பற்றிய விவாதத்தை முதலில் தொடுத்தார். சைவ இலக்கணக் கடல்களுக்குச் சிவஞான முனிவரை மறுத்துக் கூறத் துணிவில்லை. சண்முகனார், "கனங்குழை என்னும் சொல்லொன்றையே ஆகுபெயரெனவும் அன்மொழித்தொகை எனவும் கூறிய இவ்விருவர் மாறுகோளினுள் முன்னோர் நூலின் முடிபுடன் ஒத்து இயையாது, ஒவ்வாது யாதென ஆராய்ந்து உண்மை கோடலே மதிநுட்ப நூலுடையார்க்கு மரபாகுமாதலிற் கொள்ளற்பாலதன்றாலாய உரை இஃதென்றும் கொள்ளற்பாலதாகிய மெய்யுரை இஃதென்றும் யாவருமொப்புமாறு தடை விடையிடைப் பெய்து எழுதப் புக்கேன்" என்றார். (இது சண்முகனாரின் நடை) இதில் பரிமேலழகரின் உரையை நிலைநாட்டி சிவஞானமுனிவரை மறுத்தார்.

தொல்காப்பியம் சொல்லதிகாரம் எச்சவியல் 416ஆம் நூற்பாவின்படி ஆகுபெயரும் அன்மொழியும் ஒன்று என்றார் சேனாவரையர். இதை மறுத்து இரண்டும் வேறு என்றார் நச்சினார்க்கினியர். அரசன் சண்முகனார் நச்சினார்க்கினியர் பக்கம். அவர் இதை வேறு சான்றுகளுடன் நிறுவினார்.

இந்தக் கட்டுரை வெளிவந்த காலத்தில் சண்முகனார் கருத்தை மறுத்துக் கட்டுரைகள் வந்தன. யாழ்ப்பாணத்திலிருந்து இ.கணேசபிள்ளை என்பவர் தீவிரமாக மறுத்து எழுதினார். இந்தக் கட்டுரைகள் எல்லாமே அப்போது செந்தமிழ்ச் செல்வி இதழில் வந்தன. இவற்றிற்கு எல்லாம் மறுப்புரையாக

‘நுணங்கு வெளிப்புலவர்க்கு வணங்குமொழி விண்ணப்பம்’ என்ற தலைப்பில் ஒரு கட்டுரை எழுதினார் சண்முகனார். மறைமலையடிகள் மட்டும் இவரை ஆதரித்தார்.

இதுபோல விவாதிக்கப்பட்ட இவரின் இன்னொரு கட்டுரை ‘கொழுத்துன்றூசியுரை விளக்கமும் மறுதலைக் கடாமாற்றமும்’ பொதுவாகத் தமிழ் இலக்கணங்களில் கொழு சென்ற வழி துன்னூசி இனிது சொல்லுமாறு போல என்ற உவமை அடிக்கடிச் சொல்லப்படுவதைக் காணலாம். இது முதலில் நக்கீரர் உரையில் வருகிறது. தமிழாசிரியர்கள் இந்த உவமைக்குக் கலப்பைக் கொழுவின் கூர்மையான பகுதி சென்ற வழியில் ஏர் செல்வது மாதிரி என்று பொருள் சொல்வது வழக்கமாயிருந்தது. இந்தப் பொருள் முந்தைய உரையாசிரியர்களின் கருத்தை அப்படியே பின்பற்றியது. அரசன் சண்முகனார் இதற்கு மாறுபட்ட பொருளைச் சொன்னார். கொழு என்பது தோற்கருவி செய்யும்போது அந்தத் தோலைத் தைப்பதற்கு ஊசி செல்லும் வழியை உண்டாக்கும் கருவி. துன்னூல் என்பது அந்தக் கொழுவால் வழியாக்கிய இடத்தின் வழி சென்று தோலைத் தைக்கும் கருவி என்று விளக்கம் கொடுத்தார். இந்தக் கருத்தை மு. சாம்பசிவனார் தவிர மற்ற எல்லோருமே மறுத்தனர். சண்முகனார் எல்லா மறுப்புக்களுக்கும் பதிலை விவேகபானு பத்திரிகையில் எழுதினார்.

சண்முகனாரின் ‘பொருட்பெண்டிர்’ என்ற கட்டுரை, வள்ளுவத்தின் பொருட்பெண்டிர் பொய்ம்மை எனத் தொடங்கும் பாடலுக்கு அ. மாதவையா எழுதிய விளக்கத்துக்கு மறுப்புரையாக வந்தது. பரிமேழகரின் கருத்தை ஒத்துக்கொண்டு பேசியுள்ளார் சண்முகனார்.

தொல்காப்பியப் பாயிர விருத்தி, திருக்குறள் ஆராய்ச்சி என்ற சண்முகனாரின் இரண்டு நூல்களும் பிரச்சனைக்குள்ளானவை. தடைசெய்யப்பட வேண்டும் என்று புலவர்களால் வேண்டுகோள் விடுக்கப்பட்டவை.

இவரது வாழ்நாளில் பெரும்பகுதி தொல்காப்பிய ஆராய்ச்சியிலேயே கழிந்திருக்கிறது. 1900இல் தொல்காப்பியத்திற்குப் புதிய உரை எழுத ஆரம்பித்தார். எழுத்ததிகாரத்தில் பாயிரம், நூல் மரபு, மொழி மரபு மூன்றுக்கும் உரை எழுதினார். இதன் பிறகு தொடர முடியாத அளவுக்கு அவரது உடல்நிலை மோசமானது. எழுதியவற்றிலும் பாயிர விருத்தி மட்டும் அச்சில் வந்தது. இதில் மேற்கோள் கூறப்பட்ட நூல்களே 50 உள்ளன. இதில் நச்சினார்க்கினியர், இளம்பூரணர் போன்ற

உரையாசிரியர்களையும் நன்னூலாரையும் மறுத்துச் சொல்கிறார். முக்கியமாக இவர்கள் சொற்களை விளக்கும் பகுதிகளில் இவர் மறுதலிக்கிறார்.

நன்னூலார் மடற்பனை என்பதற்கு உடல் முழுதும் உடல் விரிந்த சாய்தலை உடைய பனை என்று பொருள் கூறுவர். சண்முகனாரோ இது பொருந்தாது; மடல் என்பது அகவிதழும் அதனை மூடிப் பின்னர் விரிக்கும் புறவிதழுமாகிய பாளைக்குப் பெயர்; ஓலையைத் தன்னகத்தே கொண்ட மட்டைக்குப் பெயரல்ல. எனவே நன்னூலார் கூறுவது தவறு என்றார். இதுபோலவே நன்னூலார் முடத்தெங்கு என்பதற்கு வேலிக்கு அப்பால் நிற்கும் வளைந்த தெங்கு என்று கூறும் விளக்கத்தை மறுத்து, நெருக்கமான தெங்குகளின் நடுவே சூரிய ஒளி படாமல் முடமாகிய கூத்தல் தாழையை உடைய தெங்கு என விளக்கம் கொடுக்கிறார். இவர் திருக்குறளில் பரிமேலழகரின் உரையைக் காண்டிகை உரையாகக் கொண்டு எழுதிய விருத்தி உரை ஆராய்ச்சி 'செந்தமிழி'ல் வந்தது. பரிமேலழகரை ஒட்டியும் வெட்டியும் எழுதிய இவரது கருத்துகளுக்கு அப்போதே தாமோதரன்பிள்ளை ஞானசித்தி இதழில் பதில் எழுதினார்.

சண்முகனாரின் தனித்துவமே முந்தைய உரையாசிரியர்களை, மரபுவழி இலக்கியங்களை அப்படியே கண்மூடித்தனமாக ஏற்றுக்கொள்ளாமல் மறுத்துத் தன் கருத்தை ஆணித்தரமாகச் சொன்னதுதான். இதனால் இவர் வாழ்நாள் முழுக்க எதிர்ப்பைச் சம்பாதித்திருக்கிறார், பொருளற்ற நிலைக்குத் தள்ளப்பட்டிருக்கிறார், நோய்வாய்ப்பட்டிருக்கிறார்.

திருநெல்வேலி மாவட்டத்தில் ஒருமுறை நடந்த சாதிக் கலவரத்தால், மதுரை சோழவந்தானில் குடியேறிய குடும்பங்களில் இவரது குடும்பமும் உண்டு. இந்த ஊரில் அரசப்பிள்ளை, பார்வதியம்மாள் தம்பதிகளுக்கு 1868 செப்டம்பர் 15இல் பிறந்தவர் சண்முகன்.

12 வயது வரை ஊர் திண்ணைப் பள்ளிக்கூடத்தில் படிப்பு. ஊர்க்கோவிலில் கிடைத்த சோற்றையே சார்ந்திருக்க வேண்டிய நிலை. இந்த ஊரில் இருந்த கிண்ணிமங்கலம் மடம் சிவப்பிரகாச சுவாமிகளிடம் இலக்கணம், இலக்கியம், தருக்கம், சோதிடம் படித்தார். சிவப்பிரகாச சுவாமிகள் இலக்கணக் கடல். அதனால் சண்முகனாரும் அதில் தீவிரமானார்.

16 வயதில் தந்தை இறந்தார். அடுத்த ஆண்டில் கல்யாணம், மனைவி காளியம்மா. இவர்களுக்குக் குழந்தை இல்லை.

மதுரை சேதுபதி பள்ளியில் 22 வயதில் (1890) ஆசிரியர் பணி; 1902 வரை இது தொடர்ந்தது; பின் மதுரைத் தமிழ் சங்கத்தில் ஆசிரியர். இது 1906 வரை.

கொழும்பு கருமுத்து அழகப்ப செட்டியார் அழைப்பால் இலங்கை சென்றார். அங்கு யாழ்ப்பாணத்தில் இவருக்கு எதிர்ப்பு இருந்தது. இதனால் இவர் பேரில் இன்சூர் செய்து இலங்கைக்கு அழைத்துச் சென்றார்களாம். என்றாலும் கொழும்பிலிருந்து யாழ்ப்பாணம் செல்லவில்லை. இவரை யாழ்ப்பாணத்திற்கு வரவேண்டாம் எனச் சுன்னாகம் குமாரசாமிப் பிள்ளை எச்சரித்தாராம். சிவஞான முனிவரை மறுத்துப் பேசியதுதான் இதற்கெல்லாம் காரணம்.

பண்டிதமணியை இவர் நண்பராகக் கொண்டாலும் அவர் சண்முகனாரை ஆசிரியராகவே கருதிப் பழகினார். பண்டித மணிக்குத் தொல்காப்பியம் கற்பித்தவர் இவர். பண்டிதமணி இவருக்குப் பொருளுதவி செய்திருக்கிறார்.

45 வயதுக்குப் பிறகு தொடர்ந்து வாதநோயாலும் பிற தமிழறிஞர்களின் கண்டனங்களாலும் பாதிக்கப்பட்டிருக்கிறார். இவர் மனம் நொந்து பேசியதைச் சாம்பசிவன் எழுதியுள்ளார் (1961)

மனம் சோர்ந்து உடல் தளர்ந்து 1915 ஜனவரி 11இல் சோழவந்தானில் அமரரானார்.

10

பரிதிமாற் கலைஞர்
[1870-1903]

சென்னை கிறிஸ்தவக் கல்லூரியில் மில்லர் என்ற ஸ்காட்லாந்து பேராசிரியர் இருந்தார். செல்வந்தரான அவர் அந்தக் கல்லூரிக்குத் தன் சொந்தப் பணத்தைச் செலவழித்துக்கொண்டிருந்தார். அப்போது அந்தக் கல்லூரியை மில்லர் கல்லூரி என்றுதான் சொன்னார்கள்.

ஒருநாள் மில்லர், ஆல்பிரட் டென்னிசன் எழுதிய Morte d'Arthur என்னும் கவிதையை பி.ஏ. (தத்துவம்) மாணவர்களுக்கு விளக்கிக்கொண்டிருந்தார்.

So said he, and the barge with oar and sail
Moved from the brink, like some full-breasted swan

என்ற வரிகளைச் சொல்லி அதில் வரும் உவமையையும் விளக்கிவிட்டு இப்படி ஓர் உவமை

அ.கா. பெருமாள்

தமிழில் இருக்கிறதா என்று மாணவர்களைப் பார்த்துக் கேட்டார்.

வகுப்பு நிசப்தமானது. ஒரு மாணவன் எழுந்து நின்றான். ஐயா கம்பன் என்ற கவிஞன் தமிழில் இருக்கின்றான். அவனது பாடல் ஒன்றைக் கேளுங்கள் என்று ஆங்கிலத்தில் சொல்லிவிட்டு,

விடுநதி கடிதென்றான் மெய்யுயிர் அனையானும்
முடுகின நெடுநாவாய் முரிதிரை நெடுநீர்வாய்
கடிதினின் மடஅன்னக் கதியது செலநின்றார்
இடருற மறையோரும் எரியுறும் மெழுகானார்

என்ற பாடலை அதற்கேற்ற ஓசையுடன் பாடினான்.

இந்தப் பாடலுக்கு ஆங்கிலத்தில் விளக்கமும் சொன்னான். படகின் அசைவிற்கு அன்னப் பறவையின் நடை உவமையாக்கப் பட்டுள்ளது. டென்னிசனுக்கும் ஆயிரம் ஆண்டுகளுக்கு முன்பு வாழ்ந்த கம்பன் இதைப் பாடியிருக்கிறான் என்றான் அவன்.

ஆசிரியருக்கு ஆச்சரியம், மாணவனைத் தட்டிக்கொடுத்தார். அந்த மாணவனிடம் பி.ஏ. தத்துவப் படிப்பு முடிந்ததும் அதே துறையில் ஆசிரியராக வந்துவிடு என்றார். மாணவனோ நான் தமிழாசிரியராகவே இருக்க விரும்புகிறேன் என்றான் தாழ்மையுடன்.

இது நடந்தது 1891இல். அந்த மாணவன் விளாச்சேரி கோவிந்த சாஸ்திரியார் மகன் சூரிய நாராயண சாஸ்திரி. பிற்காலத்தில் இவன் தனித்தமிழ் ஆர்வத்தால் தன் பெயரைப் பரிதிமாற் கலைஞர் என்று தமிழாக்கிக் கொண்டான்.

பரிதிமாற் கலைஞர் 33 வயது வரை தான் வாழ்ந்திருக்கிறார். 12 நூல்களை எழுதியிருக்கிறார். 6 நூல்களைப் பதிப்பித்திருக்கிறார். எழுதி முற்றுப் பெறாத நூல்கள் நான்கு. முக்கியமானது 'தமிழ் மொழி வரலாறு.'

பிரிட்டிஷ் ஆட்சியில் சுதேச மொழிகளைக் கல்வி நிறுவனங்களில் படிக்கத் தடை விதித்தபோது எதிர்ப்புத் தெரிவித்தவர்களில் காங்கிரஸ்காரர்களில் மிகச் சிலரே இருந்தனர் என்பதும், மாநில மொழிக்குத்தானே தடை, சமஸ்கிருதத்துக்கு அல்லவே எனப் பிராமணர்கள் அசிரத்தையாய் இருந்தனர் என்பதும் பெரிய அளவில் பதிவு செய்யப்படாத ஒன்று.

1902இல் கர்ஷன் பிரபு சுதேச மொழிகளைப் பல்கலைக் கழகத்திலிருந்தும் அரசு நிதியுதவி பெற்ற கல்லூரிகளிலிருந்தும் நீக்கிவிடலாம் என்ற சுற்றறிக்கையை அனுப்பினார். அது சென்னைப் பல்கலைக்கழகத்துக்கும் வந்தது. சென்னைப்

பல்கலைக்கழகத் துணைவேந்தர் அதை ஆசிரியர்களின் பார்வைக்கும் அனுப்பினார். அப்போது அதற்கு உடனடியாக எதிர்ப்புத் தெரிவித்தவர் கோவை கல்லூரி ஒன்றில் ஆங்கிலப் பேராசிரியராக இருந்த எம்.எஸ். பூரணலிங்கம் பிள்ளை தான். அவர் மெட்ராஸ் மெயில் பத்திரிகையில் யாட்பீல்டு என்னும் புனைபெயரில் ஹர்ஷன் அறிக்கையை விமர்சித்து ஒரு கட்டுரை எழுதியிருந்தார்.

துணைவேந்தரின் சுற்றறிக்கையின்படி சமஸ்கிருதத்துக்குப் பாதிப்பு இல்லை என்பதால் பிராமண அறிஞர்களிடமிருந்தும் அதிகாரிகளிடமிருந்தும் ஆசிரியர்களிடமிருந்தும் பெரிய அளவில் எதிர்ப்பு வரவில்லை. அதே சமயம் ஒருவகையான மௌன ஆதரவும் இருந்தது.

இந்தச் சமயத்தில் பரிதிமாற் கலைஞர் பூரணலிங்கம் பிள்ளையைச் சென்னைக்கு வரவழைத்து வாடகைகாரில் சுற்றியலைந்து தமிழறிஞர்களைப் பார்த்து ஆதரவு திரட்டினார். பாண்டித்துரைத் தேவர் தனிப்பட்ட முறையில் பரிதிமாற் கலைஞருக்கு உதவியிருக்கிறார்.

இந்தக் காலகட்டத்தில் (1902) பரிதிமாற் கலைஞர் மதுரைத் தமிழ்ச் சங்க ஆண்டுவிழா மேடையில் சுதேச மொழிக்கும் இடம் கொடுக்க வேண்டிய பொதுவான கருத்தைச் சொல்லிவிட்டு ஐரோப்பிய வரலாற்றிலிருந்து இதற்கு மேற்கோள் காட்டிப் பேசியிருக்கிறார். கடைசியாகப் பிரிட்டிஷ் அரசின் சுதேச மொழி தொடர்பான பாராமுகத்தை யாரும் புண்படாத முறையில் பேசினார்.

பரிதிமாற் கலைஞரும் பூரணலிங்கம் பிள்ளையும் தொடர்ந்து செயல்பட்டதற்கு வெற்றியும் கிடைத்தது. சென்னைப் பல்கலைக்கழகத்தில் சுதேச மொழியான தமிழைக் கட்டாயப் பாடம் ஆக்கலாம் என்ற உத்தரவும் வந்தது. இந்த முயற்சியில் தீவிரமாக ஈடுபட்ட பரிதிமாற் கலைஞரை மயிலாப்பூர் கோவிலில் சந்தித்த பிராமண உயர்அதிகாரி ஒருவர் "சமஸ்கிருதத்துக்குத்தான் தடையில்லையே; பின் நீ ஏன் இதில் வீணாகத் தலையைப் போடுகிறாய். உனக்கு இருமல் நோய் (காசநோய்) வேறு; வீட்டில் அடைந்து கிட" என்றாராம்.

பிற பிராமணத் தமிழறிஞர்களிடமிருந்து பரிதிமாற் கலைஞர் வேறுபடும் இடமும் இதுதான். இத்தனைக்கும் சமஸ்கிருத வல்லுநர்களின் வம்சாவழியினர் இவர்.

மதுரையில் விளாச்சேரி கிராமத்தில் கோவிந்த சாஸ்திரி என்பவர் இருந்தார். இவரது முன்னோர்கள் தீட்சிதர் பட்டம் பெற்றவர்கள்; கங்கையாடியவர்கள்; சாமவேதப் பயிற்சி பெற்றவர்கள். இந்த வம்சாவழியினர் பிற்காலத்தில் தீட்சிதர் பட்டத்தைச் சாஸ்திரி என வைத்துக்கொண்டனர். இந்த வம்சத்தில் வந்த சூரியநாராயண சாஸ்திரியின் மகன் கோவிந்த சாஸ்திரி சமஸ்கிருதக் காவியங்களையும் இலக்கியங்களையும் கற்றவர், இவரிடம் நிறைய சமஸ்கிருத ஏடுகள் இருந்தன. இந்தச் சாஸ்திரியின் மகன்தான் சூரியநாராயண சாஸ்திரி (பிறப்பு 1870 ஜூலை.)

சூரியநாராயணர் தந்தையிடம் சமஸ்கிருதம் படித்தார். ஏழு வயதில் மதுரை பசுமலை பள்ளி, மதுரை ஜில்லா உயர்நிலைப் பள்ளி, சென்னைக் கிறிஸ்தவக் கல்லூரி எனப் படிப்பை முடித்ததும் மதுரை சபாபதி முதலியாரிடம் தொடர்ந்து தமிழ் படித்தார். பி.ஏ.வில் தத்துவத்தைப் பாடமாக எடுத்து ராஜதானியில் முதல்வராகத் தேறினார். ஆனால் தத்துவம் தொடர்பாக இவர் எதுவும் எழுதவில்லை. அது பி.ஏ. படிப்போடு சரி.

இவர் தமிழ் படிக்க தந்தை தடையாக இருக்கவில்லை. தந்தைக்கும் தமிழ் இலக்கியப் பயிற்சி உண்டு. சாஸ்திரி சென்னையில் பி.ஏ.படிக்கும்போது சி.வை. தாமோதரம் பிள்ளையுடன் தொடர்புகொண்டிருக்கிறார். அவர் இவரைத் திராவிட சாஸ்திரி என்றே அழைத்தார்.

வடமொழியில் புலமை உடைய சூரியநாராயண சாஸ்திரி தனித்தமிழ் ஈடுபாட்டால் தன்னைப் பரிதிமாற் கலைஞர் என்றே அழைத்துக்கொண்டார். இவர் ஆரம்ப காலத்தில் சங்க கால நடையில் எழுதுவதை உயர்வாகக் கருதியிருக்கிறார். இராமலிங்க வள்ளலாரைப் போன்றே எளிய பதச் சேர்க்கையுடன் செய்யுள் இயற்றிய பரிதிமாற் கலைஞர் இறுக்கமான உரைநடையிலேயே எழுதினார். இது அன்றைய நிலை; இதற்கு விதிவிலக்கு குறைவுதான்.

பரிதிமாற் கலைஞர் சென்னைக் கிறிஸ்தவக் கல்லூரியில் தமிழ்த்துறைத் தலைவராகப் பொறுப்பேற்றபோது இவருக்கு வயது 25தான். அப்போது சென்னையில் இவரைவிடத் தமிழ்ப் பிரபலங்கள் சிலர் இருந்தாலும், கல்லூரி முதல்வர் மில்லர் இவரைச் சிபாரிசு செய்ததற்கு இவருக்குச் சமஸ்கிருதம், ஆங்கில மொழிகளில் இருந்த புலமைதான் காரணம். மொழி ஒப்பீடு அப்போது தேவையாயிருந்தது.

சென்னையில் தொடங்கிய திராவிட பாஷா சங்கம் (1889க்கு முன்பே இது நிறுவப்பட்டது.) இவரது தலையீட்டின் பின்னர் சரியாகச் செயல்பட ஆரம்பித்தது. தமிழ், தெலுங்கு, மலையாளம், கன்னட வளர்ச்சிக்கு இச்சங்கத்தின் செயல்பாடு முக்கியமாக இருந்தது. இதுபற்றி இவர் எழுதிய தமிழ்மொழி வரலாற்று நூலில் கூறியிருக்கிறார்.

பரிதிமாற் கலைஞர் என்றதுமே அவரது நாடகவியல் நூல்தான் நினைவுக்கு வரும். உரையாசிரியர், பதிப்பாசிரியர், மொழி ஆராய்ச்சியாளர், நடிகர், பத்திரிகையாசிரியர் என்றும் பல பரிமாணங்களைக் கொண்டவர் இவர்.

இவர் உயிரோடு வாழ்ந்தபோதே 11 நூல்கள் வெளியாகிவிட்டன. சிறுவயதில் எழுதிய 'மாலா பஞ்சகம்' என்ற தோத்திர நூல் 1889இல் சிறுபிரசுரமானது. சபாபதி முதலியாரின் மாணவராக இவர் இருந்தபோது யாழ்ப்பாணம் ஆறுமுக நாவலரின் நூலுக்கு எதிர்ப்பாக, 'சாதன சதுஷ்டய தர்ப்பண வக்கிர சூசிகா' என்ற நூலைத் தன் ஆசிரியருடன் இணைந்து வெளியிட்டிருக்கிறார். இதுபோன்ற ஒரு நூலை வெளியிட சபாபதி முதலியார்தான் காரணமாய் இருந்திருக்க வேண்டும்.

சாஸ்திரியின் குடும்பக் குலகுருவான மணிய சிவனாரைப் பற்றிக் கலிவெண்பாவில் எழுதிய பாடலையும் அவரது சரித்திரத்தையும் 1894இல் வெளியிட்டிருக்கிறார். இது குருவின் மேல் உள்ள பக்தியால் எழுதப்பட்ட நூல். இதில் இவரது சைவப்பற்றும், சமஸ்கிருத அறிவும் தெரிகிறது. முக்கியமாக வடமொழி நூல்களின் மேற்கோள்கள் இந்நூலில் அதிகம் வருகின்றன.

இவர் எழுதிய 'ரூபவதி அல்லது காணாமல்போன மகன்' என்ற உரைநடை நாடகம் (1895) திட்டமிட்டு எழுதப்பட்டது. இதில் எம்.எஸ். பூரணலிங்கம் பிள்ளையின் ஆங்கில முகவுரையும் உண்டு. இந்த நாடகம் வெளிவந்த ஆண்டிலேயே சென்னை வித்தியாபிமான சங்கத்தினரால் மேடை ஏற்றப்பட்டிருக்கிறது. இதில் பரிதிமாற் கலைஞரே ரூபவதி வேடத்தில் நடித்திருக்கிறார். இதன் இரண்டாம் பதிப்பு மாறுதல்களுடன் 1896இல் வெளிவந்தது.

மதிவாணன் என்ற புனைகதை ஞானபோதினி பத்திரிகையில் தொடராக வந்தது (1897). இது சங்க இலக்கிய மொழிநடையில் எழுதப்பட்டது. இது வெளிவந்த காலத்தில் சி.வை. தாமோதரம் பிள்ளை இவரை லார்டு மெகாலேயுடன் ஒப்பிட்டிருக்கிறார்.

இந்தக் கதையின் மொழிநடை இப்படி இருக்க வேண்டும் என்று சி.வை.தா. சொல்லியிருந்தாராம்.

இதே ஆண்டில் (1897) கலாவதி, நாடகவியல், சித்திரக்கவி விளக்கம் ஆகிய நூல்களும் வெளிவந்தன.

நாடகவியல் என்ற நூல் 172 சூத்திரங்களைக் கொண்டது. இது பொதுவியல்பு, கிளப்பியல்பு, உறுப்பியல்பு, நடிப்பியல்பு என்னும் நான்கு பிரிவுகளைக் கொண்டது. ஆங்கிலம், வடமொழி நாடகங்களின் அடிப்படையில் தமிழ் பின்னணிக்கு ஏற்ப எழுதப்பட்ட நாடக இலக்கணமான இந்த நூலை எழுதியபோது பரிதிமாற் கலைஞருக்கு வயது 27 தான். இந்த நூலுக்கு பலராமய்யர் உரையும் உண்டு.

நாடகவியல் நூலின் மாதிரிநாடகமாக வெளிவந்தது. 'கலாவதி' நாடகம். இந்த நாடகம் வெளிவந்த ஆண்டின் (1897) இறுதியில் சென்னை வித்வ மனோரஞ்சனி சபையினர் மேடை ஏற்றினர். இதில் பரிதிமாற் கலைஞர் கலாவதியாக நடித்தார். இந்த நூல் ராமநாதபுரம் சேதுபதிக்குச் சமர்ப்பிக்கப்பட்டுள்ளது.

இவர் விவேக சிந்தாமணி, ஞானபோதினி பத்திரிகைகளில் எழுதிய பாடல்கள் 'தனிப் பாசுரத் தொகை', 'பாவலர் விருந்து' என்னும் தலைப்புகளில் வெளிவந்திருக்கின்றன (1899).

தனிப்பாசுரத் தொகை நூலில் ஜி.யு. போப்பின் ஆங்கில முகவுரை உள்ளது. பாவலர் விருந்து நூலில் ஆங்கிலக் கவிஞர் டென்னிசனின் இறப்பு குறித்த கையறுநிலைப் பாடல் உள்ளது. இத்தொகுப்பில் ஆங்கிலச் செய்யுள் வகையான *Sonnet* என்ற வடிவத்தைப் பின்பற்றி நேரிசை ஆசிரியப்பா வடிவில் 14 வரிகளில் இவர் எழுதிய பாடல்கள் சேர்க்கப்பட்டுள்ளன. இவை வெளிவந்த காலத்தில் பாராட்டுப்பெற்றவை. என்றாலும் இவரைக் கவிஞராகக் கொள்ள முடியாது.

1902இல் வெளிவந்த மானவிஜயம் என்ற துன்பியல் நாடகம் செய்யுள் வடிவமானது. கடைச்சங்க கால வரலாற்றுப் பின்னணியில் எழுதப்பட்ட இந்நூலுக்குச் சுதேசமித்திரன் ஜி. சுப்பிரமணிய அய்யரின் முகவுரையும் உண்டு. இந்த நாடகம் எழுதத் தூண்டுதலாய் அமைந்ததற்குச் சென்னைக் கிறிஸ்தவக் கல்லூரி இதழ்களில் இவர் எழுதிய நாடகம் பற்றிய கட்டுரைகளும் காரணம்.

இவரது நூல்களில் தமிழ்மொழி வரலாறு (1903) ஆராய்ச்சி நூல். இது இவர் காசநோயால் பாதிக்கப்பட்ட பின்பு எழுதியது.

இந்நூலில் சென்னைக் கிறிஸ்தவக் கல்லூரி ஆங்கிலப் பேராசிரியர் கெல்லட்டின் ஆங்கில முகவுரையும் உண்டு. சேஷகிரி சாஸ்திரியின் திராவிட சப்த தத்துவத்தை அடிப்படையாகக் கொண்டது. இந்நூல் அக்காலத்தில் பிரபலமாய்ப் பேசப்பட்டது. சொற்பொருள், வேர்ச்சொல் விளக்கம், நிகண்டுகள் பற்றிய இவரது கருத்துக்கள் இதில் முக்கியமானதாக உள்ளன.

கலிங்கத்துப்பரணி, நளவெண்பா, மழவை மகாலிங்கய்யரின் இலக்கண நூல், பஞ்சதந்திரக் கதைகள், மதுரை மாலை போன்ற நூல்களையும் இவர் பதிப்பித்திருக்கிறார். 1897ஆம் ஆண்டில் வெளிவந்த சித்திரக்கவி விளக்கம் தண்டியலங்காரப் பதிப்புதான். இது மாணவர்களுக்காக வெளியிடப்பட்டது.

பரிதிமாற் கலைஞர் சமஸ்கிருதத்திலிருந்து மொழி பெயர்த்த 'இழிசினர் வழக்கு' என்ற நூல் பற்றியும், 'வித்தியா விருத்தி' என்ற நூல் பற்றியும் விவரங்கள் கிடைக்கவில்லை என்று இவரது வரலாற்றை எழுதிய ந. சுப்பிரமணியன் கூறுகிறார் (1950). நாடகத்தில் வரும் ஒடுக்கப்பட்ட சாதிப் பாத்திரங்களின் உரையாடல் மொழிவடிவம் பற்றியது 'இழிசினர் வழக்கு.'

இவர் சூர்ப்பனகை பற்றிய நாடகம் ஒன்றை எழுதத் திட்டமிட்டிருக்கிறார். விசாகதத்தனின் 'முத்திரா ராட்சசம்', காளிதாசனின் 'குமார சம்பவம்' ஆகியவற்றின் சில பகுதிகளை மொழிபெயர்த்துள்ளார். இந்த வேலைகளின்போது காசநோய் அதிகரிக்கவே இவை முற்றுப்பெறவில்லை.

ஆக்ஸ்போர்டு பல்கலைக்கழகத்திலிருந்து ஜி.யு. போப் ஓய்வு பெற்ற பிறகு அவரது இடத்திற்குப் பரிதிமாற் கலைஞரை அழைத்திருக்கின்றனர் (1902). போப்பே இதற்குச் சிபாரிசு செய்திருக்கிறார். இவரின் உடல்நிலை மோசமாக ஆரம்பித்த காலம் அது. அதோடு கடல் கடந்து வெளிநாடு செல்ல அவரது மனைவி முத்து சுபலட்சுமி விரும்பவில்லை.

1902 கடைசியில் இருமல் நோய் அதிகரித்தபோது கல்லூரிக்குச் செல்லவில்லை. ஆறு மாதம் விடுப்பு எடுத்துக்கொண்டு வீட்டில் இருந்தார். அப்போதும் படிப்பும் எழுத்தும் அவருக்கு நிம்மதியைக் கொடுத்தன. அந்த நேரத்தில் எழுதப்பட்டதுதான் 'தமிழ்மொழி வரலாறு.'

பரிதிமாற்கலைஞர் யாழ்ப்பாணம் ஆறுமுக நாவலரைப் போலவே உரைநடையில் நிறுத்தக்குறிகளுக்கு அதிக முக்கியத்துவம் கொடுத்தார். விவேக சிந்தாமணியில் இவர்

ஆசிரியராக இருந்தபோது எழுதிய கட்டுரைதான் உரை நடையைப் புரிந்துகொள்ள நிறுத்தக் குறிகள் அவசியம் என்பதை மாணவர்களிடம் உணரவைத்திருக்கிறது. வகுப்பிலும் இவர் இதை வலியுறுத்திஇருக்கிறார். அதோடு உரைநடையில் சந்தி பிரித்து எழுத வேண்டும் என்பதைத் தேர்வுக்கு முன்னால் மாணவர்களிடம் இவர் கண்டிப்பாகக் கூறுவாராம். இதனாலேயே ஒரு பண்டிதருடன் இவர் மாறுபாடு கொள்ள வேண்டியிருந்தது.

உரையாசிரியர் நச்சினார்க்கினியருக்கு மதுரையில் வெண்கலச் சிலை வைக்கவேண்டும் என்ற இவரது கோரிக்கை (1900) விவேகபானு பத்திரிகையில் வந்திருக்கிறது. அந்தக் காலகட்டத்தில் மூத்த தமிழறிஞர்கள் சிலர் பரிதிமாற் கலைஞரிடம் இப்படிச் சொல்லி இருக்கின்றனர்: 'தமிழ் மொழியின் பேரைச் சொல்லி ஒருவருக்குச் சிலை வைத்து வழிபாட்டை உருவாக்குவது எதிர்காலத்தில் மோசமான சூழ்நிலையை உருவாக்கும்; யோசித்துப் பார்.'

11

பா.வே. மாணிக்க நாயகர்

(1871–1931)

நாமக்கல் கவிஞர் ராமலிங்கம் பிள்ளை 'என் கதை' என்ற தன் வரலாற்று நூலில் மாணிக்க நாயகருடன் மூன்று சக்கர வண்டியில் தில்லிக்குச் சென்ற பயணம் பற்றி விரிவாக எழுதியிருக்கிறார். இது திகில் நாவலைப் படிப்பது மாதிரி இருக்கும். இவர்கள் இருவரும் 1912 டிசம்பரில் தில்லியில் நடந்த ஐந்தாம் ஜார்ஜ் மன்னர் முடிசூட்டு விழாவிற்குத் திருச்சியிலிருந்து மூன்று சக்கர வாகனத்தில் சென்றிருக்கின்றனர். அப்போது நாயகர் இளைஞர் அல்லர். 41 வயது.

பொதுவாகத் தமிழ் அறிஞர்களில் பெரும் பாலானோர் வழக்குரைஞராக இருக்க, நாயகர் இவர்களில் வேறுபட்டிருந்தார். இவர் அந்தக் காலத்தில் பி.இ. படித்துவிட்டு பொதுப் பணித்துறையில் உயர்அதிகாரியாக இருந்தவர்.

நாயகரின் மூதாதையர்கள் விஜயநகரப் பேரரசுக் காலத்தில் படைத்தலைவர்களாய் இருந்தவர்களாம். இவரின் தாத்தாகூட நாயக்கச் சிற்றரசின் படைத்தலைவராய் இருந்தவர். நாயகரின் தொப்பியைப் பற்றிக் கேட்கும்போது இதை எல்லாம் சொல்லி இந்தத் தொப்பி அடுக்கடுக்காய் இப்படிச் சாய்ந்திருப்பதே என் பரம்பரைப் பெருமை என்பாராம். சிலம்பம், மற்போர், துப்பாக்கி சுடுதல் என எல்லாப் போர்க்கலைகளையும் இவர் அறிந்தவர்.

சேலத்திலிருந்து எட்டுக் கல் தொலைவில் உள்ளது பாசம்பட்டி; செழிப்பான ஊர்; மாந்தோப்புகளும் நெல் வயல்களும் நிறைந்தது. இந்த ஊரில் வேங்கடசாமி நாயக்கர் என்ற ஜமீந்தார் இருந்தார். இவரது மனைவி முத்தம்மா. இருவருக்கும் 1871 பெப்ரவரி 25இல் பிறந்தவர் பா.வே. மாணிக்க நாயகர்.

நாயகரின் சாதகப்படி 12 வயதுக்கு மேல் அவர் இருக்கமாட்டார் என்று தீர்க்கமாக ஒரு சோதிடன் சொல்லி விட்டான். அதனால் பெற்றோர் அவரை 12 வயதுவரை வீட்டை விட்டு வெளியே அனுப்பவில்லை. பள்ளிக்கூடத்துக்கூட.

வசதியான குடும்பம். அதனால் வீட்டிலிருந்தே தமிழ், கணிதம் என எல்லாம் படித்திருக்கிறார். 12 வயதுக்குப் பிறகு சேலத்தில் ஒரு பள்ளிக்கூடத்தில் சேர்ந்து படிக்க ஆரம்பித்தார். அப்போது வயது வரம்பு, தேர்வுக்கு உரிய வயது என்ற கட்டுப்பாடெல்லாம் இல்லை. வீட்டிலேயே ஆங்கிலப் பேச்சுக்குப் பயிற்சி நடந்தது.

பின்னர் சேலம் கல்லூரியிலேயே எப்.ஏ.யும் சேர்ந்துவிட்டார். அந்த வகுப்பில் படித்தது விஞ்ஞானம்; படிக்கும்போதே செய்முறைப் பயிற்சிகளில் ஆசிரியரையும் விஞ்சிவிட்டார். அந்தக் கால ஆசிரியர்களுக்கு இப்படிப்பட்ட மாணவர்களிடம் பொறாமையோ வெறுப்போ வராது. அதனால் அந்தப் பேராசிரியர் மாணிக்கரைப் பொறியியல் படிப்பு படிக்கச் சொன்னார்.

சென்னையில் இருந்த பொறியியல் கல்லூரியில் பொதுவாக பி.ஏ., எம்.ஏ., படித்தவர்கள்தான் சேருவது என்ற வழக்கம் இருந்த காலம் அது. நாயக்கர்தான் எப்.ஏ. படித்த மாணவனாய் இருந்தார். இவரைப் போல் இன்னொரு மாணவர் மட்டும்தான் அப்போது எப்.ஏ. படித்தவராம். அந்த ஆண்டு பொறியியல் படிப்பில் இவர் தங்கப் பதக்கம் வாங்கியிருக்கிறார். சென்னைப் பல்கலைக்கழகத்தில் 1971இல் நாயகருக்கு நூற்றாண்டு விழா நடத்தியபோது இந்தத் தங்கப்பதக்கத்தை விளம்பரப் பிரசுரத்தில் அச்சடித்திருக்கிறார் அப்போதைய துறைத்தலைவர் ந. சஞ்சீவி இருந்தார்.

நாயகர் பிடில், வீணை, புல்லாங்குழல் போன்ற இசைக் கருவிகளை இசைக்கத் தெரிந்தவர். நீரில் நீண்ட நேரம் மிதந்து கிடக்கும் ஜலயோகம் தெரியும். ஜோதிடக் கலை நன்றாக அறிந்தவர். ஆறடி உயரம்; முறுக்கிய மீசை; கம்பீரமான தோற்றம்; ஆங்கிலப் பேச்சு; ஜமீன் பரம்பரைக்கே உள்ள துணிவு. இதெல்லாவற்றையும்விட இவரது ஆழ்ந்த தமிழ்ப் படிப்புதான் இவருக்கு அப்போது பரவலான மதிப்பைக் கொடுத்திருக்கிறது.

படித்த உடனேயே பொதுப்பணித்துறையில் பொறியியல் அதிகாரி ஆகிவிட்டார். மேட்டூர் அணைத் திட்டத்திற்காகக் குதிரையில் சென்று வரைபடம் தயாரித்தவர் இவர். மேட்டூர் கட்டுமான வரன்முறை வகுத்தவர்களில் ஒருவர்.

வேலைபார்த்தபோது (1911) இங்கிலாந்து மான்செஸ்டருக்கு மேற்படிப்பிற்காகச் சென்றவர். அங்கே காங்கிரீட் கட்டிடம் பற்றிப் படித்திருக்கிறார். 1913லேயே சென்னையில் அதை அறிமுகப்படுத்தியிருக்கிறார். அந்தக் காலத்தில் இவர் மாதம் 2500 ரூபாய் சம்பாதித்திருக்கிறார். அன்றைய கணக்குப்படி இதற்கு 250 சவரன் தங்கம் வாங்கிவிடலாம்.

மாணிக்க நாயகர் தமிழில் திட்டமிட்டு எழுதிய புத்தகங்கள் குறைவு. பேசிய பேச்சுக்களைக் கட்டுரைகளாக வெளியிடுவது இவரது வழக்கம். மற்ற தமிழறிஞர்களைப் போல் அல்லாமல் பேச்சுக்களைத் திட்டமிட்டு வரையறை செய்துகொண்டு பேசியதால் அந்தப் பேச்சைக் கட்டுரையாக்குவதில் அதிகம் சிரமம் வரவில்லை.

இவருக்குத் தமிழ் ஆர்வம் ஏற்படக் காரணம் மற்றும் இவரது தமிழ்ப் படிப்பு பற்றிய தகவல்கள் குறைவாகவே கிடைக்கின்றன. இவர் தமிழ் இலக்கண நூல்களையும், கம்பராமாயணத்தையும் தெளிவாகப் படித்திருக்கிறார். சிறுவயதிலேயே சைவசித்தாந்தம் படித்தவர்.

நாயகர் தன் சமகாலத் தமிழறிஞர்களைப் போலவே அக்காலத் தமிழ்ச் சங்கங்களிலும், கல்லூரிகளிலும் பேசப் போயிருக்கிறார். அந்தப் பேச்சுக்கள் முன்தயாரிப்பு ஆகையால் அவை அப்போதைய இதழ்களில் வெளியாகியுள்ளன.

1919இல் திருச்சியில் நடந்த தமிழ்ப் புலவர் மாநாட்டில் 400 புலவர்கள் கலந்துகொண்டனர். (சங்கப் புலவர் 400 என்ற எண்ணிக்கை போல) இந்த மாநாட்டில் நாயகருக்கும் பங்குண்டு. முக்கியமாக மாநாட்டின் முதல் நாளில், தமிழ்த்தாய் வாழ்த்தாக பேரா. சுந்தரம்பிள்ளையின் மனோன்மணியம் நாடகத்தில் உள்ள ‘நீராரும் கடலுடுத்த’ பாடலைப் பாட வேண்டும் என்பதில்

இவர் முனைப்பாய் இருந்திருக்கிறார். அந்த மாநாட்டில் இவர் தமிழ் ஒலி பற்றி விரிவாகப் பேசியிருக்கிறார். முக்கியமாகத் தமிழில் பிறமொழிக் கலப்புக்கு எதிர்ப்புத் தெரிவித்திருக்கிறார்.

1920இல் சேலம் கல்லூரிகளில் இவர் பேசிய பேச்சு செந்தமிழ்ச் செல்வியில் வந்தது. தமிழகம் நிலவியல்படி பழைமையானது என்பதை உலக வரலாற்றிலிருந்து மேற்கோள் காட்டிப் பேசியிருக்கிறார். தொல்காப்பியர் மூங்கிலைப் புல் வகையில் சேர்த்தது இதன் பழமைக்குச் சான்று என்பதைச் சில காரணங்கள் மூலம் விளக்கியிருக்கிறார்.

கரந்தைத் தமிழ்ச்சங்க ஆண்டுவிழாவில் 'மெய்ஞ்ஞானத்தின் கொலுவிருக்கையில் அஞ்ஞானத்தின் வழக்கீடு' என்ற தலைப்பில் பேசிய பேச்சு சங்க இதழில் வந்திருக்கிறது (1926). இந்தப் பேச்சு மெய்ஞ்ஞானத்தைப் பழிப்பதுபோல் இருந்தாலும் உண்மையில் புகழ்வதாக இருந்தது. தொல்காப்பியத்தின் கந்தழி என்ற சொல்லுக்குப் புதிய விளக்கத்தைத் தந்திருக்கிறார்.

1927இல் சென்னை பச்சையப்பன் கல்லூரியில் 'எல்லாம் ஐந்தே' என்ற தலைப்பில் இவர் பேசிய பேச்சு செந்தமிழ்ச் செல்வியில் வந்தது. இதில் உலகம் ஐந்து பகுப்பாக இருப்பதுபோல் உடலும் ஐந்து பகுப்புடையது என்று விளக்கியிருக்கிறார்.

காலிலிருந்து இடுப்பு வரை நிலத்தன்மை, இடுப்பிலிருந்து நெஞ்சுவரை நீர்த்தன்மை, நெஞ்சிலிருந்து தோள்வரை நெருப்புத் தன்மை, தோளிலிருந்து மூக்குவரை காற்றுத்தன்மை, மூக்கிலிருந்து தலை வரை ஆகாயத்தன்மை உள்ளது என்பதை விளக்கி, இவை பிறப்பால் மாற்றமில்லாதது என்று முடித்திருக்கிறார்.

சென்னைப் பாலசுப்பிரமணிய பக்த சபையில் கா.சு. பிள்ளையின் தலைமையில் தமிழ் அறிவியல் சொற்கள் என்ற தலைப்பில் பேசியதும், சென்னைத் திருமயிலை சன்மார்க்கச் சகோதரத்துவச் சங்கத்தில் (1932) மொழி முதல் தமிழர் கடவுள் கொள்கை என்ற தலைப்பில் பேசிய பேச்சும் செந்தமிழ்ச் செல்வியில் வந்திருக்கின்றன.

நாயகர் எழுதிய ஆங்கில நூல்களில் *The Tamil Alphabet and its Mystic Aspect* என்ற நூலின் மொழிபெயர்ப்பு (தமிழ் எழுத்துக்களின் நுண்மை விளக்கம்) வந்திருக்கிறது.

இதில் ஓ என்ற எழுத்தே எல்லாவற்றிற்கும் முதலானது. ஓ–ஆவாக மாறியது என்று எழுதியிருக்கிறார். இந்நூலில் மீன், ஓஞ்சி, ஆமை, பன்றிக்குட்டி, மனிதக்குழவி என உயிர்களின் முதிராக் கருக்களின் வடிவத்தின் அமைப்பும் ஓ எழுத்தின்

வடிவ அமைப்பும் ஒன்றாக உள்ளது என்பதை வரைபடங்கள் வழி விளக்கியிருக்கிறார்.

The Evolution of Intellect in Coordination with Form என்ற நூலின் மொழிபெயர்ப்பு செந்தமிழ்ச் செல்வியில் உயிர் வளர்ச்சியில் கண்ட இறைவடிவம் என்ற தலைப்பில் வந்தது. இந்நூலில் சித்தாந்தக் கருத்துகள் அறிவியல் ரீதியாக ஆராயப்படுகின்றன. இக்கட்டுரையில் இடையிடையே சொந்த வாழ்க்கை அனுபவத்தையும் கூறுகிறார்.

1922இல் தமிழ் ஒலி இலக்கணம் பற்றியும், பொதுத்தமிழ் வரி இலக்கணம் பற்றியும் இரண்டு சிறு பிரசுரங்களை வெளியிட்டுள்ளார். இவற்றில் செந்தமிழ் இலக்கணம் இயற்கையாக நிகழும் ஒலிக்குறிப்புகளையும் (முணுமுணுத்தல், பொருமுதல், திக்கல்) கணக்கில் எடுத்துக் கொண்டு எழுதப்பட்டது. இதற்குக் காரணம் தமிழ்ச்சொற்களின் வேர்கள் இயற்கை சார்ந்து ஒலிகளாக இருப்பதுதாம். ஓசை இலக்கணத்திற்கும் தமிழ்ச் செய்யுள் இலக்கணத்துக்கும் தொடர்புண்டு. ஒலிகளுக்குத் தமிழில் இடப்பட்டிருக்கும் பெயர்கள் இதற்கு உதாரணம் என்கிறார். இந்த நூலில் 'தமிழுக்கு ஒரு பல்கலைக்கழகம் தேவை' என்பதைக் குறிப்பிட்டிருக்கிறார்.

'பொதுத்தமிழ் வரியிலக்கணம்' என்ற நூல் தமிழ்ப் பண்பாடு சார்ந்து இலக்கணத்தை விளக்கும் சிறுநூல். ஒரு மொழியின் இலக்கணமும், சொற்களின் கூட்டமும் அந்த மொழி பேசும் மக்களின் பண்பாட்டை வெளிப்படுத்தும்; ஒரு பகுப்பாரின் ஆரம்பப்பேச்சுமொழிக்கும், நாகரிகத் தோற்றத்திற்கும் தொடர்புண்டு என்பதை இதில் விளக்குகிறார்.

1922இல் ஆந்திரா குண்டூரில் ஓர் ஆய்வரங்கில் Betwixt Ourselves in Madars Zoo என்ற தலைப்பில் பேசிய பேச்சு சிறு நூலாக வந்திருக்கிறது (1926).

மனிதர்களின் குணங்களையும் விலங்குகள் பற்றிய வழக்காறுகளையும் ஒப்பிட்டு விளக்கும் நகைச்சுவைச் சித்திரம் இது. 'உருத்தராட்சப் பூனை' என்பது வழக்காறு. இதை அரசியல்வாதிகளுக்கும் பொருத்திக்காட்டுகிறார். இதில் சமூக ஊழல் எப்படி வெளிப்படுகிறது. மனிதர்களின் தீண்டாமைக் குணம் என்பன போன்றவற்றை வழக்காறுகளின் அடிப்படையில் கூறியிருக்கிறார்.

நாயகருக்கும் மு. ராகவையங்காருக்கும் இடையே நடந்த கடிதப் பரிமாற்றமும் சிறு பிரசுரமாகத் திருச்சியில் வெளியிடப் பட்டிருக்கிறது.

ராகவையங்காரின் தொல்காப்பிய – பொருளதிகார ஆராய்ச்சி பற்றிய விவாதம் இதில் உள்ளது. முக்கியமாக நாயக்கர் இதில் உரையாசிரியர்கள் காலத்துக்கும் தொல்காப்பியரின் காலத்துக்கும் நிறைய இடைவெளி உண்டு; இப்படி இருக்க, உரையாசிரியர்கள் தம் கால வாழ்க்கையை முந்தைய காலத்துடன் பொருத்திப் பார்ப்பது மொழி இலக்கணத்துக்குச் சரி, பண்பாடு சார்ந்த விஷயங்களுக்குப் பொருந்துமா என்ற கேள்வியை எழுப்பி இருக்கிறார். அதோடு தமிழ்ப் புலவர்கள் தம் இயற்பெயர் கூறாமல் இருந்ததற்குத் தனியான காரணம் உண்டா? இது தமிழ் இனம் தொடர்பான பண்பா? ஆராய வேண்டியது என்கிறார்.

மாணிக்க நாயகரின் பிரபலத்துக்கு, கம்பனையும் வால்மீகியையும் ஒப்பிட்டு எழுதிய புத்தகம் முக்கிய காரணம். 1931இல் பல்லாவரம் பொதுநிலைக் கழகத்தில் மறைமலையடிகள் தலைமையில் இவர் பேசிய பேச்சு செந்தமிழ்ச் செல்வியில் தொடராக வந்தது. 1955இல் இப்பேச்சு 'கம்பன் புளுகும் வான்மீகி வாய்மையும்' என்னும் தலைப்பில் சிறு நூலாக வந்தது.

வான்மீகியை யதார்த்தவாதியாகவும், கம்பனைக் கற்பனையாளராகவும் கொண்டு ஒப்பிட்ட விமர்சன நூல் இது. இந்த நூலின் கருத்துகளைப் பிற்காலத்தில் திராவிடக்கழகப் பிரச்சாரகர்கள் தங்களுக்குச் சாதகமாகவும் கம்பராமாயணப் பிரசங்கிகள் தங்களுக்கேற்றவாறு மாற்றியமைத்தும் பயன்படுத்தி யிருக்கின்றனர்.

வான்மீகியின் இராமன் பன்றி, கலைமான் போன்றவற்றை வேட்டையாடிச் சாப்பிடுகிறான். கம்பனின் இராமனோ காய்கறி கிழங்குகளையே சாப்பிடுவது புனிதம் என்று நினைக்கிறான்.

இராமனிடம் கோசலை உனக்கு நாடு இல்லை என்றதும் அவனது முகம் தாமரை மலர் போல் மலர்கிறதாம்; இது கம்பன். வான்மீகியின் இராமனோ கோசலையிடம் நான் உன் முன்பாக ஆசனத்தில்கூட அமரமாட்டேன். 14 ஆண்டுகள் கானகத்தில் கஷ்டப்படப் போகிறேன் என்கிறான். காட்டுக்குப் போனபின்பு ஒருமுறை லட்சுமணனிடம் கைகேயி மகிழ்ச்சியுடன் இருப்பாள், படிப்பில்லாதவன்கூட என் தந்தையைப் போல இப்படிப் புதல்வனைக் கைவிடமாட்டானே என்று சொல்லிக் கொண்டே போகிறான்.

இப்படியான ஒப்பீட்டை ஆசிரியர் சுவாரஸ்யமாக ஆனால் கம்பனிடம் வெறுப்பேற்படாதவாறு விளக்குகிறார்.

நாயக்கரின் ஆய்வுக் கட்டுரைகள் செந்தமிழ்ச் செல்வியிலும், சிவகண்ணுசாமி என்பவர் நடத்திய செல்வி இதழிலும் வந்திருக்கின்றன.

செல்வி இதழில் வந்த தமிழ் அறிவியல் சொற்கள், இவர் காலத்து அறிவியல் ஆங்கில நூல்களை எப்படித் தமிழில் தருவது என்பதை விளக்கி, சில அறிவியல் கலைச்சொற்களையும் தருகிறது. *Geometry* – வடிவு அளவை நூல்; *Verticle* – செங்குத்தான, *Oblique* – சாய்ந்த, *Copper Sulphate* – மயில்துத்தம், *Tracing Paper* – விளம்புதாள் என்று சில கலைச்சொற்களையும் பட்டியல் இடுகிறார்.

இதுபோல் மரநூல் என்ற கட்டுரை செல்வி இதழில் வந்திருக்கிறது (1903). இதில் *Leaf* என்பதற்கு இலை / இதழ் என்று இருபொருளைத் தருவதால் ஏற்படும் சிக்கலை விளக்குகிறார்.

செந்தமிழ்ச் செல்வியில் வந்துள்ள திராவிட நாகரிகம் என்ற கட்டுரை, சொற்களுக்கும் திராவிடப் பண்பாட்டுக்கும் உள்ள தொடர்பு பற்றியது. திராவிடர் கள்ளை வெறுத்தனர். கள் என்பதற்குத் திருடு என்ற அர்த்தமும் உள்ளது எனச் சொல்லி இதுபோல் வேறு உதாரணங்களும் இதற்குக் காட்டிச்செல்கிறார்.

மாணிக்க நாயக்கர் ஜி.டி. நாயுடுவைப் போல் சொந்தத் தோட்டத்தில் பல பரிசோதனைகள் செய்தவர். மல்கோவா மாம்பழம் போன்ற ஒரு ஒட்டுப்பழத்தையும், ஒருவகை சீத்தாப் பழத்தையும் உற்பத்தி செய்திருக்கிறார். தான் உருவாக்கிய சீத்தாப் பழத்துக்கு இராமசீதா என்று பெயரிட்டிருக்கிறார்.

நாயக்கருக்கு மூன்று மனைவிகள்; 6 மக்கள். அரசு வேலையிலிருந்து ஓய்வு பெற்ற பின்பு சிவபுரம் ஜமீன்களுக்குச் சொந்தமான நிலங்களைக் கவனித்துக் கொண்டு வாழ்ந்திருக்கிறார்.

இவர் இரத்தஅழுத்த நோயால் நீலகிரி மாவட்டம் குன்னூரில் இருந்த போது மறைந்தார் (25.12.1931). இவரது சமாதி மயிலாப்பூரில் உள்ளது.

12

வ.உ.சிதம்பரனார்.
(1872-1936)

கப்பலோட்டிய தமிழரான வ.உ.சிதம்பரனார் (1872–1936) ஆறாண்டுச் சிறைத்தண்டனையிலிருந்து விடுதலை பெற்ற பின் (1912 டிசம்பர் 24) புதுமனிதராக மாறிவிட்டார். அ. ஸ்ரீனிவாசராகவன் "மகாபாரதக் கதை முடிவில் காண்டீபத்தைத் துறந்து இமயம் நோக்கி நடந்த அர்ஜுனனைப் போலத் தம் வீரர் – பெரும் அரசியல்தலைமை துறந்து பொதுப்பணியில் ஆழ்ந்தார்" என்று அப்போதைய நிலையை வர்ணிக்கிறார். தமிழறிஞரும் பேராசிரியருமான வையாபுரிப் பிள்ளை "தேசிய விஷயங்களில் உழைத்து வந்தவர் இப்போது தாய்மொழியாகிய தமிழின் பொருட்டு உழைக்க முன்வந்து சென்னையில்

தங்கினார்” என்கிறார். சிறைவாழ்க்கை அவரை மொழியின் பக்கம் திருப்பும்படியான சூழ்நிலையை உருவாக்கிவிட்டது. இதன் பின்னர் வ.உ.சி. தன் 24 ஆண்டுகளை இலக்கியம், இலக்கணம், சைவம் படிப்பிற்காக – ஆராய்ச்சிக்காகச் செலவிட்டிருக் கிறார்.

வ.உ.சி. தமிழறிஞரானதோ இலக்கியப் பதிப்பாசிரியரானதோ அகஸ்தமாய் வந்ததல்ல. அவர் பிறந்த தென்பாண்டி நாடு தமிழ், சைவம் இரண்டிற்கும் களமாக இருந்த இடம். அவர் சிறையிலிருந்தபோதே திருக்குறள் உரைகளைப் படித்திருக் கிறார்.

19ஆம் நூற்றாண்டில் தமிழக காங்கிரஸ் தலைவர்கள் பொதுக்கூட்டங்களில் ஆங்கிலத்தில்தான் பேசினார்கள். இதனால் பெரிய கூட்டங்களுக்குச் சாதாரண மக்கள் வருவதில்லை. வேடிக்கை பார்க்க சிலர் வந்தனர். அந்தக் காலத்தில் இந்துப் பத்திரிகைகளில் ஒரு வாசகர் “நமது ஜனத்தலைவர்கள் இங்கிலீசில் யோசிப்பதையும் பேசுவதையும் நிறுத்தினால் ஒழிய நமது பாஷை மேன்மைப்பட இடமில்லை” என்று எழுதியதைப் பாரதி மேற்கோள் காட்டினார். வ.உ.சி. இதைத் தலைவர்களிடம் சுட்டிக்காட்டியிருக்கிறார்.

வ.உ.சி. மொழிப்பற்று வழி நாட்டுப்பற்று உருவாகும்; அதனால் தலைவர்கள் கூட்டங்களில் தமிழில் பேச வேண்டும் என வேண்டுகோள் விடுத்தார்; மேடைகளிலும் பேசினார்.

வ.உ.சி. பதிப்பாசிரியர்; கட்டுரையாசிரியர்; மொழி பெயர்ப்பாளர்; உரையாசிரியர் எனப் பன்முகம் கொண்டவர். இவர் பதிப்பித்தவற்றில் தொல்காப்பியம், சிவஞான போதம், திருக்குறள் ஆகிய மூன்றும் முக்கியமானவை.

தொல்காப்பியம், இளம்பூரணத்தைப் பதிப்பித்ததை வையாபுரிப்பிள்ளை எழுதியிருக்கிறார். தொல்காப்பியம், பொருளதிகாரத்தின் முதல் இரண்டு இயலை வ.உ.சி. வெளியிடும் போது செல்வக்கேசவராய முதலியார் உதவியிருக்கிறார். பின்னர் வ.உ.சி.யும் வையாபுரிப்பிள்ளையும் இணைந்து பொருளதிகாரம் முழுவதையும் பதிப்பித்திருக்கின்றனர்.

திருக்குறள் பரிமேலழகர் உரையில் சில இடங்களில் பிழை உள்ளது என்ற கருத்துடையவர் வ.உ.சி. அவருக்குப் பிடித்த உரையாசிரியர் மணக்குடவர். இந்த உரை தமிழ்ப் பண்பாடு கருதி எழுதப்பட்டது என்று கருதினார் அவர். வ.உ.சி.யின்

மணக்குடவர் உரை வெளிவர (1918) தென்னாப்பிரிக்கத் தமிழர்கள் உதவியிருக்கின்றனர்.

பதினெண்கீழ்க்கணக்கு நூல்களில் இன்னிலையும் ஒன்று என நம்பி அதைப் பதிப்பித்தார் வ.உ.சி. இப்பதிப்பு போலியானது தவறானது என மயிலை சீனி வேங்கடசாமி, மு. அருணாசலம் போன்றோர் எழுதிய பின்பு வ.உ.சி.யின் பதிப்பு தவறானது என்று தெரிந்தது. 1931இல் அனந்தராம அய்யர் பதினெண்கீழ்க்கணக்கு நூல்களில் ஒன்று 'கைந்நிலை' என பதிப்பித்த பின்னர் வ.உ.சி. மனம் நொந்திருக்கிறார். இதை வையாபுரிப்பிள்ளையும், கு. அருணாசலக்கவுண்டரும் எழுதியிருக்கின்றனர்.

திருநெல்வேலியைச் சார்ந்த சொர்ணம் பிள்ளை என்பவர் 'இன்னிலை' என்ற பேரில் ஒரு நூலின் ஏட்டை வ.உ.சி.யிடம் கொடுத்து இது பதினெண்கீழ்க்கணக்கு நூல்களில் ஒன்று என கூறியிருக்கிறார். வ.உ.சி.யிடம் இதற்குக் கணிசமாகப் பணமும் பெற்றிருக்கிறார். வ.உ.சி. அந்த ஏட்டை வெளியிட்டிருக்கிறார். சொர்ணம்பிள்ளை இப்படி வேறு சிலரையும் ஏமாற்றியிருக்கிறார். அவர்களில் ஒருவர் வ.வே.சு. அய்யர்.

வ.உ.சி. சிவஞானபோதத்தை 1935இல் உரையுடன் வெளியிட்டார். இதன் இரண்டாம் பதிப்பை ஆ.இரா. வேங்கடாசலபதி முன்னுரை, பின்னிணைப்புகள், படங்களுடன் வெளியிட்டிருக்கிறார் (1999). இப்பதிப்பில் வ.உ.சி. சைவ சித்தாந்தம் தொடர்பாக எழுதி வெளிவராத ஒரு கட்டுரையும் உள்ளது.

வ.உ.சி. ஆரம்பத்திலிருந்தே சைவசமயம் தொடர்பான செய்திகளில் தீவிரமாய் இருந்தார். அவர் சிறையிலிருந்து வெளிவந்தபின் சென்னையிலும் (1913–1920) கோயம்புத்தூரிலும் (1920–24) வாழ்ந்தபோது சைவம் / தமிழ் இரண்டும் அவரை விடவில்லை. இக்காலங்களில் யோக வாசிஷ்டத்தை முறையாகப் படித்ததைச் சொல்லியிருக்கிறார். வ.உ.சி.யின் சிவஞானபோத இரண்டாம் பதிப்புக்கு அணிந்துரை எழுதிய சி.சு. மணி "வ.உ.சி. கடும் சைவத்தைக் கடுமையாக எதிர்கொண்டிருக்கிறார். அவருடைய சீர்த்திருத்த எண்ணங்கள் வேதாந்தத்தோடு சித்தாந்தத்தைச் சமரசம் காணவைத்துள்ளன" என்கிறார். பொதுமக்களுக்குப் புரியும்படியான உரை வேண்டும் என்பதற்காகச் சிவஞானபோத நூலுக்கு உரை எழுதியதாக வ.உ.சி. கூறுகிறார்.

மனம் போல் வாழ்வு, அகமே புறம், வலிமைக்கு மார்க்கம், சாந்திக்கு மார்க்கம் என்ற நூல்களை வ.உ.சி. மொழி பெயர்த்திருக்கிறார். வ.உ.சி.யை ஜேம்ஸ் ஆலன் (1864-1912) பெரிதும் கவர்ந்திருக்கிறார். ஆலன் கீழைநாட்டுத் தத்துவங்களில் ஈடுபாடுடையவர். வ.உ.சி. மொழிபெயர்த்த ஜேம்ஸ்ஆலனின் மனம் போல் வாழ்வு என்ற நூல் 13 பதிப்புக்களைக் கண்டிருக்கிறது. வ.உ.சி. வாழ்ந்தபோதே இப்பதிப்புகள் வந்தன. வலிமைக்கு மார்க்கம் நூல் 9 பதிப்புகளும் அகமே புறம் 6 பதிப்புகளும் பெற்றன. ஒருவகையில் வ.உ.சி.யின் வாழ்வுஆதாரத்திற்குக் கடைசிக் காலத்தில் ஜேம்ஸ் ஆலன் உதவியிருக்கிறார்.

13

மறைமலையடிகள்

(1876–1950)

தேவநேயப் பாவாணரைப் போன்ற தனித் தமிழ் அறிஞர் வரிசையில் பரவலாக எல்லோருக்கும் தெரிந்தவர் மறைமலையடிகள்தாம். இவர் தமிழ், வடமொழி அறிவும் ஆங்கிலப் புலமையும் கொண்டவர். சிரத்தையோடு செயல்பட்ட தமிழறிஞர். சீர்திருத்தம், தனித்தமிழ், வைதீக விமர்சனம் என்னும் பண்புகளுக்காக ஒருசாரார் தொடர்ந்து பாராட்டுவதற்கான வாய்ப்புகளைத் தக்கவைத்துக் கொண்டவரும் அதற்கு இடம் கொடுத்தவரும் மறைமலையடிகள்தாம்.

கல்லூரி ஆசிரியர், பத்திரிகையாசிரியர், சொற்பொழிவாளர், துறவி என்னும் பன்முகங்களை உடையவர். சமயம், நாடகம், சமகால இலக்கியம்,

அறிவியல் ஆராய்ச்சி, கவிதை எனப் பல்துறைகளில் முப்பது நூல்கள் எழுதியவர். தமிழகத்திலும் இலங்கையிலும் சைவம் பரப்பப் பயணம் செய்தவர் என்னும் சிறப்புகளை உடையவர் மறைமலையடிகள்.

சைவசமயம் குறித்து 5 நூல்கள், ஆராய்ச்சி நூல்கள் 5, அறிவியல் நூல்கள் 6, பழம் இலக்கியம் பற்றி பொதுவான கட்டுரைகள் 11, நாடகம் 1, மறுப்புநூல் 1, நாவல் 2 என 30 நூல்கள் இவரால் எழுதப்பட்டவை.

சமயம் தொடர்பாக இவர் எழுதிய 5 நூல்களில் திருவொற்றியூர் மும்மணிக் கோவையின் (1900) பாடல்கள் சங்கப் பாடல்களின் நடையை ஒத்தவை. இதற்கு என்று உரை உண்டு. இதன் மொழிநடையின் காரணமாகச் சமகாலத்தில் பெரிய அளவில் பாராட்டைப் பெறவுமில்லை.

இவரது நூல்களில் பரவலாக எல்லோரும் அறிந்தது "மாணிக்கவாசகர் காலமும் வரலாறும்" என்ற நூல். இருபது ஆண்டுகளாக ஆராய்ந்த முடிவுகள் இந்நூலில் உள்ளன. இந்த நூல் சைவசமயக் குரவரான மாணிக்க வாசகரின் காலத்தைக் கூறுவதற்காக எழுதப்பட்டது என்றாலும், தொல்காப்பியர், ஆழ்வார்கள், சேக்கிழார் எனப் பலரின் காலத்தையும் இந்நூல் கணிக்கிறது.

பாண்டியர் கல்வெட்டுகளில் கூறப்படும் வரகுணன் மணிவாசகர் கூறும் வரகுணன் அல்லன். இதனால் மணிவாசகர் காலத்தைப் பின்னுக்குக் கொண்டுசெல்கிறார் மறைமலையடிகள். இந்த நூலில் இராமன் கற்பனைப் பாத்திரம், விநாயகர்முருகன் போன்றோரின் பிறப்பு பற்றியவை கட்டுக்கதைகளே என்பன போன்ற கருத்துகளும் சொல்லப்படுகின்றன. ஒருவகையில் மொத்தத் தமிழ் இலக்கிய, தமிழக வரலாற்றைக் கூறுவதற்கு இந்த நூலைப் பயன்படுத்திஇருக்கிறார் மறைமலையடிகள் என்றும் கூறலாம்.

திருப்பாதிரிப்புலியூர் சைவ மாநாட்டில் (1902) பழந்தமிழ் கொள்கையே சைவசமயம் என்னும் தலைப்பிலும், திருச்சி சைவ மாநாட்டில் (1927) கடவுள் நிலைக்கு மாறான கொள்கை சைவம் ஆகா என்ற தலைப்பிலும் (1929) பேசிய பேச்சுகள் புத்தகங்களாக வந்துள்ளன.

ஆரியன் வந்த பின்பே சாதி வந்தது; தமிழர்க்கென்று சாதி கிடையாது, தமிழரின் சமயம் சைவமே; இதுவே பழைய சமயம்,

பிற்காலப் புராணங்களில் சில பொய்யானவை; அதனால் போலிச்சைவம் தோன்றியது என்னும் கருத்துகளை இந்த நூல்களில் கூறுகிறார்.

சாதி தொடர்பாக மறைமலையடிகள் எழுதிய "சாதி வேற்றுமையும் போலிச் சைவரும், வேளாளர் நாகரிகம் (1923) பண்டைத் தமிழர், ஆரியர்; தமிழர் மதம் (1940) என்னும் நூல்களின் மையம் சைவசமயம் தான். பச்சையப்பர் கல்லூரியில் நடந்த தமிழர் மத மாநாட்டில் (1940) பேசிய பேச்சு தமிழர் மதம் என்னும் நூலாக வந்தது.

மதம் என்ற சொல்லே மாணிக்கவாசகர் காலத்துக்குப் பின் தோன்றியது; தமிழர்கள் ஒளி வணக்கம் உடையவர்; காலைக் கதிரவன் முருகன்; மாலைக் கதிரொளி சிவன்; நீரின் நிலம் பார்வதி; சிவலிங்க வடிவம் நெருப்புக் குழி என்றெல்லாம் விரிவான தளத்தை எழுப்பி தமிழர் மதமும் சாதியும் தொடர்பற்றவை என்ற கருத்தைப் பூடகமாக உணர்த்துகிறார்.

தனவைசியர் ஊழியர் நூலில் வந்த கட்டுரை வேளாளர் நாகரிகம் (1923). மறைமலையடிகள் 1921இல் யாழ்ப்பாணத்தில் இதே தலைப்பில் விரிவாகச் சொற்பொழிவாற்றியபோது யாழ்ப்பாணம் ந.சி. கந்தையாபிள்ளை பேச்சு முடிந்ததும் ரூ.200 அன்பளிப்பாக வழங்கியிருக்கிறார். (பவுன் ரூ.13 விற்ற காலம் அது)

இந்தப் பேச்சிலும் பின்னர் இதைத் தொடர்ந்து எழுதிய கட்டுரையிலும் ஆரியர்கள்தாம் தமிழர்களைத் திசைதிருப்பினர்; தமிழர் ஆரியர்கள் வருவதற்கு முன்பே தனித்துவத்தோடு வாழ்ந்தனர் என்கிறார். வேளாளர் – ஆரியர் உறவு இதில் கூறப்படுகிறது.

முல்லைப் பாட்டு ஆராய்ச்சி (1903), பட்டினப்பாலை ஆராய்ச்சி (1906) என்னும் நூல்களைப் பதிப்பிக்க இவரது மாணவர்கள் உதவியிருக்கின்றனர். இந்த நூல்கள் மாணவர்களுக்காக எழுதப்பட்டவைதாம். இவ்விரு நூல்களிலும் நச்சினார்க்கினியர் உரை வேறுபடும் இடம், பாடல்களின் அழகியல் கூறுகள் வருகின்றன. பட்டினப்பாலை முகவுரையில் குறிஞ்சிப்பாட்டு ஆராய்ச்சி, எழுதப்பட்டதாய்க் குறிப்பு உள்ளது. ஆனால் அது வெளிவரவில்லை.

இவர் எழுதிய அறிவியல் நூல்கள் தொலைவில் உணர்தல் (1935) மரணத்தின் பின் மனிதர் நிலை, மனித வசியம் (1937),

யோக நித்திரை (1921), பொருந்தும் உணவும் பொருந்தா உணவும் – இவற்றில் மனிதர்களின் உடல் நலம் பேணும் வழி, உணவுப்பழக்கம், புலால் வெறுப்பு, ஆண்பெண் சேர்க்கை ஆகியன பற்றிய செய்திகள் வருகின்றன.

ஆவியுடன் உரையாடும் முறை பற்றிய ஆர்வம் மறைமலையடி களுக்கு உண்டு. கிளாஸ்டன் துரை ஆவியுடன் உரையாடியதையும் இறந்தபின் மனிதர் நிலைபற்றியும் ஒரு நூலில் கூறுகிறார்.

1907இல் இவர் காளிதாசனின் சாகுந்தலத்தை மொழி பெயர்த்தார். இதற்கு ஆராய்ச்சியுரையும் வெளியிட்டார். இந்த மொழிபெயர்ப்பு நூல் சென்னைக் கல்லூரிகளில் பாடத்திட்டத்தில் இருந்திருக்கிறது.

எடிசன் ஆங்கிலத்தில் எழுதிய ஆறு கட்டுரைகளை அடிகள் மொழிபெயர்த்திருக்கிறார் (1908). முருகவேள் என்னும் புனைபெயரில் இந்நூல் வந்தது. இதில் மறைமலையடிகளின் வாழ்க்கைக்குறிப்பும் விரிவான ஆங்கில முகவுரையும் உண்டு. இலங்கைப் பள்ளிகளில் இது பாடத்திட்டத்தில் இருந்தது.

மறைமலையடிகள் நாவலும் எழுதிப் பார்த்திருக்கிறார். குமுதவல்லி அல்லது நாகநாட்டரசி, கோகிலாம்பாள் கடிதங்கள் என்னும் இரண்டு நாவல்களுமே தழுவல்கள். தூய தமிழில் நீண்ட வாக்கியங்களில் அமைந்த இந்த நாவல்கள் வெளிவந்த காலத்திலேயே யதார்த்தம் அற்ற படைப்பு என்னும் விமர்சனத்துக்கு உள்ளாயிருக்கின்றன. கோகிலாம்பாள் கடிதங்கள் கடித வடிவில் அமைந்த நாவல்.

மறைமலையடிகளுக்கு ஆரம்பக்காலத்திலிருந்தே பத்திரிகைத் தொடர்பு உண்டு. இவர் சென்னைக் கிறிஸ்தவக் கல்லூரியில் பணியாற்றியபோது மாணவர் நலனுக்காக ஞானசாகரம் என்னும் மாத இதழை நடத்தியிருக்கிறார் (1902). மாணவர்களுக்கு இப்பத்திரிகையின் ஆண்டுச் சந்தா ஒன்றரை ரூபாய், மற்றவர் களுக்கு இரண்டரை ரூபாய். மாணவர்கள் படிக்கும் ஆர்வத்தைத் தூண்டவே இந்தச் சலுகை என்ற விளம்பரமும் வந்தது.

வ.உ.சி. இப்பத்திரிகைக்கு ஆண்டுச் சந்தா சேர்த்திருக்கிறார். இந்தப் பத்திரிகையில் வந்த கட்டுரைகளில் மாணிக்கவாசகர் காலம், தொல்காப்பியர் காலம், தமிழ் – வடமொழி பிறத்தல், பரிமேலழகர் உரை ஆராய்ச்சி ஆகியன குறிப்பிடத்தகுந்தன.

ஜே.எம். நல்லசாமிப்பிள்ளையின் சித்தாந்த தீபிகை என்னும் தமிழ் இதழின் ஆசிரியப் பொறுப்பில் மறைமலையடிகள்

இருந்தபோது 5 இதழ்களில் தொடர்ந்து எழுதியுள்ளார். திருமந்திரம், சிவஞான சித்தியார், தாயுமானவர் பாடல்கள் சிலவற்றிற்கு உரை எழுதியது இந்தப் பத்திரிகையில்தான். இந்த இதழில் குறிஞ்சிப்பாட்டு உரை வந்தது. பல்லாவரத்தில் இவர் வாழ்ந்தபோது (1911) ஞானசாகரம் என்ற அறிவுக்கடல் பத்திரிகையை நடத்தினார். 1915இல் கொழும்பு, இமயமலைச் சாரல் எனப் பல்வேறு இடங்களில் பயணித்தபோது அறிவுக்கடல் நின்றுவிட்டது.

1906–1908ஆம் ஆண்டுகளில் (The Oriental Mystic) என்ற பெயரில் ஆங்கிலப் பத்திரிகை ஒன்று நடத்தினார். இது சைவ சித்தாந்தப் பத்திரிகை.

மறைமலையடிகள் தமிழகத்திலும் பிற இடங்களிலும் பயணித்தவர். தனிச் சொற்பொழிவு செய்தவர். சைவம் பரப்புவதே இவரது நோக்கமாக இருந்ததால் இவரது பயணம் தொடர்ந்து நடந்தது. பலரின் தொடர்புக்கும் இது காரணமாக இருந்தது.

1906ஆம் ஆண்டில் சைவசித்தாந்த சமாஜம் சார்பாகச் சிதம்பரத்தில் நடந்த சைவ மாநாட்டிற்குக் கொழும்பு ராமநாதன் தலைமை தாங்கினார். இம்மாநாட்டில் ஆங்கிலம், தமிழ் இரண்டிலும் பேசினார்கள் மறைமலையடிகள். இம்மாநாட்டில் Theistic Aspect of Saiva Sidhanda, ஹடயோக ராஜயோக பிராணாயாமம் என்னும் தலைப்புகளில் பேசினார். இந்தப் பேச்சு சைவ உலகில் இவர் இடத்தைத் தக்கவைத்துக் கொள்ள உதவியது. பின்னர் தொடர்ந்து நாகப்பட்டினம், திருச்சி, மதுரையில் சைவமாநாடுகள் நடந்தபோது அடிகள் பங்கு கொண்டிருக்கிறார்.

1914ஆம் ஆண்டிலும் 1917ஆம் ஆண்டிலும் இவர் கொழும்பு சென்று இரவு பகலாகத் தனிக் கூட்டங்களில் பேசியிருக்கிறார். 1915இல் இமயமலை சென்றபோது அங்கே ஒரு கூட்டத்தில் சைவ சமயம், சித்தாந்தம் பற்றி ஆங்கிலத்தில் பேசினார். 1921–22ஆம் ஆண்டுகளில் இவர் கொழும்பில் இருந்தபோது சைவசித்தாந்த வகுப்பும் நடத்தியிருக்கிறார்.

மறைமலையடிகளின் இயற்பெயர் வேதாசலம் (வேதம்– மறை, அசலம்–மலை). சொந்த ஊர் நாகப்பட்டினம் அருகே காடம்பாடி கிராமம், தந்தை சொக்கநாத பிள்ளை; தாய் சின்னம்மா; பிறப்பு 15.7.1876. வேதாசலத்தின் தந்தை பத்து வயதில் மறைந்துவிட்டார்.

வேதாசலம் சிறுவயதில் அம்மாவிடம், திண்ணைப் பள்ளி ஆசிரியர்களிடமும் படித்துவிட்டு நாகப்பட்டினம் வெஸ்லியன் மிஷன் பள்ளியில் படித்தார். நாராயணசாமிப் பிள்ளை, மீனாட்சிசுந்தரம் பிள்ளை ஆகியோரிடம் தமிழ் இலக்கியங் களையும் முத்துவீரைய இலக்கணம் எழுதிய முத்துவீரைய உபாத்தியாரிடம் தமிழ் இலக்கணமும் படித்தார்.

வேதாசலம், சிவஞானபோதத்தைச் சோமசுந்தர நாயகரிடம் படித்தார். இவர் 15 – 21 வயதுக்குள்ளேயே தொல்காப்பியம், சங்கப்பாடல், சித்தாந்த சாத்திரங்கள் போன்றவற்றை நெட்டுருச் செய்துவிட்டார் என்கிறார் இவரது வரலாற்றை எழுதிய மறை திருநாவுக்கரசு. ஆங்கிலமும் வடமொழியும் தனிமுயற்சியில் படித்தவை. இவ்விரு மொழிகளிலும் நல்ல புலமை உண்டு. அடிகள் தம் நூல்களில் ஆங்கில முகவுரை எழுதியிருக் கிறார்.

1893இல் திருமணம். மனைவி சவுந்திரவல்லி. ஏழு மக்கள். 1893இல் மனோன்மணியம் நாடகம் வெளிவந்தபோது அதைப் படித்துவிட்டு இவர் எழுதிய கடிதம் பேரா. சுந்தரம்பிள்ளையுடன் அறிமுகமாகக் காரணமானது. இவர் சுந்தரம் பிள்ளையைக் காண திருவனந்தபுரத்திற்குச் சென்றிருக்கிறார்.

சுந்தரம் பிள்ளை தமிழாசிரியராகப் பணியாற்றும் தகுதியுடையவர் என்ற சிபாரிசுக் கடிதத்தை இவருக்குத் கொடுத்திருக்கிறார். 1896இல் திருவனந்தபுரம் பள்ளி ஒன்றில் தமிழாசிரியராகச் சேர்ந்தார். இந்த ஆண்டில் இந்நகரில் இருந்த சைவசித்தாந்த சபையில் சித்தாந்த பாடம் நடத்தியிருக்கிறார். சில காரணங்களால் திருவனந்தபுரத்தில் இவர் தொடர்ந்து பணியாற்ற முடியவில்லை.

இதன்பின்னர் சென்னைக் கிறிஸ்தவக் கல்லூரி ஆசிரியர் ஆனார். 1898 முதல் 1911 வரை 13 ஆண்டுகள் இங்கு பணிபுரிந்தார். இக்காலங்களில் பரிதிமாற் கலைஞர் இக்கல்லூரியில் ஆசிரியராக இருந்தார். அடிகளாரின் மாணவர்களில் செங்கல்வராய பிள்ளை, டி.கே.சி., சோமசுந்தரபாரதி, எஸ். வையாபுரிப்பிள்ளை ஆகியோர் குறிப்பிடத்தகுந்தவர்.

கிறிஸ்தவக் கல்லூரியிலிருந்து இவர் வேலையை விட்டு விலகியபோது 35 வயதுதான். இதன்பின் இவரது வாழ்க்கை சென்னை, பல்லாவரத்தில் ஆரம்பித்தது. 1911லிருந்து தன்னைச் சமரச சன்மார்க்க குருபோதகராக அறிவித்துக்கொண்டார்.

சைவப் பணியை மக்கள் பணி என ஆக்கிக்கொண்டார். சுவாமி என்ற அடைமொழி இவருடன் சேர்ந்துகொண்டது.

1914இல் கொழும்பு சென்றபோது தனிக்கூட்டங்களில் பேசியதற்குக் கிடைத்த பணத்தில் பல்லாவரத்தில் ஒரு வீடு கட்டிக்கொண்டார். இந்த வீட்டில் ஒரு நூல்நிலையத்தை அமைத்தார். அந்தக் காலத்தில் (1914) இங்கு 4000 தமிழ், வடமொழி, ஆங்கில நூல்கள் இருந்தன. பின்னர் இது பெரிய நூல் நிலையமானது. தன் இறுதிக்காலத்தில் இவர் எழுதிய உயிலில் தன் நூல் நிலையத்தைப் பொதுமக்களுக்கு உரிமையாக்கினார். தன் புத்தகங்களின் ராயல்டி தொகை மக்களுக்கே என்று எழுதிவைத்தார்.

பல்லாவரத்தில் இருந்தபோது காவியுடை அணிந்து துறவுக் கோலத்தில் இருந்தார். தன் நூல்களை அச்சிட அச்சகம் ஒன்றையும் நிறுவிஇருந்தார்.

மறைமலையடிகள் உணவு உண்பதில் தனிக்கவனம் எடுத்துக்கொண்டவர். மலச்சிக்கல் இல்லாமல் வாழ்வதே அறிவுத்தெளிவு பிறக்கும் என்பதைத் தினமும் பின்பற்றி எனிமா எடுத்துக்கொண்டவர். இப்படிச் செய்த இன்னொரு தமிழறிஞர் வ.சு. செங்கல்வராய பிள்ளை.

மறைமலையடிகள் 50 ஆண்டுகள் தொடர்ந்து நாட்குறிப்பு எழுதியிருக்கிறார். இதன் அடிப்படையில் இவரது வரலாற்றை இவரது மகன் மறை திருநாவுக்கரசு எழுதியிருக்கிறார். அடிகள் தீவிரமான தமிழறிஞராக இருந்தாலும் இவரது சமகாலத்திலும் பிற்காலத்திலும் இவரது ஆராய்ச்சி முடிவுகள் பெரும்பாலானவை ஒப்புக்கொள்ளப் படவில்லை. தமிழிலக்கிய வரலாற்றாசிரியர்கள் இவரை ஆய்வாளராக அடையாளம் காட்டவில்லை.

பல்லவர்களின் காலத்துக்கு முன் தமிழகத்தில் கல்வெட்டுகள் கிடைக்கவில்லை; ஆதிசங்கரருக்கு முன்பே மாயாவாதத் தத்துவம் தமிழகத்தில் இருந்தது; ராமாயணம் கற்பனையான காவியம்; பாரதம் யதார்த்தமானது; ஆண்டாள், பெரியாழ்வார், திருமங்கையாழ்வார் ஆகியோர் கி.பி. 10ஆம் நூற்றாண்டுக்குப் பிற்பட்டவர்கள்; வட்டெழுத்து 6000 ஆண்டுகளாகத் தமிழகத்தில் வழங்கிவருகிறது என்பது போன்ற இவரின் ஆய்வு முடிவுகளை அதிகாரபூர்வமான சான்றுகளுடன் மறுத்து எழுதிய ஆய்வுகள் வந்துவிட்டன.

வரலாற்றுப் பேராசிரியர்களான நீலகண்ட சாஸ்திரி, கே.கே. பிள்ளை, சத்தியநாத அய்யர், பி.பி. ஸ்ரீனிவாச அய்யங்கார்

போன்றோர் பல்லவர்களைப் பற்றிக் கூறிய முடிவுகளுக்கு மாறானது மறைமலையடிகளின் ஆய்வு. ஆழ்வார்களின் காலம் கி.பி. 10ஆம் நூற்றாண்டுக்கு முற்பட்டது என்பதைப் பலரும் நிறுவியுள்ளனர். பல்லவருக்கு முந்திய காலத்தது என்று கருதப்படும் தமிழ் பிராமி கல்வெட்டுகள் ஆழமான ஆய்வுக்குட்பட்டதைத் தமிழறிஞர் அறிவர். வட்டெழுத்து வடிவம் 6000 ஆண்டுகளுக்கு முற்பட்டது என்ற அடிகளின் கருத்து கூட விரிவாக ஆய்வு செய்யப்பட்டுள்ளது. இப்படியாக மறைமலையடிகளின் ஆய்வு முடிவுகள் பல தவறுடையன எனக் கூறப்பட்டாலும் சைவப்பற்று, தனித்தமிழில் உறுதி என்பதற்காக இவர் கொண்டாடப்படுகிறார்.

தமிழறிஞர்களில் அரசாங்கத்தால் அங்கீகரிக்கப்பட்டு நினைவுபடுத்தப்பட்டவர்களில் மறைமலையடிகளுக்கு முதலிடம் உண்டு. மறைமலையடிகளின் மொழி, சாதி, அரசியல் அவருக்குச் சாதகமாக இருந்தது.

14

கவிமணி
தேசிக விநாயகம் பிள்ளை
(1876-1954)

இந்தியாவின் சிறந்த மார்க்சியவாதியும் கேரளத்தின் முதலமைச்சராயும் இருந்த இ.எம். எஸ். நம்பூதிரிப்பாடு ஒருமுறை கவிமணியைச் சந்திக்கப் புத்தேரி ஊருக்குப் போனார். கவிமணி அப்போது நல்ல உடல்நலத்துடன் இருந்தார். இருவரும் மலையாளத்தில் உரையாடினர். கவிமணி நம்பூதிரிப்பாடிடம் மார்க்சியத்தை ஒரு வரியில் சுருக்கமாகச் சொல்லுங்கள் என்று கேட்டார். இ.எம். எஸ். "தனக்குத் தேவையானதை மட்டும் வைத்துக் கொள்வது மார்க்சியம்" என்றார்.

சாய்வுநாற்காலியில் விச்ராந்தியாய் படுத்திருந்த கவிமணி நிமிர்ந்து உட்கார்ந்தார். "ஒரு ஆறு,

அதல பாதாளத்தில் ஓடுகிறது, ஆற்றைக் கடக்க குறுகலான பாலம் உண்டு; அது ஒருவர் நடப்பதற்கு மட்டுமே உரியது. கைப்பிடிச்சுவர் இல்லை. அதில் ஒருவன் ஆற்றைக் கடக்கப் படும் சிரமம் எப்படி இருக்கும்" என்று கேட்டார்.

கூர்மையான புத்தியுடைய இ.எம்.எஸ். பதில் பேசவில்லை. வாய்விட்டுச் சிரித்தாராம். அன்று மாலை நாகர்கோவிலில் நடந்த கூட்டத்தில் "கவிமணி நாஞ்சில் நாட்டுக்காரர்களின் கிண்டலும் மலையாளிகளின் நகைச்சுவை உணர்வும் கலந்த சம்பாஷணைக்காரர்" என்றாராம்.

கவிமணி 1931–1954ஆம் ஆண்டுகளில் நாஞ்சில் நாட்டுப் புத்தேரியில் வாழ்ந்த காலக்கட்டத்தில் அழகிரிசாமி, டி.கே.சி., சாமிநாத சர்மா போன்ற அறிஞர்கள், இராஜாஜி, சிவாஜிகணேசன், கலைவாணர், எம்.கே.டி. பாகவதர் என அன்றைய பிரபலங்கள் எல்லோரும் அவரைச் சந்திக்கப் போயிருக்கின்றனர். அவரது சமகாலக் கவிஞர்களில் மிகவும் மதிக்கப்பட்டதற்கு அவர் சிறந்த சம்பாஷணைக்காரர் என்பதும் கூடக் காரணம் என்கிறார் சுந்தர ராமசாமி.

தேசிக விநாயகம் பிள்ளை என்ற கவிமணி 1876 ஜூலை 27ஆம் தேதி தென்திருவிதாங்கூரில் (இன்றைய கன்னியாகுமரி மாவட்டம்) தேரூர் என்ற ஊரில் பிறந்தார். கவிமணி ஆரம்பத்தில் படித்தது மலையாளமே; தமிழ் அவராகப் படித்தது. தேரூர் திருவாவடுதுறை தம்புரானிடம் இலக்கிய இலக்கணங்களைக் கற்றார்.

கவிமணி 1901–02இல் நாகர்கோவிலிலும் 1902–1931இல் திருவனந்தபுரத்திலும் ஆசிரியப்பணி புரிந்தார். பின் தன் இறுதிக்காலம் வரை (1954 ஆகஸ்ட் 11) புத்தேரி என்ற ஊரில் வாழ்ந்தார். தேசிக விநாயகம் பிள்ளை 14–15 வயதில் கவிதை புனைய ஆரம்பித்தாலும் 64 வயதில்தான் (1940 டிசம்பர் 24) கவிமணி பட்டம் பெற்றார்.

கவிமணி தன் 19–20 வயதில் கவிதை, கட்டுரை எழுத ஆரம்பித்துவிட்டார். ஆரம்பக்காலத்தில் கவிமணி எழுதிய கவிதைகள் சிலவும் ஆங்கிலக் கட்டுரைகள் சிலவும் பாதுகாக்கப் படவில்லை. அவர் திருவனந்தபுரத்தில் இருந்தபோது குழந்தை களுக்காகப் பாடல்களும் கட்டுரைகளும் எழுதினார். ஸ்ரீவைகுண்டம் சுப்பிரமணி பிள்ளை என்பவர் கவிமணியின் சில பாடல்களை 1932இல் வெளியிட்டார். 1938இல் மு. அருணாசலம்

வேறு பாடல்களையும் தொகுத்து மலரும் மாலையும் என்னும் தலைப்பில் ஒரு நூல் வெளியிட்டார். பின் ஆசியஜோதி *(1941),* மருமக்கள், வழி மான்மியம் *(1942),* உமார்கய்யாம் *(1945),* கவிமணியின் உரைமணிகள் *(1952),* தேவியின் கீர்த்தனைகள் *(1953)* போன்ற நூல்கள் வந்தன.

கவிமணி குழந்தைக் கவிஞராக அறியப்பட்டாலும் தரமான கவிதை மொழிபெயர்ப்பாளரும் கூட. ஒருவகையில் இவரது மொழிபெயர்ப்புக் கவிதைகளான ஆசியஜோதி, உமார்கய்யாம் பாடல்கள் இவரது படைப்புக்குச் சான்று. நாஞ்சில் நாட்டு மருமக்கள் வழி மான்மியம் தமிழின் முதல் எள்ளல் நூல்.

கவிமணி வரலாற்றாய்வாளர், கல்வெட்டுகளை நுட்பமாக ஆராய்ந்தவர்; ஆங்கிலத்தில் 16க்கும் மேல் கட்டுரைகள் எழுதியவர். சமகாலச் சிந்தனை உடையவர்; பழம்பெருமை பாராட்டாதவர் என்னும் பல செய்திகள் முழுமையாக வெளிப்பட வில்லை.

கவிமணி திருவனந்தபுரத்தில் இருந்தபோது *(1901–31)* கல்வெட்டாய்வாளராகவும் இருந்தார். இக்காலத்தில் இவர் எழுதிய *28* தமிழ்க் கட்டுரைகள் நூல் வடிவில் வந்துள்ளன: *Malabar Quarterly Review, People's Weekly, People's Opinion, The Western Star, Kerala Society Papers* இதழ்களில் எழுதிய *19* கட்டுரைகள் நூல் வடிவில் வரவில்லை. இவற்றிலும் 4 கட்டுரைகளை அடையாளங்காணமுடியவில்லை.

கவிமணியின் ஆங்கிலக் கட்டுரைகளில் காந்தளூர்சாலை என்ற கட்டுரை சான்றாதாரம், பின்னிணைப்பு, வரைபடங்களுடன் சிறுபிரசுரமாய் வந்திருக்கிறது *(1939).* 20ஆம் நூற்றாண்டின் ஆரம்பத்தில் வெளிவந்த கல்வெட்டு மூலப்படிவங்களின் விளக்கங்களில் உள்ள தவறுகளைச் சுட்டிய இவரது கட்டுரைகள் முக்கியமானவை. வரலாற்றுப் பேராசிரியரான கே.கே.பிள்ளை "கல்வெட்டு ஆராய்ச்சியாளர்களில் குறிப்பிடத்தகுந்தவர்கள் கே.ஏ. நீலகண்டசாஸ்திரி, வி.ஆர். இராமச்சந்திர தீட்சிதர், கவிமணி தேசிகவிநாயகம் பிள்ளை" ஆகியோர் என்கிறார்.

கவிமணி ஆரம்பக்காலத்தில் எழுதியவை பண்டித நடையிலான செய்யுட்களே. பிற்காலத்தில் இவரது நடை சாதாரண வாசகனுக்குப் புரியும்படி ஆகியது. இதற்கு இவரது நாட்டார் வழக்காற்றுச் செல்வாக்கும், கல்வெட்டுப் பயிற்சியும் காரணமாக இருக்கலாம்.

கவிமணியின் பாடல்களில் சிந்து, கும்மி ஆகிய நாட்டார் பாடல் வடிவங்கள் பெருமளவில் பயின்றுவருகின்றன. நாட்டார் பாடல் வடிவங்களான தாலாட்டு, ஒப்பாரி ஆகியனவும் பழமொழிகள், நம்பிக்கைகள், வழக்காறுகள், வாய்மொழிக்கதைகள் ஆகியனவும் விரவிவருகின்றன. கவிமணி திவான் வெற்றி என்னும் கதைப் பாடல் குறித்து ஆங்கிலத்தில் ஒரு கட்டுரை எழுதியுள்ளார். தமிழ்க் கதைப்பாடல் பற்றி வெளிவந்த முதல் ஆங்கிலக் கட்டுரை இது.

மலரும் மாலையும் தொகுதியில் உள்ள முத்தந்தா, காக்காய், கோழி என 8க்கும் மேற்பட்ட தலைப்புகளில் உள்ள பாடல்கள் நாட்டார் பாடல் வடிவம் ஆகும். கேரள சொசைட்டி பேப்பர்ஸ் ஆங்கில ஆய்விதழில் இவர் எழுதிய வள்ளியூர் மரபுச் செய்திகள் என்ற கட்டுரை ஐவர் ராசாக்கள் கதைப்பாடல் பற்றியது. 1910 அளவில் இதற்காகக் கள ஆய்வு செய்திருக்கிறார். இக்காலத்தில் ஓலையில் எழுதப்பட்ட கதைப்பாடல்களை இவர் சேகரித்திருக்கிறார்.

கவிமணி கடைசிக் காலத்தில் எழுத்தாளர் சுந்தர ராமசாமி யிடம் உரையாடியபோது "இன்று தமிழிற்கு ஏற்பட்டிருக்கும் மறுமலர்ச்சிக்கெல்லாம் பாரதிதான் காரணம். பாரதி கவிராசன்; இன்று மோசமான புத்தகங்கள் எவ்வளவோ வருகின்றன. காலம் பதில் சொல்லும்" என்று கூறியிருக்கிறார். (சாந்தி, மாத இதழ், 1955)

ந. பிச்சமூர்த்தி வால்ட் விட்மனின் புல்லின் இதழ்கள் கவிதையை மொழிபெயர்த்த காலக்கட்டத்தில் கவிமணி அக்கவிஞனைப் படித்திருக்கிறார். இதை ப. சீவானந்தம், பெ.நா. அப்புசாமி போன்றோர் எடுத்துக்காட்டியிருக்கின்றனர்.

கவிமணியின் மலரும் மாலையும் தொகுப்பில் காணப்படும் 'கவிதை' பற்றிய இவரது கருத்துக்களை இவரது கொள்கையாக முழுதும் கொள்ள முடியாது. இவரை நேரடியாகச் சந்தித்து எழுதியவர்களின் கட்டுரைகளிலும் கவிமணியின் கையெழுத்துப் பிரதிகளிலும் காணப்படும் செய்திகளிலிருந்து கவிமணி மரபுவழி யாப்பிலக்கணத்தைக் கண்மூடி ஆதரிக்கவில்லை என்று தெரிகிறது.

முருகப்பா நடத்திய குமரன் இதழில் (12.5.1943) கவிமணி "தொல்காப்பியத்தையோ யாப்பு நூல்களையோ மட்டும் நம்பி பாக்கள் இயற்றினால் தர்க்கம் வரத்தான் செய்யும். Criticism to Principle என்பது சும்மாவா? யாப்பிலக்கணத்தை

வைத்துக்கொண்டு மட்டும் பாடல் இயற்றினால் பிணத்துக்கு அலங்காரம் செய்வது போலத்தான் இருக்கும். உயிர் இருக்காது. இளைஞர்கள் இதை ஞாபகத்தில் வைத்துக்கொள்ள வேண்டும்” என்கிறார். இது இந்திய விடுதலைக்கு முன் கவிமணி சொன்ன கருத்து.

குமரன் இதழில் மேலும் “பழைய தமிழ் இலக்கணம் தானாக அழியும். புதிய கொள்கைகள் உருவாகும்போது அது இயற்கையாக நிகழும் என்பதில் கவிமணிக்கு நம்பிக்கை உண்டு” என்கிறார். மரபையும் இலக்கணத்தையும் மீறிப் பொருளும் உள்ளீடும் உள்ள கவிதை வாழும் என்பதில் அவருக்கு நம்பிக்கை இருந்தது. தன்னை மகாகவி எனக் கூறுவதை அவர் ஒப்புக்கொள்ளவில்லை. அவரது கருத்துப்படி தமிழில் பாரதி ஒருத்தன்தான் மகாகவி. கவிமணி பேசிய இந்தக் கருத்துக்கள் குமரன் இதழில் வந்துள்ளன. இவை நூல் வடிவில் வரவில்லை.

கவிமணி தன் காலத்தில் கல்வித்துறை சீரழிவு பற்றிப் பேசியிருக்கிறார். அவரது கணிப்புப்படி கல்வித்துறையில் அரசியலின் நுழைவுதான் சீரழிவுக்குக் காரணம். இந்தி மொழி தேசிய மொழியானதைக் கவிமணி வெறுக்கவில்லை.

கவிமணிக்கு மத நம்பிக்கை உண்டு. முந்தைய மதத்திற்கும் சமகால மதத்திற்கும் உள்ள நீண்ட வேறுபாட்டை அனுசரித்து நடக்க வேண்டும் என்பது அவரது கொள்கை. (தினமணி 5.7.1954) கவிமணியிடம் சடங்குப் பற்று இருந்ததில்லை. மூடநம்பிக்கையை ஆதரிக்கும் பழைமை நம்பிக்கையும் கிடையாது. கோவில்களில் சீர்திருத்தங்களைச் செய்ய இயலாவிடில் கோயில்களைப் பெரியாரிடம் ஒப்படைத்துவிடலாம் என்கிறார்.

கவிமணிக்கு விடுதலைப் போரில் கொஞ்சமும் பங்கில்லை. 1944 ஆகஸ்ட் 15இல் மதுரை அனுப்பானடியில் பாரதியின் நினைவுக் கட்டிடத்தைத் திறந்துவைத்துப் பேசியபோது “நான் தேசத்திற்காக ஒரு துரும்பைக்கூடப் போட்டறியேன். தியாகம் என்பது கறுப்பா சிவப்பா எப்படி இருக்கும் என்பது எனக்குத் தெரியாது” என்கிறார். (பஃறுளி மலர் 1944 செப்.) இவரின் இந்த நீண்ட பேச்சு நூல் வடிவில் வரவில்லை.

தென்திருவிதாங்கூர் பகுதிகள் தமிழகத்துடன் சேருவதற்காக நடந்த மொழிப்போராட்டத்தில் இவர் நேரடியாகப் பங்கு கொள்ளவில்லை என்றாலும் போராட்டக்காரர்களுக்கு ஆலோசகராக இருந்தார். தமிழகத்துடன் தெ.திருவிதாங்கூர்

இணைய வேண்டிய காரணத்தைத் 'திறப்புரை' என்ற கட்டுரையில் கூறுகிறார். கவிமணி இறப்பதற்குச் சரியாக 45 நாட்களுக்கு முன்பு தினமணி பத்திரிகைக்கு அளித்த பேட்டியில் (11.8.1954) திருவிதாங்கூர் தமிழ்ப் போராட்டம் பற்றிய கருத்தை மறைக்காமல் பேசியிருக்கிறார். அப்பேட்டியில் இவர் "ஜவஹர்லால் நேரு பிரிட்டிஷ் ஆட்சியில் மருமகள் மாதிரி இருந்தார். இப்போது மாமியார் ஆகிவிட்டார். அவர் எல்லாப் பிரச்சனைகளையும் இமயமலையிலிருந்து பார்க்கிறார்" என்கிறார்.

15

சி.கே. சுப்பிரமணிய முதலியார்
(1877-1961)

தமிழை முறையாகப் படித்தவர்களுக்கு சி.கே.எஸ். எனச் சுருக்கமாக அழைக்கப்படும் சி.கே. சுப்பிரமணிய முதலியார் நன்கு அறிமுகமானவர். சுப்பிரமணிய முதலியாரின் பெரிய புராண உரையை அறியாத சைவர் இருக்க முடியாது. 63 நாயன்மார்களின் வரலாற்றை 5253 பாடல்களில் கூறும் பெரியபுராணம் முழுவதையும் உரையுடன் வெளியிட்டிருக்கிறார் சுப்பிரமணிய முதலியார். 1934 முதல் 1953 வரை 19 ஆண்டுகளின் உழைப்பு.

சுப்பிரமணிய முதலியாரின் ஆராய்ச்சி உரை வெளிவர திருப்பனந்தாள், திருவாவடுதுறை, தருமபுரம் மடங்களும் சென்னை, அண்ணாமலைப் பல்கலைக்கழகங்களும் உதவியிருக்கின்றன. சுப்பிரமணிய முதலியார் 1935க்கு முன்பும் பின்னரும் கதிரேசன் செட்டியார், வ.உ.சி., வேங்கடசாமி

நாட்டார் போன்றோர்களுடன் உரையாடியபோது கிடைத்த தகவல்களையும் இந்த உரையில் பயன்படுத்தியிருக்கிறார். அவர் காலத்தில் வெளிவந்த கல்வெட்டுகளையும் பல்லவ, சோழ வரலாற்றையும் தன் உரை விளக்கத்தில் கொடுப்பதுதான் இவர் பிறரிடமிருந்து வேறுபடும் இடம். நாயன்மார்கள் வாழ்ந்த ஊர்களுக்கு முதலியார் பயணம் செய்திருக்கிறார். நம்பியாரூரர், திருவெண்ணெய்நல்லூர் முதல் திருவாரூர் வரை சென்ற யாத்திரை வரைபடத்தை இவர் உருவாக்கியிருக்கிறார். தமிழகத்துக் கோவில்களில் உள்ள பெரியபுராணச் சிற்பங்களை அடையாளம் கண்டு பதிப்பித்திருக்கிறார். இப்படியாகக் களஆய்வு நடத்தித் தகவல்கள் சேகரித்து உழைத்து வெளியான இன்னொரு உரை தமிழில் இல்லை.

சுப்பிரமணிய முதலியார் முதலில் எழுதிய நூல் மாணிக்க வாசகர் அல்லது நீத்தார் பெருமை (1924). இவர் சென்னைப் பல்கலைக்கழகத்தில் ஆற்றிய சொற்பொழிவு சேக்கிழார் நூல் (1930). இவை தவிர பெருங்கருணையம்மைப் பிள்ளைத் தமிழ், திருத்தொண்டர் புராணத்தில் முருகன், அர்த்தநாரீஸ்வரர் அல்லது மாதிரிக்கு பாதியின் கருவூர்த்தேவர், வாசீகர் அல்லது மெய்யுணர்தல் என்னும் சிறு நூல்களையும் ஆக்கியுள்ளார்.

சுப்பிரமணிய முதலியார் கோவையில் 48 ஆண்டுகள் முழுநேர வக்கீலாக இருந்தார். கோவை வக்கீல் கந்தசாமி முதலியாரின் மகன். கந்தசாமி முதலியாரும் தமிழறிஞர். ஆறுமுக நாவலரின் நண்பர்.

சுப்பிரமணிய முதலியார் கோவையில் எஃப்.ஏயும் சென்னை மாநிலக் கல்லூரியில் பி.ஏ.யும் முடித்த பின் சட்டப் படிப்பு படித்தார். (அது UCS எனப்பட்டது) 1903 முதல் 1951 வரை வழக்கறிஞராக இருந்தார்.

சுப்பிரமணிய முதலியாரின் கடைசிக்காலப் படங்களைப் பார்ப்பவர்கள் அவருக்கும் தேசிய விடுதலைக்கும் தொடர்பு உண்டு என்பதை நம்பமாட்டார்கள். 1958இல் சம்பந்த கருணாலயத் தம்புரான் என்னும் பெயருடன் ருத்திராட்சம் அணிந்து துறவியாகச் சைவப்பழமாகக் காட்சியளிக்கும் அவரின் இன்னொரு பக்கத்தைப் பார்ப்பவர்களுக்கு ஆச்சரியமாக இருக்கும்.

சுப்பிரமணிய முதலியார் சிறுவயதிலேயே காங்கிரஸ் நடவடிக்கைகளில் தீவிரமாக இருந்தார். சென்னையில் லால்மோகன் கோஷ் தலைமையில் நடந்த கூட்டத்தில்

சுரேந்திரநாத் பானர்ஜி பேசியதைக் கேட்கச் சென்றிருக்கிறார். அவர் பேசிய நிகழ்வை "பித்தன் ஒருவனின் சுயசரிதை" என்ற தன்வரலாற்று நூலில் சுவாரஸ்யமாகக் கூறுகிறார். இந்நூல் 1956இல் எழுதப்பட்டு 2006இல் வெளிவந்தது.

விபின் சந்திர பாலருக்குக் கோவையில் விழா கொண்டாடினார். சுதேசமித்திரன் ஆசிரியர் ஜி. சுப்பிரமணிய அய்யருக்குக் கோவையில் வரவேற்பு கொடுத்திருக்கிறார். அவரைக் குதிரைவண்டியில் அமர்த்தி இழுத்துச்சென்றிருக்கிறார். அந்நியத்துணி பகிஷ்கரிப்பு இயக்கத்திலும் இவருக்குப் பங்கு உண்டு.

சுப்பிரமணிய முதலியாருக்கு அரவிந்தர், ஜி. சுப்பிரமணிய அய்யருடன் கடிதப் போக்குவரத்து உண்டு. ஆஷ் துரையை வாஞ்சிநாதன் சுட்டுக் கொன்றபோது, நீலகண்ட பிரம்மச்சாரி கொடுத்த தகவலின்படி சென்னைப் போலீசார் சுப்பிரமணிய முதலியாரின் வீட்டைச் சோதனை செய்தனர் (11.8.1914). வ.உ.சி. சிறையிலிருந்தபோது சுப்பிரமணிய முதலியார் பல உதவிகள் செய்திருக்கிறார். பிற்காலத்தில் சுப்பிரமணிய முதலியார் காங்கிரஸ் ஈடுபாடுகளைக் குறைத்துக்கொண்டார்.

சுப்பிரமணிய முதலியார் அறநிலையப் பாதுகாப்புத் துறை உறுப்பினர் (1910), கோவை நகரசபை உறுப்பினர், துணைத் தலைவர் (1920), சென்னைப் பல்கலைக்கழக செனட் உறுப்பினர் (1921) என்னும் பொறுப்புகளையும் வகித்தார். இராமச்சந்திர ரெட்டியாருடன் இணைந்து கொங்குமலர் மாதப் பத்திரிகை நடத்தியிருக்கிறார்.

16

மு. இராகவையங்கார்
(1878-1960)

என் நண்பர்களில் ஆராய்ச்சியாளர்கள், விமர்சகர்கள் சிலர் தொடர்ந்து எழுத முடியாமல் இருப்பதற்கான காரணங்களைச் சொல்லும்போது குடும்பச்சூழல், வேலைப்பளு, துக்கம் என்னும் காரணங்களை அடுக்கிக்கொண்டே போவதைக் கவனித்திருக்கிறேன். 45 வயது வரை தீவிரமாகக் கதை, கவிதை எழுதிவிட்டுப் பின்னர் ஆயுசு முழுக்க எழுதாமல் இருப்பதற்கான காரணங்களைத் தேடிக் கண்டுபிடித்துச் சுவாரஸ்யமாக உரையாடும் என் நண்பர்களின் சிக்கல்கள்கூடப் பொதுவானவை யாகும்.

இந்த நிலையில் ஒருவர் 76 வயதில் மனைவி, மக்கள், மருமகனை இழந்த சோகத்தைச் சுமந்து கொண்டு ஆறு வருஷங்கள் தொடர்ந்து எழுதி யிருக்கிறார். 76 வயதில் தனக்கு ஏற்பட்ட தனிப்பட்ட துக்கங்களின் நடுவே தளர்ந்திருந்தபோதும் கம்பராமாயணப் பதிப்பிற்காக உழைத்திருக் கிறார். நம்ப முடியாவிட்டாலும் இது உண்மை. மு. இராகவையங் காரைப்போல வேறு சிலரும் இப்படி உழைத்திருக்கின்றனர்.

அ.கா. பெருமாள்

இராகவையங்காருக்குத் தமிழ்ப் பாரம்பரியம் உண்டு. அது சேது சமஸ்தானத்துடன் தொடர்புடையது. இராமேஸ்வரம் கோவிலில் சொக்காண்டார் மண்டபத்தில் முத்துராமலிங்க சேதுபதி, கிருஷ்ண அய்யங்கார் ஆகியோரின் சிற்பங்கள் உள்ளன. இந்த அய்யங்கார் சேது சமஸ்தான அரசர் இராமலிங்க சேதுபதியின் (1763–1795) அமைச்சராக இருந்தவர். ராமேஸ்வரம் கோவிலின் மூன்றாம் பிரகாரத் திருப்பணி நடந்தபோது மேற்பார்வை செய்தவர். சமஸ்தான மந்திரிப் பதவியிலிருந்து ஓய்வு பெற்றதுமே இவர் தஞ்சாவூர் மாவட்டம், திருவாரூர் அருகே உள்ள திருமாலிருஞ்சோலை என்ற ஊரில் தங்கினார். இவரது நேரடிப் பேரன் நாராயண அய்யங்கார்.

நாராயண அய்யங்கார் தமிழ் அபிமானி, இவருக்கு மூன்று பிள்ளைகள். மூத்தவர் முத்துசாமி, இரண்டாமவர் கிருஷ்ணன், மூன்றாவது மகள் பத்மாசினி அம்மா. இவர்களில் மூத்த மகன் முத்துசாமி அய்யங்காரின் ஒரே மகன் மு. இராகவையங்கார் (1878–1960). பத்மாசினி அம்மாளின் மகன் தான் ரா. இராகவையங்கார்.

இராகவையங்காரின் தந்தை முத்துசாமி அய்யங்கார் கன்னடம் அறிந்த தமிழ் அபிமானி. மரபுவழிப் புலவர்; தசாவதானம் செய்தவர். மரபுவழிப் பாடல்களை இலக்கணச் சுத்தமாக எழுதவேண்டும் என்பதில் நம்பிக்கை உள்ளவர். இவர் எழுதிய நூல்களில் மணவாள மாமுனிகள் நூற்றந்தாதியை வைணவர்கள் முக்கியமாகக் கொள்கின்றனர். பாண்டித்துரை தேவரின் ஆசிரியராக இருந்த முத்துசாமி அய்யங்கார் தன் மகனுக்கு 16 ஆண்டுகள்தாம் தமிழ் கற்பித்தார். இவர் 1894இல் காலமானார்.

பாண்டிநாட்டுப் பதியான அரியக்குடிக்கு ஒரு பாரம்பரியம் உண்டு. இந்த ஊரில் 1878 ஜூலை 28இல் பிறந்த இராகவையங்கார் தம் சமகாலத் தமிழ் அறிஞர்களிடமிருந்தும் புலவர்களிடமிருந்தும் வேறுபட்டிருந்திருக்கிறார். ஆராய்ச்சியாளர் என்னும் முத்திரை இவருக்கு இருந்தது.

இராகவையங்கார் இருபதாம் நூற்றாண்டின் ஆரம்பத்திலேயே தன்னை ஆராய்ச்சியாளராக இனம் காட்டியுள்ளார். 1907இல் வ.உ.சி. தன் வாழ்த்துப்பா ஒன்றில் இராகவையங்காரை ஆராய்ச்சியாளராகவே கருதுகிறார். இதே ஆண்டில் பாரதி இந்தியா பத்திரிகையில் ‘தங்களின் பாண்டித்தியத்தைப் புகழ வரவில்லை. அதை உலகம் அறியும். தங்களுடைய பரிசுத்த நெஞ்சில் எழுந்திருக்கும் ஸ்வதேச பக்தி என்னும் புது நெருப்புக்கு வணக்கம்’ என்கிறார்.

ஒருவகையில் இராகவையங்கார் இராஜமாணிக்கனாரை ஒத்தவர். இருவரும் தமிழ் வரலாற்றில் ஈடுபாடுள்ளவர்கள். ராகவையங்கார் எழுதிய 'வேளிர் வரலாறு, சேரன் செங்குட்டுவன், சாசனத் தமிழ்க் கவி சரிதம், ஆழ்வார் காலநிலை ஆராய்ச்சிக் கட்டுரைகள் போன்ற நூல்களை வரலாற்று நூல்கள் என்றே கூறலாம். கட்டுரை மணிகள், இலக்கியக் கட்டுரைகள் ஆகிய இரண்டும் தொகுப்புகள், கேரளத்தில் இராகவையங்கார் வாழ்ந்தபோது பேசிய பேச்சுகள் *Some Aspects of Kerala from Tamil Literature* என ஆங்கிலத்திலும் வந்திருக்கிறது.

திவாகர நிகண்டு, நரிவிருத்தம், தமிழ் நாவலர் சரிதை பெருந்தொகை, சேர வேந்தர் செய்யுட் கோவை உட்பட 13க்கு மேற்பட்ட நூல்களை இராகவையங்கார் பதிப்பித்திருக்கிறார். இவரது பதிப்பு நுட்பமானது, தெளிவுடையது. பாடபேதங்களில் மிகவும் கவனம் செலுத்திஇருக்கிறார்.

இவரது ஆரம்பக்காலக் கட்டுரைகளில் செந்தமிழ் (1905) இதழில் வெளிவந்த 'வேளிர் வரலாறு' குறிப்பிடத்தகுந்தது. இந்தக் கட்டுரை வெளிவந்த ஆண்டிலே கொழும்பு வி.ஜே. தம்பிப் பிள்ளை என்பவர் *Royal Asiatic Society Journal* இதழில் இதை ஆங்கிலத்தில் மொழிபெயர்த்து வெளியிட்டிருக்கிறார். இது அப்போது சென்னைப் பல்கலைக்கழகத்தில் இண்டர்மீடியட் பாடத்திட்டத்தில் இருந்திருக்கிறது. சங்க கால வள்ளல்களான வேள் பரம்பரையினரைப் பற்றிய இந்த ஆய்வுக் கட்டுரையை ராமநாதன் செட்டியாரின் முகவுரையுடன் மதுரை தமிழ்ச் சங்கம் வெளியிட்டிருக்கிறது.

இவருடைய நூல்களில் முக்கியமானவையாகச் சாசனத் தமிழ்க்கவி சரிதம், ஆராய்ச்சிக் கட்டுரைகள், சேரன் செங்குட்டுவன், ஆழ்வார் கால நிலை, தெய்வப் புலவர் கம்பர் ஆகியவற்றைச் சொல்லலாம். தஞ்சை தமிழ்ப் பல்கலைக்கழகம் ஆராய்ச்சித் தொகுதி நூலை மறுபடியும் வெளியிட்டுள்ளது (1984). இந்நூலில் உள்ள கண்ணபிரானைப் பற்றிய தமிழ் வழக்கு, அர்ச்சுனனும் பாண்டிய மரபும் என்னும் இரு கட்டுரைகளும் தொடர்ந்து விவாதிக்கப்பட வேண்டியவை.

மகாபாரதக் கதாபாத்திரங்களின் அடிப்படையில் மதுரையை மையமாகக் கொண்டு உருவான பெரிய எழுத்து அம்மானைக் கதைகளுக்கும் தென்பாண்டித் தமிழ் சமூகத்துக்கும் உள்ள தொடர்பு பற்றிய செய்திகள் இன்னும் முழுமையாக ஆய்வுக்கு எடுத்துக்கொள்ளப்படவில்லை. அல்லிக்கும் அர்ஜுனனுக்கும் உள்ள உறவு பாண்டியர் தொடர்பானது என ராகவையங்கார் கூறும் கருத்து இன்னும் விரிவாக ஆராயப்பட வேண்டியது.

ராகவையங்கார் இந்தக் கட்டுரையில் அறிவியல் ரீதியான முழுமையான ஆய்வை வெளிப்படுத்தியுள்ளார் என்று சொல்ல முடியாவிட்டாலும் இவர் ஆரம்பித்த ஆய்வுப் பயணம் தொடரவில்லை எனலாம்.

இராகவையங்கார் சென்னைப் பல்கலைக்கழகத்தில் 1929இல் பேசிய சிறப்பு உரையை பின்னர் விரிவாகச் செப்பனிட்டு சாஸனத் தமிழ்க்கவி சரிதம் என்னும் பெயரில் வெளியிட்டிருக்கிறார். தொல்பொருள்துறை வெளியிட்ட தமிழக, கேரளக் கல்வெட்டுப் பகுதிகளைப் படித்து அவற்றில் உள்ள தமிழ்ப் பாடல்களைத் தொகுத்தும், தமிழ்ப் புலவர்களைப் பற்றிய செய்திகளைச் சேகரித்தும் கடின உழைப்பில் உருவானது இந்த நூல். கல்வெட்டுக்களைப் பதிப்பித்தவர்களுக்கு இவற்றில் இலக்கியத் தன்மை உண்டு, அவற்றிலும் பாடல்கள் உண்டு என்று முதலில் கூறியவர் மு. இராகவையங்கார். 84 புலவர்களைப் பற்றிய செய்திகளை இவர் கல்வெட்டுகளிலிருந்தே திரட்டி இருக்கிறார். இவர்களின் பாடல்களையும், சில புலவர்களின் பெயர்களையும் தொகுத்திருக்கிறார். இந்த ஆராய்ச்சியும்கூட இவருடன் நின்றுவிட்டது (மு. அருணாசலம் போன்றவர்கள் விதிவிலக்கு.)

இராகவையங்கார் ஆராய்ச்சியாளர் என்னும் முத்திரையுடன் வாழ்ந்தாலும் அவர் வாழ்ந்த காலக்கட்டத்தில் சிறந்த பத்திரிகையாளராகவும் மதிக்கப்பட்டிருக்கிறார். மதுரை தமிழ்ச் சங்க ஆசிரியர், செந்தமிழ் பத்திரிகையின் ஆசிரியர். சென்னைப் பல்கலைக்கழகத்தின் லெக்சிகன் பதிப்பில் உதவியாசிரியர் (1907–21), சென்னை லயோலா கல்லூரி வருகைப் பேராசிரியர் (1936–38), திருவிதாங்கூர் பல்கலைக்கழகப் பேராசிரியர் (1944–51), அண்ணாமலைப் பல்கலைக்கழகம் கம்பராமாயணம் பதிப்புக்குழு உறுப்பினர், கலைமகள் பத்திரிகை ஆசிரியர் குழு உறுப்பினர், தமிழ் கல்விச் சங்கத்தின் உறுப்பினர், தமிழர்நேசன் பத்திரிகையின் கௌரவ ஆசிரியர் எனப் பல பொறுப்புகளிலும் பணிகளிலும் இருந்தவர்.

இவரின் அறுபது ஆண்டு நிறைவு விழா இராமநாதபுரத்தில் நடந்தபோது (1938) உ.வே.சா.வின் வாழ்த்துரையும். 1939இல் இவருக்கு ராவ் சாகிப் விருது கிடைத்தபோது நடந்த பாராட்டுரையில் இராகவையங்காரின் ஏற்புரையும் அந்தக் காலத்தில் அறிஞர்களுக்கிடையே பெரிதாகப் பேசப்பட்டது.

17

கே.என். சிவராஜ பிள்ளை
(1879-1941)

யாத்ரா மும்மாத இதழ்வழி ஆண்டி சுப்பிரமணியத்திற்குச் சிறப்பிதழ் கொண்டுவர வேண்டும் என வெங்கட் சாமிநாதன் தீவிரமாய்ச் செய்திகள் சேகரித்தபோது எனக்கும் ஒரு கடிதம் எழுதினார். ஆண்டியின் பிறந்த ஊரான பீமநகரியில் ஏதாவது தகவல் கிடைக்குமா என்று தேடுங்கள் என்றார். கன்னியாகுமரி மாவட்டம் தோவாளை வட்டத்தில் உள்ளது பீமநகரி.

நான் பீமநகரிக்குப் போன பிறகுதான் பஸ் வசதியோ வேறு வசதிகளோ இல்லாத ஒரு கிராமம் இருப்பது தெரிந்தது. முப்பது வீடுகள்தாம் அங்கு இருந்தன. இப்படிப்பட்ட கிராமத்திற்கு நகரி என்ற பின்ஒட்டு ஏன் என்று கேட்டேன்; பதில் கிடைத்தது. வீமனசேரி என்பது பழைய பெயராம்; சேரி என்ற பின்ஒட்டு பிடிக்காததால் நகரி என மாற்றினார்களாம்.

அ.கா. பெருமாள்

இப்படிப்பட்ட ஒருகிராமத்தில்தான் நாடகக்கலைக் களஞ்சியம் உருவாக்கிய ஆண்டி சுப்பிரமணியமும் தமிழறிஞர் கே.என். சிவராஜ பிள்ளையும் வித்துவான் மு. சண்முகம் பிள்ளையும் பிறந்திருக்கிறார்கள். நான் சென்றபோது (1984–85) இரண்டு பேரைப் பற்றிய விவரங்கள் அதிகமாய்க் கிடைக்கவில்லை. மு.சண்முகம் பிள்ளை பற்றிய செய்திகளைக் கேட்டேன். தற்செயலாய் சந்தித்த வயதான தபால்காரர், சிவராஜ பிள்ளை பற்றிக் குறைவான சில தகவல்களைத் தந்தார். பீமநகரி ஊர் நூல் நிலையத்துக்குக் சிவராஜ பிள்ளை கொடுத்த புத்தகங்கள் பற்றிச் சொன்னார்.

திருவிதாங்கூர் ராஜ்யம் உருவான (1729) பின்பு திருநெல்வேலி மாவட்டம் தென்பகுதிக் கிராமங்களிலிருந்து பிராமணர்களும் வேளாளர்களும் திருவிதாங்கூரில் குடியேறியிருக்கின்றனர். அப்படிக் குடியேறிய ஊர்களில் பீமநகரியும் ஒன்று. சுற்றிலும் வயல்கள்; தென்னந்தோப்புகள்; குளங்கள்; சிறிய, பெரிய கோவில்கள் என அமைந்த கிராமம் இது.

இந்தக் கிராமத்தில் நாராயண பிள்ளை என்பவர் இருந்தார். இவரது மனைவி முத்தம்மா. இவர் விவசாயத் தொழில்நுட்பம் அறிந்தவர்; அநுபவசாலி. இவரது பூர்வீகம் திருநெல்வேலி மாவட்டக் கங்கைகொண்டான். அங்கே அவரது மைத்துனர் வையாபுரிப் பிள்ளை மிராசுதாராய் இருந்தார். நாராயண பிள்ளைக்கும் அங்கே நிலங்கள் இருந்தன. அவற்றை நிர்வகிப்பதற்காக நாராயண பிள்ளையைக் கங்கைகொண்டானுக்கு வரும்படி கேட்டுக் கொண்டார் வையாபுரி. அவரும் குடும்பத்துடன் சென்றார். அங்கே தான் நாராயணபிள்ளை, முத்தம்மாள் தம்பதிகளுக்குக் கங்கைகொண்டான் நாராயண பிள்ளை சிவராஜபிள்ளை பிறந்தார்.

சிவராஜ பிள்ளைக்கு இறுதிக்காலம் வரை கங்கைகொண்டான் அந்நிய ஊராக இருந்தாலும் சொந்தப் பெயருடன் ஒட்டிக்கொண்டது. கங்கைகொண்டான் அப்போது தீவுபோல் இருந்தது. வயல்களும் தோப்புகளும் சூழ்ந்த அழகான கிராமம். சோழர்காலத்துக் கோவில் உண்டு. ஆனால் படிப்பதற்கேற்ற சூழ்நிலை இல்லை. நாராயண பிள்ளை படிப்பாளி அல்ல என்றாலும் மரபுவழி சைவ இலக்கியங்களை அறிந்தவர்; தன் மக்களைப் படிக்கவைப்பதற்கேற்ற சூழ்நிலை நாகர்கோவில் அருகே உள்ள பீமநகரியில் இருந்ததால் குடும்பத்துடன் பீமநகரிக்கு வந்தார். அவர் கங்கைகொண்டானிலும் பீமநகரியிலுமாக வாழ்ந்தார்.

சிவராஜ பிள்ளையின் ஆரம்பகாலப் படிப்பு கங்கை கொண்டான் திண்ணைப்பள்ளிக்கூடத்தில். நடுநிலை, உயர்நிலைப்

படிப்பு கோட்டாறு அரசுப் பள்ளியில். தாம்பரம் கிறிஸ்தவக் கல்லூரியில் பி.ஏ. படிப்பு.

சிவராஜ பிள்ளை நல்ல உயரம் கம்பீரமான தோற்றம். அவரது மருமகனான தியாகி பி.எஸ். மணி (1915–2007) அவரின் கடைசிக் காலத்தில் சந்தித்த அநுபவங்களை விரிவாகவே எழுதியிருக்கிறார். (கன்னியாகுமரி வார இதழ் 1983 பொங்கல் மலர்) ஆஜானபாகுவான தோற்றமும் பி.ஏ. படிப்பும் ஆங்கிலப் பேச்சும் அந்தக்கால அரசு உத்யோகத்திற்குத் தகுதியாக இருந்தன.

திருவிதாங்கூர் காவல்துறை அதிகாரியாக வேலை கிடைத்தபோது இவர் விருப்பம் இல்லாமல் சேர்ந்திருக்கிறார். இவர் திருவனந்தபுரத்தில் குதிரைப் பயிற்சி காவல்துறையில் பயிற்சி, என முடித்துக்கொண்டு திருவனந்தபுரத்திலே முதலில் வேலைபார்த்தார். இடையில் சில நாட்கள் நாகர்கோவிலிலும் வேறுசில இடங்களிலும் வேலை பார்த்தார். சொந்தமாக இவருக்கு வெள்ளைக்குதிரை இருந்தது.

காவல்துறையில் இவர் பணி செய்தபோது தமிழ் இலக்கியங்களை முறையாகப் படித்திருக்கிறார். குறிப்பாகக் கம்பராமாயணத்தில் ஆழ்ந்த ஈடுபாட்டுடன் இருந்திருக்கிறார். கங்கைகொண்டான் சிவன் கோவிலின் சொத்துக்களைப் பரம்பரையாகப் பராமரித்த சைவக்குடும்பத்தைச் சார்ந்த சிவராஜபிள்ளைக்குக் கம்பனில் ஈடுபாடு வந்தற்கு அவரது அண்ணன் குமரேச பிள்ளையும் ஒரு காரணம்.

கம்பராமாயண குமரேச பிள்ளை என 19ஆம் நூற்றாண்டு இறுதியில் நாஞ்சில் நாட்டவரால் செல்லமாக அழைக்கப்பட்ட குமரேசபிள்ளை நாகர்கோவில் நீதிமன்றத்தில் வக்கீலாக இருந்தார். கம்பனின் பாடல்களை இசையுடன் பாடி விளக்கம் சொல்வதில் வல்லவர். அப்போது கம்பன் பாடல்களை ஏட்டுப்பிரதி வழியாகவும் படித்தார் என்பதை பி.எஸ். மணி பதிவுசெய்திருக்கிறார்.

பீமநகரியின் அருகில் இருந்த நம்மாழ்வார் மங்களா சாசனம் செய்த திருப்பதி சாரம் என்ற ஊரிலிருந்து கம்பராமாயண ஏடுகளையும் திவ்வியப்பிரபந்த ஏடுகளையும் சிவராஜபிள்ளை சேகரித்து வையாபுரிப் பிள்ளைக்குக் கொடுத்திருக்கிறார்.

ஒரு கொலை தொடர்பான விசாரணையில் நேர்மையாக நடந்துகொண்டதன் காரணமாகத் திருவிதாங்கூர் வருவாய்த்துறை அதிகாரியைப் பகைத்து வேலையை விட்டார் சிவராஜபிள்ளை இவர் ஜீவனத்துக்குரிய வசதி உடையவர்; அதனால் பீமநகரியில் இருந்து தீவிரமாய்ப் படிக்க ஆரம்பித்தார். திருவிதாங்கூர்

அரசு அதிகாரியாக இருந்த இவரின் உறவினர் ஒருவர் மலை விறகுகளைக் கூப்பு எடுக்கும் அரசு உரிமம் வாங்கிக் கொடுத்து திருவனந்தபுரத்திற்குப் போ என சிவராஜபிள்ளையிடம் கூறினார்.

இவருக்குக் கூப்புக் குத்தகை பற்றி தெரியாது; அது குறித்த கேள்வி ஞானம் கூட அறியார். ஆனால் திருவனந்தபுரத்திற்குப் போகச் சம்மதித்தார். அதற்கு முக்கியமாய் இரண்டு காரணங்கள். ஒன்று, திருவனந்தபுரத்தில் தீவிர வாசிப்புடைய தமிழறிஞர்கள் இருந்தார்கள்; இரண்டு, அவருக்கு அத்தான் முறையுடையவரான மனோன்மணியம் சுந்தரம் பிள்ளை தன் பொறுப்பில் இருந்த *People's Opinion* என்னும் மும்மாத இதழைக் கவனிக்க அழைத்தது.

சிவராஜ பிள்ளையின் கூப்பு வியாபாரம் முதலில் அமோகமாக நல்ல லாபத்தில் நடந்தது. இதனால் திருவனந்தபுரத்தில் நிலையாகத் தங்கத் திட்டமிட்டுத் திருமணம் செய்துகொண்டார். மனைவி செல்லம்மா. சுந்தரம் பிள்ளையை உறவினர் என்று அல்லாமல் குருவைப் போலவே மதித்து நடந்திருக்கிறார். சுந்தரம் பிள்ளை அப்போது தொல்லியல் விஷயத்தில் ஈடுபாடு காட்டிவந்தார். அவருக்கு உதவியாகவும் இருந்திருக்கிறார். சுந்தரம் பிள்ளைக்கு உடல்நலம் இல்லாமல் ஆனபின்பு *People opinion* பத்திரிகை நின்றது.

சிவராஜ பிள்ளை *People's Opinion* பத்திரிகையில் சுவாமி விவேகானந்தர் பற்றி சுந்தரனார் கூறிய சில தகவல்களைக் கட்டுரையாக வெளியிட்டிருக்கிறார். அவர் பெயரில்லாமல் இது வந்திருக்கிறது. 1893இல் விவேகானந்தர் திருவனந்தபுரம் வந்தபோது சுந்தரம்பிள்ளையுடன் அத்வைதம், சைவசித்தாந்தம் பற்றி விவாதித்ததன் சுருக்கம்தான் இந்தக் கட்டுரை.

People's Opinion நின்றுபோன பிறகு *Malabar Quarterly Review* மும்மாத ஆராய்ச்சி இதழை நடத்தினார் சிவராஜ பிள்ளை. இதை நடத்துவதற்கென்று ஓர் அச்சகத்தை விலைக்கு வாங்கியிருக்கிறார். ஆரம்பத்தில் லாபகரமாக ஓடிய கூப்பு வேலை – இவர் நம்பி ஒப்படைத்த உறவினரின் நிர்வாகக் கவனக்குறைவால் நஷ்டத்தைக் கொடுக்க ஆரம்பித்தது. கூப்பு வியாபாரத்தில் கிடைத்த பணத்தை அச்சகத்தில் போட்டார். பத்திரிகை அச்சகத்தின் லாபத்தை விழுங்கியது.

இவர் நடத்திய *Malabar Quarterly Review* இதழில் கவிமணி தேசிக விநாயகம் பிள்ளை *"Nancil Nadu Vellalas"* என்ற 30 பக்கக் கட்டுரையை எழுதியிருக்கிறார். இராவணன் ஆரியனா திராவிடனா என்னும் விவாதத்தை இலங்கை பொன்னம்பலம்

பிள்ளை ஆரம்பித்ததற்கு *Malabar Quarterly Review* காரணமாக இருந்தது.

வையாபுரிப் பிள்ளை மனோன்மணியத்தைப் பதிப்பிக்க (1922) சிவராஜபிள்ளை உதவியிருக்கிறார். இப்பதிப்பில் சிவராஜ பிள்ளை எழுதிய சுந்தரம் பிள்ளையின் வரலாறு இருந்தது. ஆங்கிலத்தில் எழுதப்பட்ட இக்கட்டுரை வையாபுரிப் பிள்ளையின் பேரில் வந்த மனோன்மணியம் இரண்டாம் பதிப்பில் இல்லை.

சிவராஜ பிள்ளை திருவனந்தபுரத்தில் இருந்தபோது *Trivandrum Literary Club*க்கு இராஜாஜி பேச வந்திருக்கிறார். அவர் திருவனந்தபுரத்திற்கு ஏதோ காரணத்திற்காக வந்தபோது அவரை இலக்கியக் கூட்டத்திற்கு அழைத்திருக்கிறார்கள். இந்தக் கூட்டத்தில் சிவராஜ பிள்ளை வர்ணாஸ்ர தர்மம் சாதிக்கெதிரானது என்னும் தலைப்பில் பேசியிருக்கிறார். பின்னர் இதை நூல் வடிவில் ஆக்கினார். *Indian Social idol Review* என்ற இந்த நீண்ட கட்டுரை வெளிவந்ததாகத் தெரியவில்லை.

வர்ணாஸ்ர தர்மம் இந்தியாவை எப்படிப் பாதிக்கிறது; தமிழ் மக்களுக்கும் சாதிக்கும் உள்ள தொடர்பு என்ன; இந்தியச் சாதிகளுக்கும் சடங்குகளுக்கும் உள்ள தொடர்பு பிரிக்க முடியாதது என்னும் கருத்துக்கள் இதில் விரிவாக ஆராயப்பட்டிருக்கின்றன.

திருவனந்தபுரம் சமூக உரிமைக் கழகம் என்ற அமைப்பில் முதல் மாநாட்டில் ஆங்கிலத்தில் பேசிய பேச்சு சிறுபிரசுரமாக வந்திருக்கிறது. இதே காலக்கட்டத்தில் பரோடா அரசர் நடத்திய ஒரு கட்டுரைப் போட்டிக்கு *(Carte)* இவர் அனுப்பிய கட்டுரை முதல் பரிசைப் பெற்றது (ரூ.500). *Monist* இதழில் *Indian Objectives* என்னும் தலைப்பில் ஒரு கட்டுரை எழுதியிருக்கிறார்.

இந்தக் கட்டுரைகள் எல்லாம் 1922க்கு முன்வந்தவை. இவை நூல் வடிவில் வரவில்லை.

திருவனந்தபுரம் கூப்பு வியாபாரம் படுத்தது. பத்திரிகை நஷ்டத்தில் ஓடியது. வியாபாரத்தையும் பத்திரிகையையும் நிறுத்திவிட்டு பீமநகரிக்கு வந்தார் சிவராஜ பிள்ளை அச்சகச் சாமான்களையும் புத்தகங்களையும் பீமநகரி வீட்டில் போட்டார்.

இக்காலக்கட்டத்தில் நாஞ்சில்நேசன் என்னும் பத்திரிகையை ஆரம்பித்தார். கவிமணியின் சில கவிதைகள் இதில் வந்தன. கன்னடியன் கால் பற்றிய சிறு குறிப்பும் எழுதியிருக்கிறார். பீமநகரியில் சிவராஜ பிள்ளை கஷ்டப்படவில்லை. சொந்த, வீடு, நிலம் எல்லாம் உண்டு. அவரே இதை, "அப்போது இலக்கியம் பற்றிப் பேசுவதற்கு ஆளில்லாமல் பீமநகரியில் இருந்ததுதான்

தண்டனை” என்று சொல்லியிருக்கிறார். இது பெரும்பாலும் 1923ஆக இருக்கலாம்.

இந்தச் சமயத்தில் யாழ்ப்பாணம் பொன்னம்பலம் பிள்ளை கம்பராமாயண ஆராய்ச்சித் திட்டத்திற்காக யாழ்ப்பாணம் வரும்படிக் சிவராஜ பிள்ளையை கேட்டிருக்கிறார். இவர் 1923–25இல் அங்கே தங்கினார். குடும்பம் பீமநகரியில்.

யாழ்ப்பாணத்திலிருந்து பீமநகரிக்கு வந்ததும் பழைய இலக்கியங்கள் பற்றி ஆய்வு செய்யத் திட்டமிட்டார். அப்போது சென்னைப் பல்கலைக்கழகத்தில் விரிவுரையாளர் வேலைக்கு அவரை அழைத்தனர். 1926இல் குடும்பத்துடன் சென்னை சென்றார்.

சென்னைப் பல்கலைக்கழகத்தில் தமிழ்த்துறையில் அனவரத விநாயகம் பிள்ளை, வெங்கடராஜுலு ரெட்டியார் போன்றோரும் மலையாள ஆராய்ச்சித் துறையில் அச்சுத மேனனும் இருந்தனர். இந்தக் காலத்தில் சென்னைப் பல்கலைக்கழகம் இவரது மூன்று நூல்களை வெளியிட்டது. இங்கு ஆராய்ச்சித் துறையில் முதுநிலை விரிவுரையாளர் என்னும் பதவியில் இருக்கும்போது ஓய்வு பெற்றார்.

சிவராஜ பிள்ளை ஓய்வுபெற்றபின் நாகர்கோவில், சிதம்பர நகரில் ஒரு வீட்டைக்கட்டிக்கொண்டு வாழ்ந்தார். 1937இல் ஜனமித்திரன் என்ற மும்மாத இதழை ஆரம்பித்தார். ஓராண்டு நடந்தது. நஷ்டப்பட்டதால் இதழை நிறுத்த வேண்டிய சூழ்நிலை. நண்பர்களுடன் உரையாடுதல், கவிதை எழுதுதல் எனப் பொழுதைக் கழித்தார். ஒருவகையில் அவர் ஓய்வுபெற்றபின் தீவிரமாய் எழுதவில்லை. கவிதையிலும் தத்துவத்திலும் ஈடுபாடு காட்டியிருக்கிறார். ஆனால் அவர் தத்துவவாதியாகவோ கவிஞராகவோ அடையாளப்படுத்தப்படவில்லை.

சிவராஜ பிள்ளை நாகர்கோவிலில் இருந்த காலக்கட்டத்தில் (1936–41) கவிமணி தேசிக விநாயகம் பிள்ளை புத்தேரியில் இருந்தார். தமிழகக் கவிஞர்களும் நடிகர்களும் ஆராய்ச்சியாளர்களும் கன்னியாகுமரிக்கு வந்தபோதெல்லாம் கவிமணியைச் சந்தித்து உரையாடியிருக்கிறார்கள். திருவனந்தபுரத்திலிருந்த மு. ராகவையங்கார் கவிமணியைச் சந்திக்க அடிக்கடி வந்திருக்கிறார்; ஆனால் சிவராஜ பிள்ளையைச் சந்திக்கத் தமிழறிஞர்கள் வராததன் காரணம் தெரியவில்லை. என்றாலும் இவர் தமிழ்ச் சங்கம் கற்பனை என்று சொல்லிய கருத்து பலரை இவருடனான தொடர்பைத் துண்டித்திருக்கலாம்.

1941இல் நாகர்கோவில் சிதம்பரநகர் ஜங்ஷன் வீட்டில் அமரரானார். அப்போது வயது 62 தான். சிவராஜபிள்ளை எழுதிய நூல்கள் 9 தான். இவர் முதலில் தொகுத்த நூல் சிறுபாமாலை. இது 1920இல் இருக்கலாம். திருவனந்தபுரம் இலக்குமண பிள்ளை, பண்டித முத்துசாமி பிள்ளை, கவிமணி போன்றோர் எழுதிய குழந்தைப் பாடல்கள் இத்தொகுப்பில் உள்ளன.

1927இல் மேகமாலை கவிதைத் தொகுப்பு வந்தது. இது நெல்லைத் தமிழ்க்கழகம் வெளியிட்டது. முத்தையா பிள்ளையின் உதவியுடன் இது வந்தது. இதே ஆண்டில் குமரன், செந்தமிழ் பத்திரிகையில் கம்பராமாயண கௌஸ்துபம் பாடல்கள் வந்தன. உந்து என்னும் சொல்லாராய்ச்சி அல்லது புறநானூற்றின் பழைமை (1929), *Agastiya in the Tamil Land (1930), The Chronology of the Early Tamils (1932)* ஆகிய மூன்று நூல்களும் சென்னைப் பல்கலைக்கழகத்தில் சிவராஜ பிள்ளை பணிசெய்தபோது வெளிவந்தவை.

சென்னையில் இருக்கும்போது இவரே நாஞ்சில் வெண்பா என்ற (1935) நூலை வெளியிட்டார். இது கவிதை நூல். இவர் இறந்த பிறகு வெளிவந்தது சில தமிழ்மொழி ஆராய்ச்சி (1968) சிவராஜ பிள்ளை எழுதி அச்சில் வராத நூல்களாக வாழ்க்கை நூல், சிறுநூல் தொகை, இயற்கைப் பாவினமும் சில்லறைப் பாக்களும், நாட்டுக்கண்ணிகளும் சந்தப்பாக்களும், இசைப் பாட்டுகள், அருவியின் கதை, புதுஞானக்கட்டளைக் கலிப்பா ஆகியன. இவர் எழுதிய சில ஆங்கிலக் கட்டுரைகளும் நூல் வடிவில் வரவில்லை.

உந்து என்னும் இடைச்சொல் பிரயோகம் அல்லது புறநானூற்றின் பழைமை என்ற நூல் ஆராய்ச்சி நூல் சென்னைப் பல்கலைக்கழக வெளியீடு. இந்நூலில், புறநானூற்றில் வரும் உந்து என்னும் வினைமுற்று குறித்த ஆய்வின்வழி அந்நூலின் காலத்தை வரையறை செய்யலாம் என்கிறார்.

உந்து என்பது திணை, பால், எண், இடம், சுட்டாத வினைமுற்று. தொல்காப்பியர் இதுகுறித்து இலக்கணம் வகுக்கவில்லை. அதனால் புறநானூற்றுப் பாடல்களுக்குப் பிற்பட்டது தொல்காப்பியம்; கோவூர்கிழார் உட்பட 7 புலவர்களின் பாடல்களின் சொல், நடை, போக்கு அடிப்படையில் தொல்காப்பியம் புறநானூறுக்குப் பிற்பட்டது. வடமொழிச் சொற்களின் கலப்பு இல்லாத பாடல்கள் புறநானூற்றில் உள்ளன. அதனால் தொல்காப்பியம் புறநானூற்றுக்குப் பிற்பட்டது என்னும் செய்திகளை முன்வைத்தார்.

சென்னைப் பல்கலைக்கழக வெளியீடான *Agastya in the Tamil land (1930)* என்னும் ஆங்கில நூலுக்கு மறுபதிப்பு வந்திருக்கிறது. இந்த நூலில் *Early History of Decah (Bhahdagar), History of Ancient Sanskrit Literature (Maxmuller), The Great Epic of India (Hopkins)* ஆகிய மூன்று நூல்களின் அடிப்படையில் அகத்தியரைப் பார்த்திருக்கிறார்.

அகத்தியரை இராமாயண, ரிக்வேத நூல்களின்படி பார்ப்பது பொதுவான ஆராய்ச்சியாகிவிட்டது. அகத்தியர் குறித்த தொன்மம் கம்போடியா, இந்தோனேசியா தீவுகளில் உண்டு. பெரும்பாலும் இவை கற்பனையின் அடிப்படையில் உருவானவை. தொல்காப்பியர் அகத்தியரைக் குறிக்கவில்லை. காரிக்கண்ணனார், ஆலத்தூர் கிழார், தாமப்பல் கண்ணனார் போன்ற புலவர்களின் பாடல்களின் அடிப்படையில் அகத்தியரைப் பார்ப்பனர் என்று முடிவு செய்துள்ளனர். எனவே அகத்தியர் குறித்த பழைய தொன்மத்தை மீள்பரிசீலனை செய்ய வேண்டியுள்ளது என்கிறார்.

சென்னைப் பல்கலைக்கழகம் வெளியிட்ட *The Chronology of Early Tamils (1932)* என்ற புத்தகமும் மறுபதிப்பு வந்திருக்கிறது. கே.என். சிவராஜ பிள்ளையின் பெயரைத் தக்கவைத்துக்கொண்டிருப்பது இந்தப் புத்தகம் ஒன்றுதான்.

சங்கப் பாடல்களை வரலாற்று ரீதியில் ஆய்வு செய்கிறது இந்த ஆங்கிலப் புத்தகம். சங்க இலக்கியப் பெருமை பேச எழுந்த நூல். சங்கப் பாடல்களில் கூறப்பட்டவை உண்மை என உணர்வதற்காக எழுதப்பட்ட நூல். நான்கு பெரிய தலைப்புகளும் 87 உள்தலைப்புகளும் கொண்ட இந்நூலில் வரலாற்றுக் காலத்துக்கு முற்பட்ட திராவிடர் பற்றிய ஆய்வுச் செய்திகள் உண்டு.

பத்துப்பாட்டு, எட்டுத்தொகை, பதினெண்கீழ்க்கணக்கு நூல்களைச் சங்க இலக்கியங்கள் என்ற வரிசையில் அடக்கும் இவர் சங்கம் இல்லை என்பதற்குப் பத்துக் காரணங்கள் கூறுகிறார். சங்கப்பாடல்கள் தொகுக்கப்பட்ட முறையையும் விவரிக்கிறார். பத்துப்பாட்டு, எட்டுத்தொகை நூல்களை மட்டுமே பழம் இலக்கியங்களாக ஒத்துக்கொள்கின்றன. அகநானூறு, புறநானூறு, நற்றிணை, குறுந்தொகை, ஐங்குறுநூறு ஆகியவற்றைத் தொகுத்தவர் பெருந்தேவனார். நல்லந்துவனார் கலித்தொகையை இயற்றியவர்; தொகுத்தவரும் அவரே. பரிபாடல் பிற்காலத்தது.

சங்கப் பாடல்களின் அடிப்படையில் அரசர்களைப் பத்து தலைமுறைகளாக வரிசைப்படுத்துகிறார். முதல் தலைமுறையினர்

செழியன், தித்தன் போன்ற சோழர்கள். இவர்களில் சிலர் உறையூரைக் கைப்பற்றியவர்கள். பத்தாம் தலைமுறையினர் கோச்செங்கண் சோழன். பழந்தமிழ் மன்னர்கள் கிமு 50 முதல் 200 வரை வாழ்ந்தவர்கள். இதுபோன்று நுட்பமாக ஆராயப்பட்டது இந்நூல். இந்நூலின் தமிழ் மொழிபெயர்ப்பு வரவில்லை.

சில தமிழ்ச்சொல் ஆராய்ச்சி என்ற நூல் சிவராஜ பிள்ளையின் நூற்றாண்டு விழாவில் வெளியிடப்பட்டது (1997). 79 சொற்கள், தொடர்கள் பற்றிய ஆராய்ச்சி நூல். உ.வே.சா.வின் சங்கப் பதிப்புகளில் சில இடங்களில் சரியானபடி பொருள் இல்லை என இதில் மறுக்கிறார். இந்நூலில் ஓரிடத்தில் “எனது தொல்காப்பிய உரிச்சொல்” ஆராய்ச்சியில் காண்க என்கிறார். அப்படியானால் சிவராஜ பிள்ளை தொல்காப்பிய உரிச்சொல் நிகண்டு என்ற நூலை எழுதியிருக்கிறார் என்று தெரிகிறது.

கம்பராமாயணக் கௌஸ்துபம் பாடல்களை சென்னைப் பல்கலைக்கழகம் வெளியிட்டுள்ளது (1981). இது கம்பராமாயணத்துக்குக் கவிதை வடிவிலான விமர்சனம். திருமாலின் கௌஸ்துப அணி போன்றது இது என்ற பொருளை உணர்த்துவது. முன்னுரைப் படலம் முதல் இலக்கணப்படலம் ஈறாக பல படலங்களையும் 422 பாடல்களையும் கொண்டது. இவற்றில் 36 பாடல்கள் கம்பனிடமிருந்து எடுத்துக்காட்டப்பட்டவை.

இவரது அச்சில் வராத கவிதைகளில் வாழ்க்கைநூல் குறட்பா வடிவில் அமைந்தது. இது 6 இயல்கள், 160 அதிகாரம், 2118 குறள்கள் கொண்டது. அதிகாரத்துக்கு 10 முதல் 30 பாடல்கள். இவர் 1939இல் இதை எழுதியபோது திருநெல்வேலிப் பதிப்பாளர் அச்சிட முன்வந்திருக்கிறார். சிவராஜ பிள்ளை ஏதோ காரணத்தால் மறுத்துவிட்டார்.

நாகர்கோவிலில் சிதம்பரநகர் ஜங்ஷனில் சிவராஜபிள்ளை வாழ்ந்த வீட்டின் அருகில்உள்ள ஒரு பள்ளியில் அவரது நூற்றாண்டுவிழா நடந்தது (1979 பெப்ரவரி). தியாகி பி.எஸ். மணி ஏற்பாட்டில் நடந்த இந்த விழாவில் ‘சில தமிழ்ச்சொல் ஆராய்ச்சி’ நூல் வெளியிடப்பட்டது. அவரது கையெழுத்துப் பிரதிகள் பல தொலைந்துபோயின என்றும், வாழ்க்கைநூல் என்ற நூலின் கையெழுத்துப் பிரதி மட்டும் தம்மிடம் இருப்பதாகவும் அது வெளியிடப்படும் என்றும் சிவராஜ பிள்ளையின் உறவினர் ஒருவர் கூறினார். ஆனால் அது வந்ததாகத் தெரியவில்லை.

1898இல் திருவனந்தபுரம், சாலை செந்தமிழ்க் கழகத்தில் இவர் பேசிய பேச்சு செந்தமிழ் தொகுதி 19இல் உள்ளது. இதைச் சென்னைப் பல்கலைக்கழகம் (1981) வெளியிட்டுள்ளது. இது

கவிதை பற்றிய விமர்சனம். ஒருவகையில் சிவராஜ பிள்ளையின் கருத்தாக்கமாக இக்கட்டுரைப் பகுதியைக் கொள்ளலாம். அந்தப் பகுதி பின்வருமாறு:

“நமது தமிழ்பாஷையில் இயற்றப்பட்டிருக்கிற நூல்கள் எல்லாம் செய்யுள் ரூபத்தில் அமைக்கப்பட்டிருக்கின்றன. வசனரூபத்தில் அமைந்த நூல்கள் இல்லை என்றே கூறலாம். வசனநூல்கள் இல்லாதது தமிழ் பாஷைகளுக்கு ஒரு பெருங்குறை ... பாஷை வளர மாட்டாத நிலையில் ஆகியதற்கு இது காரணம். தற்காலத்தில் (1899) சிலர் நாவல் என்னும் புதிய கதைகள் இயற்றி இக்குறை நீக்கி உள்ளனர்.

நம்மிடையே கவிதை, இலக்கண வித்துவான்களால் வரையறுக்கப்பட்டு வளர்ச்சி குன்றிப் போய்விட்டது. தமிழில் கவித்திறம் சிறிதும் அமையப்பெறாத அறிவிலிகளும் போலிக்கவிஞர்களும் கவிபாடியுள்ளனர். ரசனை இல்லாத அதிவீரராம பாண்டியன், சிவஞானசுவாமிகள், மகாவித்துவான் மீனாட்சிசுந்தரம் பிள்ளை, தண்டபாணி சுவாமிகள் போன்ற பலர் பாடல்கள் இயற்றியுள்ளனர்.

தமிழில் பொருளைக் காட்டிலும் உருவத்திற்கு அதிகச் சிறப்பு நமது கவிஞர்கள் கற்பித்துவிட்டார்கள். ரசபந்தம் நாகபந்தம் எல்லாம் கவியின் மனோபந்தங்களே.

நம் கவிதைகள் மதசம்பந்தமாக எழுந்தவை. நாம் மதத்தால் முற்றிலும் விழுங்கப்பட்டோம். இது மிகவும் விசனிக்கத்தக்கதே. மதப்பற்று அளவு கடந்து நிலைபெற்றதால் அது சமுதாயத்தார் இல்லத்தில் புகுந்திருக்குமோ சங்கச் செய்யுட்கள் ஒழிந்த பிற்கால செய்யுட்கள் உண்மை முழுதும் மறைக்கப்பட்டது. அவைகளில் பிரகுரிதி வர்ணனை தவறாக இருக்கும். எங்கு நாம் கண்ணைத் திருப்பினாலும் பொற்குன்றமும் முத்தும் குவையும் பவளத்திரளுமே அல்லாது வேறொன்றும் இல்லை. உருவத்தால் எப்புருஷனும் மன்மதனாதலும் எப்பெண்ணும் ரதியாதலும் சாதாரணம்.”

இப்படிப் பேசியது 1899இல். இது “செந்தமிழ் கவிவாணருக்கு” என்ற தலைப்பில் செந்தமிழில் வெளியானது (1921).

கன்னியாகுமரி (1976) பத்திரிகை சிறப்பிதழில் வந்த கட்டுரையின் செப்பனிட்ட வடிவம்.

18

நாவலர் சோமசுந்தர பாரதியார்
(1879-1959)

ஞான. ராஜசேகரனின் 'பாரதி' திரைப் படத்தில் சிறுவன் சி. சுப்பிரமணியம் கிராமத்துச் சிறுமி ஒருத்தி பாடும் 'மயில் போல' என்னும் நாட்டுப்புறப் பாடலைக் கேட்டு மயங்கி லயித்துச் செல்லும்போது கூடவே போகும் சிறுவன்தான் சோமசுந்தரம் என்று பாரதியின் வரலாற்றை நுட்பமாகப் படித்தவர்கள் எளிதாக இனம் கண்டு கொள்வார்கள். பாரதியைப் பற்றி உண்மையான பதிவுகளைச் செய்தவர்களில் வ.ரா., செல்லம்மா பாரதி, யதுகிரி என்னும் வரிசையில் சோமசுந்தர பாரதிக்கும் இடம் உண்டு.

தமிழ் இலக்கியப் பரப்பில் அடிகள் என்பது மறைமலை அடிகளைக் குறிக்கும்; கவிமணிப் பட்டம் தேசிக விநாயகம் பிள்ளைக்குரியது; பாரதி அடைமொழி சி. சுப்பிரமணிய பாரதிக்கு

அ.கா. பெருமாள்

மட்டும்தான். இதுபோல நாவலர் என்பது சோமசுந்தர பாரதியாரை மட்டும் குறிக்கும் (பிற்காலத்தில் அரசியல்வாதிகள் புனைந்துகொண்ட நாவலர் பட்டத்தை இந்த இடத்தில் யோசித்துப்பார்க்க வேண்டாம்.)

திராவிட இயக்கத்தினர் கம்பராமாயணக் காவியப் பிரதிகளுக்கு நெருப்பு வைத்த காலகட்டத்தில் அதற்குக் கண்டனம் தெரிவித்த தமிழ் அறிஞர்களில் நாவலர் சோமசுந்தர பாரதியார் ஒருவர். அதேசமயத்தில் பெரியார் ஈ.வே.ரா.வின் நெருங்கிய நண்பராகவும் இவர் இருந்தார். தீவிரச் சைவப் பற்றாளராக வாழ்ந்த நாவலர் கம்பராமாயண எரிப்பிற்குக் கண்டனக்குரல் எழுப்பியபோது அந்த நூலைப் பக்தி இலக்கியமாக மட்டும்தான் பார்க்க வேண்டுமா? ஒரு பழமையான மொழியின் பண்பாட்டுக் கூறான இலக்கியத்தைப் பிரதிநிதித்துவப்படுத்தும் நூல் என்று பார்க்க முடியாதா? அப்படிப் பார்க்காமல் இருப்பது யாருக்கு நஷ்டம்? இந்த நூலின் குறைகளைச் சுட்டிக் காட்டி மக்களிடம் உணரவைப்பது என்பது வேறு விஷயம் என்று திருச்சியில் ஒரு கூட்டத்தில் ஆவேசமாகப் பேசியிருக்கிறார்.

இருபதாம் நூற்றாண்டின் ஆரம்பத்தில் காங்கிரஸ் இயக்கம் தீவிரமாக இருந்தபோது வாழ்ந்த தமிழறிஞர்களில் பலர் விடுதலை இயக்கத்துடன் பெரும்பாலும் தொடர்பு கொள்ளாமலோ பட்டும்படாமலோதான் இருந்தனர். காங்கிரஸ் தலைவர்களிடம் நெருங்கிய தொடர்பு வைத்துக்கொண்டும் மகளையும் மருமகனையும் சிறைக்கு அனுப்பியும் சாதிய எதிர்ப்புப் போராட்டங்களில் ஈடுபடுத்தியும் வாழ்ந்தவர் நாவலர்.

சோமசுந்தர பாரதியார் (1879–1959) முழுநேர வழக்குரைஞர். இத்தொழிலில் மிகுந்த ஈடுபாடு காட்டியவர். வக்கீலாக இருந்தபோது நிறையச் சம்பாதிக்கவும் செய்தவர்.

நாற்பதுகளிலும் ஐம்பதுகளிலும் தமிழகத்தில் மொழிக்காக நடந்த பெரிய மாநாடுகளில் நாவலர் முக்கிய இடத்தை வகித்திருக்கிறார். மதுரை முத்தமிழ் மாநாட்டுத் தலைவர் (1942), கோவை முத்தமிழ் மாநாட்டுத் தலைவர் (1950), அண்ணாமலை நகர் தமிழாசிரியர் மாநாட்டுத் திறப்பாளர் (1954), மதுரைத் தமிழ்ச் சங்கப் பொன்விழா மாநாட்டுப் பொறுப்பு (1956), திருச்சி சாதி ஒழிப்பு மாநாட்டுத் தலைமை (1958) என இவர் தள்ளாத வயதிலும் தொடர்ந்து செயல்பட்டிருக்கிறார்.

சோமசுந்தரத்திற்கு 15 வயதிலேயே (1894) திருமணம் நடந்துவிட்டது. மனைவி கடம்பூர் மீனாட்சி. இதே ஆண்டில் திருநெல்வேலி சர்ச் மிஷன் பள்ளியில் படிக்கப்போய்விட்டார்.

அங்கு எஃப்.ஏ. முடித்ததும் தொடர்ந்து சென்னை, தம்புசெட்டித் தெருவில் இருந்த கிறிஸ்தவக் கல்லூரியில் (இன்றைய தாம்பரம் கிறிஸ்தவக் கல்லூரி) பி.ஏ. வரலாறு படித்தார். இக்காலத்தில் 1901-1903 இக்கல்லூரியில் மறைமலையடிகளும், பரிதிமாற் கலைஞரும் தமிழாசிரியர்களாக இருந்தனர்.

பி.ஏ. முடித்த மறு ஆண்டே சென்னை சட்டக் கல்லூரியில் படித்தார். தேர்வு எழுதிய உடனேயே வருவாய்த்துறையில் வேலையும் கிடைத்தது. அங்கு ஓர் ஆண்டுதான் வேலை பார்த்தார். பின் தூத்துக்குடியில் குடியேறினார். அங்கு 1905 முதல் 1920 வரை வழக்குரைஞராகப் பணி செய்தார். இதற்கிடையே (1916) எம்.ஏ. பட்டமும் பெற்றார். எம்.ஏ.யில் அவர் எடுத்திருந்த பாடம் தமிழ், துணைப்பாடம் மலையாளம்.

நாவலர் தூத்துக்குடியில் வழக்குரைஞராக இருந்தபோது நகரத்தார் சாதியினரின் வழக்குகளுக்காக மதுரை நீதிமன்றத்துக்குச் சென்றுகொண்டிருந்தார். அதில் சிரமம் இருந்ததால் மதுரை, திருப்பரங்குன்றம் அருகே பசுமலையில் நிரந்தரமாகத் தங்க ஆரம்பித்தார் (1920).

இறுதிவரை (1959) மதுரையிலேயே இருந்தார். தூத்துக்குடியிலும் இவருக்கு வீடு உண்டு. அங்கு இவர்கட்டிய வீட்டிற்குப் பெயர் சூட்டி நடத்திய புதுமனை புகுவிழாவிற்குச் சென்னையிலிருந்து வ.உ.சி. வந்திருக்கிறார் (1935).

நாவலர் வழக்குரைஞராக இருந்தபோது கவிஞர்கள், தமிழறிஞர்களுக்கிடையே நடந்த வழக்குகளுக்காக நீதிமன்றத்தில் தமிழில் நடத்திய விவாதம் அந்தக் காலத்தில் பரபரப்பாகப் பேசப்பட்டிருக்கிறது. (பண்டிதமணி கதிரேசன் செட்டியார் – பீமகவி வழக்கு)

சோமசுந்தரம் 1905 முதல் 1913ஆம் ஆண்டு வரை பிரிட்டிஷ் போலிசின் கண்காணிப்பில் இருந்திருக்கிறார். இதற்கு முக்கிய காரணம் இவர் வ.உ.சி.யின் கப்பல் கம்பெனியுடன் தொடர்பு கொண்டிருந்தார் என்பதுதான். 1919இல் மாண்டேகு – செம்ஸ்போர்டு சீர்த்திருத்தக் கருத்துக்களை விமர்சிக்க காங்கிரஸ் கட்சி நடத்திய கூட்டங்களில், குறிப்பாகத் திருநெல்வேலியில் நடந்த ஒரு பெரும் கூட்டத்தில் இவர் பேசியிருக்கிறார். இந்தக் காலத்தில்தான் இவருக்கு அன்னிபெசன்டின் நட்பு ஏற்பட்டது.

திருச்செந்தூர் கோவிலில் எண்ணெய்ச் செட்டிகள் நுழையத் தடை வந்தபோது எழுந்த பிரச்சனையைக் காங்கிரஸ்காரர்கள் அரசியலாக்கிஇருக்கின்றனர். அது பிசுபிசுத்துப்போன

நிலையில் நாவலர் இந்தப் பிரச்சினையை நீதிமன்றத்துக்குக் கொண்டுபோயிருக்கிறார்; வெற்றியும் அடைந்திருக்கிறார்.

நாவலர் காந்தியை இரண்டு முறை சந்தித்திருக்கிறார். முதல் முறை தூத்துக்குடிக்கு காங்கிரஸ் மாநாட்டில் பேச அழைப்பதற்காக. அடுத்தமுறை இவர் அண்ணாமலைப் பல்கலைக்கழகத்தில் பணியாற்றியபோது சென்னையில் இந்து பத்திரிகை கஸ்தூரிரங்கன் வீட்டில் இவர்களின் சந்திப்பு நிகழ்ந்திருக்கிறது.

1926இல் சி.ஆர். தாஸை வரவழைத்து மதுரையில் பேச வைத்ததற்காக இராஜாஜி நாவலரை விமர்சித்திருக்கிறார். இது காந்திக்குக்கூடத் தெரிவிக்கப்பட்டிருக்கிறது.

நாவலர் சிறைக்குப் போகவில்லையே தவிர 1930இல் நடந்த உப்புச் சத்தியாகிரகத்தில் மகளையும் மருமகனையும் சிறைக்கு அனுப்பக் காரணமாயிருந்திருக்கிறார். அவர்களை முன்நின்று வழிநடத்தியிருக்கிறார். மதுரை கோவில்நுழைவுப் போராட்டம், இந்தி எதிர்ப்புப் போராட்டம் ஆகியவற்றில் இவருக்குப் பங்கு உண்டு.

நாவலர் அண்ணாமலைப் பல்கலைக்கழகத்தில் ஆற்றிய தமிழ்ப்பணி (1933–38) அறிஞர்களின் இடையே பிரபலமாகப் பேசப்பட்டிருக்கிறது. மதுரையில் வழக்குரைஞராகப் பணி செய்வதால் கிடைத்த வருமானத்தில் பாதியளவுதான் கிடைக்கும் என்றபோதும் ‘பேராசிரியர் பணி சமூகஅந்தஸ்துடையது; கற்பிப்பதில் கிடைக்கும் சுகமே தனி’ என்றாராம். (இது 70 ஆண்டுகளுக்கு முன் இருந்த நிலை) அப்போது தமிழிசைத் துறைக்கும் இவரே தலைவராய் இருந்தார். இக்காலத்தில் பண்டிதமணி கதிரேசன் செட்டியார். ஏ.சி. செட்டியார், வேங்கடசாமி நாட்டார் போன்றோர் இவரின் சக ஆசிரியர்களாய் இருந்தனர். நாவலரின் மாணவர்கள் வெள்ளை வாரணர், அ.ச. ஞானசம்பந்தம், அ.மு. பரமசிவானந்தம் போன்றோர்.

நாவலர் என்ற பட்டம் மட்டுமல்ல கணக்காயர், பாரதி என்னும் பட்டங்கள் சோமசுந்தரனாருக்கு உண்டு. இவர் எட்டயபுரத்தில் இருந்தபோது பாரதி பட்டம் கிடைத்திருக்கிறது. அது பற்றிய சரியான விவரம் தெரியவில்லை. இலங்கைக்கு இவர் மூன்றாம் முறையாகச் சென்றபோது (1944) ஈழநாட்டுத் தமிழ்ப் புலவர் மன்றம் ஆண்டு விழாவில் பண்டிதமணி க.சு. நவநீதகிருஷ்ண பாரதி, நாவலர் பட்டத்தைக் கொடுத்திருக்கிறார். அப்போது நாவலருக்கு வயது 65. மதுரை திருவள்ளுவர் கழகம் கருமுத்து தியாகராஜ செட்டியார் தலைமையில் கணக்காயர்

பட்டத்தையும், 1955இல் அண்ணாமலைப் பல்கலைக்கழகம் டாக்டர் பட்டத்தையும் வழங்கியுள்ளன.

கரந்தைத் தமிழ்ச்சங்கக் கூட்டம் ஒன்றில் (1916) 'தசரதன் நிறையும் கைகேயியின் குறையும்' என்னும் தலைப்பில் இவர் பேசிய பேச்சு அன்றைய தமிழறிஞர்களைத் திரும்பிப்பார்க்க வைத்திருக்கிறது. இலக்கியக் கதாபாத்திரங்களை முழுமையான விமர்சனத்துக்கு உட்படுத்தும்போது பொதுவான சட்டங்களையும் காலப்பின்னணியையும் துணையாகக்கொள்ள வேண்டும் என்னும் முன்னுரையுடன் தசரதனை விமர்சிக்க ஆரம்பித்த இவரின் வாதம் அப்போதே சிறு பிரசுரமாக வந்தது. 1916-19ஆம் ஆண்டுகளில் இதே தலைப்பில் மதுரை, தூத்துக்குடி, திருநெல்வேலி எனப் பல இடங்களில் பேசிய பேச்சு விரிவாக அப்போது நூலாக வந்தது. அனுமன் தூதனல்லன், ஒற்றன் என்று இவர் முன்வைத்த கருத்து இவருக்கு எதிரான ஒரு கூட்டத்தையும் உருவாக்க காரணமாயிருந்திருக்கிறது.

நாவலர் 80 வயது வரை வாழ்ந்தாலும் எழுதிய நூல்கள் பத்துதான். பெரும்பாலும் இலக்கியக் கூட்டங்களிலும் காங்கிரஸ் மேடைகளிலும் பேசுவதிலேயே இவரது நேரம் கழிந்திருக்கிறது.

பச்சையப்பன் கல்லூரியில் 1929இல் திருவள்ளுவர் என்னும் தலைப்பில் இவர் பேசிய பேச்சும் நூலாக வந்திருக்கிறது. மதுரைத் தமிழ்ச் சங்கம் வழி இந்நூல் வெளிவர உ.வே.சா. காரணமாயிருந்திருக்கிறார்.

சங்ககால வஞ்சி நகரம் பற்றி எழுதிய நூலும், சேரர் தாய முறை என்ற நூலும் நாவலரின் ஆராய்ச்சி நெறிமுறைக்குச் சான்றாக இருப்பன. வஞ்சி நகரம் பற்றிய நூல் *Some Studies about the Chera of Yore* என்னும் தலைப்பில் மொழிபெயர்க்கப்பட்டிருக்கிறது. சேரர் தாயமுறை என்ற நூல் பண்டைத் தமிழகத்தில் தாய்வழிச் சமூக மரபு இருந்திருக்கிறது என்று நிறுவுகிறது. இந்த நூல் பதிற்றுப்பத்தின் வழி பண்டைய உறவுமுறைகளையும், சேரர் வம்சாவழியையும் ஆராய்கிறது. இதுவும் *System of Succession in Chera Kingdom* என்ற தலைப்பில் மொழிபெயர்க்கப்பட்டுள்ளது.

நாவலர் எழுதிய 'மாரிவாயில்', 'மங்கலக் குறிச்சியில் பொங்கல் விழா' இரண்டும் கவிதை நூல்கள். அர்ஜுனன் பாண்டியன் மகளுக்குத் தூது விடுப்பது போன்ற அமைப்புடைய 122 பாடல்களைக் கொண்ட சிற்றிலக்கியம். மாரிவாயில், மங்கலக்குறிச்சியில் பொங்கல் விழா ... நூல் பொதியமலையில் நிகழ்வதாகப் புனையப்பட்ட காதல் கதை.

நாவலர் அண்ணாமலைப் பல்கலைக்கழகத்தில் முதுகலை வகுப்பு மாணவர்களுக்குத் தொல்காப்பியம் பொருளதிகாரத்தைப் பாடம் நடத்தியபோது மாணவர்கள் எழுதிய குறிப்புகளின் அடிப்படையில் எழுதப்பட்ட நூல் ‘தொல்காப்பியம், பொருட்படலம் – புதிய உரை.’ இதுபோலவே சிலப்பதிகாரத்தைப் பாடம் நடத்தியபோது மாணவர்கள் எழுதிய குறிப்புகளைக் கானல்வரி என்னும் தலைப்பில் தெ.பொ.மீ நூலாக வெளியிட்டிருக்கிறார். (இந்தச் செய்திகளை இப்போது சொன்னால் யாரும் நம்ப மாட்டார்கள்) நாவலருக்கு நச்சினார்க்கினியரிடமும், பரிமேலழகரிடமும் மாறுபாடு உண்டு. இருவருமே வடமொழி நூல்களை மேற்கோள் காட்டுபவர்கள். இவர்கள் தங்கள் காலக்கட்டத்தைப் பிரதிபலிப்பவர்கள் அல்லர் என்கிறார் நாவலர்.

இந்த நூல்கள் தவிர இவர் பல்வேறு இதழ்களிலும், மலர்களிலும் எழுதிய கட்டுரைகள் ‘நற்றமிழ்’, ‘பழந்தமிழ் நாடு’ என்னும் தலைப்புகளில் நூல்களாக வந்துள்ளன. தொகுக்கப்படாத கட்டுரைகளும் உள்ளன. இவரது ஆங்கில நூல் *Tamil Classics and Tamilakam.*

சங்கப்பாடல்களில் குறிக்கப்படும் கரிகாலனும் திருமாவளவனும் வேறானவர்கள். மதுரை கூலவாணிகன் சீத்தலைச் சாத்தனார், மணிமேகலை சீத்தலைச் சாத்தனாரினின்று வேறானவர், மெய்கண்டாரின் சிவஞானபோதம் மொழி பெயர்ப்பல்ல என்பன போன்ற கருத்துகள் இவரது கட்டுரைகளில் காரசாரமாய் விவாதிக்கப்படுகின்றன.

* * *

சுப்பிரமணிய பாரதி நூற்றாண்டு விழாவிற்கு முன்னர் ஒருமுறை கடையம் ஊருக்குப் பாரதியின் மைத்துனியைப் பார்க்க நான் சென்றபோது தென்காசி இலஞ்சி சைவப்பிள்ளை ஒருவரைச் சந்தித்தேன். அவர் ஓய்வு பெற்ற தமிழாசிரியர். திருவாவடுதுறை சுப்பிரமணிய தேசிகரின் பரம்பரையினர் என்று சொல்லிக் கொண்டார். அவர் நெல்லை மாவட்டச் சைவ வேளாளத் தமிழறிஞர்களின் பட்டியலை அடுக்கிக்கொண்டே போனபோது நாவலரின் பெயரைச் சொல்லவில்லை.

நான் நாவலரை விட்டு விட்டீர்களே என்றபோது அவர் தயங்கினார். அவரைப் போல வேறு சில தமிழறிஞர்களும் திருநெல்வேலிப் பிள்ளை என்று சொல்லிக்கொள்கிறார்கள் என்றார். பின் அவரே நாவலரின் பூர்வீகம் தெரியுமா என்று கேட்டுவிட்டுச் சொல்ல ஆரம்பித்தார்.

சென்னைச் சூளை பகுதியில் சைவ சித்தாந்தச் சண்டமாருதம் என்னும் விருதைத் தாங்கிய சோமசுந்தர நாயகர் என்பவர் இருந்தார். அவரது மகன் சுப்பிரமணிய நாயகர், கணக்கு வழக்கு நிர்வாகத்தில் திறமை உள்ளவர். ஒரு சமயம் எட்டயபுர சமஸ்தான அதிபதி முத்துசாமி எட்டப்ப நாயக்கர் சென்னைக்குச் சென்றபோது சுப்பிரமணிய நாயக்கரைச் சந்தித்திருக்கிறார். அவரின் நிர்வாகத் திறமையைக் கண்டு எட்டயபுர சமஸ்தானத்திற்கு அழைத்திருக்கிறார். சுப்பிரமணிய நாயகரும் எட்டயபுரம் வந்துவிட்டார். அங்கேயே அரண்மனையில் நிர்வாகப் பொறுப்பில் இருந்தார்.

சுப்பிரமணிய நாயகருக்கு வீடு நிலம் என்னும் வசதிகளைச் செய்து கொடுத்திருக்கிறார் எட்டப்பர். நாயகரும் அரசரின் அனுமதியுடன் பெயரை எட்டப்ப பிள்ளை என மாற்றி வைத்துக் கொண்டார். இதெல்லாம் 1865–70க்கிடையில் நடந்திருக்கலாம்.

எட்டயபுர ராணிக்குப் பெண் வாரிசில்லை. ஒரு குழந்தையைத் தத்தெடுக்கலாமா என்று யோசித்துக் கொண்டிருந்த போது கணவனை இழந்த கர்ப்பிணியான கம்மவார் சாதிப் பெண் ஒருத்தியைச் சந்தித்தார் ராணி. அந்தப் பெண்ணும் வசதியுடையவள். ராணி அந்த விதவைப் பெண்ணை தன் அரண்மனைக்கு அழைத்துவந்தார். அவளுக்கு எட்டயபுரம் அரண்மனையில் பிரசவம் நடந்தது. அவள் பெற்ற பெண் குழந்தைக்கு முத்தம்மா என்று பெயரிட்டு வளர்த்தனர். அந்தக் கம்மவார் நாயக்கர் பெண்ணுக்கு 15 வயதானபோது மாப்பிள்ளை தேட ஆரம்பித்தார் ராணி. சுப்பிரமணி நாயகர் என்ற எட்டப்ப பிள்ளைக்கு முத்தம்மாளை மணம் செய்து வைத்தாலென்ன என்று கேட்டாராம் அரசர். சுப்பிரமணியமும் சம்மதித்து விட்டார். அரசர் செலவிலேயே திருமணம் நடந்தது. இதே செய்தி பண்டித ச. சாம்பசிவன் இரா. இளங்குமரன் ஆகிய இருவரும் இணைந்து எழுதிய "நாவலர் பாரதியார்" என்ற நூலில் உள்ளது. (சைவசித்தாந்த நூல் பதிப்புக் கழகம், திருநெல்வேலி 1960, பக் 4–6)

சுப்பிரமணிய நாயகருக்கும் முத்தம்மாளுக்கும் 1879 ஜூலை 27இல் ஆண் குழந்தை பிறந்தது. சத்தியானந்த சோமசுந்தரம் என்று பெயர் சூட்டினர்.

சோமுவின் பாட்டி தனிவீட்டில் குடிவந்தபோது பேரனும் அவருடன் இருந்தார். அவரின் பக்கத்து வீடு பாரதியின் பாட்டி வீடு. இதனால் பாரதிக்கும் இவருக்கும் நெருக்கம் அதிகமானது. நாவலரின் பாட்டிக்குப் பேரனைத் திண்ணைப்

பள்ளிக்கூட உபாத்தியாயர்கள் அடித்துப் படிப்பிப்பதில் விருப்ப மில்லையாதலால் 9 வயது வரை வீட்டிலேயே வைத்திருந்தார்.

நாவலரின் முதல் மனைவிக்கு மூன்று பிள்ளைகள். இவர்களில் மகள் இலக்குமி பாரதியும் மருமகன் கிருஷ்ணசாமி பாரதியும் ஒரே சமயத்தில் சென்னை ராஜதானி சட்டசபை உறுப்பினராய் இருந்தனர். இவர்கள் எம்.எல்.ஏ. ஆன காலக் கட்டத்தில் சைவ வேளாளர் என்றுதான் பிரச்சாரம் செய்யப் பட்டிருக்கின்றனர்.

நாவலர் தன் முதல் மனைவி நோயாளியாக இருந்தபோது 48ஆம் வயதில் வசுமதி என்ற பெண்ணைத் திருமணம் செய்தார். வசுமதி தென் திருவிதாங்கூரில் உள்ள திருவட்டாறு ஊரைச் சார்ந்தவர். நாவலருக்கு மலையாள மொழியில் ஈடுபாடுண்டு. 1909இல் இவர் கன்னியாகுமரி வந்தபோது திருவிதாங்கூர் பகுதியில் பயணம் செய்திருக்கிறார். இவரது இரண்டாம் மனைவியின் மகள் மீனாட்சி நாராயணன் நாயக்கர் என்பவரைத் திருமணம் செய்திருக்கிறார்.

இந்தச் செய்திகளை எல்லாம் பின்னர் மேலும் தெரிந்து கொண்டேன். அறிந்த பிறகுதான் இலஞ்சி தமிழாசிரியர் பேசியதன் அர்த்தம் புரிந்தது.

19

பண்டிதமணி மு. கதிரேசன் செட்டியார்
(1881-1953)

நகரத்தார் சமூகத்தின் 96 ஊர்களில் மகிபாலன்பட்டியும் ஒன்று. இந்த ஊரின் அருகே ஓடுவது மணிமுத்தாறு. பாரம்பரியமுள்ள இந்த ஊரில் முத்துக்கருப்பன் செட்டியாருக்கும், சிவப்பி ஆச்சிக்கும் கதிரேசன் பிறந்தார் (16.10.1881).

கதிரேசன் குழந்தையாய் இருந்தபோது இளம்பிள்ளைவாதத்தால் பாதிக்கப்பட்டார். அதனால் 7 வயது வரை பள்ளிக்கூடம் போக வில்லை. இதன்பிறகு ஊரிலிருந்த திண்ணைப் பள்ளிக்கூடத்துக்குப் போனார். அப்போதெல்லாம் செட்டிநாட்டில் எண்சுவடிப் படிப்புக்குத்தான் முதலிடம். நகரத்தார் தங்களின் தொழிலுக்கேற்ற படிப்பையே விரும்பினர்.

நாட்டுக்கோட்டை செட்டியார்கள் கடல் கடந்து சென்று தொழில் செய்வதும் வேலைக்குப் போவதும் சகஜமாய் நடந்து கொண்டிருந்த காலம் அது. கதிரேசனும் 11ஆம் வயதில் இலங்கைக்குச் சென்றார். நுவரேலியாவில் இருந்த ஒரு வியாபாரியிடம் மூன்று வருடம் வேலை பார்த்தார். 14 வயதில் தந்தை இறந்த செய்தி கிடைத்ததுமே மகிபாலன்பட்டிக்குத் திரும்பிவிட்டார்.

கதிரேசன் ஊருக்கு வந்தபின் வேறு வேலை செய்யவில்லை. இளம்பிள்ளைவாதம் அவரை மறுபடியும் பீடித்தது. 14 வயதில் கோலூன்றி நடக்கவேண்டியதாயிற்று. வேறு வழியில்லை. கதிரேசன் வீட்டிலிருந்தே படிக்க ஆரம்பித்தார்.

இக்காலத்தில் இவர் முறைப்படியாக யாரிடமும் படிக்கவில்லை. என்றாலும் சோழவந்தான் மகாவித்துவான் அரசன் சண்முகனாரிடம் தொல்காப்பியம் பாடம் கேட்டார். தருவை நாராயண சாஸ்திரியிடம் சமஸ்கிருதமொழியை ஐந்து ஆண்டுகள் முறைப்படியாகப் படித்திருக்கிறார். காரைக்குடி சொக்கலிங்கம் என்பவரிடம் சைவ சமய இலக்கியங்களைப் பாடம் கேட்டிருக்கிறார்.

1912இல் இவர் தன் அத்தை மகள் மீனாட்சியை மணம் புரிந்தார். இவர்களுக்கு ஏழு மக்கள்.

பண்டிதமணி 1934 முதல் 1946 வரை அண்ணாமலை பல்கலைக்கழகத்தில் ஆசிரியராக இருந்திருக்கிறார். ஆக 14 வயது முதல் 53 வயது வரை 39 வருஷங்கள் படிப்பு, பேச்சு, எழுத்து என்றுதான் இவரது வாழ்க்கை நகர்ந்திருக்கிறது.

பண்டிதமணி வாழ்ந்த காலத்தில் மறைமலையடிகள், நாவலர் சோமசுந்தர பாரதியார், வ.உ.சி, கா.சு. பிள்ளை போன்ற தமிழறிஞர்கள் ஆங்கிலம் அறிந்தவர்கள் என்பதற்காகவே சிறப்பாக மதிக்கப்பட்டனர். ஆனால் பண்டிதமணியின் சமஸ்கிருதப் புலமை இவருக்குத் தனி இடத்தைக் கொடுத்திருக்கிறது.

இவரது தனிப்பேச்சைக் கேட்க ஆங்கிலப் பேராசிரியர்களே வந்திருக்கின்றனர். இவர் பேசும்போது சமஸ்கிருத நூல்களிலிருந்து சூத்திரங்களையும் பாடல்களையும் மேற்கோள் காட்டிப் பேசுவார்.

உ.வே.சா. இவரது சொற்பொழிவை "வடமொழி வாணரும் தென்மொழி வாணரும் ஆங்கிலப் பயிற்சியில் ஓங்கிய வாணரும் கேட்டுப் பலமுறை கேட்கவைக்கும் திறலினான்" என் கிறார்.

பண்டிதமணி கோலூன்றிக்கொண்டே தமிழ் மாநாடுகளுக்கும் சிறப்புக் கூட்டங்களுக்கும் சொற்பொழிவாற்றச் சென்றிருக்கிறார். தஞ்சை, திருச்சி மாவட்டம் புலவர் மாநாடு, பூவாளூர் சைவ சித்தாந்த மாநாடு, தூத்துக்குடி சைவசித்தாந்தச் சபை பொன்விழா போன்ற பெரிய மாநாடுகளில் இவரே தலைமை தாங்கிப் பேசியிருக்கிறார்.

வ.உ.சி. ஒரு கடிதத்தில் (1933) எனதருமை நண்பர் மு. கதிரேசன் செட்டியார் தலைமையில் திருக்குறள் பற்றிப் பேசுவதைப் பேறாக எண்ணுகிறேன். அவர் வந்தால் கட்டாயம் நான் வருவேன் என்று எழுதியிருக்கிறார்.

உடல் தளர்ந்து கோல் ஊன்றி நடந்த நிலையிலும் அவர் மேடைப் பேச்சை விடாமல் இருந்ததற்குத் தமிழ் மக்களிடம் இலக்கிய உணர்வை ஊட்ட புத்தகங்களைவிட எளிய வழி பேச்சு என்பது காரணம் என்று சொல்லியிருக்கிறார்.

இவர் பேசும்போது பாடல்களை அப்படியே ஒப்புவிப்ப தில்லை. அதற்கு விளக்கமும் தருவார். இவரைக் கூட்டத்துக்கு ஏற்பாடு செய்தவர்களே இவரது பேச்சைச் சிறுபிரசுரமாக வெளியிட்டிருக்கின்றனர்.

1925இல் சென்னையில் உ.வே.சா. தலைமையில் 'பரிமேலழகரின் உரைநயம்' என்னும் தலைப்பில் இவர் பேசிய பேச்சு சிறுபிரசுரமாக வந்திருக்கிறது. 1940இல் சைவ சித்தாந்த நூல் பதிப்புக் கழகம் நடத்திய குறுந்தொகை மாநாட்டிற்குப் பண்டிதமணி தலைமை தாங்கினார். அப்போது குறுந்தொகை கடவுள் வாழ்த்துக்கு மட்டும் இவர் கொடுத்த விளக்கம் அச்சில் வந்துள்ளது.

ஒருமுறை கரந்தைத் தமிழ்ச் சங்கக் கூட்டத்தில் மறைமலையடிகளும் பண்டிதமணியும் பேசினர். அடிகள் முதலில் பேசினார். அவர் சங்கப் பாடல்களிலும் தேவார, திருவாசகப் பாடல்களிலும் வடமொழிக் கலப்பு இல்லை என்று பேசினார். அவரை அடுத்துப் பேசவந்த பண்டிதமணி "நேறுநீர் சடைக்கரத்து திரிபுரம் தீ மடுத்து" என்ற கலித்தொகைப் பாடல் வரியையும் வேறு சில பாடல் வரிகளையும் சொல்லி சங்கப் பாடல்களில் வடமொழிக் கலப்பு உண்டு; இது மட்டுமல்ல, நாவுக்கரசர் தேவாரத்தில் வரும் "கலம் பூவொரு தூபம்" என்ற வரியையும் வேறு சில வரிகளையும் சொல்லிக்கொண்டே போனார். இவற்றிலும் வடமொழிக் கலப்பு உண்டு என்றார்.

பண்டிதமணி பேசப்பேச மறைமலை அடிகளின் முகம் மாறியது. மேடையிலிருந்த மேசையை ஓங்கிக் குத்தினார்.

பண்டிதமணி விடவில்லை. நான் இங்குத் தலைவராக இருந்து எனக்கும் ஒரு மேசை போடப்பட்டிருந்தால் நானும் அதை ஓங்கி அறைந்து என் கருத்தைச் சொல்லியிருப்பேன் என்றாராம்.

தூத்துக்குடியில் நடந்த சைவ சித்தாந்த ஆண்டுவிழாவில் பண்டிதமணி கம்பராமாயணத்தைப் பற்றிப் பேசினார். அப்போது பார்வையாளராக இருந்த மறைமலையடிகளின் மகன் திருநாவுக்கரசு பண்டிதமணியின் பேச்சுக்கு எதிர்ப்பு தெரிவித்தார். பண்டிதமணி மேடையில் அவர் வந்து தன் கருத்தைச் சொல்லுமாறு செய்தார். இதன் பின், இராமனையே சிவனடியாராகச் சித்திரித்துப் பேசி, இத்தகைய அடியவரைப் பற்றி இங்கு பேச வேண்டாம் என்றால் சேக்கிழாரின் அடியார்களையும் பேச முடியாது ஆகிவிடும் என்றாராம்.

ஒருமுறை (1944) சென்னை, கோகலே மண்டபத்தில் நடந்த கம்பன் விழாவில் பண்டிதமணி இராவணனைப் பற்றி சுவராஸ்யமாய்ப் பேசிக்கொண்டிருந்தார். பகுத்தறிவு இயக்கம் தொடர்பானவர்கள் சிலர் பார்வையாளர்களுடன் கலந்து கொண்டு பண்டிதமணியைப் பேசவிடாமல் செய்தனர். நாற்காலியை நகர்த்துவது, விசிலடிப்பது என அவர்கள் செய்த சேட்டைகளைப் பார்த்து பண்டிதமணி "நீங்கள் நேரடியாக என்னிடம் இலக்கிய விவாதம் செய்தால் பதில் சொல்லுகிறேன். வயதான, உடல்நலமில்லாத ஒருவரிடம் இப்படி நடப்பது பகுத்தறிவல்ல" என்றாராம்.

தங்களின் நூலுக்கு அணிந்துரை கேட்டு வருபவர்களிடமும் பொதுவாகத் தன்னைச் சந்தித்து உரையாடவரும் புதியவர்களிடமும் (குறிப்பாகத் தமிழாசிரியர்கள்) பண்டிதமணி கேள்வி கேட்டு நச்சரித்துவிடுவாராம். சில சமயம் மற்றவரைப் பற்றி அவர் சொல்லிய சிலேடைகூட புண்படுத்தும் விதமாக இருந்ததாம். ஒருமுறை நாமக்கல் கவிஞர்ராமலிங்கம் பிள்ளையை நாமக் கல்லார் என்றாராம்.

இவர் தலைமை தாங்கிய கூட்டத்தில் பேசுபவரின் தகவல் பிழைகளை உடனேயே இடையில் புகுந்து சுட்டிக்காட்டுவதும் அதனால் பார்வையாளர்களிடம் சலசலப்பு ஏற்படுவதும் ஆன நிகழ்வுகளைச் சாரங்கபாணி எழுதியிருக்கிறார்.

முறைப்படியாகப் படிக்காமல் பெரும் அறிவாளியாக விளங்கிய இவர் அண்ணாமலைப் பல்கலைக்கழகத்திற்கு 53 வயதில் (1934) ஆசிரியராகச் சென்றிருக்கிறார்.

அண்ணாமலைச் செட்டியாருக்கும் இவருக்கும் 1924ஆம் ஆண்டிற்கு முன்பே நெருக்கம் உண்டு. ஒருமுறை செட்டியார்

உ.வே.சா.விடம் தன் பல்கலைக்கழகத்தில் பணியாற்ற வரும்படி கேட்டபோது அதற்கு தகுதியானவர் பண்டிதமணிதான் என்று அவர் சிபாரிசு செய்திருக்கிறார்.

பண்டிதமணி அண்ணாமலைப் பல்கலைக்கழகத்தில் ஆசிரியர் ஆவதற்கு முன்பே அங்குப் பாடத்திட்டக் குழுவில் இருந்திருக்கிறார். ஓய்வுபெற்ற பின்பும் இதே பல்கலைக்கழக ஆராய்ச்சித் துறையில் வருகைப் பேராசிரியராக 1946 வரை இருந்தார். இலங்கையில் புகழ்பெற்ற தமிழரான பொன். ராமநாதனின் வேண்டுகோளின்படி யாழ்ப்பாணத்திற்குச் சென்றார் (1933). இக்காலத்தில் யாழ் நகரிலிருந்து வெளியான ஞாயிறு, ஈழகேசரி போன்ற இதழ்களில் கட்டுரைகள் எழுதி யிருக்கிறார்.

பண்டிதமணி யாழ்ப்பாணத்தில் ஆரிய திராவிட பாஷா அபிவிருத்தி சங்கத்தில் பேசியபோது தென்னிந்திய பிராமணர் களை விமர்சனம் செய்தார் என்னும் பரபரப்பான செய்தியை யாழ்ப்பாணத்திலிருந்து வெளிவந்த ஆர்த்ரா என்ற பிராமணப் பத்திரிகை மிகைப்படுத்தலுடன் வெளியிட்டது.

இந்தப் பத்திரிகை தமிழகத்துக்கும் வந்தது. இச்செய்தியைப் படித்த காங்கிரஸ் தலைவர் சத்தியமூர்த்தியும் உ.வே.சா.வும் கூட எதிர்வினையாற்றினர். இந்தப் பிரச்சினையால் பண்டிதமணிக்கு அரசு சார்பாகக் கொடுக்கப்படவிருந்த மகோபாத்யாயா என்ற விருது அளிக்கக் காலதாமதம் ஆனது. என்றாலும் உ.வே.சா. இவருடன் கடைசிவரை இணக்கமாகவே இருந்திருக்கிறார்.

மு. கதிரேசன் செட்டியார் என்ற இயற்பெயரை விட பண்டிதமணி என்னும் விருதுப்பெயரே நிலைத்தது. பண்டிதமணி என்ற பட்டத்தை மேலைச்சிவபுரி சன்மார்க்க சபையின் 16ஆம் ஆண்டு விழாவில் (1925) உ.வே.சா. தலைமையில் ரா. ராகவையங்கார் கொடுத்தார்.

மகோபாத்யாயா பட்டத்தை மாநில ஆளுநர், சென்னை அரசு சார்பாகக் கொடுத்தார். இப்பட்டம் பிரிட்டிஷ் மன்னரின் பிறந்த நாளில் சென்னையில் வைத்துக் கொடுக்கப்பட்டது (1942). இச்சிறப்பு விருதுக்கு அரசு, ஆண்டுதோறும் 100 ரூபாய் வழங்கியது. இந்திய விடுதலைக்குப் பின் இது நிறுத்தப்பட்டது.

1951இல் குன்றக்குடி அடிகளார் இவருக்குச் ‘சைவ சித்தாந்த வித்தகர்’ என்ற பட்டத்தைக் கொடுத்தார். தமிழ்ப் புலவர் மாநாட்டில் அண்ணாமலை செட்டியார் ‘முதுபெரும் புலவர்’ என்ற பட்டத்தை அளித்தார்.

பண்டிதமணியின் முக்கியப் பங்களிப்பாகச் சமஸ்கிருதத்திலிருந்து தமிழிற்கு அவர் மொழிபெயர்த்த நூல்களைச் சொல்லலாம். அவரின் மொழிபெயர்ப்பு நூல்கள் மண்ணியல் சிறுதேர், சுக்கிர நீதி, அர்த்த சாஸ்திரம், சுலோசனை, உதயண சரிதம், மாலதி மாதவம், பிரதாப சத்திரியம் ஆகியன.

கவி பாசன் எழுதிய சாருதத்தம் என்ற நாடகத்தை, அரசனும் புலவனுமான சூத்திரசன் என்பவன் மிருச்சகடிகா என்ற பெயரில் நாடகமாக்கினான். இதையே பண்டிதமணி மண்ணியல் சிறுதேர் என்ற தலைப்பில் மொழிபெயர்த்தார். இந்த நாடகம் எழுபதுகளில் தமிழகப் பல்கலைக்கழகங்களின் பாடத்திட்டத்தில் இருந்தது.

இந்நூலின் மூல உரையாடல் பகுதிகளை உரைநடை வடிவிலும், மூலப்பாடல்களைச் செய்யுள் வடிவிலும் மொழி பெயர்த்துள்ளார். மண்ணியல் சிறுதேர் வெளிவந்த காலத்தில் விபுலானந்தர் பண்டிதமணியை 'கவிமணி' எனப் பாராட்டி யிருக்கிறார்.

சுக்கிர நீதி நூலைப் பண்டிதமணி மொழிபெயர்த்தபோது, அதன் கையெழுத்துப் பிரதியைப் படித்த உ.வே.சா., அது அச்சில் வரவேண்டிய அவசியத்தை வற்புறுத்திஇருக்கிறார். மேலைச்சிவபுரி சன்மார்க்க சபையினர், அண்ணாமலைச் செட்டியாரின் உதவியுடன் 1926இல் இந்நூலை வெளியிட்டனர்.

சாணக்கியரின் அர்த்தசாஸ்திரத்தைத் தமிழில் பெயர்க்க வேண்டும் என்று அண்ணாமலைப் பல்கலைகழகத் தமிழ்த்துறை முடிவு செய்தபோது அந்தப் பொறுப்பைப் பண்டிதமணியிடம் ஒப்படைத்தனர். இந்த வேலை 1942இல் தொடங்கியது. பண்டித மணிக்கு உதவியாக அதே பல்கலைக்கழகத் தமிழ் ஆராய்ச்சித் துறை ஆசிரியர் பி.எஸ். இராமானுச்சாரி நியமிக்கப்பட்டார்.

பண்டிதமணி கௌடியல்யத்தின் முதல் மூன்று அதிகாரங்களை மட்டும் மொழிபெயர்த்தார். 1946 ஆகஸ்டில், பல்கலைக்கழகத்திலிருந்து ஓய்வு பெற்றபோது மொழிபெயர்க்கும் பொறுப்பு இராமானுஜாச்சாரிக்கு வந்தது. அவர் நூலின் 4 முதல் 12 அதிகாரங்களை மொழிபெயர்த்தார். இந்தப் பெயர்ப்பு பண்டிதமணியின் மொழிபெயர்ப்பை அடியொற்றியே இருந்தது.

கௌடில்யத்தின் எல்லாப் பகுதிகளையும் படித்து, திருக்குறளின் பாடல்களை மேற்கோளாகச் சேர்த்து செப்பம் செய்தவர் வெள்ளைவாரணர். 1955இல் அண்ணாமலை வெளியீடாக வந்தது. இப்படியாகப் பலரின் உழைப்புடன் இந்நூல் வந்தாலும் இதற்கு அடித்தளம் இட்டவர் பண்டிதமணியே.

பண்டிதமணி சமயம் பற்றியும், இலக்கியங்கள் பற்றியும் பேசிய பேச்சுகளும் திருச்சி வானொலி நிலையத்தில் பேசிய பேச்சும் நூல்களாக வந்துள்ளன. இவற்றில் 17 கட்டுரைகள் உள்ளன. சமயம் பற்றிப் பேசிய சொற்பொழிவுகள் உரைநடைக் கோவை என்ற தலைப்பில் முதல் பகுதியாக வந்தது (1941). இலக்கியம் பற்றிப் பேசிய பேச்சுக்கள் உரைநடைக்கோவை இரண்டாம் பகுதியாக வந்தது (1943). எஞ்சிய கட்டுரைகள் இலக்கிய நயம் என்னும் தலைப்பில் வந்தன.

திருவாசகத்தில் திருச்சதகம், நீத்தார் விண்ணப்பம், திருவெம்பாவை ஆகியவற்றிற்குப் பண்டிதமணி எழுதிய விளக்கவுரை கதிர்மணி விளக்கம் எனப்படும். இப்பகுதிகளில் ஒவ்வொரு பாடலுக்கும் கருத்துரை, பதவுரை, விளக்கவுரை என மூன்று பகுதிகள் உண்டு. இவற்றிற்கு மேற்கோள் பாடலும் இலக்கண அமைதியும்கூடச் சொல்லப்பட்டுள்ளன.

இந்த உரையைத் திருவாய்மொழிக்கு நம்பிள்ளை அருளிய உரையுடன் ஒப்பிட்டுச் சொல்கின்றனர். இந்த உரைக்குத் தமிழக அரசு பரிசளித்துள்ளது (1951).

பண்டிதமணியின் தமிழ்நடையை டாக்டர் இரா. மோகன் விரிவாக ஆராய்ந்துள்ளார். 'இவர் எளிய நடையை விரும்ப வில்லை. இலக்கண வரம்புடன் திரிசொற்கள் விரவாமல் இயற் சொற்களால் எழுதுபவர். பழைய இலக்கண விதிகளுக்கு அமைய சந்திவிகாரங்களைக் கையாண்டவர். நீண்ட வாக்கியங்களை விரும்புபவர்' என்கிறார் மோகன்.

நாட்டுக்கோட்டை நகரத்தார் சீர்திருத்தம் என்ற நூலையும் பண்டிதமணி எழுதியுள்ளார். இவரது கவிதைகள் சிலவும் கடிதங்களும், மாலதி மாதவம் என்ற மொழிபெயர்ப்பும் கையெழுத்துப் பிரதிகளாக உள்ளன.

பண்டிதமணி இரத்தஅழுத்த நோயால் 1953இல் மறைந்தார்.

20

வ.வே.சு. அய்யர்

[1881–1925]

“கம்பீரமான தோற்றம்; நீண்ட தாடி; கதர் ஆடை; நெற்றியில் பிறைச் சந்தனப் பொட்டு.” வ.வே.சு. அய்யரின் படத்தை ஒருமுறை பார்த்தவர்களுக்கு இந்த அடையாளம் மறக்காது. பெரும்பாலான படங்களில் இப்படித்தான் இவர் இருக்கிறார்.

அய்யரைப் பொதுவாக முதல் சிறுகதை ஆசிரியர் என்று சொல்லிச் சொல்லியே அவரது மற்ற கட்டுரைகளும் மொழிபெயர்ப்புகளும் கம்பனைப் பற்றிய அவரது கணிப்பும் மறக்கடிக்கப்பட்டு விட்டன.

தமிழின் தலைசிறந்த விமர்சகரான ஏ.வி. சுப்பிரமணிய அய்யர் “தமிழ்க் கலை ஞானத்தை பிற மொழியினருக்கு உணர்த்த வேண்டும் என்னும் தீவிர ஆசையுடன் இருந்தவர் இவர்” என வ.வே.சு. அய்யரைப் பற்றிக் குறிப்பிடுகிறார்.

வரகனேரி (திருச்சி) வேங்கடேச சுப்பிரமணிய அய்யர் என்ற வ.வே.சு. அய்யர் கரூர் சின்னாளப்பட்டி கிராமத்தில் 2.4.1881இல் பிறந்தார். தந்தை வெங்கடேச அய்யர்; தாய் காமாட்சி. வ.வே.சு.வுக்குச் சிறுவயதில் திருமணம் ஆகிவிட்டது (1897). மனைவி முறைப்பெண் பாக்கியலட்சுமி. இவர்களுக்கு மூன்று மக்கள். மூத்தவள் பட்டம்மா. இவள் சிறுவயதில் இறந்துபோனாள். இரண்டாமவள் சுபத்திரா. மூன்றாமவர் கிருஷ்ணமூர்த்தி.

வ.வே.சு.வின் பள்ளிப் படிப்பு கல்லூரிப் படிப்பு எல்லாம் திருச்சியில் நடந்தது. 1895இல் மெட்ரிகுலேசன், 1899இல் வரலாறு, பொருளாதாரப் பாடத்தில் பி.ஏ., 1902இல் பிளீடர் எனப் படிப்பை முடித்துவிட்டு திருச்சியில் வக்கீலாக இருந்தார். நான்கு ஆண்டுகள் திருச்சியில் இருந்துவிட்டு 1906இல் ரங்கூன் சென்றார். அங்கே இவரது மைத்துனர் பசுபதி அய்யர் அழைப்பின் பேரில் சென்றவர் ஓராண்டு வக்கீலாகப் பணிபுரிந்தார்.

1907 வரை இவர் சாதாரண வக்கீலாக இருந்தார். 1907இல் இவரது தேசிய அரசியல் பிரவேசம் ஆரம்பித்தது. இவர் ரங்கூனில் இருந்தபோது பசுபதி அய்யரின் தூண்டுதலால் லண்டனுக்குப் பாரிஸ்டர் படிப்புக்குச் சென்றார். லண்டனில் இவர் இந்தியாஹவுஸ் விடுதியில் தங்கினார்.

லண்டன் இந்தியா ஹவுஸ் விடுதிச் சூழல் சில தீவிர தேசிய தலைவர்களை உருவாக்கியிருக்கிறது. இங்கு இவர் வீரசவர்க்கார், டி.எஸ், எஸ். ராஜன் போன்றோரைச் சந்தித்ததால் ஏற்பட்ட மாற்றம் இவரைத் தீவிர தேசியவாதியாக்கியது.

வ.வே.சு. அய்யர் முப்பது மாதங்கள் இந்தியா ஹவுஸ் விடுதியில் தங்கி இருந்தார். வீரசவர்க்காரிடம் நெருங்கிப் பழகியதால் அவரது அபிநவ பாரத என்ற அமைப்பு அய்யரைக் கவர்ந்திருக்கிறது. பிரிட்டிஷ் அரசை எதிர்த்துத் தனிநபர் ஆயுதப் போராட்டம் நடத்த வேண்டும் என்று அவர்கள் சொன்னதை இவரும் ஏற்றுக்கொண்டார். இதனால் இவரும் பிரிட்டிஷ் அரசின் கண்காணிப்புக்கு ஆளானார். இது லண்டனில் இவர் தலைமறைவாக இருக்க வேண்டிய சூழ்நிலையை உருவாக்கியது.

அய்யர், பாரிஸ்டர் படிப்பின்போது ராஜ விசுவாசப் பிரமாணம் எடுக்க மறுத்ததால் பிரிட்டிஷ் அரசின் கவனத்துக்கு ஆளானார் என்ற கருத்தும் உண்டு. 1910 ஏப்ரல் 19இல் லண்டனிலிருந்து புறப்பட்டு பாரிஸ், ரோம், இஸ்தான்புல் சென்று கடலூர் வழிப் புதுச்சேரிக்கு வந்தார். பிரிட்டிஷ்

போலிசாரிடமிருந்து தப்ப இவர் மாறு வேடத்தில் சென்றதாகக் கூறுகின்றனர்.

புதுச்சேரியில் இவர் பத்து ஆண்டுகள் இருந்துபோது (1910–1920) அரவிந்தருடன் தொடர்பு கொண்டிருக்கிறார். இக்காலத்தில் பாரதியுடன் இவர் கொண்டிருந்த நட்பு பற்றி வ.ரா.வும், செல்லம்மா பாரதியும் எழுதியிருக்கின்றனர்.

1920இல் தேசபக்தன் பத்திரிகையில் வந்த ஒரு கட்டுரைக்காக சிறைத்தண்டனை விதிக்கப்பட்டு பெல்லாரி சிறைக்கு அனுப்பப்பட்டார். இரண்டு ஆண்டுகளில் விடுதலை ஆனார்.

பெல்லாரி சிறையிலிருந்து இவர் வந்த பின்பு (1923) திருநெல்வேலி மாவட்டம் கல்லிடைக்குறிச்சியில் தமிழ் குருகுல வித்தியாலயம் என்ற பெயரில் பள்ளி ஒன்றை ஆரம்பித்தார். இது அடுத்த ஆண்டு சேரன்மாதேவிக்கு மாற்றப்பட்டது. சேரன்மாதேவி ஆசிரமத்தில் இவர் மாணவர்களுக்குத் தமிழ் மொழியையும் இலக்கியங்களையும் கற்பிப்பதை முக்கிய நோக்கமாகக் கொண்டிருந்தார். மாணவர்களுக்கு ஒழுக்கமும் கைத்தொழிலும் கற்பிப்பது இந்தப் பள்ளியின் கொள்கை என்பதை வெளிப்படையாகச் சொல்லியிருக்கிறார் வ.வே.சு. அய்யர். இந்தக் குருகுலத்திலிருந்து பாலபாரதி இதழ் வெளிவந்தது. இதழின் ஆசிரியராக இவர் இறுதிவரை செயல்பட்டார்.

சேரன்மாதேவி ஆசிரமத்தில் நடந்த நிகழ்ச்சி பற்றி பலவிதமான கருத்துவேறுபாடுகள் இருந்தாலும் பெ.சு.மணி, திரு.வி.க.வை ஆதாரமாகக் கொண்டு ஒரு தகவலைச் சொல்லுகிறார். “சேரன்மாதேவிப் பிராமணர்கள் வைதீகத்தில் அழுத்தமான நம்பிக்கை உடையவர்கள். அவர்கள் குருகுலத்தில் படித்த தங்கள் பிள்ளைகள் பிறருடன் சேர்ந்து சாப்பிட விருப்பப்படவில்லை. அதனால்தான் பிராமண மாணவர்களை தனியாக அமர்த்திச் சாப்பிடவைத்தேன்” என்று வ.வே.சு. அய்யர் கூறினாராம்.

அய்யரின் பேரில் உள்ள குற்றச்சாட்டே ஒரே பந்தியில் ஒன்றாக இருந்து சாப்பிட விருப்பமில்லாத மாணவர்களைக் குருகுலத்தில் சேர்த்துக்கொண்டதுதான். அதோடு இந்த விஷயத்தை அவரிடம் சுட்டிக்காட்டியபோது அய்யர் சும்மா இருந்திருக்கிறார்; இதுவும் தப்புதான் என்று இந்த விஷயத்துக்கு அப்போதே முற்றுப்புள்ளி வைத்திருக்கிறார் கல்யாண சுந்தரனார்.

இதை எல்லாம் தாண்டி, வ.வே.சு. அய்யருக்குத் தமிழ் மீதும் தமிழ் இலக்கியங்கள் மீதும் ஆழமான பற்றும் புரிதலும் இருந்திருக்கிறது என்பது பரவலாகப் பேசப்படவில்லை.

சேரன்மாதேவி ஆசிரமத்தில் இவர் இருந்தபோது மாணவர்களுடன் பாபநாசம் மலைக்குச் சென்றிருந்தார். கூடவே மகள் சுபத்திராவும் உண்டு. ஆழமான சுனை பற்றி சொல்லிக் கொண்டிருந்த வ.வே.சு. மகளிடம் நீ தாண்டாதே என்றாராம். மகள் 'நான் பெண் என்பதால் அப்படிச் சொல்லுகிறீர்களா' என்று சொல்லிவிட்டு சுனையைத் தாண்டினார். கால்இடறி சுனையில் வீழ்ந்தார். மகளைக் காப்பாற்ற அய்யரும் சுனையில் குதித்தார். இருவரும் ஜலசமாதி ஆயினர். இது நடந்தது 3.6.1925இல்.

வ.வே.சு. அய்யர் பற்றிய சரியான ஆதாரபூர்வமான செய்தி களை ஆய்வறிஞர் பெ.சு.மணிதான் முதலில் நூல் வடிவில் கொண்டு வந்திருக்கிறார். (உலகத் தமிழாராய்ச்சி நிறுவன வெளியீடு)

வ.வே.சு. அய்யர் சங்க இலக்கியங்களின் மூலங்களைப் பழைய உரையுடன் படித்திருக்கிறார். குறுந்தொகையின் சில பாடல்களை ஆங்கிலத்தில் மொழிபெயர்த்திருக்கிறார் (1920–1922). அவர் நடத்திய பாலபாரதி பத்திரிகையில் சங்கப்பாடல்களின் அழகியல்தன்மையை விளக்கி எழுதியிருக்கிறார். இவரது சிறுகதை ஒன்றில் புறநானூற்றுக் கதாபாத்திரம் வருகிறது.

இவர் ஆங்கிலம், இலத்தீன், கிரேக்கம், பிரெஞ்ச் மொழிகள் அறிந்தவர். திருச்சிக் கல்லூரியில் படிக்கும்போது லத்தீன் மொழியைப் பாடமாக எடுத்துப் படித்திருக்கிறார். இவருக்குப் பிடித்தமானவர்கள் கம்பனும் வள்ளுவனும். மேலை இலக்கியப் படைப்பாளிகளைத் தமிழ் இலக்கியப் படைப்பாளிகளுடன் ஒப்பிட்டு எழுதிய ஆரம்பக்கால அறிஞர்களில் இவரும் ஒருவர்.

வ.வே.சு. அய்யர் தம் சமகால அறிஞர்களின் மொழிநடை, விமர்சனம், இலக்கணவிளக்கம் பற்றி இவர் கொண்ட மாறுபட்ட கருத்துகளை ஆதங்கத்துடன் கட்டுரை வடிவில் தந்திருக்கிறார்.

இவருக்குப் பிரயோக இலக்கணம் (பயன்பாட்டு இலக்கணம் - *Applied Grammar*) பற்றிய பிரக்ஞை இருந்திருக்கிறது. இவர் புதுச்சேரியில் வாழ்ந்தபோது புதுவையிலிருந்து வெளிவந்த கலைமகள் இலக்கிய இதழில் (1916) பிரயோக இலக்கணம் என்னும் தொடர் கட்டுரையை எழுதினார் என்கிறார் பெ.சு. மணி. இதில் நிகண்டுகளிலும் அகராதிகளிலும் வரும் சொற்களின் பயன்பாட்டை அறிந்தே பயன்படுத்த வேண்டும் என்று கூறுகிறார். இதற்கு ஓரினப் பொருட்கள் கொண்ட

சொற்களின் தொகுதிகளை உதாரணம் காட்டி இவற்றின் வேறுபாட்டை விளக்குகிறார். சமஸ்கிருதச் சொற்கள் தமிழில் வரும்போது ஏற்படும் மாற்றத்தையும் இக்கட்டுரையில் மேற்கோள் காட்டுகிறார்.

தமிழ்ப் பண்டிதர்கள் சொற்களைப் புணர்ச்சி விதிப்படி எழுதுவதில் வ.வே.சு. அய்யருக்குக் கருத்து முரண்பாடு உண்டு. “பண்டிதர்கள் கடினமான பதங்களை அபூர்வமான புணர்ச்சி விதிப்படி எழுதுவதில் சாமர்த்தியம் உடையவர்கள்” என்கிறார்.

மொழிநடைப் பயிற்சி குறித்து இவருக்குத் தனி அபிப்பிராயம் உண்டு. புதிய கருத்துக்கேற்ப வாக்கிய அமைப்பை மாற்றலாம்; நடை என்பது தனித்துவம் உடையது என்ற கருத்தை 1916இல் வெளியிட்டிருக்கிறார்.

தமிழின் வளர்ச்சிக்குத் தமிழ்ப் பண்டிதர்களும் தமிழறிந்த ஆங்கில வல்லுநர்களும் தடையாக உள்ளனர் என்பது வ.வே.சு. அய்யரின் கருத்து. இதை விரிவாக முன்வைத்திருக்கிறார்.

பிற இந்திய மொழிகளில் காலத்திற்கு ஏற்ற விழிப்புணர்வு வந்துவிட்டது என்பதைத் தமிழ்ப் பண்டிதர்கள் உணரவில்லை. இது ஒரு பொதுவிதி என்பதும் அவர்களுக்குத் தெரியாது. தமிழறிந்த ஆங்கில அறிஞர்கள் தமிழ் வளர்ச்சியில் பங்கு கொள்வதில்லை என்பது அய்யரின் ஆதங்கம். அப்படிச் செய்திருந்தால் தமிழில் வீரேசலிங்கமும் மதுசூதனதத்தும் வந்திருப்பார்கள் என்கிறார்.

அய்யர் தமிழக ஆங்கிலமொழி அறிஞர்களைப் பற்றிக் கூறிய கருத்து இன்றும் பொருந்தும். பக்கத்து மாநிலமான கேரளத்தின் மலையாள மொழியுடன் ஒப்பிட்டால் இது தெரியும். கேரளத்து ஆங்கிலப் பேராசிரியர்களுக்கும் அந்த மொழியில் தேர்ச்சியுடையவர்களுக்கும் மலையாள மொழியில் எழுதுவதிலும் பேசுவதிலும் எந்தத் தயக்கமும் இல்லை. (எ.கா. அய்யப்ப பணிக்கர்) தமிழின் நிலை நேர்மாறானது. தமிழகக் கல்லூரிகளிலும், பல்கலைக்கழகங்களிலும் உள்ள தரமான ஆங்கிலப் பேராசிரியர்கள் தமிழ்மொழியைக் கணக்கில் எடுக்காத நிலை 90களில்கூட இருந்தது. (விதிவிலக்கு ரா.ஸ்ரீ தேசிகன், ஸ்ரீனிவாச ராகவன்)

அய்யர் ஆங்கிலத்தில் உள்ள சொற்களைத் தமிழிற்குத் தரும்போது புதிய சொல்லாட்சியுடன் தர வேண்டும் என்பதில் கவனமாக இருந்திருக்கிறார். மறுமலர்ச்சி (*Renaissance*) என்ற

சொல்லை உருவாக்கியவர் வ.வே.சு. தான் என்கிறார் பேராசிரியர் வையாபுரிப் பிள்ளை.

தமிழில் நாடகம் இல்லை என்பதை ஆரம்பத்தில் கூறியவர் வ.வே.சு. அய்யர். சாகுந்தலம், மிருச்சகடிகா போன்ற நாடகங்கள் தமிழில் இல்லை. முத்தமிழ் என்ற வழக்கு பொதுவானதே தவிர தமிழ் நாடகம் எப்போதும் பலவீனமானது என்கிறார் இவர்.

இவருக்குப் பண்டைய இலக்கியங்களில் ஆழமான அறிவும் நாட்டமும் இருந்ததுபோலவே சமகால இலக்கியங்களிலும் விருப்பம் இருந்தது. பரந்த ஐரோப்பிய மொழியறிவின் தாக்கம் இது.

சமகால இலக்கியத்தை இவர் புத்திலக்கியம் என்னும் சொல்லால் குறிக்கிறார். ஒரு மொழிக்கு வளமை சேர்ப்பதே அதன் சமகால இலக்கியங்கள்தாம். புத்திலக்கியத்தில் உபதேசம் (பிரச்சாரம்) மீறி ஒலிப்பதை இவரும் பரிகசித்திருக்கிறார். மூன்றாம்தர இலக்கியத்தின் தன்மைகளில் ஒன்று அறக்கருத்துக் களைச் சொல்லிக்கொண்டே போவது என்பது இவரது எண்ணம்.

வ.வே.சு. அய்யர் எழுதிய நூல்களைப் பெ.சு.மணி சிரமத்துடன் தேடிப்பிடித்து எடுத்துப் பட்டியலிட்டுத் தருகிறார். அய்யர் எழுதிய நூல்கள் ஆங்கிலத்தில் இரண்டும் தமிழில் ஏழும்தான். இவரின் படிப்புக்கு இது குறைவு என்றாலும் இவரது வாழ்வின் பெரும்பகுதி நேரம் தேசிய அரசியல், தலைமறைவு என்று கழிந்தது காரணமாய் இருக்கலாம்.

இவர் தமிழில் எழுதியவை மங்கையர்கரசியின் காதல் முதலிய கதைகள் (1910), கம்பராமாயணச் சுருக்கம். பாலகாண்டம் (1917), சந்திரகுப்தச் சக்கரவர்த்தி (1919), தன்னம்பிக்கை (1919), குரு கோவிந்த்சிங் (1924) ஆகியன. ஆங்கிலத்தில் *Kamba Ramayana A Study* (1950) திருக்குறள் மொழிபெயர்ப்பு (1915) ஆகியன. இவை தவிர நெப்போலியன், கரிபால்டி சரித்திரம் என இவர் எழுதிய சில நூல்கள் கிடைக்கவில்லை.

சங்க இலக்கியங்களில் தேர்ந்தெடுத்த பாடல்களின் ஆங்கில மொழிபெயர்ப்பைக் கொண்டுவர வேண்டும் என்ற இவரது முயற்சி 1915இல் ஆரம்பித்தது. குறுந்தொகை, கலித்தொகை போன்ற நூல்களிலிருந்து சில பாடல்களை மொழிபெயர்த்தார். இதே காலக்கட்டத்தில் சங்க இலக்கியங்களுக்கு நல்ல பதிப்பு கொண்டுவர வேண்டும் என்ற இவரது ஆசை நிறைவேற வில்லை.

வ.வே.சு. அய்யர் பழந்தமிழ் இலக்கியங்கள் தொடர்பாகவும் இலக்கணம் தொடர்பாகவும் எழுதிய கட்டுரைகள் நூல்வடிவில் வரவில்லை. இவர் சிறந்த மொழிபெயர்ப்பாளர். ஆங்கிலத்திலிருந்து தமிழிலும் தமிழிலிருந்து ஆங்கிலத்திலும் மொழிபெயர்த்தவர்.

இவர் புதுச்சேரியில் இருந்தபோது பிரிட்டிஷ் அரசு இவரை அல்ஜீரியாவிற்கு நாடு கடத்தத் திட்டமிட்டது. அப்போது இவர் (1914) திருக்குறளை மொழிபெயர்த்துக்கொண்டிருந்தார். எந்த நேரமும் தான் கைது செய்யப்படுவோம் என்பதால் குறளின் ஆங்கில மொழிபெயர்ப்பை அவசரமாகச் செய்தார். அப்போது திருக்குறளின் எல்லாப் பாடல்களையும் மொழிபெயர்த்து விட்டதாக வ.வே.சு. அய்யரின் மகன் கிருஷ்ணமூர்த்தி குறிப்பிட்டிருக்கிறார். (கம்பராமாயண ஆராய்ச்சிக் கட்டுரை முகவுரை 1971)

திருக்குறளின் ஆங்கில மொழிபெயர்ப்பு *The Kural or The Maxims of Thiruvalluvar* என்னும் தலைப்பில் 1916இல் முதலில் வெளிவந்தது. இதில் 44 பக்க நீண்ட முகவுரை உண்டு. இந்த முகவுரையில் பரிமேலழகரையும் மணக்குடவரையும் பின்பற்றியே தான் மொழிபெயர்ப்பைச் செய்ததாகக் கூறுகிறார்.

அய்யரின் மொழிபெயர்ப்பு ஜி.யூ. போப்பின் மொழி பெயர்ப்பை விடச் சிறந்தது என்ற கருத்து உண்டு. பேராசிரியர் ஜேசுதாசன் ஆங்கிலத்தில் எழுதிய தமிழ் இலக்கிய வரலாற்று நூலில் வ.வே.சு. அய்யரின் மொழிபெயர்ப்பு ஓசை நயமிக்க உரைநடை வடிவில் உள்ளது; வள்ளுவனின் எண்ணத்தை அப்படியே ஆங்கிலத்தில் தர வேண்டும் என்பதில் அய்யர் கவனமாயிருந்தார் என்கிறார்.

அய்யரின் குறள் ஆங்கில மொழிபெயர்ப்பு, கலிபோர்னியாவிலும் நியுயார்க்கிலும் லண்டனில் இரண்டு புத்தகக் கம்பெனிகளாலும் வெளியிடப்பட்டுள்ளது என்கிறார் வ.வே.சு. கிருஷ்ணமூர்த்தி (1971).

இத்தாலி நாட்டில் கி.பி. 5ஆம் நூற்றாண்டில் வாழ்ந்த புனித அகஸ்திஸின் நூலை மொழிபெயர்த்திருக்கிறார் அய்யர். இது ஞானபானு பத்திரிகையில் வெளிவந்தது என்கிறார் பெ.சு. மணி. எமர்சனின் கட்டுரைகள் சிலவற்றையும் அய்யர் மொழி பெயர்த்திருக்கிறார். எமர்சனிடம் உபநிஷத் கதை போன்றவற்றின் தன்மை இருப்பது இவரைக் கவர்ந்திருக்கிறது.

வ.வே.சு. அய்யருக்குக் கம்பனிடம் மிகுந்த ஈடுபாடுண்டு. லண்டன் இந்தியா ஹவுஸிலிருந்து இவர் தப்பிச்சென்றபோது

தன்னுடன் கொண்டுசென்றது ஒரு மாற்றுடையும் கம்ப ராமாயணமும் என்ற செய்தியை அய்யரின் மகன் கூறுகிறார். லத்தீன் கிரேக்க மொழிகளின் காப்பிய மூலங்களைப் படித்த வ.வே.சு.வுக்குக் கம்பனின் மேதைமையில் மிகுந்த மரியாதை இருந்தது.

கோவிந்த குகன் என்ற வங்காளி, வால்மீகியின் ஸ்லோகங்களைத் தெரிவுசெய்து லகு ராமாயணம் என்னும் பெயரில் வெளியிட்டிருக்கிறார். 3000 பாடல்கள் அடங்கிய இப்பதிப்பு வ.வே.சு. அய்யருக்கு ஆதர்சமாயிருந்ததால் கம்பனுக்கும் ஒரு சுருக்கப் பதிப்பை வெளியிட விரும்பினார்.

அய்யர் முதலில் கம்பனின் பாலகாண்டத்தின் தேர்ந்தெடுத்த *545* பாடல்களை வெளியிட்டார். இதில் பாடல்கள் பதம் பிரிக்கப்பட்டுக் குறிப்புரையும், அருஞ்சொற் பொருள் விளக்கமும் தரப்பட்டுள்ளது. நீண்ட முகவுரையும் உண்டு. இப்பதிப்பு முதலில் *(1917)* புதுவை கம்பநிலைய வெளியீடாக வந்தது.

வ.வே.சு. அய்யருக்குப் பாடல்களைச் சந்தி பிரித்தே பதிப்பிக்க வேண்டும் என்பதில் அழுத்தமான நம்பிக்கை இருந்தது. பாலகாண்டப் பதிப்பு வெளிவந்த காலத்தில் பேராசிரியர் களாலும் பண்டிதர்களாலும் பாடல்களைப் பதம் பிரித்ததற்காக விமர்சனம் செய்யப்பட்டிருக்கிறது.

வ.வே.சு. அய்யரின் 90ஆம் ஆண்டு நினைவாக "கம்பராமாயண ஆராய்ச்சிக் கட்டுரை" என்ற நூல் ஒன்றை வ.வே.சு. அய்யரின் மகன் கிருஷ்ணமூர்த்தி வெளியிட்டுள்ளார் *(1971)*. இந்த நூலில் கம்பனின் காலம் ஆராயப்படுகிறது. கம்பனும் ஒட்டக்கூத்தனும் சமகாலத்தவர்களல்லர் என்பது அய்யர் கருத்து. அதோடு இவர் கம்பனின் காலத்தை 9ஆம் நூற்றாண்டுக்குக் கொண்டுசெல்கிறார். பொதுவாகத் தமிழ் அறிஞர்கள் அதிக முரண்பாடில்லாமல் சொல்லும் கம்பனின் காலத்தை இவர் மறுக்கிறார். பிற்காலத்தில் இவரது கருத்து சரியானதல்ல என்று நிரூபிக்கப்பட்டுள்ளது. பெல்லாரி மத்திய சிறையில் அய்யர் இருந்தபோது கம்பராமாயணம் பற்றிய 400 பக்க விமர்சன நூல் ஒன்று எழுதினார். *Kamba ramayana - A study* என்ற இந்த நூல் 1950இல் முதல் முதலில் தில்லித் தமிழ் சங்க வெளியீடாக வந்தது. பின்னர் பம்பாய் பாரதிய வித்யாபவன் வெளியிட்டது.

இந்த ஒப்பாய்வு நூலில் *Paradise Lost; Divine Comedy, Aeneid, Illiad* போன்ற காவியங்களுடன் கம்பராமாயணம் ஒப்பிடப்படுகிறது. இந்த வகை ஆராய்ச்சியில் அய்யர்தான்

அ.கா. பெருமாள்

தமிழில் முன்னோடி. இந்நூலில் இராமன், இலக்குவன், இந்திரஜித், கும்பகர்ணன், வாலி, சுக்கிரீவன், அனுமன், இராவணன், பரதன் எனப் பத்துப் பாத்திரங்கள் விமர்சிக்கப்படுகின்றன.

இந்த ஆங்கில நூல் தமிழ் இலக்கிய விமர்சனத்தின் முன்னோடியானது. இது எழுதப்பட்ட காலத்தில் (1916) தமிழ் இலக்கிய விமர்சனமும் ஒப்பீட்டு ஆய்வும் வளர்ச்சியடையவில்லை. வ.வே.சு. கிருஷ்ணமூர்த்தி, தன் தந்தை கம்பனின் பாடல்களில் 4000 பாடல்களை ஆங்கிலத்தில் மொழிபெயர்த்ததாகக் கூறுகிறார்.

வ.வே.சு. அய்யருக்கு உரைநடையில் சப்தம் முக்கியம். அதனால் ஆங்கிலச் சொற்களைத் தமிழிற்கேற்ப மாற்றியிருக்கிறார். (அரிஸ்டாட்டில் – அரித்தோட்டில்) இவர் எழுதுவதில் மட்டுமல்ல தனிப்பட்ட முறையில் உரையாடும்போது கூடத் தமிழில் பேச விரும்பியதைச் சாமிநாத சர்மா குறிப்பிடுகிறார். அதே சமயத்தில் அய்யரிடம் வடமொழிக் கலப்பு அதிகம் என்பதும் உண்மை.

21

தமிழவேள் உமா மகேசுவரனார்

[1883–1941]

பெரிய அளவில் ஆராய்ச்சி செய்து புத்தகங்களை வெளியிடாதவர், பழைய நூல்களைப் பதிப்பிக்காதவர், உரை எழுதாதவர், ஆனால் தமிழறிஞர்களால் மதிக்கப்பட்டவர் தமிழவேள் உமாமகேசுவரனார். தமிழ் இலக்கியம், மொழி பற்றித் தீவிரமான அக்கறை, கரந்தைத் தமிழ்ச் சங்கத்திற்காகத் தொடர்ந்து உழைத்த செயல்பாடு இவைதான் இவரைத் தமிழவேள் ஆக்கின. தமிழகத்தில் தமிழவேள் என்ற பட்டம் இவருக்கு மட்டும்தான் உண்டு.

இவரது 12 வயதில் தந்தை காலமானார். அடுத்த சில நாட்களில் அம்மாவும் இறந்தார். மூன்றாம் குழந்தை பிறந்த அடுத்த நாள் மனைவியை இழந்தார். 15 வயது மகனும் மறைந்தார். இழப்புகள், சோகத்திற்கிடையிலும் நல்ல வழக்குரைஞராக, தமிழ் அபிமானியாக இருந்து கரந்தைத் தமிழ்ச் சங்கத்தை வளர்த்தவர் தமிழவேள்.

காவிரியாற்றின் கிளைகளான வடவாற்றுக்கும் வெண்ணாற்றுக்கும் இடையில் இருப்பது கருந்தட்டைக்குடி என்ற ஊர். தஞ்சாவூரை அடுத்து இருக்கும் இந்த ஊருக்குக் கருவேலங்குடி என்ற பெயரும் உண்டு. இங்குக் கருவேல மரங்கள் அதிகம் இருந்ததால் இப்பெயர் வந்திருக்கலாம். கருவேலங்குடியே பிற்காலத்தில் கரந்தை என மருவியது.

இந்த ஊரில் வாழ்ந்த அகம்படியர் என்னும் மறக்குடியினர் வேளாண்தொழில் செய்தனர். இந்த இன ஆண்கள் தங்கள் பெயருக்குப் பின்னே பிள்ளை என்ற பின்னொட்டைச் சேர்த்துக் கொள்வதுண்டு. கருந்திட்டைக்குடியில் வைத்தியலிங்கம் பிள்ளை என்னும் பலசரக்கு வியாபாரியின் மகன் வேம்பப் பிள்ளை. இவர் அந்தக் காலத்தில் ஆங்கிலவழிக் கல்வி படித்தவர். எஃப்.ஏ.வரை படித்த இவர் தஞ்சை மாவட்ட ஆட்சியர் அலுவலகத்தில் சிரஸ்தாராக இருந்தார்.

வேம்பப் பிள்ளையின் மனைவி காமாட்சி வசதியான குடும்பத்தைச் சேர்ந்தவர். இந்தத் தம்பதியரின் மூத்த மகன்தான் உமா மகேசுவரன். (1883 மே 7). தந்தை அரசு வேலையாக வெளியூரில் அலைந்தபோது தொடக்கப் பள்ளிப் படிப்பை உள்ளூரிலேயே முடித்துக்கொண்டார். இவர் தஞ்சை பேதுரு கல்லூரியின் கீழ் இருந்த பள்ளிக்கூடத்தில் ஏழாம் வகுப்பு படித்துக்கொண்டிருந்தபோது தந்தை இறந்தார். சில நாட்களில் தாயும் இறந்தார்.

இந்த நிலையில் ஆதரவு இல்லாமல் இருந்த மகேசுவரனை வளர்க்கும் பொறுப்பை அவரது அம்மாவின் தங்கை ஏற்றுக் கொண்டாள். சித்தியின் கணவன் இவரைச் சொந்த மகனைப் போல பார்த்துக்கொண்டார். தஞ்சை பேதுரு கல்லூரியில் பி.ஏ. முடித்த மறுமாதமே தஞ்சை மாவட்ட ஆட்சி அலுவலகத்தில் வேலைக்குச் சேர்ந்துவிட்டார் உமா மகேசுவரன்.

கரந்தைத் தமிழ்ச் சங்கம் என்ற பெயரைக் கேட்டதுமே தமிழவேளின் பெயர்தான் நினைவுக்கு வரும். மதுரைத் தமிழ்ச் சங்கத்தின் ஒன்பதாம் ஆண்டுவிழாவின்போது தஞ்சையிலும் ஒரு தமிழ்ச் சங்கத்தை நிறுவ வேண்டும் என்று சிலர் ஆசைப் பட்டார்கள். இவர்களின் முயற்சியால் தஞ்சைத் தமிழ்ச் சங்கம் தொடங்கப்பட்டது. இதன் சார்பாகத் ‘தமிழகம்’ என்ற இலக்கிய இதழும் வந்தது. எல்லாம் சில ஆண்டுகள்தாம். தஞ்சைச் சங்கம் மறைந்தது.

ஒருமுறை தஞ்சாவூருக்கு அரசன் சண்முகனார் என்னும் தமிழறிஞர் தொல்காப்பியர் பாயிர விருத்தியை அச்சிடுவதற்கு வந்தார். அவர் தூண்டுதலால், தமிழ் அபிமானிகளின் உதவியால்

வித்தியா நிகேதனம் என்ற பெயரில் ஒரு தமிழ்ச் சங்கம் உருவானது. சாந்தி நிகேதன் பாதிப்பு. இச்சங்கத்துக்குத் தமிழ், வடமொழி, ஆங்கிலம் நன்கு அறிந்த மருத்துவர் கோபாலசாமி ரகுநாத ராசாளியார் செயலாளராக இருந்தார்.

இச்சங்கத்தின் ஆரம்பக்கால அறிஞர்கள் வாலிபர்களை ஒதுக்கினர். குறிப்பாக இதில் பாதிக்கப்பட்டவர் தமிழவேளின் தம்பி ராதாகிருஷ்ணன். இவர் மற்ற இளைஞர்களைச் சேர்த்துக் கொண்டு கரந்தைத் தமிழ்ச் சங்கத்தை ஆரம்பித்தார். அப்போது ராதாகிருஷ்ணன் பி.ஏ. படித்துவிட்டுச் சுங்கத்துறையில் தலைமை அதிகாரியாக இருந்தார்.

1911இல் உருவான கரந்தைத் தமிழ்ச் சங்கத்தின் தொடக்கவிழா ந.மு. வேங்கடசாமி நாட்டார் தலைமையில் நடந்தது. இச்சங்கத்தின் தலைவராக உமாமகேசுவரனார் தேர்ந்தெடுக்கப்பட்டார். இச் சங்கம் முறைப்படியாகப் பதிவுசெய்யப்பட்டுச் (1914) செயல்பட்டது.

சங்கம் சார்பாக ஓர் இதழ் ஆரம்பிக்க வேண்டும் என்ற ஆசை 1945இல் நிறைவேறியது. தமிழ்ப்பொழில் என்ற இதழில் ஆங்கில மொழிபெயர்ப்புக் கட்டுரைகள் இருக்க வேண்டும் என்பதில் தமிழவேள் முனைப்பாக இருந்தார்.

சங்கம் சார்பாகச் சில துண்டுப் பிரசுரங்கள் வெளியிடப் பட்டன. பேராசிரியர் சுந்தரம் பிள்ளையின் மனோன்மணீயம் நாடக நூலில் உள்ள தமிழ் வாழ்த்துப் பாடல்கள் சிறு பிரசுரமாக அச்சடிக்கப்பட்டுத் தமிழ் அபிமானிகளுக்கு இலவசமாய் வினியோகிக்கப்பட்டன. சங்கம் சார்பாக ஆராய்ச்சி நூல் வரவேண்டும் என்பதில் தமிழவேள் கவனம் செலுத்தியிருக்கிறார். அப்படி அவர் தேடிக் கண்ட அறிஞர் வேங்கடசாமி நாட்டார். அவரது 'நக்கீரர்' என்ற நூலை வெளியிட்டிருக்கிறார் தமிழவேள்.

1938இல் கரந்தைத் தமிழ்க் கல்லூரி ஆரம்பிக்கப்பட்டது. கல்லூரி தொடக்கவிழாவில், தன் நோக்கத்தைத் தமிழவேள் விரிவாகவே விளக்கியிருக்கிறார். சென்னைப் பல்கலைக்கழகம் 1941இல் இக்கல்லூரிக்கு அனுமதி கொடுத்தது.

கரந்தைக் கல்லூரிக்குத் தமிழவேள் மாதம்தோறும் 25 ரூபாய் கொடுத்திருக்கிறார். அக்காலத்தில் இந்தத் தொகைக்கு 2 பவுன் தங்கம் வாங்கிவிடலாம். ஆக 25 ஆண்டுகளில் அவர் ரூ. 7,200 கொடுத்திருக்கிறார்.

அந்தக் காலத்தில் கிரிமினல் வழக்குகள் நடத்திய தஞ்சை வழக்குரைஞர்களில் உமாமகேசுவரன் முக்கியமானவர். 1930 –

அ.கா. பெருமாள்

35களில் மாதம் 1000 ரூபாய் சம்பாதித்தார். தஞ்சை வழக்கறிஞர்கள் எடுக்க அஞ்சிய கும்பகோணம் குப்புசாமி அய்யர் வழக்கை இவர் எடுத்து நடத்தி வெற்றி பெற்றிருக்கிறார். இவருக்குப் பெரும்புகழை இது தேடித்தந்தது. இதனால் இவர் அரசு வழக்குரைஞர் பதவியை வகிக்க நேர்ந்தது. வழக்குரைஞராகக் கிடைத்த புகழையும் பணத்தையும் தமிழ் வளர்க்கவே பயன்படுத்தினார்.

தமிழவேளுக்கு இன்னொரு பக்கம் உண்டு. தஞ்சை மாவட்ட தாலுகா போர்டு தலைவராக 15 ஆண்டுகள் இருந்திருக்கிறார். மாவட்ட போர்டு உறுப்பினராகவும் இருந்தார். இது அரசு நியமனம்.

நீதிக்கட்சியின் மாவட்டத் தலைவராக இவர் இருந்தபோது பிராமணர்களுக்கு எதிரான வகுப்புவாதி இவர் என்ற முத்திரை குத்தப்பட்டார். ஆனால் அது உண்மையல்ல.

இந்தி எதிர்ப்பு இயக்கத்திலும் இவருக்குத் தொடர்புண்டு. இதற்காகப் பல இடங்களில் மேடைகளில் பேசியிருக்கிறார். மகேசுவரனார் பெரும்பாலான நேரங்களை மேடைப்பேச்சிலும் கரந்தைத் தமிழ்ச் சங்க வளர்ச்சியிலும் செலவழித்திருக்கிறார்.

தமிழ் பாடமொழியாக வேண்டும்; வடஇந்தியாவில் உருது மொழிக்குக் கொடுக்கப்படும் முக்கியத்துவம் எதிர்காலத்தில் அதற்குப் பெரிய பயனைக் கொடுக்கப்போகிறது; ஆங்கிலப் படிப்பு தமிழிற்கு எதிரானதல்ல என்பன போன்ற இவரது மாநாட்டு உரைகள் சிறு பிரசுரமாக அப்போது வினியோகிக்கப் பட்டிருக்கின்றன (1933).

திருநெல்வேலி இந்துக் கல்லூரியில் நடந்த சென்னை மாகாண தமிழர் முதல் மாநாட்டில் இவர் தமிழ் எழுத்துகளின் சீர்திருத்தம் பற்றிப் பேசினார். F என்ற ஆங்கில எழுத்தை அப்படியே தமிழ் எழுத்துடன் சேர்த்து எழுதுவதை ஆவேசமாய்க் கண்டித்திருக்கிறார். ஒரு மொழிச் சொற்களை மாற்றலாம். பிறமொழிச் சொற்களை ஏற்றுக்கொள்ளலாம்; ஆனால் எழுத்துக் களைக் கடன் வாங்கக்கூடாது என்பது அவரது வாதம்.

மேடையில் ஆங்கில உரையை அதன் சுவை குன்றாமல் மொழிபெயர்ப்பதில் இவர் பேர் பெற்றவர். சென்னை கவர்னர் சர் ஆர்தர் கோப் தஞ்சை ராமநாதன் செட்டியார் மன்றத்தில் அரைமணி நேரம் பேசியதை அப்படியே மொழி பெயர்த்திருக் கிறார். பார்வையாளர்கள் பேச்சை ரசிப்பதைக் கண்டு கவர்னர் பேச்சின் இடையிலேயே இவரைப் பாராட்டியிருக்கிறார்.

உமா மகேசுவரனார் நூல் வடிவில் எழுதியது மிகக் குறைவுதான். கரந்தைத் தமிழ்ச் சங்கத்தின் வெளியீடான

தமிழ்ப் பொழிலின் ஆசிரியராக இருந்தபோது இவர் எழுதிய தலையங்கங்களும் கட்டுரைகளும் தொகுக்கப்படவில்லை. வையாபுரிப் பிள்ளை மதுரையில் நடந்த ஒரு மாநாட்டில் (1941) தமிழ்ப் பொழிலின் தலையங்கங்களைத் தொகுக்க வேண்டும்; அவை முக்கியமானவை என்று கூறியிருக்கிறார். கடற்செலவு என்ற இவரது மொழிபெயர்ப்புக் கட்டுரை *(Voyage)* முக்கியமானது.

இவர் கரந்தைக் கல்லூரியில் கால்டுவெல்லின் ஒப்பிலக்கணத்தை எளிய தமிழில் மாணவர்களுக்கும் புரியும்படி பாடம் நடத்தியிருக்கிறார். அக்காலத்தில் கால்டுவெல்லுக்கு மொழிபெயர்ப்பு கிடையாது. இவர் வகுப்பில் படித்த மாணவர்கள் இதை அப்போது உணர்ச்சிவசப்பட்டுப் பாராட்டியிருக்கின்றனர்.

திருவையாற்றில் உள்ள மராட்டிய மன்னரின் அரண்மனையில் இயங்கிய வடமொழிக் கல்லூரி பிராமணர்களுக்காகவே செயல்பட்டது. தமிழவேள் அப்போதைய மாவட்ட ஆட்சித் தலைவருடன் தொடர்பு கொண்டு விண்ணப்பித்து அந்தக் கல்லூரியில் தமிழை முதன்மைப் பாடமாக ஆக்க முயற்சி செய்து வெற்றியும் பெற்றிருக்கிறார்.

1935இல் இவருக்கு ராவ்சாகிப் பட்டம் கிடைத்தாலும் கரந்தைத் தமிழ்ச் சங்க வெள்ளிவிழாவில் (1936) ஞானியாரடிகள் தலைமையில் நாவலர் சோமசுந்தர பாரதியார் கொடுத்த தமிழவேள் பட்டமே நிலைத்தது.

தமிழவேள் 1941இல் நண்பர் கணபதியா பிள்ளையுடன் வடநாட்டிற்குச் சென்றார். கல்கத்தா சாந்திநிகேதன், காசி இந்துப் பல்கலைக்கழகம் எனப் பயணம் செய்த இவர் பிரயாகையில் நீராடிவிட்டு அயோத்தி அருகே உள்ள பைசாபாத் புகைவண்டி நிலையத்தில் இருந்தபோது காய்ச்சலால் அவதியுற்று அங்கே ஒரு மருத்துவமனையில் இறந்தார் (1941).

தமிழவேளின் நண்பர் கணபதியாபிள்ளை அவர் உடலைத் தஞ்சைக்கு கொண்டுவர முடியாத நிலையில் இருந்தார். அத்தகைய வசதிகள் இல்லாத காலம் அது. சரயு நதிக்கரையிலேயே அந்த அறிஞரின் உடல் எரியூட்டப்பட்டது.

அங்கிருந்து கணபதியா பிள்ளை சங்கத்துக்கு எழுதிய கடிதம் வழிதான் தமிழவேளின் மறைவைத் தமிழகம் அறிந்தது.

22

வ.சு. செங்கல்வராய பிள்ளை

(1883–1971)

கிழக்கிந்தியக் கம்பெனி காலத்திலும் பிரிட்டிஷ் ஆட்சியிலும் அரசு சார்பாகப் பணிபுரிந்தவர்கள் குறிப்பிட்ட வயதில் ஓய்வுபெற வேண்டும் என்று வயது நிர்ணயிக்கப்பட்ட பின்பு ஓய்வு என்ற சொல் பிரபலமானது. அரசுப் பணியாளர்களைக் குறிப்பிட்ட வயதில் முடக்கிப்போடும் எல்லையாக 58 வயது ஆனது.

பணிஓய்விற்குப்பின் தீவிரமாகச் செயல் பட்டவர்கள் குறைவுதான். விதிவிலக்காக இருந்த நிலையும் இப்போது அருகிவருகிறது. 33 வருஷ அரசுப்பணிக்குப் பின் 33 வருஷம் படிப்பிலும் ஆராய்ச்சியிலும் ஈடுபட்ட செங்கல்வராய பிள்ளை என்ற முத்திரை இவருக்கு இருந்தாலும் நுட்பமான சில ஆராய்ச்சி நூல்களை வெளியிட்டவர் இவர்.

தென்னார்க்காடு பகுதியில் மஞ்சள் குப்பம் கிராமத்தில் வடக்குப்பட்டு சுப்பிரமணி பிள்ளை என்பவர் இருந்தார். நீதிமன்றத்தில் எழுத்தர். சிறந்த சிவபக்தர். சைவத்திருமுறைகளை ஓதியவர். 19ஆம் நூற்றாண்டின் பாதியில் அருணகிரிநாதரின் திருப்புகழைத் தேடிஎடுத்துப் பதிப்பித்தவர். மரபுவழிப் புராணங் களைச் சேகரித்தவர். இவரது வீட்டில் பழைய தலபுராண, இலக்கிய ஏடுகள் இருந்தன.

சுப்பிரமணிய பிள்ளையின் மனைவி தாயாரம்மாவும் சைவத்தில் ஊறியவர். இவரும் பன்னிரு திருமுறைகளைப் பாராயணம் செய்தவர். இந்தத் தம்பதிகளுக்கு 1883 ஆகஸ்ட் 13இல் செங்கல்வராயன் பிறந்தார். தந்தை நீதிமன்றப் பணியாளர் ஆதலால் வருஷம்தோறும் ஊர்ஊராய்க் குடிபெயர வேண்டிய கட்டாயம். நாமக்கல், கும்பகோணம், திருவாரூர், மதுரை எனப் பல ஊர்களில் சுப்பிரமணியபிள்ளை இருந்திருக்கிறார். செங்கல்வராயனின் ஆரம்பகாலப் படிப்பு இந்த ஊர்களில் நடந்தது.

மதுரை நேடிவ் பள்ளியில் எஃப். ஏ. படித்தபோது உறவினர் ஒருவரின் தூண்டுதலால் சென்னை மில்லர் கல்லூரிக்கு (இன்றைய தாம்பரம் கிறிஸ்தவக் கல்லூரி) எம்.ஏ படிக்கச் சென்றார். 1901இல் எம்.ஏ. (தத்துவம்) முடித்தார். தொடர்ந்து தமிழும் மலையாளமும் பாடமாக எடுத்து எம்.ஏ. முடித்தார் (1904). இவர் எம்.ஏ. வகுப்பில் தயாரித்த ஆய்வுக்கட்டுரையை *(History of Tamil Prose Literature)* 1921இல் நூல் வடிவில் வெளியிட்டிருக்கிறார்.

செங்கல்வராய பிள்ளை மாணவப் பருவத்திலேயே திறமையாளராக இருந்திருக்கிறார். மெட்ரிக்குலேசன் படிப்பில் முதல் மாணவராக மதிப்பெண் பெற்றதால் ராமநாதபுரம் ராணி பேரில் அமைந்த உதவித்தொகையைப் பெற்றிருக்கிறார். பி.ஏ.யில் மாநிலத்திலேயே முதல் நிலையில் வெற்றி பெற்றதற்கு *Franklin Gell Gold Medal* வாங்கிஇருக்கிறார்.

செங்கல்வராயர் மில்லர் கல்லூரியில் படித்தபோது பரிதிமாற் கலைஞரும் மறைமலையடிகளும் ஆசிரியராக இருந்தனர். இவர்களின் செல்வாக்கு செங்கல்வராய பிள்ளையைப் பாதித்ததாக இவர் தன் வாழ்க்கைக்குறிப்பில் குறிப்பிடவில்லை. கல்லூரியில் பட்டப்படிப்பு படித்தபோதே தன் தமையனாரிடமும் தந்தையிடமும் இலக்கண, இலக்கியங்களைக் கற்றிருக்கிறார். இவர் எதையுமே நுட்பமாக அறிவதில் விருப்பம் உடையவர். இவரது படிப்பு எல்லை சைவம் சார்ந்து இருந்தாலும் பழைய இலக்கியங்களையும் பாடம் கேட்டிருக்கிறார்.

இவர் எம்.ஏ. முடித்த அடுத்த ஆண்டில் பத்திரப் பதிவு அலுவலகத்தில் உதவியாளராகச் சேர்ந்திருக்கிறார். பின் தலைமை எழுத்தர், சார்புப் பதிவாளர், மாவட்டப் பதிவாளர் எனப் பதவிஉயர்வு பெற்று கடைசியில் சென்னை மாநில பத்திரப் பதிவுத் துறை துணைக் கண்காணிப்பாளர் ஆக இருந்து ஓய்வு பெற்றிருக்கிறார். அப்போது (1938) இவருக்குச் சம்பளம் ரூ. 600.

செங்கல்வராயர் அரசுப்பணி நிமித்தமாக தமிழக, ஆந்திர ஊர்களில் தொடர்ந்து குடிபெயர்ந்து கொண்டே இருந்தாலும் பன்னிரு திருமுறைகளையும் திருப்புகழையும் படித்துக் குறிப்பெடுத்துக்கொண்டே வந்திருக்கிறார். இந்தக் காலங்களில் தான் சேகரித்த புத்தகங்களையும் ஏடுகளையும் குடிபெயர்ந்த இடங்களுக்குப் பாதுகாப்பாகக் கொண்டுசென்றிருக்கிறார்.

செங்கல்வராயரின் தனிப்பட்ட வாழ்க்கை சோகமானது. 1907இல் தனுக்கோடி என்ற பெண்ணை மணந்தார். அந்தப் பெண் சில ஆண்டுகளில் அகால மரணமடைந்தார். பின் செங்கல்வராய பிள்ளை இரண்டாவது மணம் செய்துகொண்டார். அந்தப் பெண்ணும் இறந்தார். பின் 47 வயதில் மூன்றாம் முறையாக மணம் புரிந்தார். மூன்று மனைவிகளுக்கும் மூன்று பெண் மக்களும் ஒரு மகனும் உண்டு.

தொண்ணூறு வயதுவரை வாழ்ந்த செங்கல்வராயபிள்ளை இறுதி மூச்சுவரை தீவிரமாய்ச் செயல்பட்டிருக்கிறார். 1971 ஆகஸ்ட் 25இல் இவர் இறப்பதற்கு ஒருசில நாட்களுக்கு முன்புவரை திருவிசைப்பா பற்றிய ஆராய்ச்சி நூலை வெளியிட்டிருக்கிறார். ஒருவகையில் இவர் கடைசிவரை படித்தும் எழுதியும் வந்தவர்.

செங்கல்வராய பிள்ளை எழுதிய மொத்த நூல்கள் 43. இவரின் 66 ஆண்டு காலப் படிப்பு, எழுத்துப் பணியில் இந்த எண்ணிக்கை குறைவு என்றாலும் தேவாரம் பாடல்கள் தொடர்பாக இவர் எழுதிய ஒளிநெறி நூல்களின் தர அடிப்படையில் பார்த்தால் இவரது அயராத உழைப்பு தெரியும்.

செங்கல்வராய பிள்ளை தோத்திரம் அல்லது துதிப்பாடல்களை நிறையவே எழுதியிருக்கிறார். திருத்தணிகை பிள்ளைத்தமிழ், தணிகை முப்பூ இரண்டும் திருத்தணிகையில் கோவில் கொண்ட முருகனைப் பற்றியவை. இவை தவிர மஞ்ஞைப்பாட்டு, கோழிக்கொடி போன்று 25 தலைப்புகளில் இவரது துதிப்பாடல்கள் வெளிவந்துள்ளன.

இவர் பதிப்பித்த (1931) அந்தர விலாசம் என்ற நாடக நூல் குறிப்பிடத்தக்கது. கரீணககுலத் திலக அந்நிய பூபான் என்பவர் இயற்றிய இந்த நாடகம் ஓலைச் சுவடியிலிருந்து

பதிப்பிக்கப்பட்டது. இது 158 பாடல்களைக் கொண்டது; இடையிடையே வசனம் உடையது; வினா – விடை என்ற முறையிலும் அமைந்தது. சுந்தர மூர்த்தி நாயனாரின் வரலாற்றைக் கூறும் இந்நூலில் விரிவான ஆராய்ச்சிக் கட்டுரையையும் செங்கல்வராய பிள்ளை தந்திருக்கிறார்.

செங்கல்வராயர் தன் தந்தையின் வரலாற்றைத் திருப்புகழ் பதிப்பாசிரியர் வரலாறு என்ற தலைப்பிலும், தன் வரலாற்றைத் தணிகைமணி டாக்டர் வ.சு. செங்கல்வராய பிள்ளை வரலாறு என்ற தலைப்பிலும் வெளியிட்டிருக்கிறார். இந்த இரு நூல்களிலும் திருப்புகழ் பதிப்பு, ஏடு சேகரித்த நிகழ்ச்சி பற்றிய செய்திகள் உள்ளன.

அருணகிரிநாதர் வரலாறும் நூலாராய்ச்சியும், முருகரும் தமிழும், திருமந்திர ஆராய்ச்சியும் ஒப்புமைப் பகுதியும் திருக்கோவையார் உரைநடை ஆகிய நான்கு நூல்களும் செங்கல்வராய பிள்ளையின் திறனாய்வு நூல்கள். அருணகிரியாரின் வாழ்க்கையை அவரது பாடல்கள் வழி ஆராய்ந்துள்ளார். அருணகிரியார் பயணம் செய்த 200 தலங்களின் பட்டியலையும் இந்நூலில் தந்திருக்கிறார்.

முருகரும் தமிழும் என்ற நூல், கந்தரந்தாதி, திருமுருகாற்றுப்படை, கல்லாடம், திருப்புகழ், திருவிடைக்கழி பிள்ளைத் தமிழ், பரிபாடல் ஆகிய நூல்களில் வரும் முருகன் பற்றிய செய்திகளைத் திரட்டித்தருவது. திருக்கோவையார் நூலை உரைநடையில் தருவதன் நோக்கத்தைத் திருக்கோவையார் உரைநடை நூலில் முதலில் கூறிவிட்டு பின் விரிவாக அதன் செய்திகளைத் தருகிறார். இந்நூல், கதை வடிவில் படிப்பதற்கு எளிமையாக உள்ளது. இவர் எழுதிய தனிப்பாடல்கள், இவரது வாழ்க்கைவரலாற்று நூலின் பிற்சேர்க்கையாக இணைக்கப் பட்டுள்ளன.

செங்கல்வராய பிள்ளை வாழ்நாளில் சேகரித்த, ஆராய்ந்த செய்திகளின் அடிப்படையில் எழுதியவை, தேவார ஒளிநெறிக் கட்டுரைகள் என்ற தலைப்பில் வெளிவந்துள்ளன. மூவர் தேவாரப் பாடல்களின் கலைக்களஞ்சியம்தாம் ஒளிநெறிக் கட்டுரைகள்; இது மூன்று தேவார ஆசிரியர்கள் பற்றிய விரிவான ஆராய்ச்சியும் கூட.

சம்பந்தர் பாடிய பாடல்கள் பற்றிய ஆய்வு மூன்று பகுதிகளில் 1600 பக்கங்களிலும் திருநாவுக்கரசர் பாடல்கள் 9 பகுதிகளில் 1086 பக்கங்களிலும் சுந்தரர் பாடல்கள் 6 பகுதிகளில் 740 பக்கங்களிலும் அமைந்தவை. இவை மொத்தமாக 3426

பக்கங்களில் அமைந்தவை. இவை தவிர திருவாசகம் பற்றிய செய்திகள் திருவாசக ஒளிநெறி என்னும் பெயரில் 644 பக்கங்களில் நூலாக வந்துள்ளது. இந்த நூல்களின் அடிப்படையில் திருக்கோவையார் ஒளிநெறி. திருவிசைப்பா ஒளிநெறி என்ற நூல்களையும் செங்கல்வராய பிள்ளை வெளியிட்டுள்ளார்.

சம்பந்தரின் தேவார ஒளிநெறி 466 ஆய்வுத் தலைப்புகளையும் அப்பர் தேவார ஒளிநெறி 190 ஆய்வுத் தலைப்புகளையும் சுந்தரர் தேவார ஒளிநெறி 261 ஆய்வுத் தலைப்புகளையும் மொத்தம் ஆறு பகுதிகளையும் கொண்டது.

இந்த நூல்களைத் தேவாரப் பாடல்களின் கலைக்களஞ்சியம் என்று கூறலாம். தேவாரப் பாடல்களின் முக்கியச் சொற்களின் பட்டியல் அகரநிரல் படிக் கொடுக்கப்பட்டுள்ளது. இவை வெறும் அகரநிரல் அல்ல. ஒத்த கருத்துள்ள தொடர்களைத் தொகுத்தல், பொருள்படப் பகுத்தல், கருத்து விளக்கமளித்தல், தேவை எனில் ஆய்வுக்குறிப்பு தருதல் என்ற நெறிமுறையினைப் பின்பற்றி ஒளிநெறி நூல்கள் அமைக்கப்பட்டுள்ளன. பரந்துபட்ட தமிழ் இலக்கிய, இலக்கண சாத்திரப் புலமையும் அனுபவ அறிவும் இணைந்த இந்த ஆராய்ச்சிக்கு ஈடு இணை இல்லை என்கிறார் பேரா. அரு. மருததுரை.

ஆய்வுத் தலைப்புச் சொற்கள் அகரவரிசைப்படி உள்ளன. சொற்களின் விளக்கத்தை வெறும் அகராதிப் பொருளாக அல்லாமல் ஒப்புமைமுறையைக் கையாண்டு விளக்குகிறார். இந்த விளக்கத்தில் பழந்தமிழ்ச் சொல்லாட்சியை இவர் மறக்கவில்லை. (எ.கா. பண்டரங்கன் கூத்து) இதற்கு விளக்கமாக, சிலப்பதிகாரத்தில் இச்சொல் கையாளப்படும் இடங்களைக் குறிப்பிடுகிறார். சில ஆய்வுத்தலைப்புகளுக்குத் தேவையான புராணக் கதைகளையும் கூடச் சுருக்கமாகத் தந்திருக்கிறார்.

இவரது ஆய்வு பகுப்பாய்வு நெறிக்கு உட்பட்டது. ஒரு சொல்லுக்குரிய பல்வேறு பொருட்களையும், வடமொழிச் சொல்லாயின் அதுபற்றிய குறிப்பையும் கூடத் தருகிறார். ஒரு சொல்லின் விளக்கத்திற்கு ஆதரவாகப் பல்வேறு நூல்களிலிருந்து மேற்கோள் காட்டுவது இவரது சிறப்பு. இதோடு தேவாரப் பதிகங்கள் தொடர்பான தலபுராணக் கதைகளையும் முழுக்கவும் தொகுத்துத் தந்திருக்கிறார்.

தேவாரத்தில் ஆங்காங்கே மேலோட்டமாக வரும் நாட்டார் வழக்காற்றுச் செய்திகளையும் தொகுத்துத் தனித்தலைப்புகளில் தந்துள்ளார். தேவாரப் பாடல்களில் வரும் பழமொழிகள், கதைகள், வழக்குச்சொற்கள் போன்றவற்றைப் பட்டியலிட்டுள்ளார். "நரி

வரால் கவ்வச் சென்று நற்றிகை இழந்த தொத்த தெரிவரல்" என்ற தொடரில் வரும் நரிக்கதையை விளக்குவது ஒரு எடுத்துக் காட்டு.

தேவாரத்தில் மறைந்ததும் வெளிப்படையாகவும் காணப்படும் செய்திகளைத் தொகுத்துத் தருவது இந்த நூலின் நோக்கம். ஏறத்தாழ 97 தலைப்புகளில் கூறப்படும் இச்செய்திகளின் அடிப்படையில் விரிவான இன்னோர் ஆய்வை நடத்த முடியும்.

செங்கல்வராய பிள்ளையின் இன்னொரு முக்கியப் பணி திருப்புகழுக்கு உரை எழுதியது. அருணகிரிநாதரின் திருப்புகழ் 1325 பாடல்களைக் கொண்டது; இவற்றில் 1008 சந்தங்கள் உள்ளன. செங்கல்வராய பிள்ளை திருப்புகழுக்கு 1950—58 ஆண்டுகளில் விரிவான உரை எழுதினார். இந்த உரை மாதம்தோறும் இதழ் வடிவில் வெளியாயிருக்கிறது.

திருப்புகழ் உரை 30 இதழ்களாக வந்தது. பின்னர் இது 6 தொகுதிகளாகத் தொகுக்கப்பட்டது (1957). பதவுரை, பொழிப்புரை, கருத்துரை என்ற அமைப்பில் ஆனது. மூல ஏடுகள் பலவற்றைத் தேடிஎடுத்து ஒத்து நோக்கியது இப்பதிப்பு.

செங்கல்வராய பிள்ளை தாம் வாழ்ந்த காலத்தில் பல பாராட்டுகளையும் விருதுகளையும் பெற்றிருக்கிறார். சித்தாந்த கலாநிதி, செந்தமிழ் மாமதி, தணிகைமணி என்னும் பட்டங்களைப் பெற்றவர் இவர். பிரிட்டிஷ் அரசு இவரது அரசுப்பணி நேர்மைக்காக ராவ்சாகிப் (1935), ராவ்பகதூர் (1938) ஆகிய பட்டங்களை அளித்துள்ளது. தெ.பொ.மீயின் சிபாரிசால் மதுரை காமராசர் பல்கலைக்கழகம் 1969இல் இவருக்குக் கவுரவ டாக்டர் பட்டம் அளித்தது.

23

ந.மு. வேங்கடசாமி நாட்டார்
(1884-1944)

தஞ்சாவூரிலிருந்து திருவையாற்றுக்குப் போகும் வடக்குச் சாலையில் உள்ள திருக்கண்டியூருக்கு மேற்கே நடுக்காவிரி உள்ளது. அதனருகே உள்ள ஊர் திருப்பூந்துருத்தி. அந்த ஊருக்கு உத்தண்ட விஜயராகவபுரம் என்ற பேரும் உண்டு. திருப்பூந்துருத்தி சைவப் பாரம்பரியம் உடைய ஊர். அங்கே தான் திருநாவுக்கரசர் மடம் கட்டினார்.

திருப்பூந்துருத்தி சிறிய ஊராக இருந்தாலும் வடமொழியும் தமிழும் கற்ற அறிஞர்கள் வாழ்ந்த சூழ்நிலை பத்தொன்பதாம் நூற்றாண்டில் இருந்தது. அந்தக் காலத்தில் ஸ்ரீனிவாச சாஸ்திரி, நாராயண சாஸ்திரி என்று இரண்டு வடமொழிவாணர்கள் இங்கே இருந்தார்கள். அவர்களைத் தேடி ஜமீன்களும் வித்துவான்களும் அந்த ஊருக்கு வந்ததால் அப்போது அதற்கொரு பெருமை இருந்தது. அந்தப்

பகுதியிலிருந்து கிரந்த ஏடுகளும் தமிழ் இலக்கிய ஏடுகளும் கிடைத்திருக்கின்றன.

அந்த ஊரில் பூர்வீகமாய் வாழ்ந்த கள்ளர் சாதியினருக்கு நாட்டார் என்ற பட்டம் உண்டு. நாட்டார்களில் யோகப்புலி நாட்டார் குடும்பத்தில் வந்த வீரு நாட்டார்கள் பாரம்பரியம் உடையவர்கள்; செல்வச் செழிப்புடையவர்கள். அந்தக் குடும்பத்துக்கு ஒரு சிறப்பு உண்டு. இரவும் பகலும் அந்த வீடு திறந்தே இருக்கும்; முன்வாசல் கதவுக்குத் தாள் கிடையாது; வீட்டிற்கு யாரும் வரலாம் என்பதன் அறிகுறி இது. வீரு நாட்டார் குடும்பத்தில் முக்கியமானவர் முத்துசாமி நாட்டார்.

அவர் தமிழிலும் கர்நாடக இசையிலும் ஈடுபாடு உடையவர். திருவையாறு மகா வைத்தியநாத அய்யரிடம் கர்நாடக இசை படித்தவர். ஆனால் பரம்பரை விவசாயத் தொழிலில் ஈடுபட்டிருந்தார். அவரது மனைவி தையல்நாயகியும் பிரபலமான குடும்பத்தைச் சார்ந்தவர்.

முத்துசாமி நாட்டாருக்கும், தையல்நாயகிக்கும் ஐந்தாவது மகனாகப் பிறந்தவர் நடுக்காவிரி மு. வேங்கடசாமி நாட்டார் (12.04.1884). வேங்கடசாமிக்கு முறைப்படி இட்ட பெயர் சிவப்பிரகாசம். அவர் குழந்தையாய் இருந்தபோது நோயால் அவதியுற்றார். அப்போது பெற்றோர் திருப்பதி வேங்கடநாதனை வேண்டியிருக்கின்றனர். நோய் முற்றிலும் குணமானது. அதனால் வேங்கடசாமி என்ற பெயர் நிலைத்துவிட்டது.

வேங்கடசாமி சிறுவயதில் வல்லம் குருசாமி வாத்தியாரிடமும் அவரது தம்பி கந்தசாமி வாத்தியாரிடமும் படித்தார். கந்தசாமி திரிசிரபுரம் மீனாட்சிசுந்தரம் பிள்ளையின் மாணவர். அவர்களிடம் இலக்கணம், நீதிநூல்கள் மட்டுமல்ல நெடுங்கணக்கு, நெல்லிலக்கம், எண் சுவடி, குழிமாற்று போன்றவற்றையும் படித்தார்.

அந்தக் காலத்தில் திண்ணைப் பள்ளிக்கூட ஆசிரியர்கள் தம்மிடம் படிக்கின்ற மாணவர்களில் ஒருவனைத் தேர்ந்தெடுத்து அவனது ஏட்டில் பாடங்களை (செய்யுள் அல்லது கணக்கு) எழுதிக் கொடுப்பர். அந்த ஏட்டைப் பார்த்து மற்ற மாணவர்கள் பிரதி செய்துகொள்ள வேண்டும். இப்படிப் பிரதி செய்ய அண்ணாவி தெரிவுசெய்த மாணவரும் உதவுவார். இதைச் சட்டம் என்ற சொல்லால் குறிப்பர். எப்போதுமே வேங்கடசாமி அண்ணாவி தெரிவு செய்த சட்டமாக இருந்தார். (சட்டம் என்பதிலிருந்து சட்டாம் பிள்ளை வந்திருக்கலாம்; சட்டாம் பிள்ளை = மாணவர் தலைவன்)

வேங்கடசாமி தன் தந்தையிடம் நீதிநூல்களையும் சிற்றிலக்கியங்களையும் பாடம் கேட்டிருக்கிறார். கொஞ்சநாள் திருப்பூந்துருத்தியில் சாம்பசிவ அய்யர் நடத்திய பள்ளிக்கூடத்திலும் படித்தார். அப்போது புதுச்சத்திரம் என்ற ஊரில் முறையான பள்ளிக்கூடம் இருந்தது. அங்கே நான்காம் வகுப்பில் சேர்ந்தார் வேங்கடசாமி. அந்த வகுப்பில் ஆங்கிலம் கட்டாயம் படிக்க வேண்டும். அதில் விருப்பமில்லை என்றால் தமிழ்வழி சுகாதாரப் பாடம் படிக்கலாம். வேங்கடசாமி சுகாதாரம் படித்தார். அந்த வகுப்பை முடித்தால் பிரைமரி தேர்வில் வெற்றி பெற்றதாகச் சான்றிதழ் கொடுப்பார்கள். வேங்கடசாமி அதோடு படிப்பை முடித்துக்கொண்டார்.

அந்தக் காலத்தில் வேங்கடசாமி மகா வைத்தியநாத அய்யரிடம் இசை பயின்ற தன் சித்தப்பா சொக்கலிங்க நாட்டாரிடம் சிலநாள் கர்நாடகச் சங்கீதம் கற்றார். ஆனால் அது முற்றுப்பெறவில்லை. வேங்கடசாமிக்குச் சிறுவயதில் விவசாயத்தில் நல்ல ஈடுபாடு உண்டு. அவரது தந்தைக்குப் புகையிலை பயிர் செய்வதன் நுட்பம் தெரியும். முத்துசாமி நாட்டாருக்கு நடுக்காவிரியில் தோட்டங்களும் வயல்களும் இருந்தன. அதனால் மகனையும் இத்தொழிலில் ஈடுபடுத்தினார்.

தஞ்சாவூரில் ஒரு தமிழ்ச் சங்கம் இருந்தது (1895–1905). அதன் தலைவர் சாமிநாத விஜய தேவர். அச்சங்கத்துக்குப் பாம்பநாட்டு ஜமீன்தார் பொருள் உதவி செய்துவந்தார். அச்சங்கத்துடன் முத்துச்சாமி நாட்டாருக்குத் தொடர்பு உண்டு. வேங்கடசாமிக்குச் சாமிநாதருடன் தொடர்பு ஏற்பட்ட பின்பு முறைப்படியாகத் தமிழ் படிக்க வேண்டும் என்ற ஆசை வந்தது.

ஒரு சமயம் முத்துசாமி நாட்டாரின் நண்பரான சாமிநாத முதலியார் நடுக்காவிரிக்கு வந்தார். முதலியார் அப்போது பள்ளி ஆய்வாளராக இருந்தார். சாவித்திரி வெண்பா என்னும் சிற்றிலக்கியம் எழுதியவர் என்ற பெருமையும் அவருககு உண்டு. அவர்தான் வேங்கடசாமியிடம் மதுரையில் தமிழ்ச் சங்கம் இருக்கிறது; அங்கே தேர்வு நடத்துகிறார்கள்; பட்டமும் கொடுக்கிறார்கள் என்னும் விவரங்களைச் சொன்னார்.

மதுரைத் தமிழ்ச் சங்கம் அந்தக் காலத்தில் பிரவேச பண்டிதர், பால பண்டிதர், பண்டிதர் என்னும் மூன்று வகுப்புகளை நடத்தியது. இந்த வகுப்புகளின் பாடத்திட்டம், தேர்வு பற்றிய விவரங்கள் செந்தமிழ் பத்திரிகையில் வெளியிடப்பட்டன. இதை எல்லாம் சொன்ன முதலியார் வேங்கடசாமிக்குச் செந்தமிழ் பத்திரிகை ஒன்றும் கொடுத்தார். அதிலுள்ள விவரங்களைப்

படித்து மதுரைத் தமிழ் சங்கத்தின் பிரவேச பண்டிதர் வகுப்புக்கு விண்ணப்பம் செய்தார் வேங்கடசாமி.

பாடத்திட்டத்தில் உள்ள நூல்களை யாரிடமும் இரவலாகப் பெறக்கூடாது என்பதில் கண்டிப்பாக இருந்த வேங்கடசாமி எல்லாப் புத்தகங்களையும் விலைக்கு வாங்கிஇருக்கிறார். அவரது தந்தை புத்தகம் வாங்கப் பணம் கொடுப்பதில் எப்போதும் முகம் சுளித்தாரில்லை என்று பிற்காலத்தில் நண்பர்களிடம் கூறுவாராம்.

வேங்கடசாமி பிரவேசப் படிப்பைத் தாமாகவே படித்தார்; தந்தைக்கு விவசாயத்தில் உதவி செய்வது, படிப்பது என்பது அவருக்கு வழக்கமாகிவிட்டது. தமிழ்ச் சங்கத் தேர்வுகள் அக்காலத்தில் எஸ்.பி.ஜி. கல்லூரியில் நடந்தது. தேர்வு முடிவு செந்தமிழ் பத்திரிகையில் வந்தது. வேங்கடசாமி பிரேவசப் படிப்பில் இரண்டாம் இடத்தைப் பெற்றார். இதற்குப் பரிசுப் பணமும் உண்டு. இது நடந்தது. 1905இல்

அடுத்த ஆண்டில் (1906) பால பண்டிதர் தேர்வு எழுதினார். அதற்கும் புத்தகங்களை விலை கொடுத்து வாங்கிப் படித்தார். ஆசிரியரைத் தேடிப் போகவில்லை. இதில் முதல் வகுப்பு வாங்கினார். அதற்குத் தங்கப் பதக்கம் உண்டு.

மூன்றாவதான பண்டிதர் தேர்வுக்குத் தேவையான புத்தகங்களைத் தேடித்தேடிப் போய்ச் சேகரித்தார். இந்த முறையும் அவர் ஆசிரியரைத் தேடிப் போகவில்லை. ஆனால் பாடத்திட்டத்தில் இருந்த தருக்க சங்கிரக தீபிகை உரையில் வந்த சந்தேகங்களைக் கேட்க குப்புசாமி ராசு என்றும் ஆசிரியரைத் தேடிப் போனார். அவரிடமும் சில நாட்கள்தாம் படித்தார். இந்தத் தேர்விலும் முதல் வகுப்பு வாங்கினார்; தங்கப் பதக்கமும் உண்டு. பாண்டித்துரைத் தேவர், அவரின் தனித்திறமைக்காகத் தங்கத்தோடா ஒன்றும் கொடுத்தார். தமிழ்ச் சங்கத்தின் மூன்றாண்டுப் படிப்பை முடிக்கும்போது இவருக்கு வயது 23 தான்.

வேங்கடசாமிக்குப் படித்த உடனேயே வேலைக்குப் போக வேண்டும் என்ற ஆசை வந்தது. புதுக்கோட்டை கல்லூரியில் ஆசிரியராகப் போனார். கல்லூரி நிர்வாகம் அவருக்குச் சம்பளம் குறைவாகக் கொடுத்ததால் வேலையை விட்டுவிட்டார்.

1907இல் அவருக்குத் திருமணம் நடந்தது. மணமான அடுத்த ஆண்டு திருச்சி எஸ்.பி.ஜி. கல்லூரியின் முதல்வர் ரெவ். ஹாராக் நாட்டாரை விரும்பி அழைத்தார். அந்தக் கல்லூரியில் தமிழாசிரியராக இருந்த இபுராகிம் புலவர் உடல்

நலமில்லாமல் ஓராண்டாக விடுமுறையில் சென்றார். அவர் தனது இடத்திற்குத் தகுதியானவர் வேங்கடசாமிதான் என்று முதல்வரிடம் சிபாரிசு செய்தார்.

வேங்கடசாமி எஸ்.பி.ஜி. கல்லூரியில் ஓராண்டு வேலை பார்த்தார். அங்கே கல்வியாண்டு ஜனவரி முதல் நவம்பர் வரை. இபுராகிம் மறுபடியும் டிசம்பரில் வேலையில் சேர்ந்தார். நாட்டார் வேலையை விட்டார். கல்லூரி முதல்வர் இவருக்குக் கோயம்புத்தூர் புனித மைக்கேல் பள்ளியில் வேலைக்குச் சிபாரிசு செய்தார்.

கோவையில் ஒரு வருஷம் வேலை பார்த்தார். அப்போது கோயம்புத்தூரில் பிளேக் நோய் பரவுவதாக வதந்தி பரவியதால் ஊரைவிட்டுச் சிலர் குடிபெயர்ந்தார்கள். அச்சமயத்தில் ஒரு புலவர் நாட்டாரிடம் பிளேக் நோயின் பீதிபற்றி ஒரு நூல் பாடக் கேட்டாராம். (இவர் பாடவில்லை)

திருச்சி எஸ்.பி.ஜி. கல்லூரி நிர்வாகம் இவரை வேலைக்கு அழைத்தது. 1910 முதல் 1933 வரை தொடர்ந்து பணிபுரிந்தார். இந்த ஆண்டுகளில் படிப்பு, எழுத்து எனச் செயல்பட்டிருக்கிறார். உரையாசிரியராக, இவர் உருவானது இங்கேதான். திருச்சி சைவ சித்தாந்த நூல் பதிப்புக் கழகத்தின் உதவியுடன் மூன்று தமிழ்ப் பண்டிதர் மாநாடுகள் (1925) நடத்தியிருக்கிறார். அக்காலத்தில் அவருக்கு பா.வே. மாணிக்க நாயக்கர் பெரிதும் உதவி இருக்கிறார். இந்தக் காலத்தில் ஒரு வீடு கட்டிக்கொண்டார். வீட்டின் பெயர் தமிழகம்.

எஸ்.பி.ஜி. கல்லூரி (பிஷப் ஹீபர் கல்லூரி)நிர்வாகத்தினர் பணம் முதலீடு செய்திருந்த வங்கி திவாலாகியதால் கல்லூரியை மூட வேண்டியதாயிற்று. இதனால் அவர் வேலையை இழந்தார். ஆனால் அதே ஆண்டில் அண்ணாமலைப் பல்கலைக்கழகம் அவரை அழைத்தது. அங்கு 1933 முதல் 1940வரை பணிபுரிந்தார். அந்தக் காலத்தில் கா.சு. பிள்ளை, சோமசுந்தர நாவலர், ரா. ராகவையங்கார், மணி, ரா.பி. சேதுப்பிள்ளை போன்றோர் அங்கே பணி செய்தனர். அவர்களுடன் நாட்டாருக்கு நட்பு ஏற்பட்டது அக்காலத்தில்தான்.

வேங்கடசாமி நாட்டார் ஓய்வுபெற்ற பின் சொந்த ஊரில் தங்கினார். அப்போது கரந்தைத் தமிழ்ச் சங்கம் அவரை கௌரவ முதல்வராக இருக்கும்படி கேட்டுக்கொண்டது. தன் உடல்நலம் பற்றிக் கவலைப்படாமல் அதை அவர் ஒத்துக்கொண்டார். அங்கே தன் இறுதிக் காலம்வரை பணியாற்றினார்.

திருச்சியில் இருந்த மூன்று கல்லூரிகளை இணைக்கவும் பழந்தமிழ் இலக்கியங்களை தனியாகப் படிக்கவும் ஓர் இலக்கிய அமைப்பை ஏற்படுத்தினார்.

தென்னிந்திய சைவ சித்தாந்த நூல் பதிப்புக் கழகத்தின் தொடர்பு ஏற்பட்ட பின்பு அவர் உழைப்பின் வேகம் அதிகரித்திருக் கிறது. கழகம் வெளியிட்ட செந்தமிழ்ச் செல்வி இதழின் ஆசிரியர் குழுவில் அவரை இருக்கும்படி வேண்டிக் கொண்டபோது (1922) அவர் தயக்கத்துடன் ஒத்துக்கொண்டார். பின் சைவ சித்தாந்தக் கழகத்தின் கூட்ட உறுப்பினராக இருந்தார். பின்னர் இதன் தலைவர் ஆனார். அக்காலங்களில் செந்தமிழ்ச் செல்வியில் அவரது கட்டுரைகள் வந்தன.

பிஷப் ஹீபர் கல்லூரியில் பணிசெய்தபோது சில நண்பர்களின் உதவியுடன் தமிழகத்தில் தமிழ் படிப்பதற்கெனத் தனிக்கல்லூரி அமைக்க வேண்டும் என்ற கோரிக்கையைத் துண்டுப்பிரசுரமாக வெளியிட்டார். இப்பிரசுரத்தில் தமிழ் இலக்கியங்கள், பிறநூல்கள் போன்றவற்றைத் தமிழ் மாணவர் படிக்க வாய்ப்பளிக்க வேண்டும். அதற்கு ஒரு நிறுவனம் வேண்டும். அது திருவருட் கல்லூரி குருகுலம் என்ற பெயரில் இருக்க வேண்டும் என்று முறையிட்டிருந்தார். அப்போது அதற்கு அதிகம் ஆதரவு கிடைக்க வில்லை.

1925இல் கரந்தைத் தமிழ்ச் சங்கத்தில் பி.என். சிவஞானம் பிள்ளை என்பவர் தலைமையில் நடந்த கூட்டத்தில் மறுபடியும் தனித்தமிழ்க் கல்லூரியின் தேவையை முன்வைத்தார். அப்போது அதற்கென்று 12 பேர் கொண்ட குழு அமைக்கப்பட்டது. சிவஞானம் பிள்ளை தலைவர், நாட்டார் முக்கிய உறுப்பினர். அந்தக் கூட்டத்தில் தமிழ் பயிலத் தனியே பல்கலைக்கழகம் வேண்டும் என்ற தீர்மானம் நிறைவேறியது. பல அறிஞர்களின் கையெழுத்துடன் கூடிய அந்த நகலை சென்னைப் பல்கலைக்கழக செனட், சிண்டிகேட் உறுப்பினர்களுக்கு அனுப்பிவைத்தனர்.

சென்னைப் பல்கலைக்கழக சிண்டிகேட் உறுப்பினர்கள் இதைப் பரிசீலனை செய்தனர். அதுபற்றி ஆராய இராமநாதபுரம் அரசர் முத்துராமலிங்க சேதுபதி தலைமையில் ஒரு குழு அமைத்தது அரசு. அதன் செயற்குழு உறுப்பினராக சர்.பி.பி. ராசன் இருந்தார். குழுவின் கேள்விகளுக்கு விடையளிக்க வேங்கடசாமி நாட்டார் முன்வந்தார்.

சிதம்பரத்தில் இருந்த மீனாட்சி கல்லூரியும், அதனுடன் இணைந்த தமிழ்க் கல்லூரியும் பல்கலைக்கழகமாக உயரப் போகிறது. (இதுவே அண்ணாமலைப் பல்கலைக்கழகம்) ஒரு

வகையில் இது தமிழ்ப் பல்கலைக்கழகம்தான், அதனால் தமிழிற்கு என்று தனிப் பல்கலைக்கழகம் இப்போது தேவை இல்லை என்ற பதிலை அந்த விசாரணைக்குழு வெளியிட்டது.

அவர் திருச்சியிலும் சிதம்பரத்திலும் ஆசிரியராக இருந்தபோது தமிழகத்தில் பல ஊர்களில் சைவ சித்தாந்தச் சொற்பொழிவாற்றச் சென்றிருக்கிறார். 1930இல் சென்னைப் பல்கலைக்கழகத்தில் தொல்காப்பியச் சொற்பொழிவு, அண்ணாமலைப் பல்கலைக்கழகத்தில் சிலப்பதிகாரச் சொற்பொழிவு (1931) கொழும்பில் அ.ச. ஞானசம்பந்தம் தலைமையில் சைவ சித்தாந்தச் சொற்பொழிவு (1939) கலித்தொகை மாநாட்டின் தலைமைச் சொற்பொழிவு (1941) என அவரின் தமிழ்ப் பயணம் இடைவிடாமல் நடந்திருக்கிறது.

சென்னை மாகாணத்தின் தமிழ்ச் சங்கக் கூட்டம் திருநெல்வேலியில் நடந்தபோது (1940) அவருக்கு நாவலர் பட்டம் கொடுத்தனர். என்றாலும் தமிழறிஞரிடையே இது பரவலாக அறியப்படவில்லை.

அவர் செந்தமிழ்ச் செல்வி, தமிழ்ப் பொழில், செந்தமிழ், ஆனந்த போதினி என 12க்கும் மேற்பட்ட பத்திரிகைகளில் ஆராய்ச்சிக் கட்டுரைகளும் சைவம் தொடர்பான கட்டுரைகளும் எழுதியிருக்கிறார். அவற்றில் சில நூல் வடிவில் வந்துள்ளன.

1915இல் கரந்தைத் தமிழ்ச் சங்கத்தின் ஆண்டுவிழாவில் வேளிர் வரலாறு பற்றிச் சொற்பொழிவாற்றினார். ஒருவகையில் அது மு. இராகவையங்காரின் வேளிர் வரலாற்று ஆராய்ச்சிக்கு பதிலுரை போல் இருந்தது. ராகவையங்காரின் வேளிர் வரலாறு அந்தச் சமயத்தில் இண்டர்மீடியட் பாடத்திட்டத்தில் இருந்தது.

நக்கீரர் (1919), கபிலர் (1921), கள்ளர் சரித்திரம் (1923), கண்ணகி வரலாறும் கற்பு மாண்பும் (1926), சோழர் சரித்திரம் (1926) போன்ற நூல்கள் இவர் திருச்சியில் இருந்தபோது எழுதியவை. சைவ சித்தாந்த நூல் பதிப்புக் கழகத் தொடர்புக்குப்பின் முழுநேரப் பதிப்பாசிரியராகவும் உரையாசிரியராகவும் ஆனார்.

1925க்கும் 31க்கும் இடைப்பட்ட காலங்களில் இன்னா நாற்பது, களவழி நாற்பது, ஆத்திசூடி, கொன்றைவேந்தன், வெற்றிவேற்கை, மூதுரை, நல்வழி போன்ற பல நூல்கள் இவரது முகவுரை, பதிப்புரை, உரை என்று வந்துள்ளன.

1931இல் அகத்தியர் தேவாரத் திரட்டு உரையும், பரஞ்சோதி திருவிளையாடல் புராண உரையும் வந்தன. ஓய்வு பெற்ற பின் சிலப்பதிகாரம், மணிமேகலை போன்றவற்றிற்கு விரிவான

உரை எழுதினார். தண்டியலங்காரத்திற்குப் பழைய உரையைப் பதிப்பித்துள்ளார்.

கரந்தைத் தமிழ்ச் சங்கத் தலைவர் உமா மகேசுவரனார் ஆங்கிலக்கவிகள் பற்றித் தனியான ஆராய்ச்சி நூல்கள் இருப்பதைப் போல் தமிழிலும் வரவேண்டும் என்று தமிழறிஞர்களை வேண்டிக் கொண்டார். அவரின் தூண்டுதலின் பலனாக நாட்டாரின் நக்கீரர் நூல் வந்தது. அதற்குக் கிடைத்த வரவேற்பால் மகிழ்ந்த நாட்டார் கபிலரையும் வெளியிட்டார். அந்த நூல்களை அச்சில் கொண்டு வர தமிழ்ச் செல்வந்தர்கள் முன்பணம் கொடுத்திருக்கின்றனர்.

கோயமுத்தூர் ஒப்பிலிப்பாளையத்தைச் சார்ந்த இலக்குமண நாயுடு என்பவர் கபிலர் நூல் வெளியிடும் முழுச்செலவையும் ஏற்றுக்கொண்டிருக்கிறார். 'கபிலர்' நூலில் தமிழ்ச் சங்கம் பற்றிய விரிவான விளக்கத்தை முன்வைக்கிறார். கபிலரின் வரலாற்றை, சங்கப் பாடல்கள் வழி விரிவாக ஆராய்ந்திருக்கிறார். இன்றைய நிலையில் அவரின் ஆராய்ச்சி சற்று மிகைப்படுத்தலாக இருந்தாலும் மூலப்பாடல்களைப் பெருமளவில் சான்று காட்டுவது அவர் சிறப்பு.

வேங்கடசாமி நாட்டார் இறந்தபின் (28.3.1944) அவரது உடலை நடுக்காவிரி குடமுருட்டி ஆற்றின் தென்கரையில் கோவிந்தராஜ நாட்டாருக்குச் சொந்தமான இடத்தில் அடக்கம் செய்தனர்.

அவரின் இறப்புச் சடங்கில் நடந்த இரங்கல் கூட்டத்தில் நாட்டாருக்குச் சிறிய கோவில் கட்ட வேண்டும் என்று தீர்மானிக்கப்பட்டது. அதே ஆண்டில் (1944) இரண்டாயிரம் ரூபாய் செலவில் கோவில் கட்டினர். 41ஆம் நாள் மண்டல பூசையும் நடத்தினர். தமிழ்ப் புலவருக்குத் தனியாக எடுக்கப்பட்ட கோவில் இது. இதை நாட்டார் கோவில் என்றே அழைத்தனர்.

24

நாமக்கல் கவிஞர்
வெ. ராமலிங்கம் பிள்ளை

(1888-1972)

கலைவாணர் என்.எஸ். கிருஷ்ணன் உதவியுடன் நாகர்கோவில் நகரப் பூங்காவில் மகாத்மா காந்தி நினைவுஸ்தூபி திறப்பு நிகழ்ச்சி. 1953–54 காலகட்டத்தில் நடந்தது. நிகழ்ச்சி ஆரம்பித்தபின் நாமக்கல்லார் வந்தார். அவர் அன்று முக்கியப் பேச்சாளர். மனைவியுடன் தாமதமாக வந்தவர், மேடையில் அமராமல், பார்வையாளர் வரிசையில் கடைசியில் போய் உட்கார்ந்தார். மேடையிலிருந்த தலைவர் ஒருவர் நாமக்கல்லாரைப் பார்த்து விட்டார். கூட்டத்துக்கு ஏற்பாடுசெய்திருந்த வெ. நாராயணனை (பரந்தாமன்) அழைத்துக் காதில் முணுமுணுத்தார்.

பரந்தாமன், அந்த நிகழ்ச்சியில் தன்னார்வல ராகப் பணிசெய்த எழுத்தாளர் சுந்தர ராமசாமியை அழைத்து நாமக்கல்லாரை மேடைக்கு வரச் சொன்னார். சு.ரா.வும் செய்தார். கவிஞர் தயக்கத்துடன் மேடையில் போய் அமர்ந்தார்.

அன்று பேசும்போது தாமதமாக வந்து மற்றவர்களுக்குச் சிரமம் ஏற்படுத்தியதற்கு மன்னிப்பு கேட்டுக்கொண்டார். இத்தனைக்கும் நாமக்கல்லார் அப்போது பிரபலமாக இருந்தார். அவரது எளிமைக்கு உதாரணம் இது.

தான் வாழ்ந்த காலத்தில் பிரபலமானவராகவும் பாராட்டுக் குரியவராகவும் வாழ்ந்திருக்கிறார் நாமக்கல்லார் என்று அழைக்கப் படும் நாமக்கல் கவிஞர் வெ. ராமலிங்கம் பிள்ளை. நாமக்கல்லார் எழுதிய நூல்கள் 50 அளவில் இருக்கலாம். நாவல்கள் 5, நாடகம் 2, கட்டுரைத் தொகுதிகள் 10, சுயசரிதை 1, இசை நூல்கள் 3, மொழிபெயர்ப்பு 4, திறனாய்வு 7, பதிப்பு 1, கவிதைத் தொகுப்பு 1, சிறுகாப்பியங்கள் சில.

நாமக்கல்லாரின் நூல்களைத் தமிழ்ப்பண்ணை பதிப்பகம், பழனியப்பா பிரதர்ஸ், இன்ப நிலையம், பாரதி பதிப்பகம், கவிஞன் பதிப்பகம் ஆகியன வெளியிட்டுள்ளன. இவரது நூல்களில் நாடு விடுதலை பெற்ற பின்னர் வெளியிடப்பட்டவையே அதிகம். இதற்குச் சின்ன அண்ணாமலையின் முயற்சி முக்கியமானது. அவரது தமிழ்ப் பண்ணைப் பதிப்பகம்தான் நாமக்கல்லாரின் நூல்களை முறையாக வெளியிட்டது. கவிஞரின் மகன் அமிர்தலிங்கம் நிறுவிய கவிஞன் பதிப்பகம் ஆரம்பத்தில் சில நூல்களை வெளியிட்டாலும் எல்லா நூல்களையும் தொகுக்கும் முயற்சி நடக்கவில்லை. நாமக்கல்லாரின் கவிதைகள் 1929இல் சிறு பிரசுரமாக வந்தன.

நாமக்கல்லார் 1932ஆம் ஆண்டு நடந்த சத்தியாகிரகத்தில் பங்கு கொண்டதால் மதுரை, வேலூர் சிறைகளில் இருந்தார். அப்போது அவரது சக கைதிகளான காங்கிரஸ்காரர்கள் திருக்குறளில் சந்தேகம் கேட்டார்கள். நாமக்கல்லார் அவர் களுக்குத் திருக்குறள் வகுப்பு எடுத்திருக்கிறார். அதற்காக திருக்குறளின் பழைய உரைகளைப் படிக்க ஆரம்பித்தார்.

பரிமேலழகர் உரையை ஆழமாகப் படித்தார். அந்தக் காலகட்டத்தில், தானே ஒரு உரையை எழுதலாம் என்ற நம்பிக்கை கவிஞருக்கு வந்தது. அப்போது உருவானது திருக்குறள் புதிய உரை (1932). அந்த உரையை உடனே யாரும் வெளியிட முன்வரவில்லை. கவிஞரும் முயற்சி செய்யவில்லை. 1955இல் தான் கோவையில் சிலரின் முயற்சியால் வெளியிடப்பட்டது. இப்போது வேகமாக விற்பனையாகும் திருக்குறள் உரைகளில் நாமக்கல்லாரின் உரையும் ஒன்று.

நாமக்கல்லாருக்கு ஓவியத்தில் நாட்டம் இருந்தது. நிறைய ஓவியங்களை வரைந்திருக்கிறார். தான் கவிஞராக மாறியது கிட்டப்பாவின் நாடகக்குழுவுடன் ஏற்பட்ட தொடர்பு என்று

அ.கா. பெருமாள்

அவரே கூறியிருக்கிறார். நாமக்கல்லார் தமிழ் அறிஞர்களிடம் அல்லது தமிழ் ஆசிரியர்களிடம் முறையாகத் தமிழ் படித்தார் என்பதற்கு அவரின் சுயசரிதையில் சான்று இல்லை. ஆனால் மரபுவழி இலக்கியங்களைப் படித்த அனுபவம் அவருக்கு முறையான யாப்பு வடிவங்களை அறிமுகப்படுத்தியிருக்கலாம்.

1921இல் சுதேசிப் பொருளைப் பயன்படுத்துவது பற்றிய தன் கருத்தை மகாத்மா முன்வைத்தபோது நாமக்கல்லார் 'ஆடு ராட்டே ஆடு ராட்டே சுழன்றாடு ராட்டே' என்ற பாடலைச் சுதேசிகளின் கூட்டங்களில் பாடுவதற்காக எழுதிக் கொடுத்தார். அன்றைய காங்கிரஸ்காரர்களிடம் குறிப்பாகக் காங்கிரஸ் தலைவர்களிடம் நாமக்கல்லாரின் பெயர் பிரபலமானதற்கு இந்தப் பாடல் காரணமானது. அது தவிர வேறு சில விடுதலைப் பாடல்களையும் பாடினார். எல்லாப் பாடல்களையும் தொகுத்து தேசபக்திப் பாடல்கள் என்ற தலைப்பில் வெளியிட்டார் (1922). வசதியுள்ள காங்கிரஸ் தலைவர்கள் இந்தப் பிரசுரத்தை விலைக்கு வாங்கி இலவசமாய் விநியோகித்தனர். அக்காலக்கட்டத்தில் காந்தி, நொண்டிச் சிந்து முதல் சுதந்திரப்போர், நாட்டுக்கும்மி போன்ற பாடல்கள் தனித்தனிப் பிரசுரங்களாக வெளிவந்தன.

மகாத்மா உப்புச்சத்தியாகிரகத்தை ஆரம்பித்தபோது (1930) தமிழகத்தில் வேதாரண்யத்தில் இராஜாஜி தலைமை ஏற்று நடத்தினார். அப்போது தொண்டர்கள் பாடுவதற்கு,

கத்தியின்றி ரத்தமின்றி
யுத்தமொன்று வருகுது
சத்தியத்தின் நித்தியத்தை
நம்பி யாரும் சேருவீர்

என்று நாமக்கல்லார் எழுதிக் கொடுத்தார். அப்பாடல் அப்போது மிகப் பரபரப்பாகப் பாடப்பட்டது. இராஜாஜி நாமக்கல்லாரைத் தனியே அழைத்துப் பாராட்டினார். திலகர் விதைத்த விதை பாரதியாக முளைத்தது. காந்தி தூவிய விதை நாமக்கல்லார் ஆக வளர்ந்தது என்றார்.

நாமக்கல்லார் எழுதிய 5 புதினங்களில் மலைக்கள்ளன் என்ற நாவல் வேலூர் சிறையிலிருந்தபோது எழுதப்பட்டது. இது 1942இல் அச்சில் வந்தது. அந்த நாவல் 1951இல் திரைப்படமாக வந்தது. ராமுலு நாயுடு தயாரித்த அப்படத்தில் எம்.ஜி.ஆர் நடித்தார். அது அப்போது 6 மொழிகளில் மொழிபெயர்க்கப்பட்டுத் திரையிடப்பட்டது. 1951இல் ஜனாதிபதி பரிசு பெற்றது.

தமிழ்மொழி பற்றிய அவரது வர்ணனையில் வெறியில்லை. தமிழின் தொன்மை, வளர்ச்சி பற்றிய கணிப்பும் அவருக்கு உண்டு.

நாமக்கல்லாரிடம் வடமொழியின் மீதும் பிறமொழிகளிடமும் வெறுப்பு இல்லை. அதனால் அவரது பார்வையில் தெளிவு இருக்கிறது.

நாமக்கல்லாரின் 'மலைக்கள்ளன்' நாவல் அந்தக் காலத்தில் காங்கிரஸ் காரர்களிடம் பெரிய மரியாதையைக் கொடுக்கவில்லை. பகுத்தறிவுச் சார்புள்ள பா.வே. மாணிக்க நாயக்கரின் நண்பரான நாமக்கல்லார் பிராமணரைத் துவேசம் இன்றி விமர்சித்திருக்கிறார். அவர் பகுத்தறிவாளர் இல்லை; காங்கிரஸ் கட்சியிலும் பெரும் செல்வாக்குடையவராகவும் இருக்கவில்லை.

பண்டைத் தமிழ் இலக்கியங்கள், உரையாசிரியர்கள் பற்றிய அவரது கட்டுரைகள் விமர்சனப் பார்வை உடையவை. தாயார் கொடுத்த தனம் – நல்ல தொகுப்பு. அவரது இலக்கிய இன்பம் *(1950)*, திருவள்ளுவரும் பரிமேலழகரும் *(1956)*, திருவள்ளுவர் திடுக்கிடுவார் *(1954)*, கம்பரும் வால்மீகியும் *(1950)* ஆகியன திறனாய்வு நூல்கள்.

திருவள்ளுவரும் பரிமேலழகரும் குறிப்பிடத் தகுந்த நூல், திருக்குறள் குறித்துப் பிற்காலத்தில் வெளிவந்த விமர்சன நூல்களில் பரிமேலழகரின் உரை பற்றிய கருத்து உருவாவதற்கு நாமக்கல்லார் காரணமாயிருந்திருக்கிறார். இசைத்தமிழ் தொடர்பான கட்டுரைகளில் மேடையில் தமிழில் பாட வேண்டும் என்பதற்கான காரணங்களை முன்நிறுத்துகிறார். மேடையில் தமிழில் பாடுதல் என்ற கருத்து உருவான காலக்கட்டத்தில் எழுதியவர் அவர்.

அவரது கீர்த்தனைகள் மூன்று நூல்களாக வந்துள்ளன. நாமக்கல்லார் கவிஞராக அடையாளம் காணப்பட்டாலும் சிறந்த உரையாசிரியராகவும் வாழ்க்கைவரலாற்றாசிரியராகவும் குறிப்பிடப்படுகிறார். தமிழில் வாழ்க்கைவரலாறு, குறிப்பாகத் தன்வரலாறு மிகக் குறைவாகவே வந்துள்ளது.

நாமக்கல்லார் 1910இல் சென்னையில் நடந்த ஓவியக் கண்காட்சியில் பாரதியைச் சந்திக்க முயற்சி செய்தார். முடியவில்லை 1920இல் கானாடுகாத்தானில் அவரைச் சந்தித்தார். ஒரு பாட்டும் பாடிக் காட்டினார். "பலே பாண்டியா; பிள்ளை நீர் ஒரு புலவர் சந்தேகமில்லை" என்றாராம் பாரதி.

25

எஸ். வையாபுரிப் பிள்ளை
(1891-1956)

அறுபது, எழுபதுகளில் கல்லூரிகளில் தமிழ் இலக்கிய வரலாறு நடத்திய ஆசிரியர்கள் வையாபுரிப் பிள்ளை, கே.என். சிவராஜ பிள்ளை, பி.டி.ஸ்ரீனிவாச அய்யங்கார் எனச் சிலரைப் பரிகாசமாய் விமர்சித்து விட்டுத்தான் பாடத்தை ஆரம்பிப்பார்கள்.

அறுபதுகளில் நான் படித்தபோது இலக்கிய வரலாறு நடத்திய என் பேராசிரியர் ஒருவர் ஒவ்வொரு வகுப்பிலும் வையாபுரிப் பிள்ளையைக் கிண்டலாக விமர்சிப்பார். முக்கியமாய் வையாபுரி என்னும் பொய்யாபுரி என்ற பாடல் வரியைச் சொல்லிப் பாடத்தை முடிப்பார். எனக்கும் வேறு சில நண்பர்களுக்கும் வையாபுரிப்பிள்ளையின்மேல் மதிப்பு வந்ததற்கு அந்த ஆசிரியர் காரணமாய் இருந்திருக்கலாம்.

மதுரை காமராஜர் பல்கலைக்கழகத்தில் என் முனைவர் பட்ட ஆய்விற்காக வையாபுரிப் பிள்ளையின் கால ஆராய்ச்சி என்ற தலைப்பைத் தெரிவுசெய்தேன். பல்கலைக்கழகத்தில் தலைப்புச் சுருக்கத்தைக் கொடுத்தபோது துறை உறுப்பினர் தயக்கத்துடன் வேறு தலைப்பைச் சிபாரிசு செய்தார். நானும் தலைப்பை மாற்றினேன்.

வையாபுரி பற்றி படித்த குறிப்புகளைப் புத்தகமாக மாற்றி வெளியிட்டேன். க்ரியா விற்பனை உரிமையில் வெளியான அந்தப் புத்தகம் எனக்கு ஆழ்ந்த படிப்பாளிகளை, தீவிர இலக்கியவாதிகளை அறிமுகப்படுத்தியது. வையாபுரில் பிள்ளையின் நூற்றாண்டு விழா 1991இல் நடந்தது. தமிழகப் பல்கலைக்கழகங்கள் அப்போது மௌனம் சாதித்தன. ஒரு பல்கலைக்கழகம் எஸ்.வி. பற்றிய கருத்தரங்கை நடத்த முயற்சி செய்தது. ஆனால் பெரிய அளவில் நடத்தத் தயக்கம் காட்டியிருக்கிறது. எஸ்.வி.யின் புத்தகங்களைப் பெருந்தொகுதியாக்கமாக்க வேண்டும் என அவரது பேரன்பேத்திகளும் வித்துவான் மு. சண்முகம் பிள்ளையும் முயற்சி செய்தபோது அவர்கள் எதிர்பார்த்த அளவில் உதவி கிடைக்கவில்லை.

சென்னைப் பல்கலைக்கழகத்தில் லெக்சிகன் உருவாக்கப் பொறுப்பை ஏற்கத் தகுந்தவர் வையாபுரிப் பிள்ளை என பெ.நா. அப்புஸ்வாமி சொன்னபோது அவரைச் சிலர் தடுத்திருக்கிறார்கள். லெக்சிகன் வெளிவந்த பின்பு சென்னைப் பல்கலைக்கழகத் தமிழ்த்துறையில் வையாபுரிப் பிள்ளையைத் துறைத்தலைவராக நியமிக்க ஆலோசனை வந்தபோது எழுத்துப் பூர்வமாக எதிர்ப்பு தெரிவிக்கப்பட்டது.

லெக்சிகனில் உள்ள சில சொற்களை விமர்சித்து இப்படிப் பட்ட ஒரு தமிழ்த்துரோகியைப் பேராசிரியராக்குவதா எனக் கேட்டு ஒரு கண்டனக் கடிதம் துணைவேந்தருக்குச் சென்றது. லெக்சிகனை விமர்சித்து ஒரு சிறுபிரசுரமும் வந்தது. அப்போதைய ஆங்கில அரசாங்கம் அதை எல்லாம் பொருட்டாக மதிக்கவில்லை.

சென்னைப் பல்கலைக்கழகப் பாடத்திட்டக் குழுவில் அவர் உறுப்பினராக இருந்தபோது ஒரு கவிஞரின் நாடகத்தைப் படைப்பிலக்கியத்தில் வைக்கத் தகுதியில்லை என மறுப்புத் தெரிவித்திருக்கிறார். இதனால் அந்தக் கவிஞரின் ஆட்கள் வையாபுரிப் பிள்ளையைப் பழித்துப் புகார் கடிதம் எழுதினர். அந்தக் கடிதத்தைப் படித்த வையாபுரிப் பிள்ளையின் மாணவர் மு. அருணாசலம் கட்டாயம் இதைப் பற்றி மேலிடத்தில் சொல்ல

வேண்டும் என்றார். வையாபுரிப் பிள்ளையோ நம்மை நாய் கடித்தால் நாமும் அதைக் கடிக்க முடியுமா என்று கேட்டுவிட்டு அந்தக் கடிதத்தைக் கிழித்தெறிந்துவிட்டார். பாடத்திட்டக் குழுவிலிருந்து தானாக விலகிக்கொண்டார்.

இப்படியெல்லாம் அவமதிக்கப்பட்ட இன்னொரு பேராசிரியர் தமிழகத்தில் வேறு யாரும் இல்லை என்றுதான் தோன்றுகிறது. இதுபோல் கேரளத்தில் புறக்கணிக்கப்பட்ட – விமர்சிக்கப்பட்டவர் தமிழறிந்த மலையாளப் பேராசிரியர் இளங்குளம் குஞ்சன்பிள்ளை. வையாபுரிப் பிள்ளையும் இளங்குளமும் நெருங்கிய நண்பர்கள் என்பது சுவாரஸ்யமான விஷயம்.

ஆரம்பகாலத் தமிழறிஞர்களிடம் வையாபுரிப் பிள்ளையின் மேல் இருந்த பொதுவான புறக்கணிப்பு இப்போது இல்லை என்று நான் ஒரு கூட்டத்தில் (2011) பேசியபோது தீவிர இலக்கிய வாசகர்களிடமும் நவீனப் படைப்பாளிகளிடமும் அவர் மரியாதையுடன் பேசப்படுவதான கருத்தைக் கேட்டேன். ஜெயமோகன் அவரது இணையதளத்தில் வையாபுரிப் பிள்ளை பற்றி எழுதியபோது கல்விசாரா வட்டத்திலிருந்து வந்த கடிதங்கள் வையாபுரிப் பிள்ளை பற்றிய இன்றைய புரிதலை உணர்த்தின.

யாத்ரா சிற்றிதழில் (எண் 16) முனைவர் செ. ரவீந்திரன் எழுதிய பின்னோக்குப் பார்வையில் வையாபுரிப்பிள்ளை என்ற கட்டுரை வந்தபோது அதைப் படித்துவிட்டு நேரடியாகவும் கடிதங்கள் வழியும் பாராட்டிய நிகழ்ச்சி எனக்குத் தெரியும். நான் அப்போது யாத்ரா இதழை அச்சிடும் பொறுப்பில் இருந்தேன்.

"ஒரு மொழித்துறையின் தலைவர் ஆழ்ந்து அகன்ற அறிவுடையவராகவும் உண்மையைத் தேடும் நாட்டம் உடையவராகவும் இருந்தால்தான் அத்துறையின் மொழி இலக்கிய வளர்ச்சியின் பல்வேறு வகையான சாத்தியக் கூறுகளைப் பற்றிச் சிந்திக்கவும் அவற்றைச் செயல்படுத்துவதோடு ஒரு இலக்கியப் பிரக்ஞை உள்ள உள்வட்டத்தை உருவாக்கவும் முடியும்" என்று ரவீந்திரன் எழுதியிருந்தார்.

ரவீந்திரனின் கட்டுரைக்கு அறிமுக உரையாக வெங்கட் சாமி நாதன் எழுதிய சிறுகட்டுரையில் "தமிழ் இலக்கியச் சரித்திரத்தில் ஒருகாலத்தில் இலக்கியச் சார்புள்ள – விமர்சனப் பிரக்ஞை இல்லாத – கவித்துவ ரசனை அற்ற உள்வட்டம் இயங்கிவந்தது. இந்த உள்வட்டத்தைக் கல்விநிறுவனங்களும் பேராசிரியர்களும் வளர்த்தனர்" என்று எழுதினார்.

இத்தகைய உள்வட்டத்தை ஆரம்பக்காலத்தில் உருவாக்கியவர் களாக எம். ஸ்ரீனிவாச அய்யங்கார் *(Tamil Studies)*, கே. ஸ்ரீனிவாசப் பிள்ளை *(தமிழ் வரலாறு 1921)*, எம்.எஸ். பூரணலிங்கம் பிள்ளை *(History of Tamil Literature)*, பி.டி. ஸ்ரீனிவாச அய்யங்கார் *(History of Tamils, 1929)*, கே.என். சிவராஜ பிள்ளை *(The chronology of Tamils, 1932)* எனச் சிலரைப் பட்டியல் இட முடியும். இந்த வரிசையில் பேராசிரியர் எஸ். வையாபுரிப் பிள்ளைக்கு முதலிடம் உண்டு. அவர்கள் உண்மையைத் தேடுவதில் பிரக்ஞையுடன் செயல்பட்டவர்கள். மரபுவழித்தொன்மம் அவர்களைச் சிறைப்படுத்தவோ தடுக்கவோ இல்லை. அவர்கள் தீவிரமாகச் செயல்பட்ட காலக்கட்டத்தை இங்கு நாம் கவனத்தில் கொள்ள வேண்டும்.

வையாபுரிப் பிள்ளை வாழ்ந்த காலக்கட்டத்தில் தமிழ் நூல்கள் ஏட்டிலிருந்து அச்சேறிக்கொண்டிருந்தன. எல்லா நூல்களும் அப்போது அச்சில் வரவில்லை. தொல்காப்பிய ஆய்வுகூட முழுமை பெறவில்லை. கல்வெட்டுகள் அடையாளம் காணப்பட்டுப் பதிவு செய்யப்பட்டாலும் முழுதும் அச்சேறவில்லை. பெருமளவு கல்வெட்டுகள் கண்டுபிடிக்கப்படவில்லை. செப்பேடுகளின் பட்டியல்கள் கிடைத்ததே ஒழிய சில மட்டுமே அச்சில் வந்திருக்கின்றன.

அந்தக் காலத்தில் அறிஞர்களில் பலர் தமிழைக் சைவத்துடன் இணைக்கும் முயற்சியில் தீவிரமாக ஈடுபட்டனர். சிலர் தமிழ்த்தேசியம் என்ற புதிய அரசியல் சொல்லாட்சியை உருவாக்கினர். சமஸ்கிருதத்தின் மேல் வெறுப்பை உருவாக்கிய இயக்கங்கள் தலையெடுத்த காலம் அது.

தமிழ்மொழியையும் பண்பாட்டையும் உணர்வுபூர்வமாக அணுகி ஆவேசமாகப் பேசிய காலம். தாமிரபரணிக்கரையில் பிறந்த புதுமைப்பித்தன் “கல்தோன்றி மண்தோன்றா காலத்தே முன்தோன்றிய மூத்த குடி” என்பதைக் கிண்டலாய் விமர்சித்தார். இதே ஆற்றங்கரையில் பிறந்த வையாபுரிப் பிள்ளை அறிவியல் பூர்வமாய்ச் சிந்தித்து விமர்சித்தார்.

திருநெல்வேலி வண்ணார்பேட்டையில் குறுக்குத் துறையில் சங்கரலிங்கம்பிள்ளை என்பவர் இருந்தார். அவரது சொந்த ஊர் சிக்கநரசிங்கையன் கிராமம். அவர் தீவிர சைவர், திருநெல்வேலி வேளாளர்களுக்கே உரிய கட்டுப்பாடான ஆசாரம் உடையவர். முறைப்படித் தமிழ் கற்றவர்; தாமிரபரணிப் புராணம் என்ற தலபுராணத்தை எழுதியவர். அது அச்சில் வந்திருக்கிறது. அப்புராணத்தில் அகத்தியர் தொடர்பான கதைகள் வருகின்றன.

சங்கரலிங்கம்பிள்ளையின் மகன் சரவணப் பெருமாள். அவர் மனைவி பாப்பம்மா என்னும் பிரம்மநாயகி, சரவணப்பெருமாள் வருவாய்த்துறையில் கண்காணிப்பாளராக இருந்தவர். அவர் சிறந்த சிவபக்தர். இசையுடன் பாடவும் செய்வார். அவர் வைஷ்ணவச் சமயம் மீது காழ்ப்புடையவர். சரவணப்பெருமாள் – பிரம்மநாயகி தம்பதியாருக்கு 1891 அக்டோபர் 2ஆம் தேதி வையாபுரியார் பிறந்தார். அப்போது அவருக்கு இட்ட பெயர் பாலவ ராயர். பாலையா எனச் சுருக்கமாய் அழைத்தனர். அது ஞானசம்பந்தனின் பெயர். பிற்காலத்தில் பாலையா என்ற புனைபெயரில் சிறுகதைகள் எழுதியிருக்கிறார் வையாபுரிப் பிள்ளை.

வையாபுரியார் ஆரம்பத்தில் கணபதியாபிள்ளை திண்ணைப் பள்ளிக்கூடத்திலும் திருநெல்வேலி இந்து நடுநிலைப்பள்ளியிலும் பாளையங்கோட்டை தூய சேவியர் உயர்நிலைப்பள்ளியிலும் படித்தார். திருநெல்வேலி இந்துக்கல்லூரியில் எஃப்.ஏ. படிக்கும் போது கே.ஏ. நீலகண்ட சாஸ்திரி, கே.ஜி. சங்கரய்யர் போன்றோரின் நட்பு கிடைத்தது. அவரது வகுப்புத் தோழர்களான அப்புசாமி, நீலகண்டசாஸ்திரி இருவரின் நட்பு கடைசிவரை தொடர்ந்தது.

பள்ளியில் படிக்கும்போது சுப்பிரமணியக் கவிராயர் பாம்பன் குமர குருகதாசக சுவாமிகள், யாழ்ப்பாணம் சுவாமிநாத தேசிக பண்டிதர் போன்றோரிடம் தமிழ் படித்தார். அவர் எஃப்.ஏ. படிக்கும்போது திருநெல்வேலியில் வ.உ.சி. பேசிய பேச்சைக் கேட்கச் சென்றிருந்தார். அதன் பின் வ.உ.சியுடனான நட்பு தொடர்ந்திருக்கிறது.

திருநெல்வேலியில் எஃப்.ஏ. முடித்ததும் சென்னை தாம்பரம் கிருத்துவக்கல்லூரியில் பி.ஏ. படித்தார். சரித்திரமும் பொருளாதாரமும் பாடம். அப்போது வையாபுரிப் பிள்ளையின் ஆசிரியர் மறைமலையடிகள். ஆசிரியரின் தனித்தமிழ்வாதம் வையாபுரிப் பிள்ளையைப் பாதிக்கவில்லை. பி.ஏ. படிக்கும்போது மதுரைத் தமிழ்ச்சங்கம் நடத்திய ஒரு தேர்வில் முதல் வகுப்பில் வெற்றி பெற்றார். பி.ஏ. முடித்ததும் சட்டக்கல்லூரிக்குப் போனார்; அப்போது அவருடன் பயின்றவர் ஆர்.கே. சண்முகம் செட்டியார்.

பிற்காலத்தில் கம்பன் பதிப்பில் வையாபுரிப் பிள்ளை தீவிரம் காட்ட ஆர்.கே.எஸ். ஒரு காரணம். வையாபுரிப் பிள்ளை சென்னை கிருத்தவக் கல்லூரியில் படிக்கும்போதே அச்சில் வந்த பழந்தமிழ் இலக்கியங்களைப் படிக்க ஆரம்பித்துவிட்டார். கம்பனிடம் தீவிர ஈடுபாடு அப்போது வந்ததுதான். சட்டம்

படித்ததும் திருவனந்தபுரம் உயர் நீதிமன்றத்தில் வழக்குரைஞராகப் பதிவு செய்துகொண்டார் வையாபுரிப் பிள்ளை (1914). அங்கு 1922 வரை வக்கீலாக வாழ்ந்தார்.

வையாபுரிப் பிள்ளை திருவனந்தபுரத்திற்குக் குடிபெயர்ந்ததற்குத் திருவனந்தபுரம், பாலராமபுரம் வேலாயுதம் பிள்ளையின் மகளைத் திருமணம் செய்ததுதான் முக்கியக் காரணம். வையாபுரிப் பிள்ளையின் மாமனார் இராஜதந்திரம் என்ற நாவலை எழுதியவர். வையாபுரிப் பிள்ளையின் மனைவி தமிழ், மலையாளம், ஆங்கிலம் அறிந்தவர். திருவனந்தபுரம் கல்லூரியில் பி.ஏ. முடித்தவர்.

வையாபுரிப் பிள்ளையின் மாமனார் மருமகனை நல்ல வக்கீலாக ஆக்க ஆசைப்பட்டார். வையாபுரிப் பிள்ளையோ நல்ல தமிழறிஞர் ஆனார். அதற்கேற்ற சூழ்நிலை திருவனந்தபுரத்தில் இருந்தது. இருபதாம் நூற்றாண்டின் ஆரம்பத்தில் திருவனந்தபுரம் நகரில் தமிழ் மக்கள் கணிசமான அளவு இருந்தனர். தமிழ் மொழியின் மீதும் பண்பாட்டின் மீதும் மலையாளிகளுக்கு வெறுப்பில்லாத காலம். அந்தக் காலத் திருவிதாங்கூர் அரசர்களும் தமிழர்களிடம் அன்பு வைத்திருந்தனர். திருவனந்தபுரம், சாலையில் ஒரு தமிழ்ப் புத்தகக்கடைகூட இருந்தது. இப்படியான சூழ்நிலையில் வையாபுரிப் பிள்ளை திருவனந்தபுரத்தில் இருந்தார்.

அப்போது கவிமணி திருவனந்தபுரம் மகாராஜா பெண்கள் கல்லூரியில் பணிபுரிந்தார். வையாபுரிப் பிள்ளையின் உறவின ரான கே.என். சிவராஜ பிள்ளை மலையில் கூப்பு குத்தகைக்கு எடுத்திருந்தார். அவர் ஓர் ஆங்கில இதழையும் நடத்தி வந்தார். கே.ஜி. சங்கரய்யா என்ற (வழக்குரைஞர்) பண்டித முத்துசாமிப்பிள்ளை (தமிழன் பத்திரிகையின் ஆசிரியர்), சி.எஸ். இலட்சுமணபிள்ளை (இசைக்கலைஞர்: தமிழறிஞர், அரசு கணக்குத் தணிக்கை அதிகாரி) இப்படியாகச் சில நண்பர்களின் நெருக்கம் அவர்களுடன் அளவளாவுதல் வையாபுரிப் பிள்ளையைத் துல்லியமான ஆராய்ச்சியாளனாக வளர்த்தெடுக்க உதவியிருக்கிறது.

திருவனந்தபுரம் மலையாள அறிஞர் எம்.சி. நாராயண பிள்ளை திருக்குறளை மலையாளத்தில் மொழி பெயர்த்தவர்; உயர்நீதிமன்ற நீதிபதி திவான்பகதூர் கோவிந்த பிள்ளை; சூரநாடு குஞ்சன் பிள்ளை என்னும் தமிழறிந்த மலையாள அறிஞர்களின் நட்பு வையாபுரிப் பிள்ளைக்குக் கிடைத்தது. பிறமொழி அறிவு, குறிப்பாகத் திராவிட மொழிகளில் ஒன்றான

மலையாள அறிஞர்களின் நெருக்கம் வையாபுரிப் பிள்ளையின் பார்வையை விசாலப்படுத்தியிருக்கிறது.

வையாபுரிப் பிள்ளையும் கவிமணியும் ஒன்றாகவே சமஸ்கிருதம் படித்துவந்ததும் இக்காலத்தில்தான். "நாங்கள் தினமும் சப்த ரூபாவலியை மனப்பாடம் செய்வதில் கவனமாக இருந்தோம்" என்கிறார். வையாபுரிப் பிள்ளையின் திருவனந்தபுரம் அனுபவத்தில் முக்கிய நிகழ்ச்சி பாரதியைச் சந்தித்ததுதான் (1918). இது பற்றி அவர் விரிவான கட்டுரை எழுதியிருக்கிறார்.

அக்கட்டுரை முதலில் லோகோபகாரி இதழில் வந்தது (7.9.1940). பின் நூல்வடிவம் (தமிழ்ச்சுடர் மணிகள்) பெற்றது. பாரதி பற்றிய பதிவுகளில் உண்மையானது, நம்பகத்தன்மை உடையது என்று பாரதி ஆய்வாளர்களால் சான்றளிக்கப்பட்டது. வையாபுரிப் பிள்ளை திருவனந்தபுரத்தில் இருந்தபோது புறநானூறு 13ஆம் பாடல் குறித்து செந்தமிழில் ஒரு கட்டுரை எழுதினார். தொல்காப்பியர் சமணரே என்று நிறுவிய அவரது கட்டுரையும் (செந்தமிழ்) அவரைத் தமிழகத்தில் பிரபல மாக்கியது.

மனோன்மணியம் நாடகத்தை அவர் பதிப்பித்ததும் (1922) அங்கேதான். இப்படியாக வையாபுரிப் பிள்ளை சிறந்த ஆராய்ச்சியாளராக, பதிப்பாளராக ஆவதற்குரிய சூழ்நிலை திருவனந்தபுரத்தில் உருவானது. அவரே "நான் ஊக்கத்துடன் தமிழாராய்ச்சி செய்யத் தொடங்கியதும் தமிழ் அறிஞர் உலகில் ஓர் இடம் பெற்றுக்கொள்ளத் தொடங்கியதும் திருவனந்தபுரத்தில் தான்" என்று எழுதியிருக்கிறார்.

திருவனந்தபுரத்திலிருந்து சொந்த ஊரான திருநெல்வேலிக்கு மாறவேண்டிய சூழ்நிலை வந்தது. 1923இல் திருநெல்வேலி நீதிமன்றத்தில் வழக்குரைஞராகப் பதிவு செய்துகொண்டார். இது பெயருக்குத்தான். திருநெல்வேலியில் இருந்த மூன்று வருஷங்களிலும் சட்டபுத்தகங்களை அவர் படிக்கவில்லை; முழுநேரத் தமிழ் ஆராய்ச்சியாளராகவே இருந்தார்.

திருநெல்வேலி முத்தையா பிள்ளையின் புத்தகக்கடையும் தாமிரபரணிக் கரையும் அதற்குரிய சூழலை அவருக்கு உருவாக்கிக் கொடுத்தது. வையாபுரிப் பிள்ளையின் பழைய நண்பர் கே.ஏ. நீலகண்ட சாஸ்திரி அப்போது திருநெல்வேலி இந்துக்கல்லூரி வரலாற்றுப் பேராசிரியராக இருந்தார். ஏ.வி. சுப்பிரமணி அய்யர் முத்தையா பிள்ளையின் கடைக்கு அடிக்கடி வருவார். வ.வே.சு. அய்யர் சேரன்மாதேவி குருகுலத்தில் தங்கியிருந்தார்.

ரா. ராகவையங்கார் அப்போது நெல்லைக் கம்பர் கழகத்தின் தலைவராக இருந்தார். இப்படியான சூழ்நிலையில் வையாபுரிப் பிள்ளை படிப்பது பழம் சுவடிகளை ஆராய்வது நண்பர்களிடம் உரையாடுவது என நேரத்தைக் கழித்திருக்கிறார்.

அந்தக் காலகட்டத்தில்தான் சென்னைப் பல்கலைக்கழக அகராதிப் பணிக்கு அவர் வரவழைக்கப்பட்டார். 1926 முதல் 1939 வரை தமிழ் லெக்சிகன் பொறுப்பில் இருந்தார். தமிழ் அகராதி முயற்சிக்குப் பின்னால் நீண்ட வரலாறு உண்டு.

வின்ஸ்லோவின் அகராதி திருத்தப்பட்டு வெளிவந்தபோது (1905) தொன்மையான தமிழ்மொழிக்கு லெக்சிகன் தேவை; அதை உருவாக்க குழு அமைக்க வேண்டும் என்ற கருத்து முன்வைக்கப்பட்டது. பிரடெரிக் நிக்கல்சன் என்பவர் வைத்த அந்த வேண்டுகோளை அரசு ஏற்றுக்கொண்டது. 1911இல் அதற்கென ஒரு குழு நியமிக்கப்பட்டது. ஜே.எஸ். சாண்டிலர் அதன் தலைவர் ஆனார்.

சென்னைப் பல்கலைக்கழகத்தில் லெக்சிகன் அலுவலகம் செயல்பட்டது. அடுத்த ஆண்டு அலுவலகம் மதுரைக்கு மாறியது. மறுபடியும் சென்னைக்கு அலுவலகத்தை மாற்ற வேண்டும் என்றனர் (1915). சாண்டிலர் பணி விலகியதும் (1921) அனவரதவிநாயகம், வேங்கட்ராம அய்யர் எனச் சிலர் லெக்சிகன் பொறுப்பை வகித்தனர். 1926வரை இப்படியே போனது.

1911 முதல் 1926 வரை 15 ஆண்டுகளில் சேகரித்த சொற்கள் 21327. அவை 796 பக்கங்கள். முதல் தொகுதியாக அது வந்தது. வையாபுரிப் பிள்ளை 1926லிருந்து 13 வருஷங்கள் தொடர்ந்து பணிபுரிந்தபோது பிற்சேர்க்கையும் சேர்த்து 7 தொகுதிகள் வந்தன. அவை எல்லாமாக 4351 பக்கங்கள். 11762 சொற்கள் அசுர உழைப்பின் பலன். திராவிட மொழிகளிலேயே முதல் அகராதி தமிழில்தான் வந்தது. வையாபுரிப் பிள்ளைக்கு ராவ்சாகிப் விருது கிடைத்தது இதற்குத்தான்.

அகராதியைத் தொகுக்கும்போது வையாபுரிப் பிள்ளை பல இடையூறுகளை எதிர்கொள்ள வேண்டி வந்தது. முக்கியமாக சாதிப்பெயர் தொடர்பான சிக்கல்களைச் சந்தித்தார். அவரே அந்த அனுபவத்தை எழுதியிருக்கிறார். முதலி என்னும் சாதிப்பெயரைச் சேர்த்தாக வேண்டிய நிலை. ஆனால் அதற்குத் தரும் பொருள்கள் சிக்கலை ஏற்படுத்தியது. அதைச் சேர்க்க எதிர்ப்பு வந்தது. பின்னர் பம்மல் சம்பந்த முதலியார், லட்சுமணசாமி முதலியார் போன்றோருடன் கலந்து முதலி

என்னும் சொல்லைக் கொடுத்து காண்க முதலியார் எனப் போடலாம் என்று முடிவானது என்கிறார்.

லெக்சிகனைத் தொகுக்கும்போது சில கலைச்சொற்களையும் உருவாக்கியிருக்கிறார். எ.கா. பகுப்புநெறி (Analysis) அகராதியாளர் (lexicographer), தொகுப்புநெறி (synthesis). வையாபுரிப் பிள்ளை சென்னையில் லெக்சிகன் வேலையில் இருந்தபோது நாமதீப நிகண்டு (1930), அரும்பொருள் விளக்க நிகண்டு (1931), பொதிகை நிகண்டு (1934), பிங்கலந்தை நிகண்டு (1935) ஆகிய நிகண்டுகளைப் பதிப்பித்திருக்கிறார். களவியல் காரிகை, தொல்காப்பியம் பொருள் இலக்கணம் எனச் சில இலக்கண நூல்களையும் பதிப்பித்திருக்கிறார். 1926–35 ஆண்டுகளில் வையாபுரிப் பிள்ளை 21 நூல்களைப் பதிப்பித்திருக்கிறார்.

அகராதி வேலை முடிந்தபின் சென்னைப் பல்கலைக் கழகத் தமிழ்த்துறைத் தலைவரானார். 1946 வரை இப்பதவியில் இருந்தார். அப்போது ஜெர்மன், பிரஞ்சு முதலிய மொழிகளைப் படித்திருக்கிறார். சென்னைப் பல்கலைக்கழகத்தில் அவர் பேராசிரியராக இருந்தபோது அவரிடம் ஆராய்ச்சி செய்த மாணவர்களில் ஜி. சுப்பிரமணிய பிள்ளை, மு. அருணாசலம், மு. சண்முகம் பிள்ளை ஆகியோர் முக்கியமானவர்கள். இலங்கையைச் சார்ந்த ஏழு பேர் அவரிடம் ஆய்வு மாணவராய் இருந்தனர்.

சென்னைப் பல்கலைக்கழகத்திலிருந்து ஓய்வுபெற்றபின் (1946) நான்கு ஆண்டுகள் சென்னையில் இருந்தார். அந்த நாட்களில் தான் முன்பு எழுதிய கட்டுரைகளைத் தொகுத்து நூல் வடிவில் கொண்டுவரும் முயற்சியில் தீவிரமானார். 1951இல் திருவிதாங்கூர் பல்கலைக்கழகத்தில் மு. ராகவையங்கார் ஓய்வு பெற்றதும் அந்த இடத்தில் வையாபுரிப் பிள்ளையை அமர்த்த வேண்டும் என்ற கோரிக்கையை திருவிதாங்கூர் பல்கலைக்கழக செனட் உறுப்பினர் ஒருவருக்குக் கவிமணி அனுப்பினார்.

வையாபுரிப் பிள்ளைக்குத் திருவனந்தபுரத்தில் மனைவியின் சொத்தை முறைப்படுத்த வேண்டிய தேவையும் இருந்தது. அதனால் திருவனந்தபுரம் சென்றார். மூன்று வருஷங்கள் அங்கே இருந்தார். அப்போது தான் எழுதிய கட்டுரைகளை ஒழுங்குபடுத்தினார். வையாபுரிப் பிள்ளை திருவனந்தபுரத்தில் சர்க்கரைவியாதியால் பட்ட அவதி அவரைச் சென்னைக்கு விரட்டியது. சென்னையில் இரண்டு ஆண்டுகள் நோயுடன் போராடி வாழ்ந்தார். 17.2.1956 அன்று அமரரானார்.

* * *

65 வயதுவரை வாழ்ந்த வையாபுரிப் பிள்ளை 45 ஆண்டுகள் முழுநேர ஆய்வாளராக இருந்திருக்கிறார். அவர் இலக்கியம், மொழி, பதிப்பு, அகராதி என நான்கு துறைகளில் கால் பதித்தவர். அவர் எழுதிய ஆய்வு நூல்கள் 21. அவற்றில் அவரது மறைவுக்குப் பின் தொகுக்கப்பட்டு வந்தவை 8, வையாபுரிப் பிள்ளை ஒரு சிறுகதைத் தொகுப்பையும் (சிறுகதை மஞ்சரி) ராஜீ என்னும் நாவலையும் வெளியிட்டிருக்கிறார்.

ஆங்கிலத்தில் அவர் எழுதியவை *History of Tamil Literature, Research in Dravidian Languages* ஆகியன. வையாபுரிப் பிள்ளை எழுதிய நூல்களில் திட்டமிட்டு எழுதப்பட்டவை மிகக்குறைவு (காவிய காலம்). அவர் 24 ஆண்டுகளில் பல்வேறு இதழ்களில் எழுதிய கட்டுரைகளையே தொகுத்து நூலாக்கினார்.

வையாபுரிப் பிள்ளை பதிப்பித்தவை 45 நூல்கள். முதலில் பதிப்பித்தது மனோன்மணியம் (1922) இறப்பதற்கு ஒரு மாதம் முன்பு பதிப்பித்தது திவ்வியப்பிரபந்தம் முதலாயிரம். ஆக அவர் எழுதியவை, பதிப்பித்தவை எல்லாமாக 61 நூல்கள். 11600 பக்கங்கள். அவர் எழுதிய சில கட்டுரைகளும், பதிப்பிக்கத் தயாராக வைத்திருந்த சில இலக்கியங்களும் கவிதைகளும் மொழிபெயர்ப்புக் கவிதைகளும் நூல் வடிவில் வரவில்லை.

வையாபுரிப் பிள்ளை பதிப்பித்த 45 நூல்களில் இலக்கியம் / இலக்கணம் 5, சிற்றிலக்கியங்கள் 13, நிகண்டுகள் 6, நாட்டுப்புற இலக்கியம் 1, பிற 2 என அமையும். நூலைப் பதிப்பிப்பதில் அடிப்படையான சில விதிமுறைகளை அவர் கையாண்டிருக்கிறார். மூலப்பாடப் பதிப்பு பற்றிய புரிதல் பல ஏடுகளைப் பதிப்பிக்கப் பயன்படுத்தல் – அந்த ஏடுகளில் மூல ஏட்டைத் தேர்ந்தெடுத்து ஒரு பிரதியைத் தயார் செய்தல் – மற்ற ஏடுகளின் பாடபேதங்களைக் குறித்துக்கொண்டு ஒத்துப்பார்த்தல் என்னும் நியதிகளை முழுதுமாக அவர் கையாண்டார்.

அவரின் கால ஆராய்ச்சியில் பொதுவான தன்மை உண்டு.

* ஒரு நூலின் அகச்சான்று, புறச்சான்று இரண்டையும் முறைப்படிக் கொள்ளுதல்.

* அகச்சான்றுகள்: குறிப்பிட்ட நூலின் இலக்கண வழுக்கள்; சரித்திரக் குறிப்புகள்; வடமொழிச் செல்வாக்கு. நூலுக்கும் பிற தமிழ் இலக்கியங்களுக்கும் உள்ள ஒற்றுமை.

* இலக்கணவழக்கு: அருகிய வழக்கு, இடைநிலை உருபு; விகாரம் – இவை பற்றி இலக்கண நூல்கள் கூறும் காலத்தை முன்பின்னாகக் கூறுதல்.

* சாத்திரக்குறிப்புகள்: கதை, வழக்காறு பிற சான்றுகளுடன் ஒப்பிடுதல்.

* குறிப்பிட்ட நூலின் வரிகள் / நூலாசிரியரின் பெயர்கள் தமிழ் இலக்கியங்களில் வருதல்; உரையாசிரியர்கள் மேற்கோள் காட்டல்.

* நூலின் காலத்துக்கு முன் எல்லை, பின்எல்லை என வகுத்து இவ்விரண்டில் ஒன்றை நிறுவ சான்று தருதல்.

வையாபுரிப் பிள்ளைக்கு வடமொழியின் மேல் உள்ள மரியாதை தமிழ் இலக்கியங்களின் காலத்தைப் பின்தள்ள வைத்திருக்கிறது என்பது பொதுவான கருத்து, கே.ஏ. நீலகண்டசாஸ்திரி, "பிள்ளை யவர்கள் சில சமயங்களில் தமிழ் இலக்கியங்களுக்கு வடமொழி கொடுத்த கொடையை மிகைப்படுத்திவிட்டாரோ என்று எனக்குத் தோன்றுகிறது. வடமொழித் தொடர்பு தமிழிற்குக் கிடையாது என்று கூறுபவர்களின் கொள்கையை மறுப்பதற்காக அவர்கள் சற்று அழுத்தமாக, மிகையாகக் கூறியதாக இதை எடுத்துக்கொள்ள வேண்டும்" என்கிறார்.

திருவிதாங்கூர் பல்கலைக்கழகத்தில் அவர் பணியாற்றியபோது (1950–53) சமஸ்கிருதத்தின் ஆதிக்கம் தமிழில் அதிகம் என்றும், தொல்காப்பியம் கி.பி. 5ஆம் நூற்றாண்டுக்குப் பிற்பட்டது, சிலப்பதிகாரம் தொல்காப்பியத்திற்கும் பிற்பட்டது என்பதற்கான சான்றுகளைத் தொகுக்க ஆரம்பித்தார். அவரது நோக்கம் பெரும்பாலான பாடல்கள் பல்லவர்காலத்துக்குப் பிற்பட்டவை என நிரூபிப்பதுதான். இந்தத் தகவலை வையாபுரிப் பிள்ளையிடம் ஆய்வு மாணவராகவும் சக ஆசிரியராகவும் இருந்த பேராசிரியர் ஜேசுதாசன் என்னிடம் சொல்லியிருக்கிறார்.

வையாபுரிப் பிள்ளை ஆங்கிலமொழியின் உதவியுடன் மொழிபெயர்த்த 'லகு சித்தாந்த கௌமுதி' என்ற நூல் கிடைக்கவில்லை. அவர் எழுதிய கவிதைகள் கையெழுத்துப் பிரதிகளாக உள்ளன. Shelley, (houe's philosophy) william Henry Davies (leisure) walt whitman என ஆங்கிலக் கவிஞர்கள் சிலரை மொழிபெயர்த்திருக்கிறார். இலக்கிய உதயம் நூலில் பாரசீக, வடமொழிக் கவிதைகள் சிலவற்றை மொழிபெயர்த்துக் கொடுத்துள்ளார். வையாபுரிப் பிள்ளையின் மொத்தப்

படைப்புகளையும் பதிப்பிடும் முயற்சியில் ப. சரவணன் ஈடுபட்டுள்ளார்.

வையாபுரிப் பிள்ளை வாழ்ந்த காலத்தில் மிகப்பெரிய பாராட்டுக்களைப் பெற்றார் எனச் சொல்ல முடியாது. லெக்சிகன் பணிக்காக பிரிட்டிஷ் அரசு கொடுத்த ராவ்சாகிப் பட்டமும் தமிழ் எழுத்தாளர் சங்கம் அன்றைய (1953) ஆளுநர் தலைமையில் பாராட்டியதும் அவருக்குக் கிடைத்தவை. திரைப்படத் தணிக்கைக் குழுவில் வேண்டாவெறுப்பாய் உறுப்பினராய் இருந்திருக்கிறார்.

வையாபுரிப் பிள்ளைக்குச் சொந்தமான நூல்களும் அவர் தொகுத்த ஓலைச்சுவடிகளும் கையெழுத்துப்பிரதிகளும் நாட்குறிப்புகளும் கல்கத்தா தேசிய நூலகத்தில் உள்ளன. அவரது நாட்குறிப்பு அச்சில் வந்தால் இருபதாம் நூற்றாண்டு ஆரம்பக்கால இலக்கிய முயற்சி, பதிப்பு, தமிழறிஞர்கள் நிலை போன்றவை பற்றி அறிய முடியும் என்னும் வேண்டுகோளை முன்வைத்திருக்கிறார் முனைவர் இராம. சுந்தரம்.

காவ்யா, ஏப்ரல் – ஜூின் 2014

26

பி.ஸ்ரீ. ஆச்சார்யா

(1886–1981)

தமிழகத் தென்மாவட்டங்களில் குறிப்பாகக் கன்னியாகுமரி மாவட்டத் தோல்பாவைக் கூத்துக் காரர்களில் கலைமாமணி பரமசிவ ராவ் மட்டும் ராமாயணத் தோல்பாவைக்கூத்து நிகழ்ச்சிகளில் 40க்கும் மேற்பட்ட கம்பராமாயணப் பாடல்களைப் பாடினார். மற்ற தோல்பாவைக் கூத்துக் கலைஞர் களுக்கு இதுபற்றிய ஞானமே இல்லை. ஒருமுறை நான் பரமசிவ ராவைப் பேட்டிகண்டபோது (1988) இதுபற்றிச் சொன்னார்.

"அப்பா கோபால ராவிடம்தான் இந்தப் பாடல் களைப் படித்தேன். அண்ணன் சுப்பையா ராவ் இன்னும் கொஞ்சம் அதிகம் பாடுவார். இந்த ஞானமெல்லாம் திருநெல்வேலியில் ஒரு அய்யங்கார் சொல்லிக்கொடுத்தது" என்றார். அவரே இன்னும் விளக்கமாக "ஒருமுறை அப்பாவைத் திருநெல்வேலி ஸ்ரீராம் பாப்புலர் பஸ் அதிபர் அழைத்திருந்தார்.

அவருடன் தமிழறிஞர்கள் சிலரும் இருந்தார்கள். அவர்களுக்காக இராமாயணக்கூத்து நடத்தப் போனார்; அன்று திருநெல்வேலியில் உள்ள முக்கியமான தமிழ் அபிமானிகளும் கூத்து பார்த்தார்கள். பிறகு ஒருநாள் அய்யங்கார் அப்பாவிடம் சில பாடல்களை எழுதிக் கொடுத்தார்; அந்தப் பாடல்களைக் கூத்து நிகழ்ச்சியில் எந்த இடத்தில் பாட வேண்டும் என்பதையும் சொல்லித் தந்தார்" என்றார் அந்த அய்யங்கார் பி.ஸ்ரீ. ஆச்சார்யா. இது ஐம்பதுகளில் நடந்திருக்கலாம்.

பி.ஸ்ரீ.க்கும் கம்பராமாயணத்துக்கும் உள்ள உறவுதான் அவரைப் பிரபலமாக்கியது. அவருக்கு இராஜாஜி, நீதியரசர் மகராஜபிள்ளை, டி.கே.சி. போன்றோர் நெருக்கமானதற்குக் காரணம் கம்பராமாயணம்தான். கம்பன் மட்டுமல்ல; பரந்துபட்ட வைணவ இலக்கியங்களைச் கதாகாலட்சேபப் பாணியில் புத்தக வடிவங்களாக்கியவரும் பி.ஸ்ரீ.தான்.

96 வயது வரை வாழ்ந்த பி.ஸ்ரீ. எழுதிய புத்தகங்களின் பட்டியல் 120க்கு மேல் இருக்கும் என்று அவரைப் பற்றிய வரலாற்றில் கூறுகிறார் பி.ஸ்ரீ.யின் மருமகள் பத்மஜா அனந்தராமன். அவரே 81 புத்தகங்களின் பட்டியலைத் தருகிறார். நாடு, தேசியம் தொடர்பாக 8 நூல்கள், கம்பனைப் பற்றியவை 15, சைவ சமயம் திருமுறை தொடர்பாக 11, பொதுவான சமயநூல்கள் தொடர்பாக 18, வரலாற்று நூல்கள் 8, ஒப்பீடுகள் 10, பிற நூல்கள் 10 என அவை அமைகின்றன.

பி.ஸ்ரீ. எழுதியவற்றில் 30 விழுக்காடுதான் வைணவம் தொடர்பான நூல்கள். என்றாலும் அவற்றிற்காகவே அவர் நினைக்கப்படுகிறார். அவர் 8 வரலாற்று நூல்கள் எழுதியிருக்கிறார் என்பதைக் கணக்கில் எடுக்காமலேயே அவரைப் பற்றிய கட்டுரைகள் வந்துள்ளன.

பி.ஸ்ரீ., மாறோர்நம்பி என்ற வைணவ அடியவரைப் பற்றிப் பக்திமணியின் கதை என்ற தலைப்பில் கவிதை வடிவில் ஒரு நூல் எழுதியிருக்கிறார். அது அவரது முதல் நூல். அந்த நூல் எழுதுவதற்கு மகாத்மாவின் தீண்டாமை பிரச்சாரச் செல்வாக்கு காரணமாயிருந்திருக்கிறது. யமுனாச்சாரியார் என்னும் ஆளவந்தார் தாழ்த்தப்பட்ட விவசாயி ஒருவனை ஆட்கொண்ட வரலாறு அந்நூலில் பேசப்படுகிறது. அதன்பிறகு பி.ஸ்ரீ. கவிதை எழுதுவதைக் குறைத்துக்கொண்டார்.

பி.ஸ்ரீ. நாலாயிரப்பிரபந்தம் பற்றியும் பன்னிரு ஆழ்வார்கள் பற்றியும் கம்பனைப் பற்றியும் எழுதிய 27 நூல்களும் முக்கியமானவை. அந்த நூல்களும் இராமானுஜர் பற்றிய வரலாற்று

நூலும்தான் அவருக்கு நிரந்தரப் புகழையும் அடையாளத்தையும் கொடுத்தன. அவர் வைணவ அய்யங்கார் அடையாளத்தை முழுதும் சார்ந்து வாழாதவர் என்றாலும் அவர் அப்படி அடையாளப்படுத்திப் பேசப்பட்டதற்கு வைணவம் பற்றிய அவரது நூல்கள் காரணமாய் இருந்திருக்கின்றன.

இராமாநுஜரைப் பற்றிய அவரது நூலுக்கு 1964இல் சாகித்ய அகதமி விருது கிடைத்தது. அவரது இராமாநுஜர் நூலை ஆழ்ந்து படிப்பவருக்கு அது ஆராய்ச்சி நூல் என்ற எண்ணம் ஏற்படும்படியாகவும் உள்ளது. வடகலை, தென்கலை பற்றிய செய்திகளிலிருந்தும் சோழ வரலாற்றிலிருந்தும் இராமாநுஜர் வரலாறு உருவாக்கப்பட்டது. இந்த நூலுக்காக பி.ஸ்ரீ. திருக்கோட்டியூர், திருநாராயணபுரம் என இராமாநுஜருடன் தொடர்புடைய எல்லா ஊர்களுக்கும் பயணித்துச் செய்தி சேகரித்திருக்கிறார்.

பரம்பொருள் ஒன்று என்பது தவறு என்பதை இராமாநுஜர் மெய்ப்பித்த செய்தி அந்நூலில் எளிமையாக உணர்த்தப்படுகிறது. இராமாநுஜரின் வாழ்க்கை, அவர் வைணவம் வளர்த்த முறை, வைணவக் கோட்பாடு போன்றன அந்நூலில் காட்டப்படுகின்றன. வில்லிதாசர், வடுகநம்பி, திருக்குலத்தடியார் எனச் சிலரின் தனிப்பட்ட வரலாறுகளும் அந்நூலில் வருகின்றன.

சடகோபரிடம் இராமாநுஜர் கொண்டிருந்த மரியாதை; அவரை இராமாநுஜர் பயின்றமை; அவரின் பாசுரங்களைப் பரவலாக்கச் செய்த செயல்; வைணவத்திலிருந்து தத்து வார்த்தத்தை மட்டுமல்ல சமூகத்திற்கான செய்திகளையும் உள்வாங்கி வெளியிட்டமை, பிற்காலச் சோழர்காலத்தில் வைணவர்களின் நிலை எனப் பல செய்திகள் அந்நூலில் வருகின்றன.

பி.ஸ்ரீ. எளிய சொல்லாட்சிக்காரர். நகைஉணர்வு கொண்டவர். அருமையான தத்துவங்களை எளிமையாக்க முடியும் என்பதற்கு இராமாநுஜர் நூலும் வைணவம் பற்றிய பிற நூல்களும் சான்றுகள்.

இராமாநுஜர் மனிதனையும் சமூகத்தையும் உயர்த்திக் கடவுளின் கருணைக்கு ஆளாக்கிக் கூறும் அன்புநெறியை ஒரு நூலில் பி.ஸ்ரீ. காட்டுகிறார். விசிஷ்டாத்வைதம் வைணவத்தின் பொதுவான நெறிமுறை, குலம், சாதி வேறுபாட்டை நீக்குவவது எனப் பல விஷயங்களை விளக்க இராமாநுஜரை முன்வைத்து குறிப்பிடுவது முக்கியமானது.

வைணவர்களுக்கு என்ற பரிபாஷையை அப்படியே சொல்லி நகர்ந்துவிடுவது என்ற பொதுவான பண்பு பி.ஸ்ரீ.யிடம்

இல்லை. வைணவப் புத்தகங்களைப் பொதுவான வாசகனும் படிப்பான் என்பதைக் கணக்கில் எடுத்துக்கொண்டிருக்கிறார் பி.ஸ்ரீ. வைஷ்ணவர்களை உபயவேதாந்திகள் என்று கூறும் வழக்காறு உண்டு. இதற்கு பி.ஸ்ரீ. கூறும் விளக்கம் அவரது நூலில் பல இடங்களில் வருகிறது.

வேதாந்தமாகிய உயிர் ஒன்று; உடல் இரண்டு. வடமொழியும் தமிழ் மறையும் ஒன்று; இது வைணவர் கொள்கை. மனிதருக்குப் பயன்தரும் பிரபத்தி நெறி என்பது திருமாலைச் சரணடைதலைக் குறிக்கும். இத்தகைய உபய வேதாந்திகளான வைணவர்க்குப் பகவானின் உறவும் பாகவத கைங்கர்யமும் பாகவத சம்பந்தமும் முக்கியமானவை என்று சொல்லிக்கொண்டே போகிறார்.

பன்னிரு ஆழ்வார்களையும் அவர்களின் பாசுரங்களையும் மூவர் ஏற்றிய மொழி விளக்கு, தொண்டர் குலமே தொழு குலமே, துயில் எழுப்பிய தொண்டர், சூடிக்கொடுத்த சுடர்கொடி, அடிசூடிய அரசு, காதலால் கதிபெற்றவர், அன்பு வளர்த்த அறிவுப்பயிர், ஞானசிகரம், சொந்தமோ காதல் வெள்ளம் என ஒன்பது நூல்களில் எழுதியுள்ளார். இவை தவிர ஆண்டாளைப் பற்றி ஆண்டாள், ஆண்டாள் கும்மி, திருப்பாவை விளக்கவுரை, திருப்பாவை பாடல் விளக்கம் என நான்கு நூல்கள் எழுதியுள்ளார். இவை தவிர பெரியாழ்வார், திவ்வியப் பிரபந்தம், திருவாய் மொழி விளக்கவுரை என வேறு நூல்களும் வெளியிட்டுள்ளார்.

பி.ஸ்ரீ.க்கு ஆழ்வார்களில் பெரியாழ்வாரிடம் ஈடுபாடு அதிகம். ஆழ்வாரைப் பற்றிய வரிசையில் பெரியாழ்வாரைக் கூறியிருந்தாலும் பெரியாழ்வார் பற்றித் தனியாக ஒரு நூல் எழுதியிருக்கிறார். பெரியாழ்வார் பற்றிய வாய்மொழிக்கதைகளையும் திவ்வியப் பிரபந்தம் பாடல்களில் மேற்கோள் காட்டப்படும் பாகவதக் கதைகளையும் சேகரித்து எழுதப்பட்ட நூல் இது. பெரியாழ்வார் தமிழ் மண்ணுக்கே உரிய மரபுகளைச் சிதைக்காமல் கவித்துவமாகக் கவிதை எழுதியவர் என்பது பி.ஸ்ரீ.யின் கருத்து.

பண்டைத் தமிழ் நூல்களைப் பதிப்பித்தவர்கள், ஆராய்ந்தவர்கள், வெளியிட்டவர்களில் பெரும்பாலானோர் சைவச் சார்பு உடையவர்கள். இதனால் வைணவ இலக்கிய மரபின் கவித்துவம் பற்றிய செய்திகளைச் சாமர்த்தியமாக மறைத்துவிட்டனர். இந்த நிலையில் கவிதை மரபின் உயிர் ஆழ்வார்களிடமும் கம்பனிடமும் உள்ளது என்று கண்டுபிடித்துச் சொன்னவர்களில் – பிரபலமாக்கியவர்களில் பி.ஸ்ரீ.க்கும் தெ.பொ.மீ.க்கும் முக்கிய இடம் உண்டு.

பி.ஸ்ரீ. கம்பனின் பாடல்களில் தோய்ந்தவர். தன் இறுதிக் காலத்தில் திருநெல்வேலி அருகே உள்ள விட்டலபுரத்தில்

நிரந்தரமாகத் தங்கியபோது கூடக் கம்பன் தொடர்பான கூட்டங்களுக்குச் சென்றிருக்கிறார். கம்பனை உலக இலக்கியக் கர்த்தாவாக ஆரம்பக்காலத்தில் அடையாளம் கண்ட வ.வே.சு. அய்யர் காலத்திலிருந்து தொடர்ந்து கம்பனின் பெருமை பேசிய டி.கே.சி., வையாபுரிப்பிள்ளை போன்றோரிடமும் அவரது நட்பு நீடித்திருக்கிறது.

ஆனந்தவிகடன் பத்திரிகையில் பி.ஸ்ரீ.யின் சித்திர ராமாயணம் வெளிவந்தபோது அந்தத் தொடருக்காகவே ஆ.வி. அதிக அளவில் விற்பனையானது. அந்தத் தொடருக்குக் கோபுலு வரைந்த படங்கள் இன்னும் மெருகூட்டின. கம்பன் தொடர்பாக அவர் சித்திர ராமாயணம், சுந்தர காண்டம், நான் ரசித்த கம்பன், கம்பனின் கலைக் கோவிலுக்குக் கைவிளக்கு, கம்பனில் ஆழ்வார்கள் சாயல் என ஐந்து புத்தகங்கள் எழுதியுள்ளார்.

கம்பன் வடமொழியை நன்கு கற்றுணர்ந்தவர்; காளிதாசனைப் படித்தவர் என்பதைக் கம்பனின் பாடல் களிலிருந்து எடுத்துக்காட்டுகிறார் பி.ஸ்ரீ. வடசொல் கலைக்கு எல்லை தேர்ந்தான் இராமன் எனக் கம்பன் கூறுவதே அவனது இளமையான பாட்டின் ஆழத்தைக்காட்ட என்கிறார் பி.ஸ்ரீ.. கம்பனின் வாழ்க்கையை அவன் காவியத்தில் தேடியவர் பி.ஸ்ரீ. இந்திரஜித்தை இழந்து தவித்த இராவணனின் புலம்பலில் இளம்வயதில் மறைந்த அம்பிகாபதியை அடையாளம் கண்ட கம்பனைக் கண்டார் பி.ஸ்ரீ.. கம்பனுக்கு வான்மீகியின் சமஸ்கிருத மொழி, இசை வடிவில் மிகுந்த ஈடுபாடு இருந்ததால் தன் காவியத்தின் ஓசைக்கு முதலிடம் அளித்தான். கம்பனின் சந்தங்களை யாரும் இன்னும் பட்டியல் போடவில்லை என்கிறார்.

பி.ஸ்ரீ. சைவம் தொடர்பாக எழுதிய 11 நூல்களில் மாணிக்க வாசகர் என்ற நூல் குறிப்பிடத்தகுந்தது. அந்த நூல் திருவாதவூர் புராணத்தில் உள்ள கதைப் போக்கைத் தழுவி எழுதப்பட்டது. மாணிக்க வாசகரின் வரலாறு, கால ஆராய்ச்சி, வாழ்க்கை, அற்புதங்கள் எனப் பல தலைப்புகளில் அமைந்த இந்நூல் மாணிக்க வாசகரையும் நம்மாழ்வாரையும் ஒப்பிட்டுக் காட்டுகிறது. மாணிக்க வாசகரைக் கல்விச் செல்வராகவும் அநுபூதிக் கவிஞராகவும் நம்மாழ்வாரை அநுபூதிக் கலையை ஞானசிகரத்தில் கண்ட வித்தகராகவும் காட்டுகிறார்.

பி.ஸ்ரீ. இப்படியான இலக்கியங்களை விமர்சித்தவர் மட்டுமல்லர். வரலாற்றுத் துறையில் அவர் தீவிரமான படிப்புடையவர். சென்னைத் தமிழ்வளர்ச்சிக் கழகத்திற்காகப் பாண்டியர் செப்பேடு பத்து, பல்லவர் செப்பேடு முப்பது என்னும் இரண்டு நூல்களைப் பதிப்பித்துள்ளார். திவ்வியப்

பிரபந்தப் பதிப்பாசிரியர் குழுவிலும் சென்னை மர்ரே ராஜம் கம்பராமாயணப் பதிப்பாசிரியர் குழுவிலும் அண்ணாமலைப் பல்கலைக்கழகக் கம்பராமாயணப் பதிப்புக் குழுவிலும் உறுப்பினராக இருந்தவர். மனோன்மணியத்தை அவர் பதிப்பித்திருக்கிறார். கலைவினோதன், நெல்லை நேசன் என்னும் புனைப்பெயரில் பி.ஸ்ரீ எழுதிய கட்டுரைகளும் ஆனந்த விகடன், தினமணி, தினமலர் போன்ற பத்திரிகைகள், இதழ்களில் எழுதிய கட்டுரைகளும் பெரிய அளவில் தொகுக்கப்படவில்லை.

* * *

நம்மாழ்வாரால் மங்களாசாசனம் செய்யப்பட்ட தலங்களில் தென்திருப்பேரைக்குத் (தூத்துக்குடி மாவட்டம்) தனிஇடம் உண்டு. அந்த ஊரில் சாம வேதிகளான நூற்றெண் குடும்பத்தினர் வாழ்ந்தனர். கெனோ உபநிடதம் அவர்களின் குடும்பச்சொத்து என்பது வாய்மொழி மரபு. அந்தக் குடும்பத்தைச் சேர்ந்த பிச்சு அய்யங்காருக்கும் பிச்சு அம்மாளுக்கும் 16.4.1886இல் பிறந்தவர் பி.ஸ்ரீநிவாச்சாரியார். பிற்காலத்தில் பி.ஸ்ரீ. ஆச்சார்யா என அழைக்கப்பட்டார். பொதுவாக பி.ஸ்ரீ. என்ற பெயரிலேயே அறியப்பட்டார்.

பி.ஸ்ரீ.யின் பிறந்த ஊர் தென்திருப்பேரை என்றாலும் தாயாரின் ஊரான விட்டலாபுரத்தில் தான் (திருநெல்வேலி மாவட்டம்) வளர்ந்தார். ஆரம்பக்காலப் படிப்பு அந்த ஊரில் நடந்தது. பின் திருநெல்வேலியில் இருந்த மதுரை தாயுமானவர் இந்துக் கல்லூரியில் படித்தார். அது பாரம்பரியமிக்க கல்லூரி. வ.உ.சி., பாரதி, புதுமைப்பித்தன், கே.ஏ. நீலகண்டசாஸ்திரி, வையாபுரிப்பிள்ளை என பெரிய ஜாம்பவான்கள் படித்த கல்லூரி.

பி.ஸ்ரீ. அந்தக் கல்லூரியில் படித்தபோது லிங்கே துரை என்ற ஆங்கிலேயர் முதல்வராய் இருந்தார். அவர் பகுத்தறிவாளி. அவரிடம் பி.ஸ்ரீ. நெருக்கமாகவே இருந்தார். துரை பி.ஸ்ரீ.யை பாதித்திருக்கிறார். பி.ஸ்ரீ. வைணவச் சாத்திரங்களிலும் பாசுரங் களிலும் ஊறியவராயினும் கோவிலே கதி எனக் கிடக்கவில்லை. பூசையிலோ அனுஷ்டானங்களிலோ மதச்சடங்கிலோ நம்பிக்கையற்றவராகவே கடைசிவரை வாழ்ந்திருக்கிறார்.

ம.தா.இ. கல்லூரியில் இரண்டாண்டுகள் படித்த பிறகு பி.ஸ்ரீ. படிப்பைத் தொடர முடியாத நிலை. ஆனால் வைணவ இலக்கியப் படிப்பு என்ற குடும்பச் சொத்து அவரைத் தொடர்ந்தது. பி.ஸ்ரீ.யின் முன்னோர்கள் கவி பரம்பரையினர். தென்திருப்பேரையில் வாழ்ந்த ஆசுகவிகள் எல்லோருமே

அவரது குடும்பத்தினர்தான். தாத்தா ஸ்ரீநிவாச அய்யங்கார், தந்தை பிச்சுவையங்கார் இருவருமே நாங்குனேரி வானமாமலை கோவிலின் ஆஸ்தான கவிகள்.

தென்திருப்பேரை சிலேடைப்புலி அனந்தகிருஷ்ண அய்யங்கார் பி.ஸ்ரீ.யின் சித்தப்பா. அவர் சாம வேதம் ஓதுவதில் வல்லவர். அவரை அமெரிக்கப் பல்கலைக்கழகப் பேராசிரியர் அர்னால்டு பேச் என்பவர் பேட்டி கண்டு ஜைமினி சாமவேதத்தைப் பதிவு செய்திருக்கிறார். அனந்தகிருஷ்ண அய்யங்கார் பி.ஸ்ரீ.யிடம் "நம் குடும்ப குலகுரு மதுரகவி ஆழ்வார்" என்று சொன்னதாக அவர் குறிப்பிட்டிருக்கிறார். இப்படியான சூழ்நிலையில் தமிழ் படித்தவர் பி.ஸ்ரீ. அவரது கல்லூரிப் பருவத்திலேயே பெரிய வாச்சான் பிள்ளையின் உரையைக் கேட்கும் வாய்ப்பு அவருக்குக் கிடைத்திருக்கிறது.

96 ஆண்டுகள் வாழ்ந்த பி.ஸ்ரீ. தன் வாழ்நாளில் குறிப்பிட்ட இடத்தில் நிலையான வேலையில் இருந்ததில்லை. நான் பேராசிரியர் அ. பத்மநாபனுடன் 1978இல் பி.ஸ்ரீ.யைச் சந்தித்தபோது தனக்கு வந்த வாய்ப்புகளை நழுவவிட்டதை நகைஉணர்வுடன் சொன்னார். பி.ஸ்ரீ. கல்லூரிப் படிப்பு முடிந்ததும் காவல்துறையில் துணை ஆய்வாளராக சேர்ந்திருக்கிறார். லிங்கே துரை சிபாரிசு. அன்று அது பெரிய வேலை. நல்ல உயரம்; திடமான தேகம்; சரளமான ஆங்கிலம். இவை தான் அவரது தகுதிகள். அந்த வேலையில் மூன்றரை வருஷங்கள்தான் இருந்திருக்கிறார். கடைசியில் வேலூரில் இருந்தபோது அரசியல் காரணங்களுக்காக வேலையை விட்டிருக்கிறார். இப்படியாகக் காவல்துறையில் உயர் பதவியில் இருந்து வேலையை விட்ட இன்னொரு தமிழறிஞர் கே.என். சிவராஜபிள்ளை.

சஞ்சீவி ராவ் நடத்திய *Latent Light Culture* என்னும் பத்திரிகையில் பி.ஸ்ரீ. எழுதியிருக்கிறார். அப்போது அவரது ஆங்கிலக் கட்டுரைக்கு வரவேற்பு இருந்தது. கிராமப் பரிபாலனம் என்ற பத்திரிகையை அவரே நடத்தியிருக்கிறார். அந்த வார இதழ் ஒழுங்காக நடந்தது. ஏனோ அதை நிறுத்திவிட்டார். குமரன் பத்திரிகையுடன் அவருக்குத் தொடர்பு ஏற்பட்டபோது அதன் ஆசிரியரான முருகப்பா, செட்டி நாட்டில் தங்கும்படி வேண்டிக்கொண்டார். அதனால் பி.ஸ்ரீ. விட்டலாபுரத்திலிருந்து குடிபெயர்ந்தார். காரைக்குடியில் மூன்றரை வருஷம் இருந்தார். அப்போது நாஞ்சில் நாட்டுக் கவிமணி தேசிக விநாயகம் பிள்ளை 'குமரன்' இதழுக்கு அனுப்பிய பாடல்களை பி.ஸ்ரீ. சில மாற்றங்களுடன் வெளியிட்டிருக்கிறார். (ஆசிய ஜோதி) அன்று பி.ஸ்ரீ.க்கு வயது 40 தான்.

ஜெமினி வாசன் தான் ஆரம்பிக்கப்போகும் *Merry Magazine* பத்திரிகையில் பணி செய்யும்படி கேட்டுக்கொண்டதால் காரைக்குடியிலிருந்து சென்னைக்குக் குடிபெயர்ந்தார் பி.ஸ்ரீ. சில காரணங்களால் அந்த பத்திரிகை அலுவலகம் கும்பகோணத்துக்கு மாறியது. பி.ஸ்ரீ. அங்கேயும் போனார். அந்தக் காலகட்டத்தில் ஆனந்தவிகடனில் வியாச பாரதக் கதைப்பகுதிகளை எழுத ஆரம்பித்தபோது கிடைத்த வரவேற்பில் கம்பசித்திரத்தை எழுதினார். அந்தத் தொடர் விகடனில் அவர் துணைஆசிரியராக ஆகும்படியான சூழ்நிலையை உண்டாக்கியது.

பி.ஸ்ரீ. தம் காலத் தமிழறிஞர்கள் பலரைச் சந்தித்திருக்கிறார். திருநெல்வேலி முத்தையா பிள்ளையின் புத்தகக் கடையில் மாலைநேரத்தில் நண்பர்கள் கூடிப் பேசிய (இது கடைச்சங்கம் எனப்பட்டது) நிகழ்ச்சி அவரைப் பலருக்கு அறிமுகப்படுத்தி யிருக்கிறது. சென்னையில் அவர் தங்கிய காலக்கட்டத்தில் ராஜாஜி, உ.வே.சா ஆகிய இருவரின் தொடர்பு ஏற்பட்டது.

பி.ஸ்ரீ. நிறையவே சம்பாதித்திருக்கிறார். ஆனால் சேமிக்கவில்லை; அவர் பெரும் செலவாளி. க.நா.சு. போல் அவரும் காபியில் போதை கொண்டவர். பி.ஸ்ரீ.யின் மனைவி தங்கம்மா; அவருக்கு ஒரு மகனும் 2 மகளும். மூத்த மகள் திருமணமான சில நாளில் இறந்துபோனார். பி.ஸ்ரீ.யை வாட்டிய இந்த நிகழ்ச்சி, அவரது இறுதிவரை பாதித்திருக்கிறது.

அவர் வாழ்ந்த காலத்தில் பாராட்டையும் விருதுகளையும் பெற்றிருக்கிறார். ஸ்ரீராமாநுஜர் நூலுக்காக சாகித்ய அகதமி விருது பெற்றிருக்கிறார் (1964). அப்போது பி.ஸ்ரீ.க்கு வயது 78. மதுரையில் 5ஆம் உலகத்தமிழ் மாநாட்டில் தமிழ் மூதறிஞர் என்னும் பட்டத்தையும் அன்றைய முதலமைச்சர் எம்.ஜி.ஆர். கொடுத்தார். தமிழகத்தின் பல்வேறு அமைப்புகள் அவருக்குக் கம்ப மேதை, இராம திலகம், கம்பச் சக்ரவர்த்தி என்னும் பட்டங்களைக் கொடுத்திருக்கின்றன.

பி.ஸ்ரீ. தன் கடைசிக் காலத்தில் விட்டலாபுரத்தில் இருந்தார். அவர் மரணமடையும் காலம் வரை (28.10.1981) படித்துக் கொண்டே இருந்தார். அக்காலத்தில் தினமலர் பத்திரிகையில் எழுதிக்கொண்டிருந்தார்.

சாகித்ய அகதமி வெளியிட்ட பி.ஸ்ரீ.யின் வாழ்க்கை வரலாற்று நூலில் (1998) பாரதியைப் பி.ஸ்ரீ. திருவனந்தபுரம் சைவப்பிரகாசச் சபை அலுவலகத்தில் 1918 டிசம்பரில் சந்தித்த நிகழ்ச்சி குறிப்பிடப்படுகிறது. பாரதி மலையாள மொழி பேசிய மண்ணில் சைவப்பிரகாசச் சபை என்று தமிழில் எழுதப்பட்ட

அறிவிப்புப் பலகையைக் கண்டு அந்தக் கட்டிடத்தின் உள்ளே நுழைந்து தன்னை அறிமுகப்படுத்திக் கொண்டாராம். அப்போது பி.ஸ்ரீ அங்கே இருந்தாராம். பி.ஸ்ரீ, பாரதியுடன் கொஞ்ச நேரம் பேசிவிட்டுச் சின்னஞ்சிறு கிளியே கண்ணம்மா பாட்டையும், ஊழிக்கூத்து பாடலையும் பாடும்படி கேட்டுக்கொண்டாராம். பாரதி பாடினாராம். இப்படியாகப் பாரதி பி.ஸ்ரீ. சந்தித்த செய்தியை பத்மஜா அனந்தராமன் கூறுகிறார். அவர் பி.ஸ்ரீ.யின் மருமகள்.

வையாபுரிப் பிள்ளை நான்கண்ட பாரதி என்னும் தலைப்பில் லோகோபாரி பத்திரிகையில் எழுதிய கட்டுரை தமிழ்ச்சுடர் மணிகள் என்ற அவரது தொகுப்பு நூலில் உள்ளது. அந்நூலைப் பாரி நிலையம் 1949இல் வெளியிட்டது. அந்தக் கட்டுரை பாரதியின் நண்பர்களால் பாராட்டப்பட்டது. உண்மையான பதிவு என்று கூறப்பட்டது.

வையாபுரிப் பிள்ளை திருவனந்தபுரம் சைவப் பிரகாசச் சபையில் இருந்தபோது (1918 நவம்பர் ஞாயிறு சுமார் மாலை 3 மணிக்குப் பாரதி வந்தார். சைவப்பிரகாசச் சபை என்னும் தமிழ் அறிவிப்பைப் பார்த்து அந்தக் கட்டிடத்திற்குச் சென்றிருக்கிறார். அங்கே இருந்த வையாபுரிப் பிள்ளையிடம் தன்னை அறிமுகப்படுத்திக்கொண்டார். பிள்ளை பாரதியிடம் சின்னஞ்சிறு கிளியே பாடலை பாடச் சொன்னார். பாரதி பாடினார். பின் ஊழிக்கூத்து பாடலைப் பாடினார். இப்படியான நிகழ்ச்சிகளை வையாபுரிப் பிள்ளை 5 பக்கங்களில் கூறுகிறார் இந்தக் கட்டுரையில் தன்னுடன் இருந்த நண்பர்களின் பெயர்களை வையாபுரிப் பிள்ளை குறிப்பிடவில்லை. "நானும் நண்பர்களும் வழக்கம்போல் திருக்குறள் ஆராய்ச்சி செய்துகொண்டிருந்தோம்" என்றுதான் குறிப்பிடுகிறார். பி.ஸ்ரீ. தன்னுடன் இருந்ததாகக் குறிப்பிடவில்லை.

வையாபுரிப் பிள்ளையின் அனுபவம் பி.ஸ்ரீ.யின் அனுபவமாக மாறியது ஏன் என்று புரியவில்லை. உண்மையில் பாரதியை யார் தான் சந்தித்தார்கள்?

27

தி.வை. சதாசிவப் பண்டாரத்தார்

(1892-1960)

இருபதாம் நூற்றாண்டின் ஆரம்பத்தில் தமிழக வரலாற்றையும் பண்பாட்டையும் ஆய்வு செய்தவர்கள் வரலாற்றுப் பேராசிரியர்கள் மட்டுமல்லர். நீலகண்ட சாஸ்திரி, கே.கே. பிள்ளை போன்றோருக்குச் சமமாகத் தமிழ ஆசிரியர்களும் அக்காலத்தில் வரலாற்று நூல்கள் எழுதினர். டாக்டர் ராஜமாணிக்கனார், மயிலை சீனிவேங்கடசாமி என்னும் இந்த வரிசையில் தி.வை. சதாசிவ பண்டாரத்தார் குறிப்பிடத்தகுந்தவர்.

பண்டாரத்தார் *68* வயதுவரை செய்த ஆய்வுகள் எல்லாமே கல்வெட்டு, வரலாறு தொடர் பானவைதாம். அவர் விமர்சனம், இலக்கணம், பக்தி, இலக்கியம் என்னும் துறைகளில் கைவைக்காதவர்.

ஒருவகையில் தீவிரமாய்க் கல்வெட்டாய்வில் ஈடுபட்டதற்கு அதுவும் ஒரு காரணமாய் இருந்திருக்கலாம்.

திருப்புறம்பயம் வைத்தியலிங்கம் சதாசிவப் பண்டாரத்தார் தஞ்சை மாவட்டம் கும்பகோணம் வட்டத்தில் உள்ள திருப்புறம் பயம் என்ற கிராமத்தில் 15.8.1892இல் பிறந்தார். பெற்றோர் வைத்தியநாதன் – மீனாட்சி.

அந்தக் கால வழக்கப்படி பண்டாரத்தார் ஆரம்பகாலக் கல்வியை உள்ளூர் திண்ணைப் பள்ளிக்கூடத்திலும், புளியஞ்சேரி ஊரிலும் உயர்நிலைப்பள்ளிப் படிப்பைக் கும்பகோணத்திலும் படித்தார்.

பள்ளிப்படிப்பு முடிந்து சில ஆண்டுகளில் வாணாதுறையிலும் கும்பகோணத்திலும் பள்ளி ஆசிரியராகப் பணியாற்றினார் (1917–1942). பின்னர் 1942இல் அண்ணாமலை பல்கலைக்கழகத்தின் தமிழ் ஆராய்ச்சித்துறைக்குச் சென்றார். 1960வரை அங்குப் பணியாற்றினார். அங்கே பணியாற்றும்போதுதான் அமரரானார்.

தி.வை.ச. கும்பகோணம் உயர்நிலைப்பள்ளியில் பணியாற்றிய போது வலம்புரி அ. பாலசுப்பிரமணிய பிள்ளை, பின்னத்தூர் நாராயணசாமி அய்யர் ஆகியோரின் தூண்டுதலால் தமிழக வரலாறு, கல்வெட்டுகள் பற்றிப் படிக்க ஆரம்பித்தார். பொதுவாக அக்காலகட்டத்தில் தமிழ் அறிஞர்கள் பழம் இலக்கியங்களிலும் பக்தி இலக்கியங்களிலும் தீவிரமாய் ஆராய்ச்சி செய்தபோது அவர் முழுநேரக் கல்வெட்டு ஆய்வாளர் ஆனார். அதற்காக ஆங்கிலத்தைத் தானாகக் கற்றுக்கொண்டிருக்கிறார்.

தி.வை.ச. எழுதிய முதல் கட்டுரை 1914இல் வந்தது. அப்போது அவருக்கு வயது 22 தான். மதுரைத் தமிழ்ச் சங்க வெளியீடான செந்தமிழ் இதழில் வந்த அக்கட்டுரை அவரை வரலாற்றாசிரியராக அடையாளம் காட்டியது. அதன்பின் செந்தமிழிலும், கரந்தைத் தமிழ்ச் சங்கம் வெளியிட்ட தமிழ்ப்பொழில் இதழிலும் எழுதினார்.

பண்டாரத்தார் சொந்த ஊரான திருப்புறம்பயம், வேலை பார்த்த வாணாதுறை ஆகிய இரண்டு ஊர்களின் பெயரையும் தன் பெயருக்கு முன் சேர்த்துக்கொண்டோ பெயரின்றியோ எழுதியிருக்கிறார். இவ்விரு பத்திரிகைகளிலும் 50 கட்டுரைகள் எழுதியிருக்கிறார்.

பண்டாரத்தார் எழுதியதாக முதல் குலோத்துங்கச் சோழன், பாண்டியர் வரலாறு, சோழர் வரலாறு, தமிழிலக்கிய வரலாறு (13, 14, 15 நூற்), தமிழிலக்கிய வரலாறு (200 முதல் 600

வரை), காவிரிப்பூம்பட்டிணம், கல்வெட்டுகளால் அறியப்படும் உண்மைகள், இலக்கிய ஆராய்ச்சியும் கல்வெட்டுக்களும், காவிரிப்பூம்பட்டினம், சதாசிவப் பண்டாரத்தார் ஆய்வுக் கட்டுரைகள், செம்பியன் மாதேவி தலவரலாறு, திருப்புறம்பயம் தலவரலாறு ஆக 13 நூல்கள் உள்ளன.

இந்த நூல்கள் எல்லாமே தமிழக வரலாறு, கல்வெட்டுக்கள், ஊர்ப்பெயர் பற்றியன. இரண்டு நூல்கள் தமிழ் இலக்கிய வரலாறு பற்றின.

பண்டாரத்தாரின் நூல்களில் சிறந்ததாக அறிஞர்கள் கூறுவது சோழர் வரலாறு என்ற நூலை. கே.ஏ. நீலகண்ட சாஸ்திரியார், கே.கே. பிள்ளை, டி.ஏ. கோபிநாத ராவ் போன்றோர் சோழ வரலாற்றை எழுதியிருந்தாலும் பண்டாரத்தாரின் சுவாரஸ்யமான மொழிநடையும் சொல்லும் முறையும் அந்த நூலை வித்தியாசப்படுத்துகின்றன. அதனால்தான் கல்கியும் சாண்டில்யனும் தங்களுக்குக் கதைக்கரு கொடுத்தவராகப் பண்டாரத்தாரைக் கூறியிருக்கிறார்கள்.

பண்டாரத்தார் சோழர்களின் செப்பேடுகள், மெய்கீர்த்திகள், கல்வெட்டுகள் ஆகியவற்றை மூலச்சான்றுகளாக எடுத்துக் கொண்டு சோழர் வரலாறு தொடர்பான இடங்களைப் பார்வையிட்டு அந்த நூலை உருவாக்கியிருக்கிறார்.

சோழமன்னர்கள் பட்டமேற்ற ஆண்டு, அவர்கள் செய்த போர்கள், மன்னர்களின் சிறப்புப் பெயர்கள், மனைவிகளின் பெயர்கள், மக்களின் பெயர்கள் அவர்களுக்கு உதவிய அதிகாரிகள் என எல்லா விவரங்களையும் அந்த நூலில் பண்டாரத்தார் தந்திருக்கிறார். சோழர்காலச் சமூக வரலாற்றை விரிவாகக் கூறுவது அந்நூலின் சிறப்பு. வரலாற்று முரணான கருத்துக்களை மேம்போக்காகச் சொல்லாமல் அதை விரிவாக ஆராய்ந்தது அவரது தனித்துவம் (முதல் ராஜராஜனின் சகோதரன் ஆதித்த கரிகாலனின் கொலை) மூன்று பகுதிகளும் 1100 பக்கங்களும் கொண்ட அந்த நூலை அண்ணாமலைப் பல்கலைக்கழகம் மறுபதிப்பு செய்துள்ளது.

அவரது பாண்டியர் வரலாறு என்ற நூல் தமிழ்ப் பொழில் பத்திரிகையில் தொடராக வந்தது. கடைச்சங்க காலம் முதல் கி.பி. 17ஆம் நூற்றாண்டு வரையுள்ள வரலாற்றை ஒன்பது அத்தியாயங்களில் கூறுகிறது. முக்கியமாகத் தென்தமிழகத்தின் பிற்காலப் பாண்டியர்களைப் பற்றிய சில குறிப்புக்களை அந்நூல் தருகிறது.

அண்ணாமலைப் பல்கலைக்கழகம் தமிழ் இலக்கிய வரலாற்றைக் காலம், உள்ளடக்கம் வாரியாக வெளியிட வேண்டும் எனத் திட்டமிட்டபோது அப்போது பேராசிரியராக இருந்த ஏ.சி. செட்டியார், காலம் கண்டுபிடிக்க முடியாத நூல்களைப் பற்றி எழுத பண்டாரத்தாரே தகுதியானவர் எனச் சிபாரிசு செய்திருக்கிறார்.

பண்டாரத்தார் 'இருண்டகாலத்து' (250–600) இலக்கியங்களையும் கி.பி. 13, 14, 15ஆம் நூற்றாண்டு இலக்கியங்களையும் பற்றி இரண்டு பகுதிகளாக எழுதினார். இருண்டகால நூல்களைக் கண்டுபிடிக்க அவர் செய்த முயற்சி நூலில் தெரிகிறது. பாண்டாரத்தாருக்கு முற்பட்டு இதுபற்றி எழுதியவர்கள் இருண்ட காலத்தில் தமிழ் நூல்களே உருவாகவில்லை என்று கூறினர். முந்தைய கருத்துக்களை மறுத்து எழுதியிருக்கிறார் பண்டாரத்தார். அவர் ஜைன, பௌத்தம் பற்றிய பாலி நூல்களின் ஆங்கில மொழிபெயர்ப்பு, பிராகிருத வடமொழிச் செப்பேடுகள், நச்சினார்க்கினியரின் உரை ஆகியவற்றின் அடிப்படையில் அக்காலகட்ட இலக்கியங்களின் காலத்தைக் கணித்துள்ளார்.

களவழி நாற்பது பாடிய பொய்கையாரின் காலத்தை அன்பில் செப்பேடு வழி நிறுவி பொய்கையாரைக் கடைச்சங்க காலத்தவர் என்கிறார். நாலடியார் கி.பி. 6ஆம் நூற்றாண்டைச் சார்ந்த நூல் என்னும் பொதுவான கருத்தை மறுத்து இந்நூல் கி.பி. 8ஆம் நூற்றாண்டினது என்கிறார். இதுபோலவே திருமூலர் கி.பி. 6ஆம் நூற்றாண்டில் வாழ்ந்தவர் என்கிறார். இப்படியாக முந்தைய கருத்துக்களை மறுக்க கல்வெட்டுகளையும் செப்பேடுகளையும் ஆதாரமாகக் கொண்ட முறையே பிற தமிழறிஞர்களிடமிருந்து இவரைப் பிரித்துக் காட்டியது. பண்டாரத்தார் தமிழ்ப் புலவர்கள் பற்றிய மரபுவழியான ஊகங்கள், சில இலக்கியங்களின் காலக் கணிப்பு போன்றவற்றை மறுபரிசீலனை செய்திருக்கிறார். அதற்கு அவர் கல்வெட்டுகளையும் செப்பேடுகளையும் ஆதாரமாகக் கொண்டுள்ளார்.

காளமேகப் புலவரின் காலத்தைச் சரியாக முதலில் நிறுவியவர் பண்டாரத்தார். காளமேகத்தைப் புரந்த திருமலைராயர் என்னும் சிற்றரசரின் கல்வெட்டுக்கள் பாபநாசம், தஞ்சாவூர், திருவானைக்கா போன்ற ஊர்களில் காணப்படுகின்றன. இவற்றின் அடிப்படையில் திருமலைராயரின் காலம் கி.பி. 14ஆம் நூற்றாண்டினர் என்கிறார்.

கல்லாடர் சங்கப் புலவர் என்னும் மரபு வழி ஊகத்தை மறுத்து கல்லாடர் இருவர் என்கிறார். தருமிக்குப் பொற்கிழி

அளித்தது; இறையனார் களவியல் உரை செய்தது; நக்கீரருக்கு நெற்றிக்கண்ணைக் காட்டியது போன்ற கதைகளை முதலில் கூறிய கல்லாடர் பிற்காலத் திருவிளையாடல் புராணத்துக்கு முந்தையவர். எனவே அவர் கி.பி. 13ஆம் நூற்றாண்டினர் என்பது பண்டாரத்தாரின் முடிவு.

தனிப்பாடல் தொகுதியில் வரும் புலவர்களான இரட்டையர்களில் ஒருவர் குருடர், இன்னொருவர் முடவர் என்ற கதையையும் வில்லிப்புத்தூரரார் அருணகிரிநாதரிடம் தோற்று அவர் ஏவுதலின்படி வில்லிபாரதத்தை இயற்றினார் என்ற கதையையும் அவர் ஒப்புக்கொள்ளவில்லை.

ஒரு நூலின் பாடலை ஆதாரமாக எடுத்துக்காட்டும் போது அதை ஒத்த வேறு பாடலையும் காட்டுவது, குறிப்பிட்ட சொல் முதலில் எங்குப் கையாளப்படுகிறது என்பதைக் கண்டுபிடித்து அதன் காலத்தை வலியுறுத்துவது (எ.கா. மூவர் தேவாரம் என்னும் சொல்லாட்சி முதலில் இரட்டைப் புலவர்களின் ஏகாம்பரநாதர் உலாவில் வருகிறது) கல்வெட்டுகளுக்கு ஏற்கெனவே பொருள் கொண்ட பழைய விளக்கத்தை மறுத்தோ ஆதாரமாகவோ புதிய விளக்கங்கள் கொடுப்பது அவரது சிறப்பம்சங்கள்.

ஊர்ப் பெயர் ஆய்வு பற்றிய செய்திகளை ரா.பி. சேதுப்பிள்ளை ஆரம்பக்காலத்தில் செய்திருந்தாலும் ஆய்வு பூர்வமாக விரிவாக இதை முன்வைத்து எழுதியவர் பண்டாரத்தார்தான். இவர் திருப்புறம்பயம், செம்பியன் மாதேவி, காவிரிப்பூம்பட்டினம் ஆகிய மூன்று ஊர்களைப் பற்றி மூன்று நூல்கள் வெளி யிட்டுள்ளார்.

திருப்புறம்பயம் பண்டாரத்தாரின் சொந்த ஊர். அவ்வூரில் உள்ள கோவிலில் காணப்படும் கல்வெட்டுகளின் அடிப்படையில் அவ்வூரின் வரலாற்றைக் கோர்வையாகக் காட்டுகிறார்.

செம்பியன் மாதேவி ஊர் பற்றிய நூலை வெளியிட அவ்வூர் கோவில் நிர்வாகத்தினர் அவருக்கு உதவினர். கண்டராதித்திய சோழனின் மனைவியின் பெயரால் உருவான அவ்வூரின் சிறப்பை வாய்மொழிச் செய்திகள், கல்வெட்டுகள் வழி விரிவாக எழுதியுள்ளார். அதற்காக அவ்வூரினர் பண்டாரத்தாருக்குப் பாராட்டுக் கூட்டம் நடத்தியிருக்கிறார்கள்.

பிற்காலச் சோழர்களின் தலைநகராக விளங்கிய பழையாறை பற்றி விரிவாக ஆராய்ந்து அவர் எழுதிய கட்டுரை செந்தமிழில் தொடராக வந்தது. கும்பகோணத்திற்குத் தென்மேற்கே மூன்று

கல் தொலைவில் இப்போது சிற்றூராக இருக்கும் பழையாறை சோழர்காலத்தில் எத்தகைய மாநகராக இருந்திருக்கும் என்ற விரிவான ஆராய்ச்சி முடிவுதான் அக்கட்டுரை.

அந்த நகரம் ஏழாம் நூற்றாண்டில் பழையாறை என்னும் பெயரையும் எட்டாம் நூற்றாண்டில் நந்திபுரம் என்ற பெயரையும், 12ஆம் நூற்றாண்டில் ராசராசபுரம் என்ற பெயரையும் பெற்றிருந்தது என்பதையும் அந்த நகரத்தின் எல்லைகள் எவை என்பது பற்றியும் குறிப்பிடுகிறது அக்கட்டுரை.

சண்டேஸ்வர நாயனாரும், திவ்ய பிரபந்த உரையாசிரியரான பெரியவாச்சான் பிள்ளையும் பிறந்த சேங்கனூர் என்ற ஊரைப் பற்றிய அவரது கட்டுரை குறிப்பிடத்தகுந்தது. அவ்வூரில் இருக்கும் மாடக்கோவில் கல்வெட்டுகளை அவரே முதலில் படி எடுத்துப் பதிப்பித்திருக்கிறார்.

பண்டாரத்தார் 25 ஆண்டுகள் பள்ளி ஆசிரியராகவும், 18 ஆண்டுகள் பல்கலைக்கழக ஆராய்ச்சித்துறை ஆய்வாளராகவும் பணியாற்றியவர். 1914ஆம் ஆண்டு எழுத ஆரம்பித்து இறுதிவரை 46 ஆண்டுகள் தொடர்ந்து படித்தவர்; எழுதியவர். அவர் எழுதியவை 50 கட்டுரைகளும் 13 நூல்களும் தான். அவை எல்லாமே ஆய்வின் வெளிப்பாடு; ஆழ்ந்த படிப்பு, நீண்ட ஆராய்ச்சியால் வெளிப்பட்டவை.

சுவாரஸ்யமாக எளிய தமிழில் வடமொழி கலக்காமல் ஆராய்ச்சிக் கட்டுரை எழுத முடியும் என்று நிரூபித்த பண்டாரத்தார் வாழ்ந்த காலத்தில் பெரிதும் பாராட்டப்படவில்லை.

1956இல் தமிழ் எழுத்தாளர் சங்கம் அவருக்குக் கேடயம் வழங்கியது. அதே ஆண்டில் மதுரை திருவள்ளுவர் கழகம் அவரைப் பாராட்டியபோது கார்மேகக் கோனார் அவருக்கு ஆராய்ச்சிப் பேரறிஞர் என்னும் பட்டத்தை வழங்கினார்.

பாரதிதாசன் பல்கலைக்கழகம் வழி அரங்கன் மாயவன் என்பவர் பண்டாரத்தாரின் தமிழாய்வு பற்றி பிஎச்.டி. ஆய்வேட்டை சமர்ப்பித்திருக்கிறார் (1999). இவரின் ஊர்ப் பெயர் ஆய்வு பற்றி பிஎச்.டி. ஆய்வு செய்த இன்னொருவர் ச. செல்வசேகரன். அ.ம. சத்தியமூர்த்தி, பண்டாரத்தாரின் வாழ்வும் பணியும் என்ற நூலையும் (1992) ஆய்வுலகில் பண்டாரத்தார் என்ற நூலையும் (1992) வெளியிட்டிருக்கிறார். உலகத் தமிழ் ஆராய்ச்சி நிறுவனம் பண்டாரத்தார் பற்றிய ஒரு தொகுப்பை வெளியிட்டுள்ளது (2004).

பண்டாரத்தார் அண்ணாமலைப் பல்கலைக்கழகத்தில் ஆய்வறிஞராக இருந்தபோது சமூக சீர்திருத்தத்தில் நம்பிக்கை கொண்டவராய், பெரியாரிடம் மரியாதை உடையவராய் இருந்திருக்கிறார். பழைய தலபுராணக் கதைகளைக் கால ஆராய்ச்சிக்கு எடுப்பது குறித்த விவாதங்களில் நடுநிலையுடன் பேசியிருக்கிறார்.

பண்டாரத்தார் இறந்தபோது பாரதிதாசன் இப்படி எழுதினார்; "சாவிற்குப் பசி என்றால் எவ்வளவோ பதர்கள் நாட்டில் உள்ளனவே, அவைகளை உண்டு பசியடங்கலாகாதோ? விதை நெல்லையன்றோ விழுங்கிவிட்டது!"

அ.கா. பெருமாள்

28

சுவாமி விபுலானந்தர்
(1892 - 1947)

அண்ணாமலைப் பல்கலைக்கழகத்தில் பணி புரியும் ஒரு பேராசிரியர் மாலைவேளையில் மாணவர்களை அழைத்துக்கொண்டு ஒடுக்கப்பட்ட மக்கள் வாழும் சிறு கிராமத்திற்குச் செல்கிறார். கிராமத்துச் சிறுவர்களுடன் சமமாய் அமர்ந்து பாடம் நடத்துகிறார். சுத்தமாக இருப்பது எப்படி என்று கற்பிக்கிறார். சிறுவர்களும் அந்தப் பேராசிரியர் பேசுவதை அமைதியாகக் கேட்கிறார்கள். பேச்சு முடிவில் ஏதாவது நொறுக்குத் தீனி கிடைக்கும் என்பது அவர்களுக்குத் தெரியும். அந்த மாணவர்களும் ஒடுக்கப்பட்ட சாதிச் சிறுவர்களுடன் சமமாக அமர்ந்து வடையும் சுண்டலும் தின்கிறார்கள். அந்த மாணவர்களில் ஒருவன் சிதம்பரம் தீட்சிதர் குடும்பத்தில் பிறந்தவன்.

அடுத்த நாள் அந்தப் பேராசிரியர் சிதம்பரம் அக்கிரகாரம் வழிச் சென்றுகொண்டிருக்கிறார்.

கூடவே மாணவர் சிலர். அந்தத் தெருவில் ஒரு வீட்டின் முன்திண்ணையில் தூணில் வாலிபன் ஒருவன் கட்டப்பட்டு இருக்கிறான். அவன் தலையிலிருந்து சாணித் தண்ணீர் வழிந்து கொண்டிருக்கிறது. அவன் முந்தினநாள் அந்தப் பேராசிரியருடன் ஒடுக்கப்பட்ட மக்கள் வாழ்ந்த கிராமத்துக்குச் சென்று வடையும் சுண்டலும் தின்றவன்தான். இதைக் கண்ட ஒரு மாணவன் அந்தப் பேராசிரியரிடம் அந்தக் காட்சியைப் பார்க்கும்படி சொல்கிறான். இப்படி நடக்கும் என்று எனக்கு நேற்றே தெரியும் என்கிறார் பேராசிரியர்.

அவர் விபுலானந்தர். அந்த நிகழ்ச்சி நடந்தது 1932இல். அதைப் பதிவுசெய்து வைத்தவர் பேரா.அ.மு. பரமசிவானந்தம்.

தென்தமிழீழத்தில் காரைத்தீவில் பிறந்த அவரின் இயற்பெயர் மயில்வாகனன். விபுலானந்தர் (1892–1947) தம் சமகாலப் பேராசிரியர்களுள் வித்தியாசமாக வாழ்ந்தவர். இலக்கியம் மட்டுமே அவரின் இலக்காய் எப்போதும் இருந்ததில்லை.

விபுலானந்தர் என்றதும் 'யாழ்நூல்'தான் எல்லோருக்கும் நினைவுக்குவரும். ஆனால் அவர் பழைய இலக்கியங்களைக் கற்றுத் தேர்ந்தவர். சமகாலப் பிரக்ஞையுடன் இலக்கியங்களை அணுகியவர் என்பது பலருக்குத் தெரியாது. அவர் எப்போதுமே முழுதுமாய்ப் பழமை சார்ந்தோ முற்றிலும் புதுமையை நாடியோ செல்லவில்லை. பாரதி பாடல்களைப் படிப்பது சட்ட விரோதமானது என்ற காலத்தில் (1931–33) பல்கலைக்கழக வளாகத்தில் பாரதி பாடல்களைப் பற்றிப் பேசியிருக்கிறார்.

விபுலானந்தர் ஆரம்பத்தில் காரைத்தீவு வைத்தியலிங்க தேசிகரிடம் தமிழும் சமஸ்கிருதமும் படித்திருக்கிறார். அவர் சீனியர் கேம்பிரிட்ஜ் ஆசிரியர் பயிற்சி, அறிவியல் பட்டயப் பயிற்சி, பி.எஸ்.ஸி. அறிவியல் பட்டம் (லண்டன்) என்றெல்லாம் படித்துவிட்டு மதுரை தமிழ்ச்சங்கப் பண்டிதர் பட்டத்தையும் பெற்றிருக்கிறார். ஆரம்பத்தில் அறிவியல் ஆசிரியராக வாழ்க்கையைத் தொடங்கினாலும் பின்னர் தமிழ்த்துறை ஆசிரியராகவே தொடர்ந்திருக்கிறார்.

அர்ச்சம் பந்திராசரியர் கல்லூரி (1919), மானிப்பாய் இந்துக் கல்லூரி (1920), அண்ணாமலைப் பல்கலைக்கழகம் (1931–33) எனப் பல கல்விநிலையங்களில் பணிபுரிந்தவர்; வேதாந்த கேசரி (ஆங்கிலம்), பிரபுத்த பாரத் (ஆங்கிலம்), இராமகிருஷ்ணா விஜயம் (தமிழ்) போன்ற பத்திரிகைகளில் பொறுப்பாசிரியராக இருந்தவர்.

மயில்வாகனனாகப் (1892) பிறந்து பிரபோத சைதன்யர் ஆகி (1921) இறுதியில் விபுலானந்தராக (1924) பெயர் பெற்று துறவியாகவே சமாதியான (1947) அவருக்கு என்றுமே தமிழ்மீது ஆழமான ஈடுபாடு இருந்தது. துறவு என்பதே வாழ்வின் ஆரம்பக்கால நினைவுகளை விட்டொழிப்பது, துறவுக்கு எனப் புதிய பெயரைத் தாங்கியபின்பு புதிய வாழ்வைத் தொடங்குவது என்றெல்லாம் இருந்தாலும் தமிழும், தமிழ்ப்பண்பாடும் அவரது துறவினால் விட்டுப்போகவில்லை. விபுலானந்தர் இராமகிருஷ்ண மடம் சன்னியாசியாக இருந்தபோது தமிழறிஞராகவே வாழ்ந்தார்.

ஆரம்பக்காலத்தில் சித்தாந்தியாக இருந்தவர் பிற்காலத்தில் முழு வேதாந்தி ஆகிவிட்டார். அவரது ஆளுமைக்கு அவரின் வடமொழி, ஆங்கில அறிவு, விஞ்ஞான கணித அறிவு, லத்தீன், கிரேக்கம், வங்காளம், பாலி, சிங்களம், அரபு போன்ற மொழிகளை அறிந்தமை, இந்தியா முழுக்க பயணித்த அனுபவம் ஆகியவற்றைக் காரணமாய்ச் சொல்லுகின்றனர்.

கொழும்பு விவேகானந்த சபையின் தொடர்பு (1911–12) ஏற்பட்டது, சென்னை ராமகிருஷ்ணா மடத்தில் அறிமுகமானது (1922), சுவாமி விபுலானந்தராக ஆனது (1924) எல்லாம் அவரது தமிழ் இலக்கிய ஆராய்ச்சிக்குத் தடையாகவோ தொடர்பு அற்றுப் போகவோ காரணமாக இருக்கவில்லை. 1923இல் ராமகிருஷ்ண விஜயம் பத்திரிகையில் 'தமிழ்மொழியின் தற்கால நிலையும் தமிழரின் கடமையும்' என்னும் கட்டுரையை வெளியிட்டிருக்கிறார். அந்தக் கட்டுரை 1961இல் தான் நூல் வடிவம் பெற்றது.

விபுலானந்தர் ஆரம்பக்காலத்தில் யாழ்ப்பாணம் இளைஞர் காங்கிரசுடன் இணைந்து சுதந்திரப்போரில் ஈடுபட்டிருக்கிறார். நாட்டு விடுதலையின் ஒரு கூறாக சமூகச் சேவையைக் கொள்ளுமாறு அவர் பேசிய பேச்சு பதிவு செய்யப்பட்டிருக்கிறது. அக்காலத்தில் அவர் தமிழ் இலக்கியத் தீவிர வாசகராகவும் இருந்திருக்கிறார். அண்ணாமலைப் பல்கலைக்கழகத்தில் பணியாற்றியபோது திருவேட்களம் கிராமத்து ஒடுக்கப்பட்ட மக்களுக்காக இரவுநேரப் பள்ளிக்கு அவர் சென்றதும் முன்னதன் தொடர்ச்சிதான். பிற்காலத்தில் சாதி பேதத்திற்கு எதிராக மேடையில் சொற்பொழிவாற்றியபோது இலக்கிய மேற்கோள்களைக் காட்டியதும் அதன் தொடர்ச்சியே.

விபுலானந்தர் 55 ஆண்டுகள் வாழ்ந்தாலும் எழுதியது குறைவுதான். அவருடைய நூல்களில் மதங்க சூளாமணி (1924), யாழ்நூல் (1943) இரண்டும் குறிப்பிடத்தகுந்தன. பல்வேறு பத்திரிகைகளிலும் மலர்களிலும் வெளியான அவர் எழுத்துக்கள் இலக்கியக் கட்டுரைகள், விபுலானந்த வெள்ளம், விபுலானந்த

ஆராய்வு என்னும் தலைப்புகளில் தொகுக்கப்பட்டுள்ளன. அவர் ஆரம்பகாலத்தில் எழுதிய கணேச தோத்திரப் பதிகம், மாணிக்க பிள்ளையார் இரட்டைமணி மாலை, சுப்பிரமணிய இரட்டை மணி மாலை, குமரவேள் நவமணிமாலை போன்ற சிறு பிரபந்தங்கள் எல்லாம் முந்தைய பிரபந்தங்களின் மாதிரிகளே. சிறப்பாகச் சொல்லும்படி அவை இல்லை.

மொழி பற்றி அவர் எழுதிய *The Phonetics of Tamil, The Gift of Tongues, An Essay on the Study of Language* என்னும் கட்டுரைகளில் பெரும்பாலானவை அவரது மறைவிற்குப் பின்பே தொகுக்கப்பட்டுள்ளன.

நாற்பதுகளிலேயே விபுலானந்தர் கல்வியில் மறுமலர்ச்சி பற்றி யோசித்திருக்கிறார். பள்ளிகளில் பாடத்திட்டக் குழுவில் அவர் இருந்தபோது பெற்ற அனுபவங்களை எழுதியிருக்கிறார். பயனற்ற கல்வி (குமரன் 1934), பயனுள்ள கல்வி (குமரன் 1934), புதிய கல்வித் திட்டத்திற்கு ஆதரவு (1938) போன்ற கட்டுரைகளில் மாணவர்களின் வயதுக்கு ஏற்ப பாடல்களைச் சிபாரிசு செய்ய வேண்டும் என்று வற்புறுத்தியிருக்கிறார். இதை எல்லாம் விட, பாடத்திட்டக் குழுவில் ஒருமுறை அவர் ஒடுக்கப்பட்ட மக்களின் வளர்ச்சியைக் கணக்கில் எடுத்துக்கொண்டு பாடவரையறை செய்ய வேண்டும் என்று பேசியிருக்கிறார். அதாவது மாணவர்களிடையே சாதி வேறுபாடற்ற சமூகம் இது என்று உணர வைக்கும் இலக்கியப் பகுதிகளை மாணவர்களின் பாடத்திட்டத்தில் சேர்க்க வேண்டும் எனக் குறிப்பெழுதி வைத்திருக்கிறார். பாடத்திட்டக் குழுவினர் விபுலானந்தரின் குறிப்புகளைக் கணக்கில் எடுக்கவில்லை.

விபுலானந்தரைப் பற்றி எழுதியவர்கள் அவரின் தனித்துவமாகக் கருதுவன: இராமகிருஷ்ண மடம் துறவியாக இருந்துகொண்டே தமிழ் உணர்வுடன் இருந்தது; ஆங்கிலம் வழியாகத் தமிழ் இலக்கியங்களைப் பிற நாட்டவருக்குக் கற்பித்தது; அறிவியல் நூல்களைத் தமிழில் படிப்பிக்க முயற்சி செய்தது; தான் பயிற்றுவித்த வகுப்புகளில் சமபோசனம், சமஆசனம் என்பதை நடைமுறையில் கொண்டுவந்தது (1925–30) மொழிபெயர்ப்பில் தனக்கென்ற தனி உத்தியைக் கையாண்டது என்பன சில.

விபுலானந்தருக்குக் குமரிக்கண்டம் பற்றிய நம்பிக்கை இருந்தது. தமிழ் மக்கள் குமரிக்கண்டத்தில் தோன்றி ஐரோப்பிய நாடுகளுக்குப் பரவினர் என நம்பினார்.

திராவிடர் தமிழரே என்பதைச் சிலப்பதிகாரம் உரையாசிரியர் அடியார்க்கு நல்லாரிலிருந்து மேற்கோள் காட்டினார். இறையனார்

களவியல் உரையைக்கூடச் சரித்திரத்திற்கு ஆதாரமாக எடுக்கிறார். இப்படியான அவரது முடிவுகளை ஆரம்பகாலச் சறுக்கல்கள் என்றே அவரது தொகுப்பை வெளியிட்டவர்கள் கூறுகின்றனர். ஆனால் பிற்காலத்தில் அந்தக் கருத்துகளிலிருந்து அவர் விலகியிருக்கிறார்.

அவரின் தமிழ் உணர்வு மொத்த தமிழ்ச் சமூகத்தைக் கருத்தில் கொண்டது. 1942இல் மதுரையில் நடந்த ஒரு மாநாட்டில் அக்கருத்தை வெளிப்படையாகவே பேசியிருக்கிறார். அதே மேடையில் பேசிய சுத்தானந்த பாரதி துறவிக்கு ஏன் தமிழ்ப்பற்று வேண்டும் என்பதற்கு விளக்கம் கொடுத்திருக்கிறார்.

அவர் பிறமொழி கலவாமல் தமிழில் எழுதவேண்டும் என்னும் நம்பிக்கை உடையவராக இருந்தாலும் வடமொழி மீது அவருக்கு வெறுப்பு இல்லை. அவரது மொழிபெயர்ப்புக் கட்டுரைகளில் கிரந்த எழுத்துக்கள் தாராளமாகவே வருகின்றன. பிற்காலத்தில் பேச்சுமொழியில் எழுதுவதை விரும்பினார். சென்னைப் பல்கலைக்கழகக் கல்லூரியில் நடந்த ஒரு கூட்டத்தில் (1942) சுதேச மொழிகளுக்கு உயர்வான இடம் கொடுக்க வேண்டும் என்னும் தீர்மானத்தைக் கொண்டுவந்து அதை அன்றைய சென்னை ராஜதானி அரசுக்குச் சமர்ப்பித்திருக்கிறார்.

மொழி பற்றிய தீவிரமான சிந்தனை உடைய விபுலானந்தரின் 'லகர எழுத்து' (தமிழ்ப் பொழில்), 'சோழ மண்டலமும் ஈழ மண்டலமும்' (கலைமகள்), 'கலைச்சொல்லாக்கம்' (பச்சையப்பன் கல்லூரி மலர்) ஆகிய மூன்று கட்டுரைகளும் முக்கியமானவை. வடமொழிச் சொற்களையும் பிற்கால நிகண்டுகளில் உள்ள சொற்களையும் தற்காலப் பொருளுக்கேற்ப செம்மைப்படுத்தலாம் என்பது அந்தக் கட்டுரைகளின் சாராம்சம். ஆண்களும் பெண்களும் பேசும்போது உச்சரிக்கும் தொனியில் ஏற்படும் வித்தியாசத்தையும் ஆராய வேண்டும் என்கிறார். (மட்டகளப்பு பெண்களின் பேச்சில் அசைநிலை அதிகம் என்பது அவரது முடிவு.)

தமிழில் கலைச்சொற்களை உருவாக்க வேண்டிய அவசியத்தையும் ஒரே பொருளுடன் தொடர்புடைய ஒவ்வோர் ஆங்கிலச் சொற்களுக்கும் தமிழில் தனிச் சொற்களை உருவாக்க வேண்டும் என்பதையும் கவனப்படுத்தினார். (Mirror = கண்ணாடி, Glass = படிகம்) மொழிபெயர்ப்பு பற்றிய அவரது கருத்து நெகிழ்ச்சியானது. மூலத்தின் பொருளிலிருந்து விலகாமல் இருப்பது முக்கியம் என்பது அவரது மொழிபெயர்ப்பியல் கருத்தாக்கம்.

ஆங்கிலவாணி என்னும் தலைப்பில் உள்ள தொகுப்பில் விபுலானந்தரின் ஆங்கில மொழிபெயர்ப்புக் கவிதைகள் உள்ளன. வால்டர் ஸ்காட் (நீர் நிலைக் கன்னி), டென்னிசன் (இரங்கற்பா), மில்டன், வேர்ட்ஸ்ஒர்த், கீட்ஸ் ஆகியோரின் கவிதைகள் அதில் உள்ளன. நூல் வடிவில் வராத அவரது மொழிபெயர்ப்புக் கவிதைகளும் உள்ளன. விவேகானந்தரின் சம்பாஷணை குறித்த அவரது மொழிபெயர்ப்பு அந்தக் காலத்தில் (1925) பரவலாகப் பாராட்டப்பட்டிருக்கிறது.

விபுலானந்தர் கவிதையை அணுகிய முறை யாழ்ப்பாணம் பொன்னம்பலம் பிள்ளை, தமிழ்நாட்டு டி.கே.சி. போன்றோரின் பாணியை ஒத்தது. சொற்களின் ஓசையையும் கவிதை வடிவத்தையும் அவர் கணக்கில் எடுத்துக்கொண்டுள்ளார். ஆனால் தனது பிற்காலக் கட்டுரைகளில் அந்த அழகியல் பார்வையில் கவிதையைப் பார்க்க வேண்டும் என்னும் கருத்தை சூசகமாக வெளியிட்டிருக்கிறார். உலகத்தரமான கவிஞர்களின் பார்வையைத் தமிழிற்குப் பொருத்தும் முயற்சியையும் அதில் காணலாம். அதனால்தான் அவரால் சித்தன்னவாசல், தஞ்சை பெரிய கோவில் ஓவியங்களில் கவித்துவ அழகியல் உள்ளது என்று சொல்லமுடிந்தது.

யாழ்ப்பாணம் விசுவநாத பிள்ளைதான் ஷேக்ஸ்பியரின் நாடகங்களைத் தமிழில் முதலில் அறிமுகப்படுத்தினார் என்ற கருத்து உண்டு. ஷேக்ஸ்பியரின் *Tempest* நாடகத்தை அவர் 'சாரல் மழை' என்னும் பெயரில் 1880இல் மொழிபெயர்த்திருக்கிறார். மதங்க சூளாமணி நூலின் வழி (1926) ஷேக்ஸ்பியரை அறிமுகம் செய்ததை அவரின் முக்கிய நிகழ்வாக ஈழத்து ஆய்வாளர்கள் குறிப்பிடுகின்றனர்.

சிலப்பதிகாரம் அடியார்க்கு நல்லார் உரையில் உள்ள செய்திகளின் அடிப்படையில் மதங்க சூளாமணியை (மதங்கள் = நாடகக்காரர்; சூளாமணி = சிறந்தவர்) எழுதினாலும் அதன் இரண்டாம் இயலில் ஷேக்ஸ்பியரின் 12 நாடகங்களின் சாராம்சத்தை உதாரணமாகக் காட்டி விளக்குகிறார்.

அதே நூலின் ஒழிபியல் பகுதி வடமொழியில் தனஞ்செயர் என்பவர் எழுதிய நாடக இலக்கணத்தின் நுட்பங் களை விளக்குகிறது. அந்த நூலில் கிரேக்க நாடகங்களை வேலன் வெறியாட்டுடன் ஒப்பிடும் பகுதி முக்கியமானது. அந்த ஆராய்ச்சி தொடர்ந்து நடக்கவில்லை (கைலாசபதி விதிவிலக்கு) ஐரோப்பிய நாடக மரபையும், வடமொழி நாடக மரபையும் தமிழ்ச் சூழலுக்கு ஏற்ப மாற்றும் முயற்சி மதங்க சூளாமணி.

விபுலானந்தர் அண்ணாமலைப் பல்கலைக்கழகத்தில் பணியாற்றியபோது தஞ்சாவூர் பொன்னையா பிள்ளையிடம் இசை பயின்றிருக்கிறார். அதற்கு முன்பே அவருக்கு இசை அனுபவம் உண்டு என்றாலும் அவரது இசை பற்றிய முறைப்படியான ஆய்வு 1940லிருந்துதான் தொடங்குகிறது. இசை பற்றிய அவரது எட்டுக் கட்டுரைகளில் வங்கியம் (1942), சங்கீத பாரிஜாதம் (1942), பாரிஜாத வீணை (1944) ஆகியன குறிப்பிடத்தகுந்தன.

விபுலானந்தர் கண்ணகி வழிபாட்டின் தீவிரத்தால் இளவயதில் சிலப்பதிகாரத்தைப் படிக்க ஆரம்பித்தார். பிற்காலத்தில் சென்னைப் பல்கலைக்கழகத்தில் தமிழரின் இசைக் கலையறிவு பற்றிய பேச்சின்போது இசைக்கருவிகளைப் படம் வரைந்து விளக்கியிருக்கிறார். அன்று பார்வையாளர்களில் ஒருவராக இருந்த உ.வே.சா. அதை நூல் வடிவில் கொண்டுவரும்படி பேச்சின் இடையிலேயே கேட்டிருக்கிறார். அப்போது உருவான முயற்சியால் பின்னர் யாழ்நூல் வெளிவந்தது.

விபுலானந்தர் 1932 முதல் 42 வரை ஆராய்ந்து எழுதிய யாழ்நூலைக் கரந்தைத் தமிழ்ச் சங்கம் 1947இல் தான் வெளியிட்டிருக்கிறது. சங்க இலக்கியங்கள், சிலப்பதிகாரம் போன்ற பழைய இலக்கியங்களின் அடிப்படையில் உருவாக்கப்பட்டது யாழ்நூல். இதை ஒரு வகையில் தமிழ் இசை வரலாற்று நூல் என்று சொல்லலாம். இசை ஆராய்ச்சிக்குக் கணித அறிவு முக்கியம் என்பதை உதாரணம் மூலம் இதில் காட்டுகிறார்.

தமிழர் இசையின் 103 பண்கள், தேவாரப் பண் இசைகள், தமிழ்நாட்டுக் கல்வெட்டுகளில் வரும் இசை பற்றிய செய்திகள் அந்நூலில் வருகின்றன. முதல் மகேந்திர வர்மனின் (கி.பி. 7ஆம் நூற்றாண்டு) குடுமியான்மலை இசைக்கல்வெட்டின் சரியான விளக்கத்தை அவர்தன் அந்த நூலில் முதலில் தருகிறார்.

யாழும் வீணையும் ஒன்று என்னும் ஆபிரகாம் பண்டிதரின் முந்தைய கருத்தை யாழ்நூல் மறுக்கிறது. அதற்கு அவர் தரும் ஆதாரபூர்வமான காரணங்களே அவரின் உழைப்பைப் புலப்படுத்தும்.

29

ஆண்டி சுப்பிரமணியம்
(1897-1981)

சென்னையில் 84 வயதான ஆண்டி ராம சுப்பிரமணியத்தைச் சந்தித்ததை வெங்கட் சாமிநாதன் ஒரு கட்டுரையில் எழுதியிருக்கிறார் (யாத்ரா. 1982):

"நான் (வெ.சா.), செ. ரவீந்திரன், கோபால கிருஷ்ணன் மூவரும் திருவல்லிக்கேணியின் குடிசைப்பகுதியில் இருந்த சிறு அறையில் புத்தகங் களுக்கிடையே தன்னை ஒடுக்கிக்கொண்டு படித்துக் கொண்டிருந்த ஆண்டி ராம சுப்பிரமணியத்தைச் சந்தித்து 3-4 மணி நேரம் பேசிக்கொண்டிருந்தோம். 84 வயதான அந்தக் கிழவரின் பேச்சுக்கு அவரின் கை நடுக்கமோ தள்ளாமையோ கண் பார்வையோ தடையாக இருக்கவில்லை.

தன் வாழ்நாள் முழுவதும் ஈடுபாட்டுடன் செயல்பட்ட நாடகம் தொடர்பான செய்திகளைக் கேட்க யாராவது கிடைக்கமாட்டார்களா என்று ஏங்கிக்கொண்டிருந்த அவரிடம் நாங்கள் கேட்டுத் தீர்த்துக் கொண்டோம். 60-65 வருஷ உழைப்பு வியர்த்தமாகிவிட்டதே என்பதை அவரிடமிருந்து திரும்பும்போது தெரிந்துகொண்டேன்" என்கிறார் சாமிநாதன்.

யாத்ராவில் அவரைப் பற்றிக் கட்டுரை வந்ததோடு சரி; அதற்கு முன்பும் பின்பும் ஆண்டியைப் பற்றி யாரும் பேசவோ எழுதவோ செய்தது மாதிரித் தெரியவில்லை. நாடகம் நாடகம் என அலைந்து திரிந்து செய்தி சேகரித்து எழுதிய ஆண்டியைப் பற்றிய கவனம் அத்தோடு மறைந்துவிட்டது.

தமிழ் நாடக வரலாற்றை எழுதியவர்களும் இலக்கிய விமர்சகர்களும் தீவிர சிரத்தையுடன் செயலாற்றியவர்களை விட்டுவிடுவதோ மேம்போக்காகச் சொல்லுவதோ நடைமுறை. பம்பல் சம்பந்த முதலியார், டி.கே.எஸ், சங்கரதாஸ் சுவாமிகள், நவாப் ராஜமாணிக்கம், ஆர்.எஸ். மனோகர் எனப் பிரபலங்களைப் பற்றி வந்த புத்தகங்கள், கட்டுரைகளைப் பட்டியலிட்டால் ஆண்டி சுப்பிரமணியம் பற்றி கவனம் பூஜ்யம்தான். இத்தனைக்கும் அவர் அறிவு பூர்வமாக நாடகத்தை ஆராய்ந்தவர். ஆங்கிலத்திலும் தமிழிலுமாக 20க்கும் மேற்பட்ட புத்தகங்கள் எழுதியவர்.

நான் காலச்சுவடு இதழில் கே.என். சிவராஜ பிள்ளை என்னும் தமிழறிஞரைப் பற்றி எழுதியபோது (1999) ஆண்டி சுப்பிரமணியத்தைப் பற்றியும் கோடிட்டுக் காட்டியிருந்தேன். அதைப் படித்துவிட்டு ஆண்டியின் தம்பி மகன் எஸ்.பி. சுப்பிரமணியம் மும்பையிலிருந்து விரிவான ஒரு கடிதம் எழுதியிருந்தார். அதிலும் அவரின் ஆதங்கம் வெளிப்பட்டது.

கே.என். சிவராஜ பிள்ளையும், ஆண்டி சுப்பிரமணியமும் கன்னியாகுமரி மாவட்டம் தோவாளை வட்டத்தில் உள்ள பீமநேரி என்ற குக்கிராமத்தில் பிறந்தவர்கள். இருவரும் தமிழறிஞர்கள் என்பது இன்னும் அந்தக் கிராமத்துக்காரர்களுக்குத் தெரியாது. நாகர்கோவில் – திருநெல்வேலி சாலையில் 7 கி.மீ. தொலைவில் இருக்கிறது பீமநேரி. சுற்றிலும் வயல்கள், தென்னந்தோப்புகள், நீர் நிறைந்த குளங்கள், மிகக் குறைவான வீடுகள். இன்றும் கூட ஆளரவமோ சுற்றுச்சூழல் பாதிப்போ அந்த ஊரில் இல்லை. அந்த ஊருக்குப் பேருந்து வசதிகூடக் கிடையாது. 122 ஆண்டுகளுக்கு முன்பு இந்தக் கிராமத்தில் பிறந்த (1897) ஆண்டி சுப்பிரமணியம் கிரேக்க நாடகங்களையும் – சமஸ்கிருத நாடகங்களையும் ஒப்பிட்டு ஆராய்ந்திருக்கிறார்; நாடகக் கலைக்களஞ்சியம் தயாரித்திருக்கிறார்.

ராமசுப்பிரமணியத்துடன் முந்திப் பிறந்த நான்கு பேரும் அற்ப ஆயுளில் மாண்டு போக முருக பக்தரான அவரது தந்தை ஆண்டி என்ற பெயரால் மகனை அழைத்திருக்கிறார். (ஆண்டி என்ற பெயர் ஆயுளைக் கூட்டும் என்பது நம்பிக்கை) கடைசியில்

ஆண்டியுடன் ராமசுப்பிரமணியம் சேர்ந்தது; ஆனால் அவர் ஆண்டி சுப்பிரமணியம் என்றே அழைக்கப்பட்டிருக்கிறார்.

ஆண்டி சிறுவயதில் தந்தையை இழந்தவர். விதவைத் தாய் அவரைப் படிக்க வைப்பதில் கவனமாக இருந்திருக்கிறார்.

ஆண்டி கோட்டாற்றுப் பள்ளியிலும் கல்லூரியிலும் மலையாளத்தைத்தான் படித்தார். வீட்டில் பேசியது தமிழ். குலமரபுப்படி சமஸ்கிருதமும் அறிந்திருந்தார். புராண, இதிகாசப் படிப்பெல்லாம் அப்படித்தான். தமிழை அவர் தானாகத்தான் கற்றுக்கொண்டார். அன்றைய தென்திருவிதாங்கூரின் சூழ்நிலை அப்படி. ஆண்டி திருவனந்தபுரத்தில் மாணவராக இருந்தபோதும், தொடர்ந்து ஆங்கில, மலையாள, தமிழ் நூல்களைப் படித்திருக்கிறார்.

ஆண்டியின் நாடகத் தொடர்பு மிகச் சிறுவயதில் ஆரம்பித்து விட்டது என்று அவரே சொல்லியிருக்கிறார். அப்போது திருவிதாங்கூர் கல்லூரிகள் சென்னைப் பல்கலைக்கழகத்தின் கீழ்தான் இயங்கின.

சென்னை பார்சி நாடகங்களும், மதுரை ஸ்பெஷல் நாடகங்களும் தமிழ் பேசப்படாத தென் கேரளப் பகுதிகளில் நடிக்கப்பட்டன. மலையாள நாடகத்தைத் தமிழ் ஸ்பெஷல் நாடகங்கள் பாதித்திருக்கின்றன. அப்போது தெக்கன் திருவிதாங்கூர் எனப்பட்ட இன்றைய கன்னியாகுமரி மாவட்டத்துக்குச் சங்கரதாஸ் சுவாமிகளின் நாடகக்குழு உட்பட பல குழுக்கள் 1910–15களில் நாடகம் நடத்த வந்திருக்கின்றன. நாகர்கோவில் ஒழுகினசேரி சரஸ்வதி கலையரங்கில் நாடகங்கள் நடந்தன. 1917இல் சங்கரதாஸ் சுவாமிகளின் கோவிலன் கதை நாடகத்தில் சூரியநாராயண பாகவதர், வேலு நாயர், கே.ஏ. வைத்தியநாதன் ஆகியோர் நடிப்பதாக வந்த விளம்பரத்தைக் கண்டு ஆண்டி நாடகம் பார்க்கப் போயிருக்கிறார். நாடகத்தில் அவரது ஈடுபாடு இதிலிருந்து தொடங்குகிறது.

ஆண்டி சுப்பிரமணியம் கோட்டாறு அரசு பள்ளி, நாகர்கோவில் ஸ்காட் கிறிஸ்தவக் கல்லூரி எனப் படிப்பை முடித்துவிட்டு திருவனந்தபுரம் அரசு கலைக்கல்லூரியில் ஆங்கில இலக்கியத்தில் பி.ஏ. ஆனர்ஸ் படித்தார். திருவிதாங்கூர் சமஸ்தானத்தின் தலைநகரமான திருவனந்தபுரத்தில் சுதந்திர எழுச்சி முழுமையாக இல்லை என்றாலும் அங்கும் சில சமயங்களில் அமைதியான எதிர்ப்புகள் கிளம்பத்தான் செய்தன.

1917இல் அன்னிபெசன்ட், அருண்டேல், வாடியா மூவரும் கைது செய்யப்பட்டதற்கு எதிர்ப்பு திருவனந்தபுரம் கல்லூரியிலும் வந்தது. கல்லூரிப் புறக்கணிப்பில் ஆண்டிக்கும் பங்கு உண்டு. அதனால் அவர் ஆனர்ஸ் படிப்பை முடிக்காமலேயே பீமநேரிக்கு வரவேண்டியதாயிற்று. அதனால் முறையான வேலையில் சேர வேண்டிய வாய்ப்பு கடைசிவரை கிடைக்கவில்லை என்று அவரே சிரித்துக்கொண்டு உறவினர்களிடம் சொல் வாராம்.

படிப்பைவிட பிறகு பேராசிரியர் ஸ்ரீனிவாசன் துணையுடன் ‘அமெச்சூர் டிராமட்டிக் அசோசியேசன்’ என்னும் அமைப்பை ஆண்டி ஆரம்பித்தார். அதில் ஷேக்ஸ்பியரின் ஒதெல்லோ, மேக்பத் போன்ற நாடகங்கள் மேடை ஏறின. சம்பந்த முதலியாரின் மனோகரா நாடகத்தைக்கூட அக்குழு நடத்தியது. மனோகராவில் ஆண்டி சத்தியசீலனாக நடித்தார்.

ஆண்டியின் அமெச்சூர் நாடகங்கள் திருவனந்தபுரத்திலும் தென் மாவட்டங்களிலும் நடந்தன. ஆண்டி நாடக இயக்குநராக ஆனபின்பு போஜன், பாதுகாபட்டாபிஷேகம், நளன், இரண்டு சினேகிதர்கள், கள்வர் தலைவன் போன்ற தமிழ் நாடகங்களை நடத்தினார்.

ஆண்டி 1926 வரை மேடைநாடகங்களில் கவனம் செலுத்தினார். இதற்கு நல்ல வரவேற்பு கிடைத்தது. அந்தக் காலத்தில் அவரது குழு கலைந்தது. என்றாலும் அவர் திருவனந்த புரம் நீதிபதி சங்கரநாராயணன் உதவியுடன் *Art Experimental Theatre* என்னும் பேரில் ஓர் அமைப்பைத் தொடங்கினார். அந்த அமைப்பு நடத்திய ‘பத்மினி’ என்ற சரித்திர நாடகம் பெரும் வரவேற்பைப் பெற்றது. அக்காலத்தில் அவர் தன் சொந்த வாழ்க்கையின் பின்னணியில் எழுதிய ‘மாங்கல்யம்’ என்ற நாடகம் பல இடங்களில் நடிக்கப்பட்டது. அதை அப்போது சென்னையில் பார்த்த சி.என். அண்ணாதுரை *Revolt* பத்திரிகையில் பாராட்டி எழுதினார்.

1945க்குப் பின் நாடக ஆராய்ச்சியில் அவர் தீவிரமானார். இத்தீவிரம் 84 வயது வரை தொடர்ந்தது. 1948 முதல் 1981 வரை சென்னையிலேயே வாழ்ந்தார்.

ஆண்டி எழுதிய தமிழ் நாடகங்கள் 12க்கு மேல் இருக்கும். அவற்றில் புரட்சி மூவர், திரட்டுப்பால், யார் மூளைக்காரன்? என்னும் மூன்று நாடகங்களும் தினமணிக் கதிர் வெளியீடாக வந்தன. மாங்கல்யம் நாடகம், பொன்மொழி மாலை என்ற

நூலின் பின்னிணைப்பாகச் சேர்க்கப்பட்டிருந்தது. வேறு சில நாடகங்களை அச்சிட அப்போது தினமணியில் இருந்த பி.ஸ்ரீ. உதவியிருக்கிறார்.

சிறுபிரசுரங்கள், கலைக்களஞ்சியம் உட்பட ஆங்கிலத்தில் அவர் எழுதியவை 20. அவற்றில் சில கையெழுத்துப் பிரதிகளாக இருந்து அழிந்துபோயின.

A Theatre Encyclopaedia என்னும் தலைப்பில் அவர் சேகரித்த நாடகக் கலைக்களஞ்சியம் *60,000* உட்தலைப்புகள் கொண்டது. கையெழுத்துப் பிரதியிலிருந்த அந்த நூலைப் பாதுகாக்கும் பொறுப்பை ஏற்றுக்கொண்ட சென்னைப் பல்கலைக்கழகம் அதைத் தவறவிட்டது; அதன் பிறகும் ஆண்டி இன்னும் ஓராண்டு முயற்சி செய்தால் மறுபடியும் அதைத் தொகுத்து விடலாம் என்றாராம். அப்போது அவருக்கு வயது *80*.

கே.ஏ. நீலகண்ட சாஸ்திரியின் சிபாரிசில் *UNESCO* அமைப்பிற்காக *1961–65*ஆம் ஆண்டுகளில் *Compilation of Directory of Indian Culture* என்னும் தலைப்பில் ஆண்டி செய்த ஆய்வு அப்போதே புத்தகவடிவில் வந்தது. ஆனால் அதன் பிரதிகள் விற்பனைக்கு வராமலே தொலைந்துவிட்டன.

கேரளத்தில் பகவதி கோவில்களில் நடிக்கப்பட்ட தோல்பாவைக் கூத்து நிகழ்வில் கம்பராமாயணத்தின் பெருமளவு பாடல்களைப் பயன்படுத்துகின்றனர். அவற்றைச் சங்கீத நாடக அகாதெமி தொகுத்து வெளியிடவேண்டும் என்று முதலில் குரல் கொடுத்தவர் ஆண்டி. அந்தக் குரல் *Kamban Epic as Shadow Play* என்னும் சிறு நூலாக வடிவம் பெற்று வந்தது. அதன் பின்னர் நாட்டார் வழக்காற்றியல் ஆய்வாளரான ஸ்டூவர்டு பிளாக்பேர்ன் என்ற அமெரிக்கர் கேரளத் தோல்பாவைக் கூத்தை விரிவாக ஆராய்ந்து எழுதினார். சங்கீத நாடக அகதமியும் தோல்பாவைக் கூத்து நிகழ்ச்சியில் பாடப்பட்ட கம்பனின் பாடல்களைத் தொகுத்து வெளியிட்டது.

ஆண்டிக்குக் குழந்தை பிறந்தபோது அவரது மாமனார் கேரளம் திருக்கண்டியூர் கோவிலில் மத்தவிலாசக் கூத்து நடத்தினார். அந்த அனுபவத்தை ஆண்டி எழுதியிருக்கிறார். அந்தக் கூத்து நிகழ்ச்சியின் அடிப்படையில் பெற்ற தகவல்களை *The Ascendancy and Eclipse of Jainism in Tamilnadu* என்ற கட்டுரையில் பயன்படுத்தியுள்ளார். அது அபூர்வமான தகவல்களைக் கொண்டது.

ஆண்டி உதிரியாக எழுதிய தமிழ்க் கட்டுரைகளில் பல நூல் வடிவில் வரவில்லை. இப்போதும் கூடத் தேடி வெளியிடலாம். சுதேசமித்திரன் வாரப் பத்திரிகையில் 'நவீனத் தமிழ் அரங்கின் புத்துயிர்ப்பும் வரலாறும்' என்னும் தலைப்பில் பத்து வாரங்கள் எழுதியிருக்கிறார் (1949–50) அது நாடக வரலாறு, ஆய்வு தொடர்பான கட்டுரை. தமிழ்க் கலைக்களஞ்சியத்தில் (பகுதி – 5) உள்ள நாட்டியம் பற்றிய அவரது கட்டுரை டாக்டர் வே. ராகவனின் தூண்டுதலால் எழுதப்பட்டது.

ஆண்டி 1961இல் சென்னைப் பல்கலைக்கழகத்தில் நடந்த ஒரு கருத்தரங்கில் *Theatres - Indian and Western. Their Mutual Impacts* என்ற தலைப்பில் விரிவாகப் பேசியிருக்கிறார். அப்போது அங்கே பார்வையாளராக இருந்த டி.கே. சண்முகம் கேட்டதற்கிணங்க ஆண்டியே அந்தப் பேச்சை மொழிபெயர்த்திருக்கிறார். அக்கருத்தரங்கில் ஆண்டியைப் பேசவைத்த கே.ஏ. நீலகண்ட சாஸ்திரியே அச்சிறுநூலை வெளியிட உதவியிருக்கிறார் (1963).

உலக வரலாற்றில் நாடகம் எங்கிருந்து தொடங்குகிறது – பழங்கால இந்தியாவில் மேடை நாடகத்தின் வடிவம் எப்படி இருந்தது – கௌடில்யர், பாணினி, பதஞ்சலி போன்றோரின் நாடகம் பற்றிய கருத்துக்கள் – கிரேக்க துன்பியல் நூலின் நாடகப் பாதிப்பு – சிங்கள நாடகங்களில் கிரேக்கப் பாதிப்பு – பழந்தமிழகத்தில் சாக்கையர் கூத்து – தொல்காப்பியத்தில் நாடகப் போக்கு – மிருச்சகடிக, தேவிசந்திரகுப்தம் இரு நாடகங்களில் கிரேக்கப் பாதிப்பு – ஐரோப்பிய நாடகங்களின் கீழைநாட்டுப் பாதிப்பு – பிரிட்டிஷ் ஆட்சிக் காலத்தில் இந்திய நாடகங்கள் – குறிப்பாக பார்சி இளைஞர் ஒருவரால் அறிமுகப்படுத்தப்பட்ட குஜராத்திய நாடகங்கள் தமிழ்நாட்டில் ஏற்படுத்திய பாதிப்பு எனப் பல விஷயங்கள் அந்நூலில் உள்ளன.

பரதநாட்டிய சாஸ்திரத்தில் இந்திய நாடகங்கள் மேற்கோளாகக் காட்டப்படவில்லை என்ற காரணத்தைச் சொல்லி அலெக்சாண்டரின் படையெடுப்பு வழி பரவிய கிரேக்க நாடகங்களின் பாதிப்பே பரத சாஸ்திரம் என்ற கருத்தை ஆதாரப்பூர்வமாய் மறுத்து ஆண்டி எழுதிய கருத்துகள் முக்கியமானவை. தமிழில் தொல்காப்பியம் கூடத் தன் முந்தைய கால மூலப்பனுவல்களை அப்படியே எடுத்தாளாமல் போனது மாதிரிதான் இதுவும் என்கிறார் ஆண்டி.

பழைய இந்திய நாடகங்களின் மூலங்களில் கிரேக்கத்தின் பாதிப்பு உண்டு என்பதைக் கூறுவதில் அவர் தயக்கம்

காட்டவில்லை. மிருச்சகடிகம் நாடகம் யவனநாட்டுப் பழக்க வழக்கங்களை அடிப்படையாகக்கொண்டது. இதுபோலவே விசாகதேவர் (கி.பி. 9 நூற்றாண்டு) இயற்றிய தேவிசந்திரகுப்தம் பைபிளின் பழைய ஏற்பாடு பகுதியில் வரும் ஜூடித் அத்தியாயத்தில் காணப்படும் கதையின் தாக்கம் என்கிறார் ஆண்டி.

தமிழகத்தில் குறிப்பிட்ட சில சிவன் கோவில்களில் தேவதாசிகளால் நடிக்கப்பட்ட சாரங்கநாதன் நாடகமும் யூரிபிடிஸ்ஸின் ஹிப்போலிடஸ் என்ற நாடகத்தின் தாக்கம்; அது பிரெஞ்சுக் கிழக்கிந்தியக் கம்பெனி வழி தெலுங்கு மொழிக்கு வந்து தமிழில் எச்ச கானமாக உருப்பெற்றது என்பதை ஆண்டி விரிவாகக் காட்டியிருக்கிறார்.

ஆண்டிக்கு இந்திய நாடகங்களில் குறிப்பாகப் பழைய சமஸ்கிருத நாடகங்களில்கூட கிரேக்கப் பாதிப்பு உண்டு என்பதில் முழுநம்பிக்கை இருக்கிறது.

ஆண்டி ராம சுப்பிரமணியம் நாடக ஆசிரியர், ஆய்வாளர் என்பது மட்டுமல்ல; சமூக அக்கறை உள்ளவராகவும் இருந்திருக்கிறார். இந்தியச் சாரணர் சங்கத்தின் நிர்வாகியாக கே.எஸ். காமத் இருந்தபோது ஆண்டி திருவனந்தபுரம் மாவட்டத் துணைத்தலைவராக இருந்திருக்கிறார்.

1936இல் ஸ்திரீ தர்மம் என்னும் இருமொழிப் பத்திரிகையின் (ஆங்கிலம், தமிழ்) ஆசிரியராக ஆண்டி இருந்தபோது கமலாதேவி சட்டோபாத்தியாயாவின் தலைமையில் 60 தலித் இளைஞர்களை அழைத்துக்கொண்டு திருவிதாங்கூர் கோவில்களுக்குள் நுழைந்திருக்கிறார். அப்போது கோவில் நுழைவு அனுமதி அறிக்கை வந்த காலம்.

திருவிதாங்கூர் அரசி சேது பார்வதிபாயின் பேரில் இருந்த ஸ்திரீ தர்மாலாயம் என்ற அமைப்பின் பொறுப்பாளராக ஆண்டி இருந்தார் (1936–1948). அந்தப் பொறுப்பை அவர் வகிப்பதற்கு அப்போது திருவிதாங்கூரின் திவானாக இருந்த சி.பி. ராமசாமி அய்யர் காரணம். திருவனந்தபுரத்தில் ஒரு நிகழ்ச்சியில் சி.பியைக் கொல்ல நடந்த முயற்சிக்குப்பின், திவான் திருவிதாங்கூரை விட்டுப் போனார். அதனால் ஆண்டியும் சென்னை செல்ல நேர்ந்தது.

சென்னைப் பல்கலைக்கழகச் சமஸ்கிருதப் பேராசிரியர் வே. ராகவனின் வேண்டுதலில் மைலாப்பூர் குப்புசாமி சாஸ்திரி

ஆராய்ச்சிக் கழகத்தின் நூலகராக (1965–66) இருந்திருக்கிறார். அக்காலத்தில் ஆண்டி அந்த நூலகத்தை வரன்முறைப்படுத்தினார்.

1967இல் சென்னை நாட்டிய சங்கத்தின் வருகைப் பேராசிரியராகப் பணியாற்றினார். சென்னையில் இருந்து நாடக ஆய்வைத் தொடர அது உதவி புரிந்தது.

1950–51இல் நடிகை என்ற தமிழ் திரைப்படத்திற்கு (சேச்சி என்ற மலையாளக் கதையின் தழுவல்) ஆண்டி கதை, வசனம் எழுதியிருக்கிறார். படம் படுதோல்வி அடைந்தது.

84 வயதில் தள்ளாமையின் காரணமாகப் பீகாரில் இருந்த மகன் வீட்டிற்குப் போனார். அங்கேயே வாழ்ந்து சில வருஷங்களில் மறைந்தும் போனார்.

ஆண்டியின் சில புத்தகங்களேனும் கட்டுரைகளேனும் இப்போதும் கிடைக்கும். நாடக ஆர்வலர்கள் தேடிஎடுத்து வெளியிட வேண்டும்.

30

வ. சுப்பையா பிள்ளை

(1897–1983)

எண்பதுகளில் தமிழ் இளங்கலைப் படிப்பு முதல்நாள் வகுப்பில் ஆசிரியர்கள் பாடத்திட்டத்தைச் சொல்லிவிட்டு, பாடத்திட்ட நூல்களுக்குச் சைவ சித்தாந்தப் பதிப்பைச் சிபாரிசு செய்வார்கள். சில ஆசிரியர்கள் இதைக் கண்டிப்பாகச் சொல்வார்கள். சைவசித்தாந்த நூல் பதிப்புக் கழகப் பதிப்புகளில் பக்க எண் தமிழ் எண்ணில் இருக்கும்; அதனால் ஆசிரியர்கள் கறுப்புப் பலகையில் தமிழ் எண்களை எழுதிப்போட்டு மனப்பாடம் செய்யச் சொல் வார்கள். இன்று அதை எல்லாம் கற்பனை செய்ய முடியாது.

திருநெல்வேலி, சைவ சித்தாந்த நூல் பதிப்புக் கழகம் பிரைவேட் லிமிடெட் பதிப்பு நூல்களில் எழுத்துப் பிழைகள் இருக்கா. பாடபேதங்கள் குறைவு, தெளிவுரை, பதவுரை, கருத்துரை இருக்கும்.

நல்ல கட்டமைப்பு; வெண்மையான தாள்; கழகப்புத்தகங்களை நம்பி வாங்கலாம் என்ற நம்பிக்கை திடீரென்று ஏற்பட்டதல்ல. படிப்படியாக உருவானது.

விற்பனை என்பதைவிட எல்லாத் தமிழ் இலக்கியங்களையும் அச்சில் கொண்டு வரவேண்டும் என்ற ஆவேசம் சைவ சித்தாந்த நூல் பதிப்புக் கழகத்தாருக்கு இருந்தது. வைணவச் சார்பான இலக்கியங்களைப் பதிப்பிப்பதில் கழகம் ஆர்வம் காட்டவில்லை என்ற குற்றச்சாட்டு உண்டு. என்றாலும் பழம் இலக்கியங்களில் விற்பனையாகுமா என்ற சந்தேகத்துக்குரிய நூல்களைக்கூடப் பதிப்பிப்பதில் கழகம் தயங்கவில்லை.

சைவ சித்தாந்த நூல் பதிப்புக் கழகம் உருவானது தற்செயலாகத்தான். ஒருவகையில் புத்தகத் தொழிலுக்குத் தொடர்பில்லாத ஒருவர் அதை ஆரம்பிக்கக் காரணமாயிருந்தார். இருபதாம் நூற்றாண்டின் ஆரம்பத்தில் திருநெல்வேலியில் கே.எஸ்.வங்கி என்ற நிறுவனம் இருந்தது. அதன் எம்.டி.யாக மா. திரவியம் பிள்ளை என்பவர் இருந்தார். அவர் பெரிய செல்வந்தர். தமிழபிமானியும் கூட. திருநெல்வேலிப் பகுதி தமிழறிஞர்களுக்கு உதவியவர். பாளையங்கோட்டைக்கு மறைமலையடிகளை அழைத்துத் தொடர்ப் பேச்சுக்கு ஏற்பாடு செய்தவர் அவர். அந்தத் திரவியம்பிள்ளைதான் தென்னிந்திய வங்கி உருவாகவும் விதிமுறை அமைக்கவும் காரணமாயிருந்தார். (அந்த வங்கி பின்னர் இந்தியன் ஓவர்சீஸ் வங்கியுடன் இணைந்தது.)

திரவியம் பிள்ளை சைவத்தையும் தமிழையும் வளர்க்கும் சூழ்நிலையை உருவாக்க ஒரு பதிப்பகத்தை நிறுவத் திட்டமிட்டார். திரவியம்பிள்ளைக்குச் சம்பந்தமில்லாத தொழில் இது என்ற அறிவுரையையும் மீறி நினைத்ததை நடத்த முடிவுசெய்தார். அவரது நோக்கத்தைப் புரிந்த சிலர் உதவ முன்வந்தார்கள். அவர்களில் சிலர் சென்னையில் புத்தகக்கடை நடத்திவந்த திருவரங்கம் பிள்ளை என்பவருடன் தொடர்புகொள்ளும்படிச் சொன்னார்கள்.

திரவியம் பிள்ளை சந்திக்க விரும்பிய, திருவரங்கம் பிள்ளையைப் பற்றி அறிந்தால்தான் சைவ சித்தாந்தக் கழகம் பற்றிய செய்தி பூர்த்தியாகும்.

திருநெல்வேலி பாளையங்கோட்டையில் வயிர முத்துப் பிள்ளை என்பவர் இருந்தார். இவரது மனைவி சுந்தரத்தம்மா. வயிரமுத்துப்பிள்ளை மளிகைக்கடை நடத்திவந்தார். அவர் திடீரென இறந்துவிட்டார். வீட்டில் வறுமை சூழ்ந்தது.

வயிரமுத்துவின் மூத்த மகன் திருவரங்கம் பிள்ளை வேறு வழியில்லாமல் இலங்கை, கொழும்பிற்குச் சம்பாதிக்கப் போனார். அங்கே அவருக்குச் சூழ்நிலை நன்றாக இருந்தது. நிறைய பணம் ஈட்டவும் செய்தார்.

கொழும்பிலிருந்து சென்னை வந்தார். சென்னையில் திருசங்கர்கம்பெனி என்ற புத்தகக்கடையும் ஒரு பதிப்பகமும் ஆரம்பித்தார். தொழில் நன்றாகவே நடந்தது. இந்தப் பதிப்பகம் வழி ஆறுமுகத் தம்புரானின் பெரிய புராண உரைநடை முதலில் வந்தது. வேறு பதிப்பகங்களின் நூல்களையும் வாங்கி விற்றார். அந்தக் காலத்தில் (1918-20) ஆறுமுக நாவலர், உ.வே.சா. போன்றோரின் பதிப்புகள் கிடைக்குமிடம் திருசங்கர் கம்பெனி என்ற விளம்பரம் கூட வந்தது.

திருவரங்கம் பிள்ளை முன்வெளியீட்டுத் திட்டத்தில் புத்தகங்களை வெளியிடுவதில் ஆர்வம் காட்டினார். மறைமலையடிகளின் திருவாசக உரை அப்படித்தான் வந்தது. இந்தத் திருவரங்கம் பிள்ளை மறைமலையடிகளின் மகள் நீலாம்பிகையின் கணவருமாவார். இப்படியான பின்னணி உடையவரும் இயல்பாகவே திறமையானவருமான திருவரங்கம் பிள்ளையிடம் பதிப்பகம் ஆரம்பிக்க உதவிகேட்டார் திரவியம் பிள்ளை. திருவரங்கம் பிள்ளை அவருக்கு முழுதும் உதவுவதாக வாக்களித்தார்.

இதன்பின்னர் பதிப்பகம் தொடர்பான விதிமுறைகளைத் திட்டமிட்டனர். அதை வரன்முறையுடன் வடிவமைத்தவர் கோமதிநாயகம் என்ற வழக்குரைஞர் ஆவார். திருவரங்கம் பிள்ளையும், திரவியம் பிள்ளையும் திருநெல்வேலி தென்னிந்திய சைவசித்தாந்த நூல் பதிப்புக் கழகம் பிரைவேட் லிமிடெட் என்ற பெயரில் பதிப்பகத்தை நடத்துவது என்று தீர்மானித்தனர். கழக விதியின்படி திருவரங்கம் பிள்ளை, திரவியம் பிள்ளை ஆகிய இருவரின் வாரிசுகளுக்குச் செயற்குழுக் கூட்டத்தில் உறுப்பினராக இருக்கும் தகுதி 25 ஆண்டுகளுக்கு உண்டு என வழி செய்யப்பட்டது.

கழக நிறுவனத்துக்குப் பங்கு ஒன்றுக்கு ரூ.10 வீதம் 5000 பங்குகள் சேர்க்கப்பட்டன. ஆரம்பகாலத்தில் நிறைய பங்குகள் எடுத்தவர்களில் விசுவநாத பிள்ளை, விசுவநாத செட்டியார் ஆகிய இருவரும் முக்கியமானவர்கள். கழகப் பதிப்பகம் 21.9.1920இல் திருநெல்வேலி சார்பதிவாளர் அலுவலகத்தில் பதிவு செய்யப்பட்டது.

கழகத்தின் தலைமையிடம் திருநெல்வேலி. ஆதலால், திருவரங்கம் பிள்ளை சென்னையிலிருந்து திருநெல்வேலிக்குத் தன் ஜாகையை மாற்றிக்கொண்டார். திருவரங்கம் பிள்ளையின் உடன் பிறந்த தம்பி வ. சுப்பையாபிள்ளை சென்னையில் அண்ணனின் புத்தகக்கடையின் பொறுப்பை ஏற்றுக்கொண்டார். ஓராண்டு காலம் அந்தக் கடை நடந்தது. 1921இல் சங்கர் புத்தகக்கடை சைவசித்தாந்த நூல் பதிப்புக் கழகத்துடன் இணைந்தது. அப்போதும் சென்னைக் கிளையின் பொறுப்பை வ. சுப்பையா பிள்ளை வகித்தார். மேலாளர், ஊழியர் எல்லாம் சுப்பையா பிள்ளைதான்.

திருவரங்கம் பிள்ளையும் திரவியம் பிள்ளையும் கழகத்தின் ஆரம்பக்கால நிறுவனர்கள்தாம். ஆனால் அதை லட்சியத்துடன் அசுரவேக ஆவேசத்துடன் கட்டிக்காத்தவர் சுப்பையா பிள்ளை தான்.

வ. திருவரங்கம் பிள்ளையின் தம்பி வ. சுப்பையா பிள்ளை 1897இல் பிறந்தார். அவர் பாளையங்கோட்டையில் பள்ளி இறுதி வகுப்பு படிக்கும்போது தந்தை வயிரமுத்துப்பிள்ளை இறந்தார். குடும்பத்தில் 'வறுமை' என்றாலும் பள்ளி இறுதி வகுப்பில் தேறிவிட்டார். பின் தொடர்ந்து படிக்க முடியவில்லை. அந்த நிலையில் கொழும்பில் இருந்த அண்ணன் திருவரங்கம் தம்பியைத் தன்னுடன் அழைத்துக்கொண்டார். சுப்பையா பிள்ளை அங்கே சென்றார். கல்லூரியில் இலத்தீன், வரலாறு, பூகோளம் எடுத்து ஓராண்டு படித்தார்.

சுப்பையா பிள்ளை இலங்கையில் இருந்தபோது (1916–17) மறைமலையடிகள் இலங்கையில் சைவசமயச் சித்தாந்தம் குறித்துத் தொடர்ச் சொற்பொழிவு நடத்தினார். சுப்பையா பிள்ளைக்கு அப்போது அவருடன் தொடர்பு வந்தது. அவரது சக மாணவரான மயில்வாகனனுடன் சுப்பையா பிள்ளை அந்தச் சொற்பொழிவுகளுக்குச் சென்றிருக்கிறார். (மயில்வாகனன் பிற்காலத்தில் விபுலானந்தன் என்ற பெயரைப் பெற்றார்.)

1917இல் இலங்கைப் படிப்பு முடிந்ததும் திருநெல்வேலிக்கு வந்தார் சுப்பையா பிள்ளை அங்கே ம.தி.த. இந்துக்கல்லூரியில் இரண்டாண்டுகள் படித்தார். அதோடு அவர் படிப்பு நின்றது. சுப்பையா பிள்ளைக்குச் சைவ இலக்கியங்களிலும் பழந்தமிழ் இலக்கியங்களிலும் ஈடுபாடுண்டு. ஆழமான படிப்பும் உண்டு. அதற்குரிய பின்னணி திருநெல்வேலியில் இருந்தது.

சுப்பையா பிள்ளை, கழகத்தின் சென்னைக் கிளை மேலாளரான பிறகு நிறையவே படிக்க வேண்டிய கட்டாயம்

வந்தது. சென்னையில் தமிழறிஞர்களுடன் பழகும் வாய்ப்பும் கிடைத்தது. ஆரம்பத்தில் சென்னைக் கழகக் கிளையின் வழி சோமேசர் முதுமொழி வெண்பா, திருக்கருவைப் பதிற்றுப் பத்தந்தாதி ஆகிய இரண்டு நூல்களையும் சுப்பையா பிள்ளை வெளியிட்டார்.

சென்னையில் தம்புச் செட்டித் தெரு, லிங்கிச் செட்டித் தெரு எனப் பல இடங்களில் கழகப் பதிப்பகம் செயல்பட்டது. (1921-23) அக்காலங்களில் கழகப் புத்தகங்கள் ராமையா கம்பெனி அச்சகத்திலும் டெல்லி எக்ஸ்பிரஸ் அச்சகத்திலும் தான் அச்சாயின. அந்தச் சமயங்களில் சுப்பையா பிள்ளை மிகவும் சிரமத்துக்குள்ளாயினார். அதனால் கழகத்திற்கெனச் சிவகாமி அச்சகம் ஒன்றை நிறுவினார்.

சைவ சித்தாந்த பதிப்பகத்திற்கென்றே ஓர் இலக்கிய இதழ் ஆரம்பிக்க வேண்டும் என்ற சுப்பையா பிள்ளையின் ஆசை 1923இல் நிறைவேறியது. செந்தமிழ்ச் செல்வி என்ற அந்த இதழின் ஆசிரியராக மணி திருநாவுக்கரசு இருந்தார். அக்காலங்களில் தமிழ் அறிஞர்கள், தமிழ்ப் புலவர்கள் பற்றிய குறிப்புகளை, நூல் வடிவில் கொண்டுவர வேண்டும் என்பதில் சுப்பையா பிள்ளை தீவிரம் காட்டினார். இதற்காக 200க்கும் மேற்பட்ட அறிஞர்களின் படங்களைத் தொகுத்தார். சுப்பையா பிள்ளை, ராமசாமிப் புலவரின் முயற்சியால் 380 அறிஞர்களின் வரலாற்றுக் குறிப்புகள் 15 பகுதிகளாக வெளிவந்தது (1939).

சுப்பையா பிள்ளை கழகப் புத்தகங்களின் கட்டமைப்பில் மிகவும் கவனம் செலுத்தினார். அதற்காக ஆ. மாணிக்கசாமி என்னும் கட்டமைப்பாளரை (binder) நிரந்தரமாக அச்சகத்தில் நியமித்தார். ஒருமுறை கழகப் புத்தகம் ஒன்றின் கட்டமைப்புக்கு நடுவண் அரசின் பரிசு கிடைத்தது.

தமிழகத்தில் 1935 அளவிலேயே திருக்குறளைப் பரவலாக அறியச் செய்த பெருமை கழகத்திற்கு உண்டு. கலைவாணர் என்.எஸ். கிருஷ்ணன், பணம் என்ற திரைப்படத்தில் இரண்டு கைகளையும் மூடிக்கொண்டு என் கையில் உலகம் இருக்கிறது என்று சொல்லிவிட்டு கையைத் திறப்பார். அதில் மிகச்சிறிய திருக்குறள் இருக்கும். அந்தத் திருக்குறளை வடிவமைத்து அச்சிட்டது கழகம். தீப்பெட்டி வடிவிலான அந்தக் குறள் நூலைப் பிரபலமாக்கியதும், விற்பனைக்குக் கொண்டுவந்ததும் சுப்பையா பிள்ளைதான்.

பதினெண்கீழ்க்கணக்கு, மேல்கணக்கு, சிற்றிலக்கியங்கள் போன்றவற்றைச் சாதாரண வாசகனும் அறிந்துகொள்வதற்காகத் தகுந்த அறிஞர்கள் வழி சொற்பொழிவாற்றச் செய்து புத்தகங்களாக்கினார் சுப்பையா பிள்ளை. இந்த வரிசைப் புத்தகங்கள் 1939-56க்குள் வெளிவந்தன.

1949இல் கழகத்திற்கெனப் பெரிய அளவிலான அச்சகம் நிறுவப்பட்டது. இந்த அச்சு அலுவலகத்தைத் திறந்துவைத்துப் பேசிய அப்போதைய முதலமைச்சர் ஓமந்தூர் ரெட்டியார், சுப்பையா பிள்ளையை வாயாரப் புகழ்ந்தார். அவரது தமிழ்த் தொண்டு வெளியில் தெரியாதது; ஆடம்பரம் இல்லாதது; அடுக்குமொழி இல்லாதது; எதிர்காலத்தில் அவர் அடையாளம் காணப்படுவார் என்றாராம். அப்பர் அச்சகம் ஆரம்பித்த ஆண்டிலேயே சென்னை பிராட்வேயில் கழகப் புத்தக விற்பனை நிலையம் ஒன்றும் செயல்பட ஆரம்பித்தது.

மறைமலையடிகளின் புத்தகங்களுக்குக் கழகம் உரிமை கொண்டாடுவதை எதிர்த்து அடிகளின் மக்கள் தொடுத்த வழக்கைச் சுப்பையா பிள்ளை எதிர்கொண்டு வெற்றி பெற்றார் (1953-57). இப்படியாகக் கழக வெளியீடு, அச்சகம், விற்பனை நிலையங்கள் எல்லாவற்றையும் நிர்வகித்த சுப்பையா பிள்ளை சிறந்த மெய்ப்புத் திருத்துபவரும்கூட. இவர் 1943 வரை 70 ரூபாய் சம்பளத்திற்காகத்தான் இவ்வளவு உழைத்திருக்கிறார்.

மொத்தத் தமிழ் இலக்கியங்களும் உ.வே.சா., சுப்பையா பிள்ளை போன்ற சிலரால் தான் மறுஜென்மம் எடுத்தன என்பது இன்று எத்தனை பேருக்குத் தெரியும்?

31

யோகி சுத்தானந்த பாரதி

[1897–1990]

நாகர்கோவிலில் நடந்த மூன்றாம் தமிழ் எழுத்தாளர் மாநாட்டிற்கு (*1948*) சுத்தானந்த பாரதியார் வந்திருந்தபோது ஒரு பள்ளியில் சிறப்புக்கூட்டத்தில் கலந்துகொண்டார். அப்போது கூட்டத்திற்குத் தலைமை தாங்கிய கவிமணி தேசிக விநாயகம் பிள்ளை சுத்தானந்த பாரதியைப் பாராட்டிப் பேசினார். கவிமணிக்குச் சுத்தானந்த பாரதி மீது மிகுந்த மரியாதை உண்டு. கவிமணி பற்றி ஆரம்பகாலத்திலேயே (*1945*) ஒரு புத்தகம் எழுதியிருக்கிறார் சுத்தானந்த பாரதி. சாதாரணமாக யாரையும் முகஸ்துதி செய்யும் பழக்கமில்லாத கவிமணி அந்தக் கூட்டத்தில் சுத்தானந்தரைப் பாராட்டிப் பேசியதை எழுத்தாளர் பரந்தாமன் (வே. நாராயணன்) அதே கூட்டத்தில் குறிப்பிட்டார். கவிமணி "நான் ரோகி, இவரோ யோகி" என்று

ஆரம்பித்துத் தொடர்ந்து பாராட்டிப் பேசியபோது சுத்தானந்த பாரதி கூனிக்குறுகி அமர்ந்திருந்தாராம். இந்தச் செய்தி தேவி பத்திரிகையில் (1948, ஜூலை) வெளியாகிஇருக்கிறது. அந்தச் சமயத்தில் சுத்தானந்த பாரதிக்கு வயது ஐம்பத்தொன்றுதான்.

நாற்பதுகளில் தமிழகத்தில் பரவலாக அறியப்பட்டவர் சுத்தானந்த பாரதியார். நவீனத் தமிழ் உலகில் உரைநடை, கவிதை, நாடகம், புனைகதை, ஆய்வு என எல்லா வகைமைகளிலும் அதிகம் எழுதியவர் சுத்தானந்த பாரதி. காப்பியம், இசைப்பாடல்கள், வரலாறு, மொழிபெயர்ப்பு என எல்லாத் துறைகளிலும் கால் பதித்தவர். அவர் எழுதியவையாக நாட்டிய நூல்கள் 26, நாடகங்கள் 44, சரித்திர நாடகங்கள் 14, சிறுகதைத் தொகுதிகள் 10, தொடர் கதைகள் 21, கட்டுரை நூல்கள் 13, பெரியோர் வரலாறுகள் 48, ஆராய்ச்சித் தொகுதிகள் 32, பிரயாண நூல்கள் 5, சுயசரிதை நூல்கள் 7 என 220 நூல்கள் உள்ளன என்று அவரைப் பற்றி ஆராய்ந்த கச்சபேசுவரன் குறிப்பிடுகிறார்.

இந்த நூல்கள் தவிர தெலுங்கில் 2, இந்தியில் 4, பிரெஞ்சு மொழியில் 6, ஆங்கிலத்தில் 38 என 50 நூல்களை எழுதியுள்ளார். ஆக சுத்தானந்த பாரதி எழுதி அச்சில் வந்தவை 270 நூல்கள். அச்சில் வராதவை 800 அளவில் உள்ளன என்கின்றனர். இவை தவிர தமிழகத்தில் முப்பது, நாற்பதுகளில் வெளிவந்த இதழ்களில் அவர் எழுதிய கட்டுரைகளில் பல நூல் வடிவில் வரவில்லை.

1897 முதல் 1990 வரை 93 ஆண்டுகள் வாழ்ந்த இந்தக் கவியோகியின் பல புத்தகங்கள் இப்போதும் கிடைப்பதில்லை. நூல்பட்டியல் மட்டுமே கிடைக்கின்றது.

சுத்தானந்த பாரதி ராமநாதபுரம் சிவகங்கையை அடுத்த சோழபுரம் கிராமத்தில் 11.5.1897இல் பிறந்தார். தந்தை ஜடாதர சிவம். தாய் காமாட்சி தேவி. தந்தைவழித் தாத்தா மதுரை மீனாட்சி அம்மனிடம் ஈடுபாடு கொண்டவர்; அவள் அருளால் இளமையில் கவிபாடியவர்; அவரைப் பூரணமடைந்த யோகி எனச் சுத்தானந்த பாரதி குறிப்பிடுகிறார்.

சுத்தானந்த பாரதி யோகம், ஆன்மிகம், இலக்கியம், இசை, தேசியப் போராட்டம், கல்வி கற்பித்தல் என வாழ்நாளைக் கழித்தவர். கோபாலகிருஷ்ண பாரதியைப் போல் நைஷ்டிகப் பிரம்மச்சாரி.

சுத்தானந்த பாரதி ஆரம்பத்தில் தெய்வசிகாமணியோகி என்பவரிடம் முறையாகத் தமிழ் படித்திருக்கிறார். பின் மதுரை பசுமலை ஆசிரியர் பயிற்சிப் பள்ளியில் பயின்றார்.

சுத்தானந்த பாரதி சிறுவயதிலேயே ஆன்மிக நாட்டம் உடையவர். அவர் பூரணானந்தர், ஞானசித்தர், ரமணர், அரவிந்தர், மேஷர்மிபாபா, சிவானந்தர் எனப் பல ஆன்மிக யோகிகளைச் சந்தித்திருக்கிறார். அதனால் ஏற்பட்ட தாக்கம் அவரிடம் நிறைய உண்டு.

சுத்தானந்த பாரதி தான் வாழ்ந்த காலகட்டத்து அறிஞர்கள், எழுத்தாளர்களைப் போலவே நாட்டு விடுதலையில் ஈடுபாடு கொண்டிருந்தார். 1917இல் திலகர், விபின் சந்திரர், தாகூர், மகாத்மா எனப் பலரைச் சந்தித்திருக்கிறார். 1918–1920இல் நாடெங்கும் சுற்றியலைந்தபோது சுபாஷ் சந்திரபோசைச் சந்தித்தார். அதனால் பிரிட்டிஷ் அரசின் கண்காணிப்புக்கு ஆளாகிருக்கிறார்.

ஆங்கிலம், பிரெஞ்சு, இத்தாலியன், இந்தி, தெலுங்கு, சமஸ்கிருதம் ஆகிய மொழிகள் அறிந்தவர். சுத்தானந்த பாரதியின் முக்கியச் சிறப்புகள் பலமொழி அறிவு, தொடர்ந்த பயணம், அறிஞர்கள், ஆன்மிகவாதிகளின் சந்திப்பு போன்றன. அவர் 1928–30ஆம் ஆண்டுகளில் இந்தியா முழுக்கச் சுற்றியிருக்கிறார்.

அவர் தன் 30–33 வயதுக்கு இடைப்பட்ட காலங்களில் கேதார்நாத், பத்ரிநாத், உத்தரகாசி, கங்கோத்ரி போன்ற இடங்களுக்குத் தொடர்ந்து பயணம் செய்திருக்கிறார். அங்கே இரண்டு மாதங்கள் தங்கித் தவம் செய்திருக்கிறார். அக்காலங்களில் யோகிகளையும் துறவிகளையும் சந்தித்திருக்கிறார். சிரவண பெலகோலாவிலும் திருவண்ணாமலை ரமணாஸ்ரமத்திலும் சில காலம் தங்கியிருந்தார்.

சுத்தானந்த பாரதி புதுச்சேரி அரவிந்தாஸ்ரமத்தில் சில ஆண்டுகள் தங்கியிருந்தபோது பெற்ற அனுபவம் பல நூல்களை எழுதக் காரணமாயிருந்தது. அங்கே அவரின் படிப்பும் சூழ்நிலையும் பல நூல்களை மொழிபெயர்ப்பதற்குரிய வசதியைக் கொடுத்தது. அங்கே பன்னிரண்டு ஆண்டுகள் மவுனவிரதம் பூண்டிருக்கிறார். பிரெஞ்சு உட்பட பல மொழிப் புத்தகங்களைப் படித்தது அக்காலத்தில்தான். சுத்தானந்த பாரதி மலேசியா, சிங்கப்பூர், ஜப்பான், இலங்கை, சோவியத் நாடுகளுக்குச் சென்றிருக்கிறார்.

வடலூரில் யோகசமாஜம் நிறுவி சிலகாலம் இருந்தபோதும் மொழிபெயர்ப்புகள் செய்திருக்கிறார். சிவகங்கை சோழபுரத்தில் சர்வதேசக் குழந்தை ஆண்டில் (1979) சுத்தானந்த யோக சமாஜம் நிறுவினார்.

சுத்தானந்த பாரதி அரவிந்தரால் யோகி என்றும் சுவாமி சிவானந்தரால் ரிஷி என்றும் சிருங்கேரி நரசிம்ம பாரதி

ஸ்வாமிகளால் கவியோகி என்றும் டி.கே.சி.யால் தேவகான ரிஷி என்றும் அழைக்கப்பட்டார். இந்தப் பெயர்களில் அரவிந்தர் கொடுத்த பெயரே நிலைத்தது.

சுத்தானந்த பாரதி தமிழில் காப்பியம், கவிதை, நாடகம், நாட்டியம், இசைப்பாடல்கள், கடித இலக்கியம், வாழ்க்கை வரலாறு, சுயவரலாறு, நாட்டுவரலாறு, புனைகதைகள், பயண இலக்கியம், சிறுகதை, இலக்கிய விமர்சனம், மொழிபெயர்ப்பு, குழந்தை இலக்கியம், ஆன்மிகம், உடல்கூறு ஆய்வு, யோகம் எனப் பல துறைகளில் எழுதியவர். தமிழில் அந்த அளவிற்கு எல்லாத் துறைகளையும் தொட்டவர், எழுதியவர் இன்னொருவர் இல்லை.

அவர் ஆரம்பகாலத்தில் எழுதிய பைந்தமிழ்ச் சோலை என்ற நூல் தமிழின் தொன்மை, இலக்கிய வளம் பற்றிக் கூறுகிறது. அந்நூல் வெளிவந்த காலத்தில் பா.வே. மாணிக்க நாயக்கர் அதைப் பாராட்டி எழுதினார். அப்போதே அவர் தமிழறிஞர்களின் கவனத்தில் வந்துவிட்டார்.

சுத்தானந்த பாரதி அறுபதுக்கும் மேற்பட்ட நாடகங்கள் இயற்றியுள்ளார். சீவக சிந்தாமணி (காமதிலகன்) சிலப்பதிகாரம் (கண்ணகி) மணிமேகலை (அமுதசுரபி) கம்ப ராமாயணம் (மாயமான், ராமதூதன்) போன்ற இலக்கியங்களை வேறு தலைப்புகளில் நாடகமாக்கினார். அவரது சரித்திர நாடகங்கள் எழுதப்பட்ட காலத்திலேயே அரங்கேறின.

அவருக்கு மேடைநாடகம் பற்றிய அனுபவம் உண்டு. இருபதாம் நூற்றாண்டின் ஆரம்பத்தில் மேடை நாடகங்கள் பல நடத்திய நவாப் ராஜமாணிக்கம் பிள்ளை அவரிடம் நாடகம் பற்றிய செய்திகளை விவாதித்திருக்கிறார். இராஜ மாணிக்கம் அவருக்கு எழுதிய கடிதத்தில் ஐரோப்பிய ஓபரா நாடகம் (இசை நாடகம்) போல் தமிழகத்தில் வரவேண்டும் என்று வேண்டுகோள் விடுத்திருக்கிறார்.

சுத்தானந்த பாரதி தீவிரமாக நாடகங்கள் எழுதிய காலக்கட்டத்தில் (1930–45) தயாரிப்பாளர்கள் அவரது நாடகங்களைச் சினிமாவாகத் தயாரிக்கப் போட்டி போட்டுக்கொண்டு முன்பதிவு செய்ய அவரிடம் வந்திருக்கின்றனர். அவர் ஆண்டாள், கிருஷ்ண பக்தி, அபூர்வ சிந்தாமணி, ஏழைபடும் பாடு, பொன்வயல் (கல்கியின் பொய்மான் கரடு) போன்ற சினிமாக்களுக்கு உரையாடல் எழுதியுள்ளார். பொன்வயல் சினிமாவில் வரும் சிரிப்புத்தான் வருகுதய்யா (சீர்காழி கோவிந்தராசன் பாடியது) என்ற பாடல் அவர் எழுதியது.

சுத்தானந்த பாரதியின் முக்கியப் பங்களிப்புகளில் தமிழ் இசையைப் பரப்பியதும் ஒன்று. தமிழ் இசை பற்றிய விவாதங்களில் அவரது பெயர் அதிகம் வராமல் போனதற்குத் தமிழக அரசியல் போக்கு ஒரு காரணம்.

சுத்தானந்த பாரதி கர்நாடக இசையை முறையாகப் படித்தவர். அவர் பூச்சி அய்யங்கார், மதுரை பொன்னுசாமிப் பிள்ளை, புதுக்கோட்டை சமஸ்தான ஆஸ்தான இசைக்கலைஞர் ஹரிதீர்த்தம் அய்யர் ஆகியோரிடம் முறையாகப் படித்திருக்கிறார். தியாகராஜர் கீர்த்தனைகளையும், அருணகிரி நாதர் பாடல்களையும் அவரே மேடையில் பாடினார்.

அவரது இசை நூல்களில் கீர்த்தனாஞ்சலி, மேளராக மாலை, சங்கீத ரத்னாகரம் ஆகியன முக்கியமானவை. மேளராகமாலை என்ற நூல் 72 மேளகர்த்தா ராக தாளங்களை விளக்குகிறது. நாற்பதுகளில் தமிழிசைக் குரல் ஒலித்தபோது அரசியல் சார்பற்ற அவரின் பாடல்கள் மேடைகளில் பாடப்பட்டன. அண்ணாமலை செட்டியார் அவரது தமிழிசை கீர்த்தனைகளை அச்சிட்டு இலவசமாக விநியோகித்திருக்கிறார்.

அவரது தமிழ்ப் பாடல்களுக்கு டைகர் வரதாச்சாரியார், பொன்னையா பிள்ளை, சித்தூர் சுப்பிரமணிய பிள்ளை, கோமதிசங்கர், தண்டபாணி தேசிகர் போன்றோர் ஸ்வரம் அமைத்துள்ளனர். அக்காலத்து இசைக்கலைஞர்களான எம்.எஸ். சுப்புலட்சுமி, டி.கே. பட்டம்மாள், எம்.எல். வசந்தகுமாரி, பி.யு. சின்னப்பா, சிதம்பரம் ஜெயராமன் போன்றோர் சுத்தானந்த பாரதியின் இசைப்பாடல்களை மேடையில் பாடினர். அவர் நாட்டிய சாஸ்திரம் பற்றி நவரச நடனாஞ்சலி என்னும் நூல் இயற்றியிருக்கிறார். ஐந்து பயண நூல்களை எழுதியுள்ளார். (நான் கண்ட ரஷ்யா, ஜப்பான் அனுபவம், தென்னாப்பிரிக்க சுற்றுலா போன்றன) அந்த நூல்கள் வெறும் நாட்டு வரலாற்றைச் சொல்வன அல்ல. மக்களின் வரலாற்றையும் கூறுவன.

திருக்குறள் இன்பம் என்ற நூல் சாதாரண வாசகனுக்காகத் திருக்குறளை எளிமையாக்கித் தருகிறது. அதில் திருக்குறளின் தேர்ந்தெடுக்கப்பட்ட பாடல்களே உள்ளன. திருக்குறளின் அதிகாரங்களின் முறைவைப்பையும் அதில் இணைத்திருக்கிறார். (கல்வி, கேள்வி அதிகாரங்கள் ஒரே தலைப்பில் வரும்) இதுபோலவே சிலம்புச் செல்வம், மணிமேகலை அமுதம், திருமந்திர விளக்கம் போன்றவை சாதாரண வாசகனை முன்னிறுத்தி எழுதப்பட்டவை.

தமிழ் இலக்கியங்கள் பண்டிதர்களுக்காகவே எழுதப்பட்ட காலக்கட்டத்தில் சாதாரண வாசகன் புரிந்துகொள்ளும்படி எழுதியவர் சுத்தானந்த பாரதி. பழம் இலக்கியங்களைக் கல்வி யாளர் அல்லாதவர்களிடம் கொண்டுபோய்ச் சேர்த்தவர்களில் அவரும் ஒருவர்.

யோகியான சுத்தானந்த பாரதியாரின் யோகசித்தி என்ற நூல் அவரின் அனுபவத்தின் வெளிப்பாடாக அமைந்தது. இது குறள்பா வடிவிலானது. அதில் 12 இயல்களும் 405 குறள்பாக்களும் உள்ளன. இதற்கு அவரே உரையும் எழுதியிருக்கிறார். அந்த நூலில் யோகசித்தி அனுபவத்தைச் சாதாரண மனிதனும் எட்ட முடியும் என்கிறார். உடலைப் பேண வேண்டும்; உடல் உயிர் தங்கும் கூடு; யோகம் சரியாகச் செயல்பட உடம்பு முக்கியம் என்னும் திருமந்திரச் செய்தியை எளிமையாக்கி யோகசித்தி நூலில் தருகிறார். இதே நூலை அவர் *The Gospel of Project Life* என்னும் தலைப்பில் ஆங்கிலத்தில் மொழிபெயர்த்திருக்கிறார். அந்த நூல் அவரது பாரதமகாசக்தி காப்பியத்தின் ஒரு பகுதியாகவும் சேர்க்கப்பட்டுள்ளது.

'ஆத்ம சோதனை' தன்வரலாற்று நூல். அதில் சுத்தானந்த பாரதி எழுதிய நூல்களின் பட்டியல் உள்ளது. அவர் பத்து சிறுகதைத் தொகுதிகளையும் 19 புனைகதைகளையும் எழுதியுள் ளார். அவற்றில் தமிழில் புரட்சி, சுதந்திரக்கனல், வீரத்தேவன் ஆகியன சரித்திரத்தைப் பின்னணியாகக் கொண்டவை. கிழக்கிந்திய கம்பெனி ஆட்சியை எதிர்த்த மருது சகோதரர்களின் வாழ்க்கையின் அடிப்படையில் எழுதப்பட்ட கதை தமிழர் புரட்சி. அவரின் சிறுகதைகளையும் நாவல்களையும் அவருக்குச் சமகால இலக்கியத்தில் இருந்த ஆர்வம் என்ற அளவில் எடுத்துக் கொள்ளலாம்.

விக்டர் ஹியூகோவின் *Les Miserable, The Laughing Man* நாவல் களை ஏழைபடும் பாடு, இளிச்சவாயன் என்னும் தலைப்பில் சுருக்கி எழுதியுள்ளார். இன்றும் அவை நல்ல தமிழ்நடையுடன், சரளமான வாசிப்புத் தன்மையுடன் உள்ளன.

உலகப் பெருங்காப்பியங்களில் ஒன்றான 'டிவைன் காமடி' என்ற நூலை 'தாந்தே' என்னும் தலைப்பில் சுருக்கி எழுதியிருக் கிறார். அன்புநிலையம் வெளியீடாக வந்த அந்நூல் (1940) தமிழினி பதிப்பகம் வழி 1998இல் இரண்டாம் பதிப்பாக வந்திருக்கிறது.

சுத்தானந்த பாரதி நாவல், கதைகள் எழுதியது போலவே கவிதைகளையும் நிறைய எழுதியிருக்கிறார் (பேரின்பமாலை, வீரர் பாட்டு, வளையாபதி அகவல்).

வ.வே.சு. அய்யர் நிறுவிய சேரன்மாதேவி குருகுலத்திலிருந்து வெளிவந்த பாலபாரதி பத்திரிகையிலும், கும்பகோணத்திலிருந்து வெளிவந்த சமரசபோதினியிலும் அவர் எழுதியிருக்கிறார். அவற்றின் ஆசிரியர் குழுவிலும் இருந்திருக்கிறார்.

சுத்தானந்த பாரதி தன் இறுதிக்காலத்தில் சென்னை அடையாற்றில் வாழ்ந்தபோது, யோகப் பயிற்சி என்ற பத்திரிகையை நடத்தியிருக்கிறார். அவர் நடத்திய ஆங்கிலப் பத்திரிகைகள் Renaissance, Call - Divine, Nector, Jeevan Prakash ஆகியன.

சுத்தானந்த பாரதியின் நடை எளிமையானது. சிறிய சொற்றொடரில் செய்தியைக் கூறுவது. அவர் எப்போதும் விழுமியங்களை முன்னிறுத்தியவர். ஒழுக்கம் சார்ந்த வாழ்க்கை முக்கியம் என்று கருதி எழுதியவர். அவர் வாழ்ந்த காலக்கட்டத்துக்குப் படைப்பாளிகளில் விடுதலை இயக்கச் சார்புடைய பலரும் இருந்தது போலவே அவரும் இருந்தார். நாட்டுப் பற்று, மதுவிலக்கு, தீண்டாமை போன்றவற்றை அவரது நாடகங்களும் சிறுகதைகளும் வற்புறுத்துவதும் இதனால்தான்.

பாரத மகாசக்தி காப்பியம் ஐந்து காண்டங்களும் 416 படலங்களும் 50000 பாடல்களும் கொண்டது. 1948இல் வெளிவந்தது. அதன் மறுபதிப்பு 1969இல் வந்தது. அந்நூல் வந்த காலத்தில் சிவானந்தா, அன்னிபெசன்ட் போன்றோர் பாராட்டி யுள்ளனர். அது மரபுவழிக் கற்பனைக் காப்பியம், அகவல், வெண்பா, வஞ்சிப்பா, கலிப்பா, விருத்தப்பா பாடல்களால் ஆனது. உலகம் எப்படி இருக்க வேண்டும் என்ற கற்பனை அந்தக் காப்பியத்தில் வெளிப்படுகிறது. சுத்தானந்த பாரதியின் இலக்கியக் கொள்கையை அக்காவியம் உணர்த்துகிறது என்றும் கூறலாம்.

தஞ்சை தமிழ்ப் பல்கலைக்கழகம் 1887இல் அவருக்கு ஒரு லட்ச ரூபாய் பரிசளித்தது. அது அவரது மொத்தப் பணிக்கு என்றாலும் அப்போது பாரதமகாசக்தி காவியத்திற்காக இப்பரிசு நல்கப்பட்டது என்றே சொல்லப்பட்டது.

32

தேவநேயப் பாவாணர்
(1902-1981)

ஸ்கீட் என்பவர் எழுதிய *Principles of English Etymology* என்னும் நூலைப் படித்த தேவநேயப் பாவாணருக்கு அந்த நூலின் அடிப்படையில் தமிழ்ச் சொற்களின் பிறப்பு பற்றி ஆய்வு செய்யலாம் என்று தோன்றுகிறது. இதுகுறித்து "செந்தமிழின் சொற்பிறப்பியல் நெறிமுறை" என்ற கட்டுரை எழுதினார். இதைப் பிரசுரிக்க வேண்டும் என்று அப்போது (1938) தோன்றவில்லை. இதன்பிறகுதான் தமிழுக்கும் திராவிட மொழிகளுக்கும் உள்ள தொடர்பு பற்றியும் சொல் பிறப்பியல் பற்றியும் விரிவான ஆராய்ச்சியில் இறங்கினார்.

பாவாணரின் நண்பர்கள் சிலர் ஆலோசனை சொன்னார்கள். இது தனிப்பட்டவரால் மட்டுமே செய்யும் காரியம் அல்ல, இதற்குப் பொருள் உதவி வேண்டும். பல்கலைக்கழகங்கள் உங்களுக்கு உதவ மாட்டார்கள். (பாவாணர் அப்போது பள்ளி

ஆசிரியர்) அதனால் தமிழ் வளர்க்கும் சைவ மடங்களின் உதவியை நாடலாம் என்றார்கள்.

பாவாணரும் வேறு சிலரிடம் விசாரித்தபோது அவர்கள் திருப்பனந்தாள் மடத்திற்குச் செல்ல வழிகாட்டினார்கள். பாவாணர் தனக்கு நெருங்கிய நண்பர்கள் சிலருடன் திருப்பனந்தாள் மடத்துக்குச் சென்றார். அப்போது சுவாமிநாதத் தம்புரான் மடத்தின் சந்நிதானமாக இருந்தார். மடத்து நிர்வாகியிடம், சந்நிதானத்தைச் சந்திக்க வேண்டும் எனப் பாவாணர் கேட்டார். நிர்வாகி மடத்துக்கு வெளியே தாழ்வாரத்தில் ஓர் இடத்தைக் காட்டி உட்காருங்கள் என்று சொல்லியிருக்கிறார். பாவாணரும் மற்றவர்களும் அங்கே காத்திருந்தார்கள். நேரம் கடந்துகொண்டுபோனது. திருப்பனந்தாள் மடத்திற்குச் செல்லும் விருந்தினர்களுக்கு அங்கே உணவு அளிப்பார்கள் என்று தெரிந்திருந்ததால் பாவாணரும் நண்பர்களும் தாழ்வாரத்திலேயே காத்திருந்தார்கள்.

பகல் மூன்று மணிக்குத்தான் அவர்களுக்குச் சாப்பாடு கிடைத்தது. நாழி ஆனதேன் என்று பாவாணரின் நண்பர் மடத்துத் தவசிப்பிள்ளையிடம் கேட்டதற்கு, பிராமணப் பந்தி முடிய இவ்வளவு நேரம் ஆகிவிட்டது என்று பதில் கிடைத்தது. அதன் பிறகு பாவாணர் சந்நிதானத்தைச் சந்தித்தபோது அவர், பாவாணரைப் பற்றியும் அவர் வந்த காரணத்தையும் விரிவாகக் கேட்டுவிட்டு, “குரு பூஜைக்கு வாருங்கள், அப்போது தமிழ்ப் புலவர்கள் வருவார்கள், அவர்களிடம் கலந்து ஆலோசிக்கலாம்” என்று சொல்லிவிட்டார்.

பாவாணர் திருப்பனந்தாள் குரு பூஜைக்குப் போயிருந்தார். அன்று உ.வே.சா.வும் வந்திருந்தார். பாவாணர் சந்நிதானத்தைச் சிரமப்பட்டுச் சந்தித்துத் தன் வேண்டுகோளை முன்வைத்திருக்கிறார். எல்லாவற்றையும் சந்நிதானம் கேட்டுவிட்டுப் பக்கத்திலிருந்த உ.வே.சா.வைப் பார்த்திருக்கிறார். பாவாணர் உ.வே.சா.வை அதற்கு முன் சந்தித்திருக்கிறார். பேசியும் இருக்கிறார். என்றாலும் அப்போது உ.வே.சா. பாவாணரைத் தெரியாதது மாதிரி காட்டிக்கொண்டார். அதை வெளிப்படையாகவும் உ.வே.சா. சொல்லிவிட்டார். பாவாணருக்கு மடத்தின் உதவி கிடைக்காது என்று தெரிந்துவிட்டது.

இந்த நிகழ்ச்சி பற்றி தமிழர் மதம் என்ற நூலில் பாவாணர், “எனக்கு மடத்தின் பொருள் உதவி கிடைக்காமல் போனதில் வருத்தம் இல்லை. அங்கே தமிழ் பேசுபவன் நாயைப் போல் நடத்தப்படுவதை நினைத்துத்தான் வருத்தம். இந்த நூற்றாண்டிலும் இது தொடருகிறதே” என்று எழுதியிருக்கிறார்.

திருநெல்வேலி மாவட்டத்தில் உள்ள சங்கரன்கோவில் அருகே இருக்கும் பெரும்புத்தூரை அடுத்த புதுக்கடையான்பட்டி என்னும் குக்கிராமத்தில் ஞானமுத்து என்ற தொடக்கப்பள்ளி ஆசிரியர் இருந்தார். இவர் ஒடுக்கப்பட்ட சமூகத்தைச் சார்ந்தவர். இவரது மனைவி கோயில்பட்டி உபதேசியாரின் மகள் பரிபூரணம். இவர்களுக்குப் பத்தாவது மகனாக 1902இல் தேவநேயர் பிறந்தார். இவரின் ஆறு வயதில் தந்தை இறந்துபோனார். அக்காளின் பொறுப்பில் தேவநேயர் வளர்ந்தார். சிறுவயதில் வறுமையில் உழன்றதால் குறிப்பிட்ட இடத்தில் தொடர்ந்து படிக்க முடியாத நிலையில் இருந்தார். தாய்வழித் தாத்தா உபதேசியாரின் முயற்சியில் ஆம்பூர் லுத்தரன் பள்ளியிலும் பாளையங்கோட்டை சி.எம்.எஸ். பள்ளியிலும் படித்திருக்கிறார். இங்கு படித்ததே மூன்று நேர உணவு கிடைக்கும் என்பதால்தான்.

பள்ளி இறுதி வகுப்பு முடிந்ததுமே மதுரைத் தமிழ்ச்சங்கப் பண்டிதர் தேர்வு எழுதி அதில் முதல் வகுப்பில் வெற்றி பெற்றார். உடனேயே (1921) ஆம்பூர் பள்ளியில் வேலை கிடைத்தது. பின்னர் மதுரைத் தமிழ்ச்சங்க வித்துவான், நெல்லைத் தமிழ்ச் சங்கப் புலவர் படிப்புகளை முடித்துவிட்டு சென்னைப் பல்கலைக்கழகம் வழி பி.ஓ.எல். முடித்தார் (1942). அன்றைய பி.ஓ.எல். இன்றைய பி.ஏ.க்குச் சமமான பட்டம். பி.ஓ.எல். முடித்துவிட்டு எம்.ஓ.எல். படிக்கலாம். இதற்கு ஒரு ஆய்வுக்கட்டுரை சமர்ப்பிக்க வேண்டும். ஆய்வேட்டைப் பல்கலைக்கழகம் ஏற்றுக்கொண்டால் எம்.ஓ.எல். போட்டுக் கொள்ளலாம். மூன்றாண்டுகள் கழிந்ததும் எம்.ஓ.எல்.க்கு எம்.ஏ. அந்தஸ்து கிடைக்கும்.

பாவாணர் எம்.ஓ.எல். ஆய்வுக்காக 'திராவிட மரபு தோன்றிய இடம் குமரிநாடே' என்ற தலைப்பில் ஓர் ஆய்வேட்டைச் சென்னைப் பல்கலைக்கழகத்தில் சமர்ப்பித்திருக்கிறார் (1944). இந்த ஆய்வைப் பல்கலைக்கழகம் ஏற்றுக்கொள்ளவில்லை. ஆய்வுமுறைப்படி (*Research Methodology*) அமையவில்லை என்ற கருத்தைத் தெரிவித்தது. இதன்பிறகு பாவாணருக்குப் பல்கலைக்கழகப் பட்டத்தின் மேலேயே வெறுப்பு வந்திருக்கிறது.

பாவாணர் 1921ஆம் ஆண்டிலிருந்து 1944 வரை பல பள்ளிகளில் வேலை பார்த்திருக்கிறார். முதலில் ஆம்பூர் நடுநிலைப்பள்ளி, பின்னர் பெரம்பூர் கண்ணன் உயர்நிலைப்பள்ளி, திருச்சி பிஷப் ஹீபர் உயர்நிலைப்பள்ளி, இராஜ மன்னார்குடி பள்ளி, ராமநாதபுரம் சியோன் மலை, மன்னார்குடி என 23 வருஷங்கள் பள்ளி ஆசிரியராக இருந்து 1944இல் சேலம் நகராட்சிக் கல்லூரியில் விரிவுரையாளர் ஆனார். இங்கு 12 ஆண்டுகள் பணிபுரிந்தார். சேலம் கல்லூரியில் பணிபுரிந்த

காலத்தைத் தன் பொற்காலம் எனப் பாவாணர் நண்பர்களிடம் சொல்லியிருக்கிறார்.

சேலம் கல்லூரியிலிருந்து ஓய்வு பெற்ற பின்னும் வேலை பார்க்க வேண்டிய கட்டாயத்தில் அவரது குடும்பச்சூழல் இருந்தது. அப்போது (1956) அண்ணாமலைப் பல்கலைக்கழகத்தின் திராவிட மொழி ஆராய்ச்சித் துறைக்கு அறிஞர் தேவை என விளம்பரம் வந்தது. பாவாணர் விண்ணப்பித்தார். அங்குத் தேர்வுக்குழுவில் இருந்த ராஜமாணிக்கனாரும், அவ்வை துரைசாமிப்பிள்ளயும் பாவாணருக்குப் பரிந்துரை செய்தனர். கி.ஆ.பெ. விசுவநாதம் பாவாணரைப் பாராட்டி பல்கலைக்கழகத்துக்குக் கடிதம் எழுதினார். பாவாணர் அண்ணாமலைப் பல்கலைக்கழகத்தில் 1956இல் வேலையில் சேர்ந்தார்.

பாவாணரின் குடும்பத்தினர் சேலத்தில் இருந்தனர். அவர்களைச் சிதம்பரத்திற்கு அழைத்துச் செல்ல முடியாத நிலை. அவர் பல்கலைக்கழகக் குடியிருப்பில் தானே சமைத்து உண்டு வாழ்ந்தார். இக்காலங்களில் அவருக்கு நிறைய நேரம் கிடைத்ததால் தொடர்ந்து உழைத்திருக்கிறார்.

1956–57ஆம் ஆண்டுகளில் பாவாணர் சொல்பிறப்பியல் அகர முதலி குறித்த ஆய்வை முறைப்படி செய்திருக்கிறார். ஆனால் ஆய்வு முழுமை பெறத் தடை இருந்தது. திராவிட மொழிகள் பற்றிய ஆய்வுக் கூட்டம் ஒருமுறை நடந்தபோது கல்கத்தா பல்கலைக்கழக மொழியியல் அறிஞர் ஒருவர் அதன் தலைவராக இருந்தார். பாவாணரின் ஆய்வின் போக்கு அவருக்குப் பிடிக்கவில்லை. இவரின் சமஸ்கிருத எதிர்ப்பு அவருக்கு உவப்பானதாக இல்லை. நிர்வாகம் இதை அறிந்து பாவாணரைத் தமிழ் ஆராய்ச்சித் துறையிலிருந்து தமிழ்த் துறைக்கு மாற்றிவிட்டது.

பாவாணர், அண்ணாமலை தமிழ்த் துறையில் 1961 வரை பணியாற்றினார். இங்கும் இவருக்கு மறைமுகமான எதிர்ப்பு இருந்தது. இவர் அங்கிருந்து ஓய்வு பெற்ற பின்பு குடும்பச் செலவுகளைச் சமாளிக்க முடியாமல் திணறினார். முறையான வருமானம் இல்லை. வேறு சொத்துகளும் இல்லை. இந்தக் காலத்தில் (1963) இவரது மனைவியும் இறந்தார்.

பாவாணரின் நண்பர்கள் சிலரும், தென்மொழி பத்திரிகைக் குழுவினரும் இவருக்கு நிதி திரட்டினார்கள். அப்போது இக்குழுவில் ம. கிலெனின் தங்கப்பா, சாத்தையா, பெருஞ் சித்திரனார், செம்பியன் போன்றோர் இருந்தனர். குழு திரட்டிய தொகை 2,214 ரூபாய்தான். அந்தக் காலத்தில் (1965) இத்தொகை இவருக்குப் பெரியதாய் இருந்திருக்கிறது.

1968இல் தனித்தமிழ்க் கழகம் நிறுவப்பட்டபோது அதன் தலைவராகப் பாவாணர் இருந்தார். அடுத்த ஆண்டு கழகத்தின் ஆண்டுவிழா பரமக்குடியில் நடந்தது. அந்த விழாவில் தென் மொழி பத்திரிகைக்குழு சார்பாகப் பாவாணருக்கு 2000 ரூபாய் கொடுத்தனர். பாவாணருக்கு மாதம்தோறும் ஓய்வு ஊதியம் கொடுக்க விழாக்குழுவினர் முடிவு செய்தனர். அப்படியே கொடுத்தனர்.

பாவாணர் தனித்தமிழ்வாதியானாலும் தன் சமகால அரசியலில் தன்னை முழுதுமாய் இணைத்துக்கொள்ளவில்லை. 1965இல் தமிழகத்தில் இந்தி எதிர்ப்பு முனைப்பாக நடந்தபோது தென்மொழிப் பத்திரிகையில் அட்டைப் படக் கருத்தை வெளியிட்டார் என்ற குற்றச்சாட்டுடன் இவரைக் கைது செய்ய வேண்டிய சூழ்நிலையில் பெருஞ்சித்திரனார் அப்பத்திரிகையின் பொறுப்பு முழுதும் தனக்குத்தான் என்று வெளிப்படையாகச் சொல்லி தண்டனையைக் கேட்டுவாங்கிக்கொண்டார்.

பாவாணர் 1971இல் ‘செந்தமிழ் ஞாயிறு’ என்ற பட்டத்தைப் பெற்றார். 1972இல் இவருக்கு ‘எழுபது விழா’ நடந்தது. 1973இல் முதலமைச்சர் கருணாநிதி திருவாரூரில் ஒரு படிப்பகத்தைத் திறந்துவைத்தபோது பாவாணர் பாராட்டப்பட்டார். 1980இல் எம்.ஜி.ஆர். இவருக்கு ‘செந்தமிழ்ச் செல்வர்’ என்ற பட்டத்தைக் கொடுத்தார்.

இப்படி எல்லோராலும் பாராட்டப்பட்டாலும் 1970இல் பாரிசில் நடந்த உலகத் தமிழ் மாநாட்டிலும் 1974இல் யாழ்ப் பாணத்தில் நடந்த மாநாட்டிலும் இவர் ஓரங்கட்டப்பட்டிருக்கிறார். இக்காலங்களில் திராவிட இயக்கத்தினரே ஆட்சிப் பொறுப்பில் இருந்தனர். 1981இல் மதுரையில் நடந்த உலகத்தமிழர் மாநாட்டிற்கு இவருக்கு அழைப்பு வந்தது. இதே ஆண்டில் இவர் மாரடைப்பால் மறைந்தார்.

1930ஆம் ஆண்டிலிருந்தே தமிழ் மொழியின் வேர்ச்சொல் ஆராய்ச்சியில் பாவாணர் ஈடுபட ஆரம்பித்துவிட்டார். இந்திய ஐரோப்பிய மொழிகளுக்குத் தமிழ் நெருக்கமானது என்றும் வடமொழியில் திராவிட மொழிச் சொற்கள் அதிகம் உள்ளன என்றும் கூறிய குண்டர்ட் ஆரம்பகாலத்திலிருந்தே இவருக்குப் பிடித்தமானவராக இருந்திருக்கிறார்.

பாவாணர் ஆங்கிலம், பிரெஞ்சு, ஜெர்மனி எனப் பலமொழிகள் அறிந்தவர். தோடர்களின் மொழியைக் கூட இவர் தெரிந்திருக்கிறார். “உலக மொழிகள் உருவாக ஆறு மொழிகள் காரணமாக இருந்திருக்கின்றன. அவற்றில் தமிழும்

ஒன்று. உலகில் வழக்கில் உள்ள பல மொழிகளில் தமிழின் வேர்ச்சொற்கள் உள்ளன” என்று ஆரம்பத்தில் கூறியவர் இவர்.

மாணவர்களுக்கு ஆங்கிலக் கல்வி வேண்டும், தமிழறிஞர் களுக்கு ஆங்கிலம் நன்கு தெரிந்திருக்க வேண்டும் என்பதை வலியுறுத்தினார். கிறிஸ்தவ மிஷனரிகளின் தொண்டின் விளைவாகவே ஒடுக்கப்பட்டத் தமிழர்கள் முன்னேறினார்கள்; பரிதிமாற் கலைஞர், மறைமலை அடிகள், குமரகுருதாச அடிகள் போன்றோர் தமிழறிஞர்களில் முக்கியமானவர்கள் என்னும் கருத்துக்களைத் தன் இறுதிக்காலம் வரை பேசியிருக்கிறார்.

பாவாணர் தமிழ்மொழி ஆய்வு, தமிழ்ப் பண்பாட்டாய்வு தொடர்பாக 26 நூல்களை எழுதியுள்ளார். பள்ளியாசிரியராய் இருந்தபோது மாணவர்களுக்காக உரைநடையில் இலக்கண நூல் ஒன்றை வெளியிட்டார் (1934). இது எழுத்து, சொல், பொருள், யாப்பு, இலக்கணங்களைப் பற்றிய எளிய அறிமுக நூல். கட்டுரை எழுதுவது எப்படி, பிழைகள் இல்லாமல் இலக்கண முறைப்படி எழுதுவது எப்படி என்னும் மாணவர்களுக்கான வழிகாட்டி நூலை 1936இல் வெளியிட்டிருக்கிறார்.

இராஜாஜி முதலமைச்சராக இருந்தபோது (1937) கட்டாய இந்தித்திணிப்புக்கு எதிராகப் போராடியவர்கள் போராட்ட ஊர்வலத்தில் பாடுவதற்காக 32 பாடல்களைச் சிறு பிரசுரமாக இவர் வெளியிட்டார். இது ‘தேசாபிமானத் தண்டமிழ்த் தொண்டன்’ என்னும் இவரது புனைபெயரில் வந்திருக்கிறது.

பாவாணரின் முறையான ஆய்வுநூல் 1940ஆம் ஆண்டிலிருந்து தான் வர ஆரம்பித்தது. இந்த ஆண்டில் வெளிவந்த ஒப்பியல் மொழிநூல் பண்டைத் தமிழகம், தமிழரின் தோற்றம் பற்றி விளக்குகிறது. ‘திராவிடத்தாய்’ என்னும் நூல் (1944) தமிழைத் திராவிட மொழிகளின் தாயாக உருவகித்து, அதை நிலைநாட்டுவதற்காக எழுதப்பட்டது. இதில் பிற திராவிட மொழிச் சான்றுகளும் உண்டு.

சொல்லாராய்ச்சிக் கட்டுரை என்னும் நூல் (1949) தமிழ் வடமொழிக்குக் கடன்பட்டதல்ல என்று கூறுவதற்காகவே எழுதப்பட்டது. மொழிகள் கடவுளால் உருவாக்கப்பட்டவை என்ற கருத்தை விமர்சித்தே இந்நூலின் முகவுரை தொடங்குகிறது.

பழந்தமிழாட்சி (1952), தமிழ்நாட்டு விளையாட்டுகள் (1959) தமிழர் திருமணம் (1956) ஆகிய மூன்று நூல்களும் வரலாறு, நாட்டார் வழக்காற்றியல், சமூகவியல் தொடர்பானவை. தமிழக நாட்டுப்புற விளையாட்டுகள் பற்றிய முழுமையான முதல் நூல் இவருடையதுதான். பொதுவாகச் சொல்லின் அமைப்பை

வைத்தே வேர்ச்சொல்லைக் கண்டுபிடித்தது மாதிரியே விளையாட்டின் பெயரை வைத்துத் தோற்றத்தை ஆராய்கிறார். விளையாட்டுகளின் தோற்றத்தைப் பழைய இலக்கியங்களில் தேடுவது என்னும் முயற்சியை இந்நூலில் காணலாம்.

தமிழரின் திருமணம் என்னும் நூலில் தமிழரின் திருமண நிகழ்வில் ஆரியரின் செல்வாக்கு புகுந்ததையும், தமிழரின் பழைய திருமணமுறையையும் ஆராய்கிறார். இதே நூலில் பாவாணர் நடத்திவைத்த திருமணம் தொடர்பான அனுபவத் தகவல்களும் உள்ளன. பிற்காலத்தில் இந்த நூல் விமர்சனத்துக்கு உள்ளாயிருக்கிறது. குறிப்பாக ம.பொ.சி. தமிழரசுக் கட்சிக் கூட்டங்களில் இதை விமர்சித்திருக்கிறார்.

வரலாற்றையும் மொழிநூலையும் இணைத்து எழுதப்பட்ட முயற்சி தமிழர் வரலாறு என்ற தலைப்பில் நூலாக வந்தது (1967). குமரிக்கண்டம், தமிழரின் பெருமை, மதி நுட்பத்தை இதில் விளக்குகிறார்.

'தமிழர் வரலாறு' தமிழருக்கு அவர்தம் பெருமையை உணர்த்துவதற்காக எழுதப்பட்ட நூல் பி.டி. ஸ்ரீனிவாச அய்யங்காரின் History of Tamils என்னும் நூலில் சொல்லப்பட்ட சில கருத்துக்களுக்குப் பதில் கூறுவதுபோல் அமைந்த கட்டுரை இதில் உண்டு. குமரிக் கண்டம், தமிழர் வரலாறு, கற்காலம், இரும்புக் காலம் பற்றிய செய்திகளும் இதில் வருகின்றன.

தமிழர் மதம் என்னும் நூல் (1972) கில்பர்ட் ஸ்லேட்டர் என்ற திராவிடவியல் ஆராய்ச்சியாளரின் கருத்தை ஒத்துச் செல்வது. ஸ்லேட்டர் கூறிய While the Aryans were Dravidanised in Culture, the Dravidians were Aryanised in Language என்ற கருத்தை அடிப்படையாகக் கொண்டு எழுதப்பட்டது தமிழர் மதம்.

தமிழ் இலக்கிய வரலாறு (1979) என்ற நூல், தமிழ் இலக்கியப் பின்னணியைத் தலைக்காலம் (கி.மு. 50000 முதல் கி.மு. 1500வரை), இடைக்காலம் (கி.மு. 1500 முதல் கி.பி. 18ஆம் நூற்றாண்டு வரை), ஆங்கிலேயர் ஆட்சிக்காலம் (கி.பி. 19ஆம் நூற்றாண்டு), இக்காலம் (கி.பி. 20ஆம் நூற்றாண்டு) எனப் பகுத்துக் கூறுகிறது தலித் இலக்கியங்களை வரலாறாக எழுதத்தக்கவர் யாவர் என்று விவாதக் குறிப்பும் இந்நூலில் உள்ளது. இந்நூல் மானுடவியல், மொழிநூல் அடிப்படையில் தமிழ் இலக்கியங்களைப் பார்ப்பதாகக் கூறுகிறது.

பாவாணரின் வடமொழி வெறுப்பு இதில் தெளிவாகத் தெரிகிறது. மலைப்பாம்பு யானையை விழுங்குவது போலத் தமிழை வடமொழி விழுங்கிவிட்டது; இதற்கு ஆதரவாக

இருந்து தமிழைக் கெடுத்தவர்கள் வையாபுரிப்பிள்ளையைப் போன்றோர், ஆனால் மனோன்மணியம் சுந்தரம்பிள்ளை, மறைமலையடிகளைப் போன்றோர் தமிழைக் காப்பாற்றியவர்கள் என்பன போன்ற கருத்துகளையும் இந்நூலில் கூறுகிறார்.

பாவாணருக்கு வையாபுரிப்பிள்ளை மீது வெறுப்பு இருந்திருக்கிறது. இதை அவர் சென்னைப் பல்கலைக்கழகத் தமிழ் அகராதியில் சீர்கேடுகள் என்னும் தலைப்பில் (The Manifold Defects of the Madras University Tamil Lexicon) வெளியிட்ட (1961) சிறு நூலில் குறிப்பிடுகிறார்.

இந்த நூலில் 1913 முதல் 1939 வரை 27 ஆண்டுகளில் நான்கு லட்ச ரூபாய் செலவில் உருவாக்கப்பட்ட சென்னைப் பல்கலைக் கழக அகராதியில் விடுபட்ட இருநூறு சொற்களின் சேகரம் உள்ளது. அகராதியை விமர்சித்து 1934இல் வையாபுரிப் பிள்ளைக்கு எழுதிய கடிதம், அகராதியின் 41 குற்றங்களை எடுத்துக்காட்டி சென்னைப் பல்கலைக்கழக ஆட்சிக் குழுவிற்கு எழுதிய கடிதம் (1951) ஆகிய இரண்டும் பின்னிணைப்பாக உள்ளன.

திருக்குறள் தமிழ் மரபு (1969) என்னும் இவரது நூல் பரிமேலழகரைப் பழிப்பதற்காகவே எழுதப்பட்டது போல் உள்ளது. அந்த உரை "கெடுதல் பயப்பது" என்றே கூறுகிறார். 'மண்ணில் விண் அல்லது வள்ளுவன் கூட்டுடைமை' என்ற நூலையும் எழுதியுள்ளார்.

பாவாணரின் பெரும்பாலான நூல்கள் நன்கொடை யாளர்களின் உதவியால் வெளியிடப்பட்டுள்ளன. தமிழர் வரலாறு, வடமொழி வரலாறு என்ற நூல்களை வெளியிட திருச்சி மாவட்ட அன்பர்களிடமிருந்து ரூபாய் 4000 பெற்றிருக்கின்றனர்.

இவரது The Primary Classical Language of the World என்ற நூல் (1966) முக்கூடல் அரிராம் சேட்டின் நன்கொடையால் வெளியிடப்பட்டது. The Language Problem of Tamilnad and Its Logical Solution என்ற (1967) நூல் வெளிவர அரசியல்வாதிகள் சிலர் மறைமுக உதவி செய்தனர். இந்த நூல் தமிழ்நாட்டில் மொழிப்பிரச்சனையால் காங்கிரஸ் வீழ்ந்ததையும் தி.மு. கழகம் எழுந்ததையும் சொல்கிறது.

பாவாணர் தமிழ்மொழி தொடர்பாகத் தீவிரமாகச் சிந்தித்தவர். என்றாலும் இவரின் கருத்துகள் பல சமகால அறிஞர்கள் சிலரால் ஏற்றுக்கொள்ளப்படாமல் இருந்திருக்கின்றன.

33

அ. சிதம்பரநாதன் செட்டியார்

[1903–1967]

அறுபது வயதைக் கடந்த தமிழாசிரியர்கள் / தமிழ் அபிமானிகளுக்கு ஏ.சி. செட்டியார் என்றதும் மூன்று விஷயங்கள் நினைவுக்கு வரும். ஒன்று: சென்னைப் பல்கலைக்கழகம் வெளியிட்ட ஆங்கில–தமிழ் அகராதி; இரண்டு: தமிழ் ஆசிரியர்களில் இனிமையாக ஆங்கிலம் பேசுபவர்; மூன்று: மரணம் அவரைத் தழுவிக்கொண்ட விதம்.

தஞ்சை மாவட்டம் கும்பகோணத்தில் கார்காத்த வேளாளர் சாதியினரான அமிர்தலிங்கம் என்பவர் இருந்தார். இவர் மரபுவழிச் சைவப் பாடல்களைப் பாடுபவர்; தொழில் வணிகம். அதனால் கும்பகோணத்தில் அவரைச் செட்டியார் என அழைத்தனர். அமிர்தலிங்கமும் தன்னைச் செட்டியார் என்றே சொல்லிவந்தார். இவரது இரண்டாம் மனைவி பார்வதிக்கு 1907 ஏப்ரல் 3ஆம்

நாள் சிதம்பரநாதன் செட்டியார் பிறந்தார். அ. சிதம்பரநாதன் செட்டியாரை மாணவர்களும் மற்றவர்களும் ஏ.சி. செட்டியார் என அழைத்தனர். அப்பெயர் நிலைத்துவிட்டது. இவர் இளமையிலேயே பெற்றோரைப் பறிகொடுத்தவர். அதனால் உறவினர்களின் பாதுகாப்பில் வளர்ந்திருக்கிறார்.

ஏ.சி. செட்டியார் தன் பிறந்த ஊரான கும்பகோணத்தில் ஆரம்பப்பாடசாலையிலும் நேட்டிவ் உயர்நிலைப்பள்ளியிலும் படித்தார். இந்தப் புகழ்பெற்ற பள்ளியில் ஆங்கிலப் பேச்சில் வல்லவரான தங்கநாக்கு ஸ்ரீனிவாச சாஸ்திரியின் மருமகன் வி. மகாதேவ அய்யர் என்பவர் பணிபுரிந்தார். இவரது மாணவர் ஏ.சி. செட்டியார். பள்ளியில் படிக்கும்போதே இவர் ஆங்கிலப் பேச்சுக்குப் பரிசு பெற்றிருக்கிறார். இதே காலத்தில் கும்பகோணம் பள்ளியில் தமிழாசிரியராக இருந்த பி. ஸ்ரீனிவாச அய்யரிடம் தனியாகத் தமிழ் இலக்கண, இலக்கியங்களைப் படித்திருக்கிறார்.

செட்டியார் பள்ளியில் படிக்கும்போது தமிழ் நாகரிகத்தின் தொன்மை என்னும் தலைப்பில் ஆங்கிலத்தில் பேசி முதல் பரிசு வாங்கியிருக்கிறார். பள்ளிப்படிப்பு முடிந்ததும் கும்பகோணம் அரசு கலைக்கல்லூரியில் பி.ஏ. தமிழ் வகுப்பில் சேர்ந்தார். பழமையான இக்கல்லூரியில் உ.வே.சா., தியாகராசச் செட்டியார் எனப் பெரும் ஜாம்பவான்கள் பணிபுரிந்திருக்கின்றனர். இவர் படித்த காலத்தில் *(1924–26)* மூன்று மாணவர்கள்தாம் தமிழ் வகுப்பில் படித்தார்களாம்.

செட்டியார் படித்த காலத்தில் தமிழ்த்துறைத் தலைவராக சடகோப ராமானுஜாச்சாரியார் இருந்தார். அவர் அக்காலத் தமிழறிஞர்களைத் தன் கல்லூரிக்கு அழைத்துப் பாடம் நடத்தி பேசவும் வைத்திருக்கிறார். சென்னை போன்ற நகரத்துக் கல்லூரிகளில் மட்டுமே நடந்த இந்த வழக்கம் கும்பகோணம் அரசு கலைக்கல்லூரியில் நடந்திருக்கிறது.

ஏ.சி. செட்டியார் படித்த காலத்தில் ந.மு. வேங்கடசாமி நாட்டார், தமிழவேள் உமா மகேஸ்வரன் பிள்ளை போன்றோர் இக்கல்லூரிக்கு வகுப்பு நடத்தவும் பேசவும் வந்திருக்கின்றனர். இப்படியெல்லாம் நடந்தாலும் அந்த அரசு கலைக்கல்லூரியில் ஆங்கிலத்திற்குத்தான் மரியாதை இருந்தது. அடுத்து சமஸ்கிருதத்திற்கு; தமிழ் புறக்கணிக்கப்பட்டுதான் இருந்தது. செட்டியார் பி.ஏ.படித்த காலத்தில் சென்னை ராஜதானியில் முதல்தர மாணவனாகத் தேர்வு செய்யப்பட்டிருக்கிறார். இதற்காக டாக்டர் ஜி.யூ. போப்பின் தங்கப்பதக்கத்தையும் பிராங்கிலின் பதக்கத்தையும் பெற்றிருக்கிறார்.

இவர் பி.ஏ. முடித்துப் பத்து ஆண்டுகள் கழித்துத்தான் அண்ணாமலைப் பல்கலைக்கழகத்தில் எம்.ஏ. தமிழ் படித்தார். (1938–40) அப்போது மாணவராக நடத்தப்படவில்லை. நுனிநா பேச்சு ஆங்கிலமும் இலக்கிய வல்லமையிலும் சிறந்தவர் என்ற பேரை இவர் எம்.ஏ. வகுப்பில் சேர்ந்த உடனே பெற்றுவிட்டதால் ஆசிரியர்களும் இவரை மதிப்புடன் நடத்தினர். இக்கால இவரது செயல்பாடுகளை இவரது சகமாணவரான அ.மு. பரமசிவானந்தம் எழுதியிருக்கிறார். (செயல்வீரர் செட்டியார்)

செட்டியார் அண்ணாமலையில் படிக்கும்போது நாவலர் சோமசுந்தர பாரதியார் தமிழ்த்துறைத் தலைவராக இருந்தார். அந்தக் காலகட்டத்தில் (1938–40) பல்கலைக்கழக வளாகத்திலும் சாதிக்காழ்ப்பு இருந்தது. அப்போது சிதம்பரத்தைச் சுற்றிய கிராமங்களில் வாழ்ந்த ஒடுக்கப்பட்ட மக்களின் பிரச்சனைகளை அவர்கள் வாழ்ந்த இடத்துக்குச் சென்று விசாரித்துத் தீர்வுகாண முயன்றிருக்கிறார் செட்டியார். ஒருமுறை காங்கிரஸ் தலைவர் சத்தியமூர்த்தி சிதம்பரத்துக்கு வந்தபோது அவர் தலைமையில் ஜமீந்தார் ஒழிப்புச் சட்டம் என்னும் தலைப்பில் பேசி பாராட்டைப் பெற்றிருக்கிறார்.

1938இல் சிதம்பரத்துக்கு மகாத்மா வந்தபோது காங்கிரஸ் தொண்டர்கள் பாராட்டுக் கொடுத்தனர். செட்டியார் தமிழில் ஒரு வரவேற்புரை படித்தார். இந்தக் கூட்டத்தில் சோமசுந்தர பாரதியாரின் மனைவி தன் தங்க வளையல்களை மகாத்மா விடம் கொடுத்ததையும் செட்டியார் புகழ்ந்து பாராட்டி இருக்கிறார்.

தமிழ்மொழி தொடர்பாய் பிஎச்.டி. பட்டம் பெற்ற முதல் தமிழன் ஏ.சி. செட்டியார் என்று அவரது வாழ்க்கை வரலாற்றுக் குறிப்புகளை எழுதியவர்கள் சொல்கின்றனர். இது சரியா எனத் தெரியவில்லை. தமிழ் பிஎச்.டி. தொடர்பான செய்திகள் முறையாகப் பதிவு செய்யப்படவில்லை என்று தோன்றுகிறது.

ஏ.சி. செட்டியார் எம்.ஏ. முடித்த அடுத்த ஆண்டில் அண்ணாமலைப் பல்கலைக்கழகத்தில் பிஎச்.டி. பட்டத்திற்குப் பதிவு செய்துகொண்டார். வழிகாட்டிகள் (Guide) நாவலர் சோமசுந்தர பாரதி, கா.சு. பிள்ளை ஆகியோர். ஆரம்பக்காலத்தில் ஒரு வழிகாட்டியுடன் துறைத்தலைவரும் வழிகாட்டியாக இருக்க வேண்டும் என்ற நியதி இருந்தது. செட்டியாரின் முனைவர் பட்ட ஆய்வேட்டின் தலைப்பு "கி.பி. 10ஆம் நூற்றாண்டுத் தமிழ் யாப்பின் நிலை." குறிப்பிட்ட காலத்தில் முனைவர்பட்ட

ஆய்வேட்டைச் சமர்ப்பித்தவர் (1941) என்னும் பெருமை இவருக்கு உண்டு.

யாப்பு நூல்களில் கூடச் சாதி அரசியல் உண்டு என்பதை வரலாற்றுப்போக்குடன் இணைத்து நிறுவியதுதான் இவரது ஆய்வேட்டின் சிறப்பு. வெண்பா பார்ப்பனசாதி, ஆசிரியப்பா சத்திரியசாதி, கலிப்பா வணிகசாதி, வஞ்சிப்பா சூத்திரசாதி என்றெல்லாம் வகுத்துக்காட்டிய முறை பிற்காலத்தில் உருவானது. இது பாட்டியல் நூல்களைப் பாதித்திருக்கிறது.

யாப்பு வகைப்பாடு போலவே குற்றெழுத்து ஆண்பால், நெடில் பெண்பால், ஆயுதம் அலிப்பால் என்று வகுக்கலாம் என்று கூறப்பட்ட கருத்துக்களும் வர்ணாஸ்ரமச் சார்பாளர்கள் இலக்கண உரைகள் எழுதியபோதும், மாணவர்களுக்குக் கற்பித்த போதும் இக்கருத்துக்களைப் பரவவிட்டிருக்கின்றனர். இந்தப் போக்கு காவியம், சிற்றிலக்கியங்களிலும் மட்டுமல்ல இலக்கணங்களிலும் உண்டு என்பதை முதல் முதலில் அடையாளம் கண்டவர் ஏ.சி. செட்டியார்தான். இவரைத் தொடர்ந்து இந்த ஆய்வு வளர்ச்சியடையவில்லை; விரிவாய் நிகழ்த்தப்படவும் இல்லை.

செட்டியார் கும்பகோணம் கல்லூரியில் பி.ஏ. முடித்ததும் சென்னைப் பல்கலைக்கழக அலுவலகத்தில் எழுத்தராகச் சேர்ந்தார். அவர் வேலைக்குப் போக வேண்டிய கட்டாயம் அப்போது இருந்தது. அதனால் போனேன் என்று அவரே சொல்லியதாக அ.மு. பரமசிவானந்தம் எழுதியிருக்கிறார்.

செட்டியார் எழுத்தராகப் பணிபுரிந்தபோது (1928–30) வரவு–செலவுக் கணக்கு தேர்வை (Account text) முடித்திருக்கிறார். 1930இல் சென்னை அரசு முகமதியக் கல்லூரியில் (இப்போது இது அரசுக் கல்லூரி) தமிழ்த்துறையில் ஆசிரியராக விரும்பி அழைக்கப்பட்டிருக்கிறார். பட்டப்படிப்பு மாணவர்களுக்கு இவர் தமிழ்தான் எடுத்தார். ஆனால் அக்கல்லூரி முதல்வர் ஈ.டபிள்யூ.சீனின் என்ற பிரிட்டீஷ்காரர் செட்டியாரின் ஆங்கிலப்புலமையைக் கண்டு அதே கல்லூரியில் இண்டர் மீடியட் வகுப்பில் ஆங்கிலம் எடுக்கச் சொல்லியிருக்கிறார். இக்கல்லூரியில் இரண்டாண்டுகள் பணி. பின் கேரள மாநிலம் பாலக்காடு விக்டோரியா அரசு கலைக்கல்லூரியில் இரண்டாண்டுகள் பணி.

சென்னை ராஜதானி கல்லூரியில் 1935 முதல் விரிவுரை யாளரானார். அண்ணாமலைப் பல்கலைக்கழகத்தில் இவர் பணிபுரிந்தபோது தெ.பொ.மீ. தமிழ்த்துறைத் தலைவராய்

இருந்தார். 1946இல் தெ.பொ.மீ. பணி விலகிச் சென்றபோது செட்டியார் துறைத்தலைவரானார். 1965 வரை அங்கே பணிபுரிந்தார். இக்காலகட்டத்தில் துணைவேந்தராக இருந்த எம். ரத்தினசாமி விடுப்பில் சென்றபோது இவர் துணைவேந்தர் பொறுப்பில் இருந்திருக்கிறார். அப்போது இவருடைய நிர்வாகத் திறமையைக் கண்ட பணியாளர்கள் Constitutional Pandit (பல்கலைக்கழகச் சட்டநிபுணர்) என அழைத்திருக்கின்றனர்.

மதுரை தியாகராஜர் கல்லூரியில் இவர் முதல்வராக 1965 முதல் 1967 வரை இருந்தார்.

○

ஏ.சி. செட்டியார் தமிழில் 18, ஆங்கிலத்தில் 5 என 23 நூல்கள் எழுதியிருக்கிறார். இவை 37 ஆண்டுகளில் எழுதப்பட்டவை. இவற்றில் 4 நூல்கள் இவர் இறந்தபின் தொகுக்கப்பட்டவை. இலக்கணம் தொடர்பாக இரண்டு, தனியார் வரலாறு மூன்று, வரலாறு ஒன்று, சிறுகதை விமர்சனம் தொடர்பாக மூன்று, பதிப்பு ஒன்று, ஒரு மொழிபெயர்ப்பு (சேக்ஸ்பியரின் ஒத்தல்லோ) ஏனையவை கட்டுரைத் தொகுதிகள் என இவரது நூல்கள் அமைந்துள்ளன.

செட்டியாரின் நூல்களில் பெரும்பாலானவை செந்தமிழ் போன்ற இதழ்களில் வந்தவற்றின் தொகுப்புகளே. முன்பனிக்காலம் (1951), இளவேனில் இன்கவி (1969) இரண்டும் பாடத்திட்டத்தில் இருந்தவை. இலக்கியங்களைப் பொதுவான ரசனையுடன் (டி.கே.சி. போல்) அணுகியவை இவை. கவிதையைப் படிப்பது, கற்பிப்பது எப்படி என்பதை மிக லாவகமாய், எளிதாய்ப் புலப்படுத்திய கட்டுரைகள் இவற்றில் உண்டு. 60, 70களில் ரசனைக்கேற்ப அமைந்த நூல்கள் இவை.

கட்டுரைக்கொத்து (1933) செந்தமிழ்ச் செல்வியில் வெளியான கட்டுரைகளின் தொகுப்பு. தமிழ் காட்டும் உலகு என்ற நூல் (1957) தமிழ்வழி எதையும் படிக்க முடியும் என்பதை மொழியியல் ரீதியாக விளக்குவது. தமிழோசை (1954) ஒரு மொழிநூல். காக்காய் பிடித்தலும் குருவி பிடித்தலும் (1940) இலக்கண நூல். காக்கை பிடித்தல் என்ற வழக்காற்றை இவர்

    காக்காய் பிடித்தல் என்பது வகையே
    பெரியோரை வயப்பட செயவே
    இருக்கை தலைப் பெய்தல் இச்சகம் பேசுதல்
    செல்லுழிச் சேரல் தாளம் போடல்
    மிகைப்படச் செய்தல் என்றவைந்தே

என்கிறார்.

இவர் எழுதிய வரலாற்று நூல்களில் இந்தியச் சரித்திர மாலை (1938) தெலுங்கில் மொழிபெயர்க்கப்பட்டிருக்கிறது. உழைப்பால் உயர்ந்த ஒருவர் (1952) புத்தர், வாஷிங்டன் என உலகச் சான்றோர்கள் வரலாற்றைக் கூறுவது. பெரியார் மன்றோ (1945) இளைஞர்களுக்காக எழுதிய தனிவரலாற்று நூல். மன்னுயிர் அன்பர் (1955) தனி வரலாற்று நூல்.

சாகித்ய அகதமி நிறுவனத்திற்காக சேக்ஸ்பியரின் ஒதல்லோவை மொழிபெயர்த்திருக்கிறார். இதே நிறுவனத்திற்காகத் தமிழில் சிறந்த சிறுகதைகளைத் தெரிவுசெய்திருக்கிறார். சிறுகதைக் களஞ்சியம் என்னும் தலைப்பில் வந்த (1959) இந்நூலில் நீண்ட முகவுரை உள்ளது. இத்தொகுதியில் அகிலன், இராஜாஜி, மாயாவி, சோமு, ரா.கி. ரங்கராஜன், கி.வா.ஜ. என்பவர்களின் கதைகளுடன் புதுமைப்பித்தன், ந. பிச்சமூர்த்தி, தி. ஜானகிராமன் ஆகியோரின் கதைகளும் உள்ளன. இதன் இரண்டாவது பகுதி வெளிவரவில்லை.

இவரது முகவுரை ஆழ்ந்த படிப்பின் வெளிப்பாடு. எட்கர் ஆலன்போ, ஹென்றி ஹட்சன் என்பவர்களையும் தாகூரையும் (குமுதினி கதை) மேற்கோள் காட்டி எழுதப்பட்டது. சிறுகதைக் களஞ்சியம் நூலின் முகவுரை மட்டும் சிறுபிரசுரமாக வந்துள்ளது (1954). இதுதவிர சிறுகதையின் தோற்றமும் வளர்ச்சியும் என்னும் சிறு நூலையும் எழுதியிருக்கிறார். இந்தச் சிறுபிரசுரம் 1977இல் வந்தது.

மதுரை தியாகராசர் கல்லூரியில் இவர் முதல்வராக இருந்த போது பி.டி. ராசனின் விருப்பத்திற்காக மீனாட்சி சுந்தரேஸ்வரர் ஆயிரம் திருநாம அர்ச்சனை என்ற நூலைப் பதிப்பிக்கத் தயார் செய்து வைத்திருந்தார். இது இவர் இறப்பிற்குப் பின் வந்தது (1969).

செட்டியாரின் மாணவர் பேராசிரியர் இராபிசிங் தன் ஆசிரியர் இறந்த பத்தாம் ஆண்டு நினைவாக அவர் எழுதிய 15 கட்டுரைகளைத் தேடிக்கண்டுபிடித்துத் தொகுத்துள்ளார். செங்கோல்வேந்தர் என்னும் தலைப்பில் வந்த இந்நூலில் (1977) குறுந்தொகை பற்றிய வித்தியாசமான ஒரு கட்டுரை உண்டு. தாகூரை மொழிபெயர்த்த பாரதி, வ.வே.சு அய்யர், தா.நா. குமாரசாமி, வி.ஆர்.எம். செட்டியார் என எல்லோரையும் ஒருசேரப் பார்த்த கட்டுரையும் உண்டு.

ஏ.சி. செட்டியாரின் பிஎச்.டி. ஆய்வேட்டை அண்ணாமலைப் பல்கலைக்கழகம் "Advanced Studies in Tamil Prosody" என்னும்

தலைப்பில் வெளியிட்டுள்ளது (1958). இந்த நூல் செய்யுள் யாப்பு அறிமுகத்தைக் கூறுவது.

செட்டியார் இவை தவிர *Cilapadikaram the Earlier Tamil Epic (1950), Indian Word is English Dictionary (1964), Ancient Tamil kings - their High ideals* (ஆ.இ) ஆகிய சிறுபிரசுரங்களையும் வெளியிட்டுள்ளார்.

இவர் ஆங்கிலம் தமிழ் என 23 நூல்கள் எழுதியிருந்தாலும் அவர் நினைக்கப்படுவது சென்னைப் பல்கலைக்கழகம் வெளியிட்ட ஆங்கில – தமிழ் அகராதிக்காக மட்டுமே. இந்த அகராதிக் குழுவில் 15 உறுப்பினர்கள் இருந்தாலும் இதன் முழு முயற்சிக்குச் செட்டியாரே காரணம். 1224 பக்கங்கள் கொண்ட இந்த அகராதி முதலில் மூன்று பகுதிகளாக வந்தது (1965). பின் ஒரே நூலாக வந்தது. இதைத் தமிழகத்தில் செட்டியார் அகராதி என்றே இப்போதும் சொல்கின்றனர். இந்த அகராதி வெளிவந்தபோது கண்ணதாசன்

பற்பல நாட்டின் பாவலரிடையே
பண்புடைச் சிதம்பர நாதனின் குரலே
அற்புத முரசமாய் அமைந்ததை எண்ணி
அகத்திடை இன்ப மழையினைக் கண்டோம்
சொற்புலவோர் தம் தோள்விழு மலரை
தூயவன் காலில் சூட்டிட விழைவோர்
விற்பனை தமிழின் பெருமையைக் காத்தான்

என்று பாராட்டியுள்ளார்.

செட்டியார் இங்கிலாந்து, சிங்கப்பூர், மலேசியா, இலங்கை, இத்தாலி, பிரான்ஸ், சுவிசர்லாந்து, எகிப்து, ரஷ்யா போன்ற வெளிநாடுகளுக்குச் சென்றிருக்கிறார். ஆனால் இந்நாடுகளின் அனுபவம் பற்றிய விரிவான நூல்கள் எழுதவில்லை.

எனது மேல்நாட்டு அனுபவம் (தமிழ்நாடு ஞாயிறு மலர் 1955), மாஸ்கோ அநுபவம் (சோவியத் நாடு 1968), ராதா இதழின் பேட்டி (1965) எனச் சில கட்டுரைகள் எழுதியிருக்கிறார். அச்சில் வராத கட்டுரைகளும் உண்டு என இவரது வாழ்க்கை வரலாற்றை எழுதிய வேலுச்சாமி கூறுகிறார்.

இங்கிலாந்தில் நான் கண்ட கவிஞன் என்ற கட்டுரையில் மொழியியல் அறிஞர்களான ஜெஸ்பேர்சன், பேராசிரியர் பர்த், பரோ போன்றவர்களைப் பார்த்த அனுபவங்களை விவரித்துள்ளார். ஆக்ஸ்போர்டு பல்கலைக்கழகத்தில் சமஸ்கிருத மொழிப்பிரிவின் தலைவர் டாக்டர் பரோ “சமஸ்கிருதம் படிக்க மாணவர்கள் வராததால் சமஸ்கிருத மொழித்துறையை மூடிவிடும்

அபாயம் உள்ளது என்று வருத்தப்பட்டுக் குறிப்பிட்டதை (1955) ஏ.சி. செட்டியார் ஒரு பேட்டியில் கூறுகிறார்.

"லண்டனின் இந்திய ஆபீஸ் நூல்நிலையத்தில் சில மணி" என்ற கட்டுரையில் அபூர்வமான விஷயங்களைக் கூறுகிறார். லண்டனில் தமிழ் கையெழுத்துப் பிரதிகள் இருபது உள்ளன. கோபாலகிருஷ்ணச் செட்டியார் எழுதிய தமிழர் சரித்திரம் (1908) எனச் சிலப் பழைய நூல்களின் தகவல்களைக் குறிப்பிடுகிறார்.

மாணிக்கவாசகரின் திருவாசகத்தின் ஜெர்மன் மொழி பெயர்ப்பு (ஷோமரெசு), பட்டினத்தாரின் ஜெர்மன் மொழி பெயர்ப்பு (ஹெல்லே), கிருஷ்ண லீலா என்னும் மலையாள ஓலைச்சுவடி, "கால்டுவெல்லின் நூலின் தொடர்ச்சி" என்ற நூலின் கையெழுத்துப்பிரதி ஆகியவற்றைப் பார்த்திருக்கிறார். லெனின்கிராடு பல்கலைக்கழகத்தில் "உலகிற்குத் திருக்குறள் வழங்கும் செய்தி" என்ற தலைப்பில் இவர் பேசிய பேச்சு (1960) சோவியத் நாடு இதழில் வந்தது. இதற்கு ரஷ்ய மொழிபெயர்ப்பும் உண்டு.

ஏ.சி. செட்டியார் 1938–67ஆம் ஆண்டுகளில் பல பொறுப்புகளில் இருந்திருக்கிறார். அண்ணாமலைக் கல்விக்குழு உறுப்பினர் (1938), ஆட்சிக்குழு உறுப்பினர் (1941), சென்னை அரசுப் பள்ளிகளின் குழு உறுப்பினர் (1942–45) சென்னைப் பல்கலைக்கழக ஆட்சிக்குழு உறுப்பினர் (1935–40), ஆந்திரா, மைசூர், திருவிதாங்கூர் பல்கலைக்கழகங்களின் பாடத்திட்டக்குழு உறுப்பினர், சென்னையில் நடந்த இந்தியப் பல்கலைக்கழகங்கள் மாநாட்டின் அண்ணாமலைப் பல்கலைக்கழகப் பிரதிநிதி (1948), சாகித்ய அகதமி உறுப்பினர் (1958) . . . இப்படிப் பல பொறுப்புகளில் இருந்தார்.

இவர் கல்வித்துறைப் பொறுப்புகளில் இருந்தபோது செய்த செயல்கள் முக்கியமானவை. 1940–42 அண்ணாமலைப் பல்கலைக்கழகத்தில் பிராமணர் அல்லாத மாணவர்கள் எண்ணிக்கை விகிதாச்சாரப்படி குறைவு எனப் போராடி வெற்றிபெற்றிருக்கிறார். இதுபோலத் தென்னிந்தியப் பல்கலைக் கழகங்களின் பாடத்திட்டக் குழுவில் பிராமண ஆதிக்கம் அதிகம் இருப்பதைச் சுட்டிக்காட்டி எதிர்த்தார். 1940–45களில் கல்லூரி, பல்கலைக்கழகங்களில் சமஸ்கிருத ஆசிரியருக்குச் சம்பளம் அதிகம். தமிழாசிரியருக்குச் சம்பளம் குறைவு. சமஸ்கிருதத் துறையின் கீழ் தமிழ்த்துறை இருந்தது. இதை ஆவேசமாக எதிர்த்திருக்கிறார். 1948இல் அவினாசிலிங்கம் கல்வி அமைச்சராக இருந்தபோது அவரிடம் இவ்விஷயத்தை விவாதித்து முடிவுக்குக் கொண்டுவந்தார்.

செட்டியார் வாழ்ந்த காலத்தில் பெருமளவில் கண்டு கொள்ளப்படவில்லை. இவர் பிராமண ஆதிக்கத்தை எதிர்த்தவர். அதனால் காங்கிரஸ் அரசு கண்டுகொள்ளவில்லை. திராவிட ஆட்சி வருமுன் இவர் மறைந்தும் விட்டார். மதுரைத் தமிழ்ச்சங்கம் சார்பில் பி.டி. ராசன் இவரைப் பாராட்டிச் செந்தமிழ்க் காவலர் என்னும் பட்டம் கொடுத்திருக்கிறார் (1955). இவரைக் குறித்த செய்திகளை இவரது மாணவர்கள்தாம் தொகுத்திருக்கின்றனர். டாக்டர் அகஸ்தியலிங்கம் தஞ்சைத் தமிழ் பல்கலைக்கழகத்தில் துணைவேந்தராக இருந்தபோது (1987) ஏ.சி. செட்டியார் பேரில் அறக்கட்டளை சொற்பொழிவு நடத்தினார்.

செட்டியாரின் மனைவி பெரியநாயகி. இவர் ஒரு ஓவியர். கலையுள்ளம் என்ற நூலை எழுதியிருக்கிறார். இவர் பாடகரும்கூட. அரசுக் கலைக்கல்லூரியில் ஓவியம் முறையாகப் படித்தவர். ஓவிய ஆசிரியராகவும் பணியாற்றியிருக்கிறார்.

செட்டியாரின் கடைசிகால வாழ்க்கை சோகமானது. அவர் மதுரை தியாகராசர் கல்லூரியில் முதல்வராய் இருந்தபோது வாதநோயால் அவதிப்பட்டார்; பின் மலேரியா நோய் வந்தது. 1960-67இல் உடல்நலம் தேறி வந்தபோது 1967 ஜனவரி 22ஆம் தேதி காலையில் மதுரை திருநகர் தளக்கர்குளம் என்ற இடத்தில் ஒரு பாழுங்கிணற்றில் உயிரற்ற பிணமாய் மிதந்துகிடந்தார். அப்போது இச்செய்தி தினத்தந்தியில் பரபரப்பாய் வந்திருந்தது. அது கொலையா, தற்கொலையா என்று சந்தேகப்பட்ட செய்தியும் பத்திரிகைகளில் வந்தன.

செட்டியாருக்குக் குழந்தை இல்லை. கணவன் இறப்பிற்குப் பிறகு பெரியநாயகி கும்பகோணத்தில் வாழ்ந்தார். 83 வயதுவரை வாழ்ந்த இவர் படம் வரைந்து வாழ்க்கையைக் கழித்திருக்கிறார்.

தமிழ்ச் சான்றோர் வாழ்வும் பணியும், பூண்டி 2014

34

கி.வா.ஜகந்நாதன்

(1906–1988)

திருநெல்வேலி சைவ சித்தாந்த நூல் பதிப்புக் கழக உரையாசிரியர்கள் (பெருமழைப்புலவர் சோம சுந்தரனார், வேங்கடசாமி நாட்டார், அவ்வை துரைசாமிப் பிள்ளை போன்றோர்) முந்தைய கல்வியாளர் பரம்பரையினர் (வெள்ளைவாரணர், கா.சு. பிள்ளை, கதிரேசன் செட்டியார் எனப் பலர்) எனப்பட்டவர்களைப் பண்டிதர்கள் என முழுக்கவும் ஒதுக்கிய நவீனத்துவப் படைப்பாளிகள் விமர்சகர்களில் சிலர் கி.வா.ஜ.வைக் கணக்கில் எடுத்துள்ளனர். சிறுகதை ஆசிரியர், நாட்டார் பாடல் சேகரிப்பாளர், பத்திரிகை ஆசிரியர் என்னும் வேறுமுகங்கள் கி.வா.ஜ.வுக்கு உண்டு என்பது இதற்குக் காரணமாயிருக்கலாம்.

திரிசிரபுரம் மீனாட்சிசுந்தரம் பிள்ளையின் மாணவர் உ.வே.சா.. இவரது மாணவர் கி.வா.ஜ.. இந்த மரபு ஜகந்நாதனுடன் நின்றுவிட்டது. சங்க இலக்கியம், பக்தி இலக்கியம், இலக்கணம், நவீன இலக்கியம், நாட்டுப்புறவியல், இதழியல் எனப் பல்வேறுபட்ட துறைகளில் கால்பதித்தவர்; இவை குறித்துப் புத்தகங்கள் எழுதியவர்; சிறந்த பதிப்பாசிரியர்; நல்ல பேச்சாளர் எனப் பல்வேறு முகங்கள் கொண்டவர் கி.வா.ஜ.. இவை எல்லாவற்றையும் பணமாக மாற்ற வேண்டும் என்ற வணிகப் பேச்சாளராக இவர் முழுதும் வாழவில்லை.

கி.வா.ஜ. சங்க இலக்கியங்கள் தொடர்பாக 25 நூல்கள் எழுதியிருக்கிறார். இவை பல்வேறு மலர்களிலும், இதழ்களிலும் வந்தவை. சில சொற்பொழிவுச் சுருக்கம். இந்தக் கட்டுரைகள் 1944–1985ஆம் ஆண்டுகளில் எழுதப்பட்டவை. எட்டுத்தொகை பற்றி இவர் எழுதிய கட்டுரைகள் எட்டு நூல்களாக வந்துள்ளன. இதே நூல்கள் சங்கநூல் காட்சிகள் என்னும் தலைப்பில் இரண்டு பகுதிகளாக வந்துள்ளன.

சங்கப்பாடல்கள் பற்றிய 'காவியமும் ஓவியமும்' என்ற நூலில் ஓவியங்கள் உள்ளன. ஓவியர் ராஜம் ஓவியங்கள் வரைந்த சூழலையும் முகவுரையில் கூறுகிறார்.

சங்க இலக்கிய மொழி கடினமானது என்ற பொதுவான கருத்தை ஒத்துக்கொண்டு அதைக் கற்பதற்குப் பயிற்சியை எப்படி மேற்கொள்ள வேண்டும் என்றும் கூறியவர் கி.வா.ஜ.. இந்த முயற்சியைத் தமிழறிஞர்களில் இவர் மட்டுமே முதலில் முன்வைக்கிறார். சங்ககால மொழிநடை சிக்கலானது. குறிப்பிட்ட சில சங்கப்பாடல்களைப் படித்துவிட்டால் சங்க கலைச் சொற்றொடர் அமைப்பு பழக்கமாகிவிடும். தொடர்ந்து மற்ற பாடல்களைப் புரிந்துகொள்ளும் பக்குவம் வந்துவிடும் என்கிறார். அதற்கு மாதிரியும் தருகிறார்.

சங்கப்பாடல்களை விமர்சிக்கும் முறையை, "சங்க நூல்களிலுள்ள அழகை அனுபவிக்க அதில் உள்ள கருத்தை எடுத்துக்காட்டி சொற்களை இடையில் புகுத்தி விளக்கியுள்ளேன்" என்கிறார். "காவியமும் ஓவியமும்" என்ற நூல் இப்படி எழுதப்பட்டது கி.வா.ஜ.வின் சங்க இலக்கியக் கட்டுரைகளில் பெரும்பாலானவை சாதாரண வாசகர்களின் ரசனையின் அடிப்படையில் எழுதப்பட்டவை. இவற்றில் நுட்பமான ஆராய்ச்சியைத் தேட வேண்டியதில்லை.

கி.வா.ஜ. 1934–37ஆம் ஆண்டுகளில் சென்னைப் பல்கலைக்கழகத்தில் தமிழ்க்காப்பியங்கள் பற்றிய ஆராய்ச்சியை மேற்கொண்டிருந்தார். இதற்கு வழிகாட்டி உ.வே.சா.. இந்த

ஆய்வு புத்தகமாக வந்துள்ளது. தமிழ்க் காப்பியங்கள் பற்றிய ஆரம்பக்கால ஆய்வுநூலான இது இன்னும் மதிக்கப்படுகிறது. வடமொழி அலங்கார சாஸ்திரங்களின் அடிப்படையில் ஐம்பெருங்காப்பியங்களைப் பார்த்து எழுதப்பட்டது இந்தப் புத்தகம்.

கி.வா.ஜ. கலைமகள் ஆசிரியர் என்ற அடையாளத்துடன் அறிமுகமாகவில்லை. இவருக்குச் சமயநூல்களை வெகுஜன ரசனையுடன் தந்தவர் என்ற அடையாளம் உண்டு. பன்னிரு திருமுறைகளில் தேர்ந்தெடுத்த பாடல்களைத் தொகுத்துத் திருமுறை மலர்கள் என்னும் தலைப்பில் 12 பகுதிகளாக வெளி யிட்டுள்ளார். கந்தரலங்காரம் பற்றி இவர் பேசிய சொற்பொழிவு அப்படியே புத்தகமாக்கப்பட்டுள்ளது. கந்தரனுபூதி, அபிராமி அந்தாதி, திருப்பாவை, பெரியபுராணம் எனப் பொதுவான பக்தி நூல்களைப் பக்தி ரசனையுடன் விமர்சித்திருக் கிறார்.

கி.வா.ஜ. சிறந்த ஆய்வாளர்; மரபுவழி வந்த தமிழறிஞர் என்பதற்கு இவரது தமிழ்க்காப்பியம் என்ற நூலுடன் திருக்குறள் ஆராய்ச்சிப் பதிப்பையும் சேர்த்துக்கொள்ளலாம். கோவை ஸ்ரீ ராமகிருஷ்ணா மிஷன் வித்தியாலயம் வெளியிட்டுள்ள (1963) திருக்குறள் ஆராய்ச்சிப் பதிப்பு அன்றைய ஜனாதிபதி டாக்டர் ராதாகிருஷ்ணனால் வெளியிடப்பட்டது. இந்த ஆய்வுரையில் கி.வா.ஜ.வின் நீண்ட முகவுரையும் அவினாசிலிங்கம், டி.எம்.பி. மகாதேவன், அ.சா. ஞானசம்பந்தன், கந்தசாமி முதலியார், ராசமாணிக்கனார் ஆகியோரின் கட்டுரைகளும் உள்ளன. பரிமேலழகர் உள்பட மற்ற உரையாசிரியர்களின் விளக்கங்களும் உரை வேறுபாடுகளும் இந்நூலில் உள்ளன. அகநானூறு முதல் வீரசோழியம் உட்பட 84 நூல்களிலிருந்து மேற்கோள் காட்டியிருப்பது இவ்வாராய்ச்சியுரையின் சிறப்பு. 1927 முதல் 1942 வரை 15 ஆண்டுகள் உ.வே.சா.வுடன் இருந்து அவரது குடும்பத்தில் ஒருவராகக் கலந்து பாடம் கேட்ட செம்மை இந்தப் பதிப்பில் தெரிகிறது.

கி.வா.ஜ. தன் சமகாலத் தமிழறிஞர்களில் வேறுபட்டு இருப்பது நாட்டுப்புறவியல் துறையில் அவர் ஈடுபாடு காட்டியதால்தான். பண்டிதராக, அனுஷ்டான பிராமண குடும்பத்தில் பிறந்தவராக, செவ்விலக்கியங்களை மரபுவழி கற்றவராக வாழ்ந்தவர் கி.வா.ஜ. இவருக்கு நாட்டார் பாடல்களைச் சேகரிக்க வேண்டும் என்ற எண்ணம் எப்படி வந்தது, அது பற்றி உயர்வான எண்ணத்தை உருவாக்கியது யார் என்பது புரியாத புதிராக இருக்கிறது.

கி.வா.ஜ.வின் குருநாதரான உ.வே.சா. நாட்டார் பாடல்கள் பற்றிக் கொஞ்சமும் அறியாதவர்.

கி.வா.ஜ.வின் சமகாலத்திலும் அவருக்குப் பின்னும் வந்த தமிழறிஞர்கள் நாட்டார் பாடல்கள் பக்கம் நெருங்கவில்லை என்பதும் உண்மை. அபூர்வமாகச் சிலர் இருந்தாலும் அவர்களின் பங்களிப்பு மிகவும் குறைவு.

கி.வா.ஜ. நாட்டுப்புறவியல் தொடர்பாக 14 நூல்கள் எழுதியுள்ளார். நாட்டுப்புறவியலின் வகைமைகளில் பாடல்கள், விடுகதைகள், பழமொழிகள் மூன்றையும்தான் கி.வா.ஜ. தொகுத்திருக்கிறார். பிற வகைமைகள் பற்றியும் நாட்டுப்புறவியல் கருத்தாக்கங்கள் பற்றியும் அவர் எழுதவில்லை. அப்போது இத்துறை வளர்ச்சியடையவில்லை. அக்காலத்தில் இது பற்றிய சிந்தனையோ புத்தகங்களோ தமிழகத்தில் பரவவில்லை என்பதையும் இப்போது நினைத்துப்பார்க்கலாம்.

கி.வா.ஜ. நாட்டுப்புறவியல் தொடர்பாக எழுதிய நூல்களில் 'மலையருவி' என்ற தொகுப்பு மிக முக்கியமானது. ஆங்கிலேயர்கால சென்னை மாகாண ஆட்சியினரான பர்னீ மாச்வீன் தொகுத்த பாடல்களின் சுருக்கப்பதிப்பே மலையருவி. இதற்கு விரிவான முகவுரை உண்டு. தமிழ் செவ்வியல் இலக்கியங்கள், இலக்கணம் ஆகியவற்றிலிருந்து பண்டைக்கால வாய்மொழிமரபை இந்நூலில் தொகுத்துத்தந்திருக்கிறார். ஒருவகையில் இப்படியான ஆராய்ச்சிக்கு இவரே முன்னோடி.

தொல்காப்பியர் கூறும் பண்ணத்தியை வாய்மொழிப் பாடல் என்கிறார் இவர். சங்கப்பாடல்களில் வாய்மொழி மரபு உண்டு என்பதை இவருக்கு முன் சிலர் சுட்டிக்காட்டியிருந்தாலும் விரிவான ஆராய்ச்சியை இவர்தான் முதலில் மேற்கொண்டிருக்கிறார். வாய்மொழிப் பாடல்களைச் சிலர் நாடோடிப் பாடல்கள் என்றும் பழமொழி விடுகதைகளை நாடோடி இலக்கியங்கள் என்றும் கூறுகிறார். இச்சொல்லாக்கம் தவறு என இன்றைய நாட்டுப்புறவியல் அறிஞர் கூறினாலும் கி.வா.ஜ.வின் சமகாலத்தில் மற்றவர்களும் இப்படியே வழங்கினர் என்பதையும் கருத்தில் கொள்ளலாம்.

கி.வா.ஜ. இரண்டாயிரம் தமிழ்ப் பழமொழிகளைத் தொகுத்து இரண்டு பகுதிகளாக 500 பக்கங்களில் வெளியிட்டுள்ளார். இந்நூலின் இறுதியில் வழக்குச் சொற்களின் பொருள் விளக்கம் உள்ளது. தமிழ்க் கலைக்களஞ்சியத்தில் (1954) அம்மானை,

ஓடப்பாட்டு என்னும் தலைப்புகளில் இரண்டு கட்டுரைகளை எழுதியிருக்கிறார்.

கி.வா.ஜ. கலைமகள் இதழின் ஆசிரியராக ஐம்பது ஆண்டுகள் பணியாற்றியிருக்கிறார். இந்த இதழ் ஆரம்பித்த வருஷத்தில் (1932) உதவியாசிரியராகச் சேர்ந்திருக்கிறார். 1934இல் கலைமகள் ஆசிரியர் ஆனார். அப்போது அவருக்கு வயது 28தான். கி.வா.ஜ. ஆசிரியரான பின் சிறுகதைகளை வெளியிடுவதில் முக்கியத்துவம் கொடுத்திருக்கிறார். புதுமைப்பித்தனின் கடவுளும் கந்தசாமிப்பிள்ளையும், சித்தி, அன்றிரவு போன்ற மிகச் சிறந்த கதைகள் கலைமகளில் வந்திருக்கின்றன.

தரமான 14 எழுத்தாளர்கள் தங்கள் சிறுகதை அனுபவத்தைப் பகிர்ந்துகொள்ள கலைமகளில் எழுதவைத்தவர் கி.வா.ஜ. இதுபோல நாவல் படைப்பாளிகள் 14 பேரும் தங்கள் அனுபவங்களை இவ்விதழில் எழுதியுள்ளனர். கி.வா.ஜ.வின் தனிப்பட்ட முயற்சியால் உ.வே.சா., வையாபுரிப்பிள்ளை, புதுமைப்பித்தன், கு.ப. ராஜகோபாலன், ந. பிச்சமூர்த்தி போன்றோர் கலைமகளில் எழுதியிருக்கின்றனர். கலைமகளில் அறிவியல் கட்டுரைகள் வரவேண்டும் என்பதில் கி.வா.ஜ. ஆர்வம் காட்டியிருக்கிறார். பெ.நா. அப்புசாமியின் கட்டுரைகளைத் தேர்ந்தெடுத்து வெளியிட்டுள்ளார்.

கலைமகளில் வந்த விடையவன் விடைகள் பகுதி கி.வா.ஜ. எழுதியது. இதில் இலக்கியம், இலக்கணம், சொல்வழக்குகள் பற்றிய கேள்விகளுக்கு விடையளித்திருக்கிறார். இப்பகுதி தனியாகத் தொகுக்கப்பட்டு நூலாக வந்திருக்கிறது. கி.வா.ஜ. பூக்காரி, சின்னராஜா உட்பட பத்து சிறுகதைத் தொகுப்புகளை வெளியிட்டுள்ளார். இவை எல்லாமே அறச்சார்பு உடைய கதைகள். சிறுகதை வடிவம் நீதியைப் போதிப்பது என்ற எண்ணம் உடையவர் கி.வா.ஜ.

கி.வா.ஜ. என்னும் பெயராலேயே தமிழகத்தில் பரவலாக அறியப்பட்ட இத்தமிழறிஞர் திருச்சி மாவட்டம் கிருஷ்ணராஜபுரம் என்ற கிராமத்தில் 1906 ஏப்ரல் 11இல் பிறந்தார். தந்தை வாசுதேவ அய்யர்; தாய் பார்வதியம்மா.

கி.வா.ஜ.வின் ஆரம்பகாலப் படிப்பு வாங்கல் என்ற ஊரிலும் உயர்நிலைப் பள்ளிப்படிப்பு குளித்தலையிலும் நடந்தது. உடல்நிலை காரணமாக பள்ளி இறுதிப் படிப்புடன் வீட்டில் சில நாட்கள் முடங்கிக்கிடந்தார். அப்போது சமய நூல்களை

மனப்பாடம் செய்திருக்கிறார். இளம் வயதில் இவருக்குக் காந்தியிடம் ஈடுபாடு இருந்தது. இக்காலகட்டத்தில் சுதந்திரதேவி திருப்பள்ளி எழுச்சி, திருக்கோயில் என்னும் தலைப்புகளில் பாடல்கள் எழுதியிருக்கிறார்.

ஆரம்பக்காலத்தில் இவர் கற்பகம், ஆத்மசக்தி, பராசக்தி, லட்சுமி போன்ற இதழ்களில் எழுதியிருக்கிறார். இவை பெரும்பாலும் கவிதைகளே. மரபு வழிப் பாடல்களைப் படித்துப் பெற்ற புலமையின் வெளிப்பாடாக இப்பாடல்கள் உள்ளன. கி.வா.ஜ. திருப்பாதிரிப்புலியூர் சிவசண்முக மெய்ஞான சிவாச்சாரிய சுவாமிகளிடம் தமிழ் படிக்கப் போயிருக்கிறார். ஆனால் அவர் கி.வா.ஜ.வை உவே.சா.விடம் அனுப்பியிருக்கிறார். 1927இல் உ.சோ.விடம் மாணவனாகச் சேர்ந்தார். கி.வா.ஜ.. உ.வே. சா.வின் இறுதிவரை (1942) அவருடனேயே இருந்திருக்கிறார்.

உ.வே.சா. "என் சரித்திரம்" நூலில் கூறாது விட்ட பகுதிகளை 'என் ஆசிரியப்பிரான்' என்ற நூலில் சொல்லியிருக்கிறார் கி.வா.ஜ.. இவர் உ.வே.சா.விடம் முறைப்படியாகப் படித்த காலத்தில் திருவல்லிக்கேணி இந்து உயர்நிலைப் பள்ளியிலும், அரிய கையெழுத்துச் சுவடிப் பாதுகாப்பகத்திலும் சில நாட்கள் பணி செய்தார். ஆனால் இதை எல்லாம்விட உ.வே.சா.வின் பதிப்புப் பணிக்கு உதவியதையே முக்கியமாகக் கருதினார் இவர். இந்தக் காலத்தில்தான் இவருக்குத் திருமணம் நடந்தது (1932). மனைவி அலமேலு.

கலைமகள் பத்திரிகை ஆரம்பித்தபோது (1932) உ.வே. சா.வின் சிபாரிசில் அதன் பதிப்புக் குழுவில் சேர்க்கப்பட்டார். இதற்கு ஊதியமும் வாங்கினார். ஓராண்டு இங்கே உழைத்துக் கொண்டிருந்தபோது வித்துவான் தேர்வில் முதல் நிலையில் தேறினார் (1933). இதற்காகத் திருப்பனந்தாள் மடத்தின் ஆயிரம் ரூபாய் பரிசும் பெற்றார். 1934இல் கலைமகள் பத்திரிகை ஆசிரியர் காலமானதும் அதன் பொறுப்பை ஏற்றுக்கொண்டார். அவரின் இறுதிக்காலம் (1988) வரை கலைமகள் ஆசிரியராகவே இருந்தார்.

உ.வே.சா.வின் மரணம் (1942) கி.வா.ஜ.வை மிகவும் பாதித்திருக்கிறது. இதுபற்றி அவர் எழுதியவை உருக்கமானவை. கலைமகளில் இவர் பணியாற்றியபோது தமிழகத்திலும், இந்தியாவின் தமிழர் வாழும் பிற இடங்களிலும் தனிப்பேச்சு, பட்டிமன்றம் என எல்லாக் கூட்டங்களுக்கும் சென்றிருக்கிறார். இலங்கை, மலேசியா, சிங்கப்பூர் அமெரிக்கா, பர்மா போன்ற

நாடுகளுக்கும் ஐரோப்பிய நாடுகளுக்கும் சென்றார். மலேசியாவில் நடந்த உலகத்தமிழ் மாநாட்டிலும் கலந்துகொண்டார்.

கலைமகளில் ஐம்பது ஆண்டு காலம் இவர் பணியாற்றியபோது நவீன படைப்பாளிகளான புதுமைப்பித்தன் கு.ப. ராஜகோபாலன், த.நா. குமாரசாமி, சிதம்பர சுப்பிரமணியம், சி.சு. செல்லப்பா ஆகியோருடன் நட்பு கொண்டிருந்தார். ஒருவகையில் கோமகள், அநுத்தமா, ராஜம் கிருஷ்ணன் போன்ற பெண் படைப்பாளிகளையும் அகிலன் போன்றவர்களையும் அறிமுகப்படுத்தியவரும் இவரே.

கி.வா.ஜ. தன் சமகாலத்தில் நிறையவே பாராட்டுகளும் பரிசுகளும் விருதுகளும் பெற்றிருக்கிறார். தமிழக அரசின் இயலிசை நாடகமன்ற கலைமாமணி விருது, இந்திய அரசின் பத்மஶ்ரீ விருது பெற்றவர். காஞ்சிப் பெரியவர் இவரை "வாகீச கலாநிதி" என்றும் சிருங்கேரி சங்கராச்சாரியார் 'தமிழ் கவிபூஷணம்' என்றும் அழைத்தனர். புறநானூறு பற்றிய 'வீரர் உலகம்' என்ற நூலுக்குச் சாகித்ய அகாதமி விருதும் பெற்றிருக்கிறார்.

35

கா. அப்பாத்துரை

(1907–1989)

நாகர்கோவிலில் ஒருமுறை இலக்கிய அமைப்பு ஒன்று கே.கே. பிள்ளை, ஜீவானந்தம், கா. அப்பாத் துரை மூன்றுபேருக்கும் ஒரே நாளில் நூற்றாண்டு விழா கொண்டாடியது (2007 ஜூன்). தலைவர் வ.அய். சுப்பிரமணியம். அன்று வரவேற்புரை ஆற்றியவர் ஜீவா பற்றி ஆத்மார்த்தமாகப் பேசினார். கே.கே. பிள்ளை பற்றி இரண்டொரு வார்த்தைகள் உபசார மாய் சொன்னார். அப்பாத்துரைக்கு நூற்றாண்டு விழா நடத்த வேண்டும்; மிகப்பெரிய அறிஞர் அவர் என வ.அய்.சு. கேட்டுக்கொண்டதால் அவரது பெயரையும் சேர்த்துக்கொண்டோம் என்றார் அவர்.

தஞ்சைத் தமிழ்ப் பல்கலைக்கழக மேனாள் துணைவேந்தர் வ.அய். சுப்பிரமணியம் தலைமைஉரை நிகழ்த்தியபோது பேரறிஞரான அப்பாத்துரை பிறந்த ஊரில் அறியப்படாதவராய் இருப்பது வருத்தப்பட வேண்டிய விஷயம். அவர் முரண்பாடு

கொண்டவராய் இருந்ததால் அவர் சார்ந்த இயக்கமும் அவரைப் பெரிய அளவில் பாராட்டவில்லை என்றார்.

அப்பாத்துரை முரண்பாடுடையவர் என்பதை அவரது மாணவர் கவிஞர் கண்ணதாசன் நகைச்சுவையுடன் கூறினார். புதுமைப்பித்தன் ஆழமான கிண்டலை நகைச்சுவையாய் விரித்தார் பு.பி.' என் மாமனாரின் தம்பி அப்பாத்துரை என்பதால் அவரைப் பற்றிய கிண்டலின் அளவைக் குறைத்துக்கொண்டேன்' என்று தனிப்பேச்சில் குறிப்பிட்டிருக்கிறார். இப்படியாக அப்பாத்துரை பற்றிய ஒரு கருத்து உருவாவதற்குரிய சூழ்நிலையை அவர் தாராளமாகவே அமைத்துத்தந்திருக்கிறார்.

தமிழில் அதிக அளவிலான புத்தகங்கள், கட்டுரைகள் எழுதியவர்களின் பட்டியலில் சுத்தானந்த பாரதிக்கு முதலிடம் உண்டு. இரண்டாவது இடம் அப்பாத்துரைக்கு. சுத்தானந்த பாரதியைப் போலவே பல மொழிகள் அறிந்தவர் அப்பாத்துரை. நர்மதா பதிப்பகம் வெளியிட்ட அறிவுச்சுரங்கம் அப்பாத்துரையார் என்ற நூலின் ஆசிரியர் முகம் மாமணி, அப்பாத்துரை நாற்பது மொழிகள் அறிந்தவர்; ஆனால் எழுத, படிக்க, பேச என அவருக்கு தெரிந்த மொழிகள் தமிழ், ஆங்கிலம், இந்தி, சமஸ்கிருதம், மலையாளம் ஆகிய ஐந்துதான் என்கிறார்.

அப்பாத்துரை எழுதியதாக 170 நூல்களின் பெயர்கள் கிடைத்துள்ளன. மேலும் இருக்கலாம். இவற்றில் ஐந்து நூல்கள் ஆங்கில மொழியிலமைந்தவை. இவர் நாட்டு வரலாறு, தனியார் வரலாறு, திறனாய்வு, சிறுகதை, நாடகம், கவிதை, அகராதி, அறிவு நூல்கள், பொதுஅறிவு, குழந்தை இலக்கியம், மொழிபெயர்ப்பு (மலையாளம், ஆங்கிலம், இந்தியிலிருந்து தமிழில்) எனப் பல துறைகளில் எழுதியவர். இவரது பல நூல்களைத் தமிழ்மண் பதிப்பகம் வெளியிட்டிருக்கிறது. தமிழக அரசு இவரது நூல்களை அரசுடைமை ஆக்கிவிட்டதால், இவற்றை வெளியிடுவதில் சிக்கல் இல்லை. என்றாலும் பல புத்தகங்கள் மீள்பதிப்பு வரவில்லை.

கன்னியாகுமரி, திருநெல்வேலி மாவட்ட எல்லையில் உள்ள ஆரல்வாய்மொழி என்ற கிராமத்திற்கு ஆண்டான் கவிராயன் என்ற புலவன் வந்தான். அந்த ஊர்மக்கள் அவருக்கு உரிய மரியாதை செய்யவில்லை. அதனால் அந்த ஊரில் காற்றடித்து மண்மாரி பொழியட்டும்; ஊர்மக்கள் வாயில் மண் விழட்டும் என்று சாபமிட்டானாம். இப்போதும் கவிராயரின் சாபம் நடைமுறையில் உள்ளது. இந்த ஊர்க்காரரான காசிநாத பிள்ளைக்கும் முத்துலட்சுமி அம்மாளுக்கும் 24.6.1907இல் அப்பாத்துரை பிறந்தார்.

அப்பாத்துரையின் பள்ளிப்படிப்பு ஆரல்வாய்மொழியிலும் நாகர்கோவிலிலும் நடந்தது. அப்போது இப்பகுதி திருவிதாங்கூர் சமஸ்தானத்தின் கீழ் இருந்தது. அதனால் கல்லூரிப் படிப்புக்குத் திருவனந்தபுரம் சென்றார் அப்பாத்துரை அங்கு மகாராஜா கல்லூரியில் எம்.ஏ. ஆங்கிலம் முடித்தார் (1927). பின்னர் திருவிதாங்கூர் பல்கலைக்கழகம் வழி எம்.ஏ. தமிழ், சைதாப்பேட்டை ஆசிரியர் பயிற்சிக் கல்லூரியில் பி.டி. பட்டம் பெற்றார். இடைக்காலத்தில் ஹிந்தி விசாரத் படித்தார். அதே காலத்தில் சமஸ்கிருதம் எழுதப் படிக்கக் கற்றுக்கொண்டார்.

தமிழ், ஆங்கிலம் இரண்டிலும் முதுகலைப் பட்டம், ஹிந்தியில் இளங்கலைக்குச் சமமான சான்றிதழ், ஆசிரியப் பணிக்குரிய இளங்கலைப் பட்டம் இவை தவிர பலமொழி அறிவு எல்லாம் இருந்தும் கடைசிவரை இவர் நிரந்தரமாய் ஒரு வேலையில் இருக்கவில்லை.

1930இல் ஆங்கிலத்தில் முதுகலைப் பட்டம் பெற்றதும் அப்பாத்துரை சென்னைக்குப் போனார். திராவிடன், ஜஸ்டிஸ், இந்தியா, பாரததேவி, சினிமா உலகம், லோகோபாரி எனப் பல பத்திரிகைகளில் பணியாற்றினார். இக்காலத்தில் பச்சையப்பன் கல்லூரியில் கொஞ்சநாள் ஆசிரியராக இருந்தார். பின் காரைக்குடியில் சுப்பிரமணியச் செட்டியார் குருகுலத் தலைமை யாசிரியர் பணி. (இக்காலத்தில் கண்ணதாசன் அங்கே படித்தார்.) பின் குமரன் பத்திரிகையில் ஆசிரியப் பணி.

திருநெல்வேலி ம.தி.தா. இந்துக்கல்லூரியில் இந்தி ஆசிரியராக இரண்டு ஆண்டுகள் பணி (1937–1939). பின்னர் செட்டிநாட்டு ஊர்களில் பல பள்ளிகளில் ஆசிரியப் பணி. பின் லிபரேட்டர், விடுதலை பத்திரிகையில் பணி. 1947–49 வரை மத்திய அரசின் செய்தித் தொடர்புத் துறையில் வேலை. 1949 முதல் பத்து ஆண்டுகள் வேலையில்லை. சுதந்திர எழுத்தாளராக இருந்தார். 1959 முதல் 1966வரை சென்னை அகராதிக்குழு இணை ஆசிரியர். பின் வீட்டில் நிரந்தரமாய் இருந்தார். இக்காலத்தில் (1975–79) தமிழக வரலாற்றுப் பதிப்புக்குழு உறுப்பினராகச் செயல்பட்டார்.

இப்படியாக அவர் எந்த வேலையிலும் நிரந்தரமாக இருக்காமல் சென்னை, செட்டிநாடு, திருநெல்வேலி எனப் பல இடங்களில் வாழ்ந்தார். கடைசிவரை அவர் எதுவும் சம்பாதிக்கவில்லை. அப்பாத்துரை 1937இல் நாச்சியார் என்ற பெண்ணை மணந்தார். இரண்டு ஆண்டுகளில் அவர் இறந்துபோனார். பின் சில ஆண்டுகள் கழித்து அலுமேலு என்ற பெண்ணை மணந்தார். இது கலப்புத் திருமணம்.

அப்பாத்துரைக்குக் குழந்தை இல்லை. மனைவியின் தங்கை மகளைத் தத்தெடுத்து வளர்த்தார். அந்தப் பெண் இளவயதில் மரணமடைந்தாள். அப்பாத்துரையை இது மிகவும் பாதித்தது. இறுதிக்காலத்தில் பார்வையை இழந்தார். மனைவி அலுமேலுவின் அன்பில்லாத உபசரிப்பால் நாளைக் கழித்திருக்கிறார்.

அப்பாத்துரையின் உறவினரும் நண்பருமான நாகர்கோவில் வெண்பா வேந்தன் என்ற கவிஞர் அப்பாத்துரையைக் கடைசியாகச் சந்தித்தபோது "என் மனைவியைச் சகிக்கப் பழகிவிட்டேன். இனிமேல் எதையும் பார்க்க வேண்டும் என்ற ஆசைகூட இல்லை. எனக்குப் புத்தகம் படித்துக் காட்டவும் சொல்வதை எழுதவும் ஒரு உதவியாள் கிடைத்தால் போதும். இன்னும் எழுதுவேன்," என்றாராம். அப்படி யாரும் கிடைக்கவில்லை. அவர் கடைசியில் எழுதவும் இல்லை. மனம் நொந்து 26.5.1989இல் சென்னையில் இறந்தார்.

தீவிரத் தமிழறிஞர்களும் ஆராய்ச்சியாளர்களும் அப்பாத் துரையைத் திராவிடச் சார்பாளர் என்ற காரணம் காட்டிக் கணக்கில் எடுக்கவில்லை. தி. கழகக் கொள்கைக்கு முரண்பாடாகப் பேசியதாலும் எழுதியதாலும் கழகம் இவரைப் பெரிய அளவில் கொண்டாடவில்லை.

கா. அப்பாத்துரை, பிரிட்டீஷ் ஆட்சிக்கு உட்படாத திருவிதாங்கூர் சமஸ்தானத்தில் பிறந்தவர். என்றாலும் இவர் ஆரம்பக்காலத்தில் தேசியவாதியாக இருந்திருக்கிறார். திருவிதாங்கூர் சமஸ்தானத்தில், சுதந்திரப் போராட்டக் குரல் ஆவேசமாக ஒலிக்காவிட்டாலும் ஏதோ ஒரு வகையில் தன் பங்களிப்பைச் செய்திருக்கிறது. அப்பாத்துரை ஒருமுறை "என் உணர்வுகள் பிரம்ம ஞானசபை இயக்கத்தையும் வ.உ.சி. லஜபதி, திலகர் போன்றோரின் தீவிர தேசிய இயக்கத்தையும் சார்ந்தவை" என்றார்.

அப்பாத்துரை அடிப்படையில் இனவாதி அல்லர். உலகம் பொது என்ற கோட்பாடு இவரது மனதில் ஆரம்பக்காலத்திலிருந்தே இருந்திருக்கிறது. அப்பாத்துரை திருவனந்தபுரத்தில் படித்தபோது புளியமூடு ஜங்ஷனில் (இப்போதைய ஆயுர்வேதா கல்லூரி) பிரிட்டீஷ் அரசுக்கு எதிராக நடந்த கூட்டங்களுக்குச் சென்றிருக்கிறார். மகாத்மாகாந்தி நாகர்கோவிலுக்கு நான்கு முறை வந்திருக்கிறார். அப்போது அவரின் பேச்சால் பாதிக்கப் பட்டவர்களில் அப்பாத்துரையும் ஒருவர்.

அப்பாத்துரை மகாத்மாவிடம் ஈடுபாடு கொண்ட காலத்தில் காந்தி ரத்தினத் திருப்புகழ், காந்தி புராணம், தாழ்த்தப்பட்டோர்

கோவில் நுழைவுவிழா என்னும் தலைப்புகளில் கவிதைகள் எழுதியிருக்கிறார். இரண்டு ஆண்டுகள் திருநெல்வேலி இந்துக்கல்லூரியில் இந்தி ஆசிரியர். இப்படியான பின்னணியில் உள்ள அப்பாத்துரை 1938–39இல் பெரியார் அண்ணாவுடன் இந்தி எதிர்ப்பு இயக்கத்தில் ஏன் பங்குகொண்டார் என்பது புரியாத புதிர். இதற்கு அப்பாத்துரையின் வாழ்க்கைவரலாற்றை எழுதிய கு.வெ. பாலசுப்பிரமணியம், "காங்கிரஸ் மொழிக் கொள்கையும் அதை முறைப்படுத்திய வேகமும் தமிழறிஞர் பலரை தேசிய இயக்கத்திலிருந்து வெளியேற்றியதுபோல் அப்பாத்துரைக்கு நடந்திருக்கிறது," என்கிறார்.

மறைமலையடிகள், நாவலர் சோமசுந்தரனார் போன்றோர் இப்படி வந்தவர்களே. என்றாலும் எப்போதும் காந்தியத்தில் நம்பிக்கையும் மதிப்பும் இருந்தது. மரபுவழி இலக்கியங்கள், புராணங்கள், தமிழ்ப் பண்பாட்டின் பல்வேறு முகங்கள் எல்லாவற்றிலும் வெறுப்பையும் எதிர்ப்பையும் காட்டிய அரசியல் சார்பு கட்சியின் ஆதரவாளராக இருந்தாலும் இவர் வேறுபட்டே இருந்திருக்கிறார். 1939இல் பெரியாரைச் சந்தித்த பிறகு இவரின் திராவிடத் தொடர்பு வலுப்பெற்றிருக்கிறது. பாரதிதாசன் இதற்கொரு காரணம். 1948இல் நடந்த இந்தி எதிர்ப்புப் போராட்டத்தில் அப்பாத்துரை தன் மனைவி அலுமேலுவுடன் கலந்துகொண்டிருக்கிறார்.

இப்படியெல்லாம் இருந்தாலும் பெரியாரின் கடவுள் இல் கொள்கையும் தமிழ் இலக்கியம், புராணங்கள் பற்றி முரட்டுத்தனமாகப் பேசியதும் அப்பாத்துரைக்குப் பிடிக்கவில்லை. இதற்கு மறுப்பு சொல்லியிருக்கிறார். சிலப்பதிகாரத்தில் வரும் கண்ணகி, மதுரையை எரித்ததை வக்கிரத்துடன் விமர்சித்த பெரியாரை அப்பாத்துரை "வறண்ட பகுத்தறிவுப் பார்வையில் சிலப்பதிகாரம் மாறான மருள் நூலாக ஆகிவிடாது. அது அருள் நூலே" என்றார். இராமச்சந்திர தீட்சிதர் சிலப்பதிகாரத்தை மொழிபெயர்த்துக் கூறிய கருத்துக்கு மறுப்புச் சொல்லியிருக் கிறார்.

சிலம்பு வழங்கும் செல்வம் என்ற இவரது நூலில் ஆங்கிலமொழிப் பற்றாளர்களும் சமஸ்கிருதச் சார்பாளர்களும் வேற்றின வெறுப்பாளர்களும் சிலப்பதிகாரத்தை எதிர்முகமாகப் பார்த்துள்ளனர் என்கிறார். "தனித்தமிழ் பற்று கொண்டவர்கள் … விரும்பாததை எல்லாம் ஆரியம் எனத் தூற்றி … வெறுத்தொதுக்கி அவற்றை ஆரியர்க்கே உரிமையாக்கியவர்" என்கிறார்.

அப்பாத்துரைக்குச் சைவ சமயத்தில் ஈடுபாடுண்டு. இவர் கடவுள் வெறுப்பாளர் அல்லர். என்றாலும் திராவிடச் சார்பு

இறுதிவரை இவரை விட்டுவிடவில்லை. அதனால் அரசியல் ரீதியான லாபம் எதையும் அடையவில்லை என்பது வேறு விஷயம்.

அப்பாத்துரை எழுதியதாகக் கிடைக்கின்ற 170 நூல்களில் வரலாறு தொடர்பானவை அதிகம். இவரது முதல் நூல் குமரிக்கண்டம் அல்லது கடல் கொண்ட தென்னாடு. இறுதியில் எழுதியது கொங்குத் தமிழ் வரலாறு.

அப்பாத்துரையின் வரலாற்று நூல்களில் தென்னாட்டுப் போர்க்களங்கள் என்ற நூல் தமிழகத்தை மையமாக வைத்துக் கொண்டு தென்னிந்தியப் பகுதியில் தமிழர்களுடன் நடந்த போர்களை விவரிக்கிறது. இது வெறும் பட்டியல் நூலல்ல. போரின் பின்புலம், விளைவு, போர் உருவாகக் காரணமான அரசியல் போன்றவை பற்றிச் சுருக்கமாக விளக்குவது. இந்த நூல் இவரது ஆழ்ந்த படிப்பின் பின்னணியைக் காட்டுவது.

அப்பாத்துரை எழுதிய வாழ்க்கை வரலாற்று நூல்கள் 12. இவற்றில் கிருஷ்ணதேவராயர், சர்ச்சில், இரவிவர்மா எனப் பல தரத்தினர் உள்ளனர். இந்த நூல்களில் பெரும்பாலானவை 1946இல் எழுதப்பட்டவை. சூரநாடு குஞ்சன்பிள்ளை என்ற மலையாள அறிஞரின் நூல்களின் தூண்டுதலால் ஓவிய அரசர் ராஜாரவிவர்மா பற்றி ஒரு நூல் எழுதியிருக்கிறார் அப்பாத்துரை. கன்னியாகுமரி அருகே உள்ள மகாதானபுரம் கிராமத்தில் இருந்த ஒரு வழக்குரைஞர் கொடுத்த பழைய மலையாள ஆவணங்களைப் பரிசோதனை செய்து இந்நூலை எழுதியிருக்கிறார். ஹைதர் அலி, சுபாஷ் சந்திரபோஸ் ஆகிய இருவரின் நூல்களின் வழி ஆங்கிலேயரின் எதிர்ப்பு வரலாற்றை விளக்குகிறார்.

அப்பாத்துரை பழம் இலக்கியங்களையும் நீதி இலக்கியங்களையும் உலக இலக்கியங்களையும் விமர்சித்து எழுதியிருக்கிறார். இவரது சங்க இலக்கிய மாண்பு என்ற நூலில் சங்க காலத்தைத் தேசிய காலமாகக் கருதி விளக்குகிறார். சங்க இலக்கியங்களில் கூறப்படும் வடஇந்திய நகரங்களையும் அபூர்வ வரலாற்றுச் செய்திகளையும் ஆராய்ச்சியாளர்க்குரிய நுட்பத்துடன் விளக்குகிறார்.

களப்பிரர் வடுகநாட்டுத் தமிழர் என்பது இவரது கருத்து. இவர்களின் தாய்மொழி தமிழ் என்கிறார். இந்தக் கருத்து ஆழ்ந்த புலமையுள்ள வரலாற்றாய்வாளர்களால் மிகுந்த ஆதாரங்களுடன் மறுக்கப்பட்டுள்ளது. சிலப்பதிகாரம், மணிமேகலை இரண்டையும் சங்ககால நூல்களாகவே இவர் கருதுகிறார்.

சிலப்பதிகாரம் உ.வே.சா.வால் பதிப்பிக்கப்பட்டபின்னர்தான் தமிழ் அறிஞர்களிடம் பரவலாகத் தெரிய ஆரம்பித்தது என்பது உண்மை. ஆனால் உ.வே.சா. பதிப்பிடும் முன்பே சிலப்பதிகாரக் கதை பாமரர்களிடம் வழங்கியிருக்கிறது; அம்மானை வடிவில் இருந்தது. (எ.கா. கோவிலன் கதை). இதனால் சிலப்பதிகாரக் கதை பரவலாக அறிந்த கதை; இளங்கோவடிகளின் படைப்புதான் அறியாமலிருந்தது என்கிறார் அப்பாத்துரை.

மணிமேகலை, திருக்குறள் பற்றிச் சாதாரண வாசகன் புரியும்படி எளிமையாக எழுதியிருக்கிறார். உலக இலக்கியங்கள் என்ற இவரது நூல் பிரஞ்சு, சீனம், ரஷ்யம், உருது, பாரசீகம், கன்னடம், தெலுங்கு, ஜெர்மனி, வடமொழி, கிரேக்க மொழி இலக்கியங்களைப் பற்றி சுருக்கமான செய்திகளைக் கூறுகிறது. வடமொழியைத் திராவிடமொழி என்கிறார். இது அவரின் அரசியல் சார்பால் வந்த சறுக்கல்' என்று இவரை ஒருவர் விமர்சிக்கிறார்.

அப்பாத்துரை ஆங்கிலம், இந்தி, மலையாளம் மொழிகளிலிருந்து 62 நூல்களை மொழிபெயர்த்திருக்கிறார். இவர் முதலில் மொழிபெயர்த்தது கார்ல் மார்க்ஸின் மூலதனம் என்ற நூல். இதை முதலீடு என்ற பெயரில் வெளியிட்டிருக்கிறார். இது முழு மொழிபெயர்ப்பல்ல. இவர் உலக இலக்கியங்கள் வாழ்க்கைவரலாறு, இலக்கணம், அரசியல், பொருளியல், நாடகம் எனப் பல துறை நூல்களை மொழிபெயர்த்துள்ளார். இவரது மொழிபெயர்ப்பில் வந்த ஜப்பானிய நாவல் செஞ்சி கதை (சாகித்ய அகதமி) பல பதிப்புகளைக் கொண்டது.

சில நூல்களை நேரடியாக மொழிபெயர்க்காமல் அதன் சுருக்கத்தைத்தான் வெளியிட்டுள்ளார். (சக்கரவர்த்தி நயினாரின் நீலகேசி பதிப்புரையின் ஆங்கில முகவுரை, கால்டுவெல்லின் ஒப்பிலக்கணம்). தமிழ் இலக்கிய வரலாற்றின் மைல்கல்லாகக் கொள்ளப்படும் *The Tamil Eighteen hundred years ago (1901)* என்ற நூலை ஆயிரத்து எண்ணூறு ஆண்டுகளுக்கு முற்பட்ட தமிழகம் என்ற தலைப்பில் பெயர்த்துள்ளார். அந்தக் காலத்தில் இது ஆங்கிலம் அறியாத தமிழ் அறிஞர்களுக்கு வரப்பிரசாதமாக இருந்தது. இதுபோல் கில்பர்ட்ஸ்லேட்டரின் நூலை இந்திய நாகரிகத்தில் திராவிடர் பண்பு என்னும் தலைப்பில் வெளியிட்டுள்ளார். ஒருவகையில் இது கருத்தாக்க நூல். சி.வி. ராமன் பிள்ளையின் மார்த்தாண்ட வர்மா என்ற மலையாள நாவலை அப்படியே பெயர்த்துள்ளார்.

சாகித்ய அகதமி வெளியிட்ட கா. அப்பாத்துரை (ஆசிரியர் கு.வெ. பாலசுப்பிரமணியம் 2007) என்ற நூல் உழைத்து உருவாக்கப்பட்டது. அப்பாத்துரை பற்றிய நல்ல பதிவு. இந்த நூலில், அப்பாத்துரை 1920–21இல் மகாகவி சுப்பிரமணிய பாரதியை நாகர்கோவிலில் சந்தித்திருக்கிறார் என்ற செய்தி வருகிறது. இது தவறான தகவல். பாரதி நாகர்கோவிலுக்கு வரவில்லை. திருவனந்தபுரத்திற்கு ஒரு திருமணத்திற்கு வந்திருக்கிறார். பாரதி புதுச்சேரியிலிருந்து கடையத்தில் தன் மனைவி வீட்டில் வாழ்ந்த சமயம் அது (1919). பாரதி திருவனந்தபுரத்திற்கு வந்த நிகழ்ச்சியை வையாபுரிப்பிள்ளை விரிவாகவே எழுதியிருக்கிறார். இந்தக் கட்டுரை தமிழ்ச் சுடர்மணிகள் என்ற நூலில் வெளியாயிருக்கிறது. வையாபுரிப்பிள்ளை, பாரதி நாகர்கோவில் வந்தது பற்றிக் குறிப்பிடவில்லை. நாகர்கோவிலில் வாழ்ந்த விடுதலைப் போராட்ட வீரர்களும் இதுபற்றிக் கூறவில்லை.

அப்பாத்துரை நாகர்கோவிலில் ரவீந்திரநாத் தாகூரைச் சந்தித்துப் பேசினார் என்ற குறிப்பு சாகித்ய அகதமி வெளியீடில் உள்ளது. இது 1925–26இல் இருக்கலாம் (பக்.21) என்கிறார். இந்த நூலாசிரியர் ரவீந்திரர் நாகர்கோவில் ஸ்காட் கிறிஸ்துவக் கல்லூரியிலும், நாகர்கோவில் முனிசிபல் மைதானத்திலும் பேசியிருக்கிறார். தாகூர் நோபல் பரிசு பெற்றபின் கேரளத்தில் பயணம் செய்தார். அருவிக்கரையில் ஸ்ரீ நாராயண குருவைச் சந்தித்துப் பேசியிருக்கிறார். பின் திருவனந்தபுரத்தில் ஒரு நிகழ்ச்சியில் இசையரசு சி. லட்சுமண பிள்ளையைச் சந்தித்தார். திருவனந்தபுரத்திலிருந்து நாகர்கோவில் வந்து கன்னியாகுமரியில் தங்கியிருக்கிறார்.

தாகூர் நாகர்கோவில் ஸ்காட் கிறிஸ்தவக் கல்லூரியில் (இப்போது இக்கல்லூரிக் கட்டிடத்தில் பெண்கள் மகளிர் கல்லூரி உள்ளது) சாந்தி நிகேதன் கல்விமுறை பற்றிப் பேசினார். இவரது பேச்சைக் கேட்ட ஜி. ராமச்சந்திரன் (திண்டுக்கல் காந்திகிராமப் பல்கலைக்கழக நிறுவனர்) சாந்திநிகேதனத்திற்குப் படிக்கப் போயிருக்கிறார். இது நடந்தது 1922இல். அப்படியானால் அப்பாத்துரைக்கு வயது 15. தாகூர் நாகர்கோவில் வந்த நிகழ்ச்சியை ஜி. ராமச்சந்திரனின் நண்பரான பட்டேன் சுந்தரம்பிள்ளை எழுதியிருக்கிறார்.

(கைவிளக்கு சிறப்பு மலரில் (1986) வந்த கட்டுரையின் முழுதும் திருத்தப்பட்ட வடிவம் இந்தக் கட்டுரை.

36

மா. இராசமாணிக்கனார்

(1907–1967)

சென்னை விவேகானந்தர் கல்லூரித் தமிழ்த் துறைக்கு மா. இராசமாணிக்கனாரை ஆசிரியராகச் சிபாரிசு செய்த அந்தக் கல்லூரி நிர்வாகிகளில் ஒருவரான ஜெகந்நாத ஆச்சாரியார் "இராசமாணிக்கனார் பள்ளியாசிரியராக இருபது ஆண்டுகள் பணிபுரிந்தவர். என்றாலும் இவர் எழுதிய ஆராய்ச்சிப் புத்தகங்களின் அடிப்படையில் இவரை இக்கல்லூரியில் பேராசிரியராக நியமிக்கிறேன். பொதுவாக இப்போது (1947) கல்லூரி ஆசிரியருக்கு அடிப்படைச் சம்பளம் 100 ரூபாய்தான் கொடுக்கிறார்கள். ஆனால் இவருக்கு ரூபாய் 115 கொடுக்க வேண்டும் என்று சிபாரிசு செய்கிறேன்" என்றாராம்.

இராசமாணிக்கனார் இந்தக் கல்லூரியில் பதவி ஏற்றதும், "இந்தக் கல்லூரியில் எனக்கு ரூ. 15 அதிகச் சம்பளம் தருவதாகச் சொன்னார்கள். இதற்காக

நான் இன்னும் உழைத்து ஆராய்ச்சி நூல்களை வெளியிடுவேன்" என்றாராம். ரூ. 15 அதிகம் வாங்கியதால் பொறுப்பும் கடமையும் அதிகம் என்று அவர் நினைத்திருக்கிறார். 15 வருஷத்தில் பேராசிரியராகும் வாய்ப்பு – எளிதாகப் பெற்றுவிடக் கூடிய பிஎச்.டி. பட்டம் – மாதம் 1,00,000 ரூபாய் சம்பளம் என்றெல்லாம் உள்ள இன்றைய நிலையில் இப்படி ஒரு வாக்குறுதியை எத்தனை பேரால் கொடுக்க முடியும்?

இராசமாணிக்கனார், அவரின் சமகாலத் தமிழறிஞர்களைப் போலவே படிப்படியாக உயர்ந்து பல்கலைக்கழகப் பேராசிரியர் என்ற நிலைக்கு வந்திருக்கிறார். இவர் 1907இல் பிறந்து 1967இல் மறைந்தவர். இராசமாணிக்கனார் முதலில் எழுதியது நாற்பெரும் வள்ளல்கள் என்ற நூல். இது இவரின் 23ஆவது வயதில் (1930) வெளிவந்தது. இதிலிருந்து 37 ஆண்டுகள் தொடர்ந்து அவர் எழுதியிருக்கிறார்.இவற்றில் *The Development of Saivism in South India* என்ற நூல் ஆங்கிலத்தில் வந்தது.

இராசமாணிக்கனார் ஆரம்பத்தில் மாணவர்களுக்கான பாடநூல்களை எழுதுவதில்தான் தீவிரம் காட்டியிருக்கிறார். (ஏறத்தாழ 23 புத்தகங்கள்) மாணவர்களுக்குக் குறிப்பிட்ட துறையில் ஈடுபாடு உருவாக்கத் தூண்டுவது அவர்களின் பாடநூல்கள் என்பது இவரது கணிப்பு. சிறுவர்களுக்குரிய கதைகள், பாடல்கள், இரண்டு நாவல்கள், மூன்று சிறுகதைத் தொகுதிகள், இருபதுக்கு மேல் வரலாற்று நூல்கள், குறிப்பிடத் தகுந்த ஆராய்ச்சி நூல்கள் எட்டு, கட்டுரைத் தொகுதிகள், தனியார் வரலாறுகள் என இவர் எழுதியவை 110 நூல்கள்.

இராசமாணிக்கனார் இலக்கியம், இலக்கணம், வரலாறு, சைவம், கோவில்கலை, கல்வெட்டு, சிறுவர் இலக்கியம், வாழ்க்கை வரலாறு, தற்கால இலக்கியம் எனப் பல்வேறு துறைகளில் எழுதினாலும் தமிழக வரலாறு, கோவில் கலை, சைவம் என்னும் பொருள்களில் மட்டுமே அடையாளப்படுத்தப்படுகிறார். ஒருவகையில் இத்துறையில் உழைத்த ஆரம்பக்காலத் தமிழறிஞர்களில் சிரத்தையுடன் உழைத்தவர். மயிலை சீனி வேங்கடசாமியின் வரிசையில் வைத்து எண்ணத்தகுந்தவர்.

இவர் எழுதிய நூல்களில் பத்துப்பாட்டு ஆராய்ச்சி, தமிழ்மொழி இலக்கிய வரலாறு இரண்டும் இலக்கியம் தொடர் பானவை. பெரியபுராண ஆராய்ச்சி, சைவசமய ஆராய்ச்சி இரண்டும் சைவ சமயம் பற்றியவை.

இவர் 1940க்குள் எழுதிய பத்து நூல்களில் வரலாறு பற்றியவை அதிகம் (8). இவர் தன் இறுதிக்காலம் வரை

வரலாறு, கோவில்கலை பற்றிய செய்திகளையே பெரும் அளவில் திரட்டியிருக்கிறார். இவற்றில் சிந்துவெளி நாகரிகம், பல்லவர் வரலாறு, சோழர் வரலாறு, தமிழர் திருமணத்தில் தாலி போன்றவை முக்கியமானவை. தமிழகக் கோவில்கள் பற்றியும், ஊர்ப்பெயர்கள் பற்றியும் இவர் எழுதிய தனிக்கட்டுரைகள் நூல் வடிவில் தொகுக்கப்பட்டுள்ளன. இந்த ஆராய்ச்சிக் கட்டுரைகள் நூல்கள் எல்லாமே இவரது ஆழமான படிப்பினாலும் பரந்த களஆய்வின் வழி கிடைத்த செய்திகள் வழியும் சேகரிக்கப்பட்டவை.

சென்னைப் பல்கலைக்கழகம் 1970இல் வெளியிட்ட பத்துப்பாட்டு ஆராய்ச்சி என்ற நூல் இவரது நூல்களில் முக்கியமானது. இப்பல்கலைக்கழகத்தில் 1959 முதல் 1967 வரை பணியாற்றியபோது எழுதியது இது. பத்துப்பாட்டு நூல்களை முதலில் (1889) உ.வே.சா. வெளியிட்ட பின்பு இதுபற்றி வந்த அறிவியல் ரீதியான – ஆராய்ச்சி நூல் இது ஒன்றுதான். ஐந்து ஆண்டுகளில் (1959–1964) கடின உழைப்பால் எழுதப்பட்ட இந்நூல் 781 பக்கங்களையும் 35 தலைப்புகளையும் கொண்டது. ரா.பி. சேதுப்பிள்ளையின் வேண்டுகோளால் எழுதப்பட்ட இந்நூலின் சிறப்பு, இலக்கியத்தரவுகளை வரலாற்றுச் சான்றாகக் கொள்ள முடியுமா என்ற விவாதம் எழுந்த காலகட்டத்தில் வெளிவந்ததுதான்.

பத்துப்பாட்டில் உள்ள ஐந்து ஆற்றுப்படை நூல்களில் வரும் ஊர்களைக் கல்வெட்டுகள், களஆய்வுச் செய்திகள் வழி அடையாளம் கண்டிருக்கிறார் இராசமாணிக்கனார். பத்து நூல்களிலும் வருகின்ற பண்டை நதிகளின் போக்கை இனம் கண்டது; முந்தைய ஆய்வாளர்கள் சில நகரங்களைப் பற்றிக் கூறிய தவறான முடிவுகளை மறுத்தது – இந்நூலின் முக்கிய அம்சங்கள்.

ஒய்மா நாட்டு நல்லியக்கோடனின் எழில் பட்டினத்தைத் திண்டிவனம் வட்டம் மரக்காணம் என்று கே.ஏ. நீலகண்ட சாஸ்திரி கூறியதை மறுக்கிறார். முதல் ராஜராஜனின் ஆரம்பக்காலக் கல்வெட்டு, பூமிசுவரர் கோவிலில் உள்ள முதல் ராஜேந்திரனின் கல்வெட்டு, இக்கோவில் இருக்கும் இடங்களில் நடத்திய களஆய்வுச் செய்திகள் ஆகியவற்றின் அடிப்படையில் முழுவதுமாய் மறுத்திருக்கிறார்.

ஒய்மா நாட்டு நல்லியக்கோடனின் தலைநகரமான எழிற்பட்டினம் இன்றைய திண்டிவனம்தான். இந்நாட்டின் பகுதிகளில் இன்றைய வேலூரும் அடங்கும். ஒய்மா நாட்டின் வடஎல்லையாக மாவிலங்கை இருந்தது. இன்றைய பாலாறு, வேகவதி ஆறுகள் சங்ககாலத்தில் எந்த வழியாக ஓடின; திருமுருகாற்றுப்படை கூறும் பழமுதிர்ச் சோலை அறுபடை

வீடுகளில் ஒன்றான அழகர்மலை அல்ல என்பன போன்ற செய்திகளைக் கல்வெட்டுகள், ஊர் பற்றிய தகவல்கள் வழி நிறுவியிருக்கிறார்.

1963இல் வெளிவந்த தமிழ்மொழி இலக்கிய வரலாறு என்ற நூல் சங்க இலக்கியங்களைப் பற்றிய ஆராய்ச்சி நூல். இது ரசனை அல்லது விமர்சனப் பார்வையில் எழுதப்பட்டதல்ல. இது நூல்களின் காலம், சமூகம் பற்றிய விரிவான தகவல்களைத் திரட்டித்தருகிறது.

இராசமாணிக்கனார் சென்னை முத்தியாலுப்பேட்டை உயர் நிலைப்பள்ளியில் பணிபுரிந்தபோது எம்.ஓ.எல். ஆய்வுப் பட்டத்திற்கு எடுத்துக்கொண்ட தலைப்பு பெரியபுராண ஆராய்ச்சி. இந்த ஆய்வேட்டை இவர் 1945இல் சமர்ப்பித்திருக்கிறார். இந்த ஆய்வேட்டை முதலில் ஆங்கிலத்தில் எழுதியிருக்கிறார். தமிழில் இது வெளிவந்தபோது (1948) மேலும் நிறைய செய்திகள் சேர்க்கப்பட்டுள்ளன. இது நான்கு பதிப்புகளைக் கொண்டது.

பெரியபுராணத்தைப் புராணமாக, காவியமாக, இலக்கியமாகப் பார்த்த பார்வையைத் தாண்டி இது வரலாற்றுக்கு உதவுவது என்று காட்டுவது இந்நூல். தனக்கு முந்தி நாயன்மார்களைப் பற்றிக் கூறியவர்களிடமிருந்து சேக்கிழார் எப்படி வேறுபடுகிறார்; இந்த வேறுபாட்டிற்குச் சேக்கிழார் மேற்கொண்ட உழைப்பு; படிப்பு போன்றவற்றைத் தர்க்கபூர்வமாகக் கூறுவது பெரியபுராண ஆராய்ச்சி.

பெரியபுராணத்திற்கு உரை எழுதிய சி.கே. சுப்பிரமணிய முதலியாரின் உழைப்பைப் போன்றது இராசமாணிக்கனாரின் உழைப்பு. இந்நூலில் நாயன்மார்களின் காலம் வரையறை செய்யப்பட்டுள்ளது. தமிழ் இலக்கிய வரலாற்றாசிரியர்கள் இலக்கியங்களின் காலத்தைக் கணிக்க பெரியபுராண ஆராய்ச்சி உதவியதை மேற்கோள் காட்டியுள்ளனர். இந்நூலின் விரிவான ஆராய்ச்சிக்கு இவர் ஏற்கெனவே வெளியிட்ட பல்லவ வரலாறு நூலுக்காகப் படித்த படிப்பும் களஆய்வுச் செய்திகளும் பயன்பட்டிருக்கின்றன.

பெரியபுராண ஆராய்ச்சி நடத்தியபோது இவருக்கு வயது 35தான். இவர் அப்போது சாதாரணப் பள்ளி ஆசிரியராகத்தான் இருந்திருக்கிறார். இவரது எம்.ஓ.எல். ஆய்வேட்டைப் படித்துப் பட்டம் வழங்க சிபாரிசு செய்த பேராசிரியர் வையாபுரிப்பிள்ளை இவரை மனம் திறந்து பாராட்டியிருக்கிறார்.

இராசமாணிக்கனார் சென்னை விவேகானந்தா கல்லூரியில் பணிபுரிந்தபோது "The development of Saivism in South India"

என்னும் தலைப்பில் பிஎச்.டி ஆய்வேட்டைச் சென்னைப் பல்கலைக்கழகத்தில் சமர்ப்பித்திருக்கிறார் (1951). இந்த ஆய்வேட்டின் ஆங்கிலப் படிவத்தைத் தருமபுரம் ஆதீனம் வெளியிட்டுள்ளது (1969). இதன் தமிழ் வடிவம் 1958இல் வந்தது. இராசமாணிக்கனாரின் ஆய்வு நூல்களில் முக்கியமானது இது.

ஐம்பதுகளில் பிஎச்.டி ஆய்வு செய்தவர்கள் தேர்ந்தெடுத்த தலைப்பிற்கு முன்மாதிரி எல்லாம் கிடையாது. ஆய்வாளர்களே அந்தத் தலைப்பிற்குரிய தகவல்களைத் தேடிக் கண்டுபிடிக்க வேண்டும். ஆதாரமான மூலநூல்கள் கூட (Primary Source) குறைவாகவே கிடைத்த காலம் அது.

இராசமாணிக்கனாரின் சைவ சமய வளர்ச்சி ஆய்வு, கி.பி. 300 முதல் கி.பி. 1300 வரையுள்ள காலகட்டத்தைப் பின்னணியாகக் கொண்டது. ஆயிரம் ஆண்டுகாலத் தமிழக வரலாற்றில் சைவ சமயத்தின் வளர்ச்சியை இது கணக்கிடுகிறது.

இந்த ஆராய்ச்சிக்கு இவர் சைவ இலக்கியங்களை மட்டுமல்லாமல் கல்வெட்டுகள், கோவில் செய்திகள் ஆகியவற்றையும் முதன்மைஆதாரமாகக் கொண்டிருக்கிறார். இதற்காக இவர் விரிவாகக் களஆய்வு செய்திருக்கிறார். 1937 வரை சேகரிக்கப்பட்ட கல்வெட்டுகளில் சிலவே அப்போது அச்சில் வந்திருந்தன. அச்சில் வராத கல்வெட்டுகளைக் கோவில்களுக்கு நேரடியாகச் சென்று படித்துக் குறிப்பெடுத்திருக்கிறார். (இதுபோன்ற செய்திகள் இந்நூலின் அடிக்குறிப்பில் வருகின்றன.)

இந்த ஆய்வேடு சமர்ப்பிக்கப்பட்ட காலத்தில் இது பெரும் மரியாதையைப் பெற்றிருக்கிறது. இந்த ஆய்வேட்டைப் படிப்பதற்குப் பல்கலைக்கழகப் பதிவாளரிடம் அனுமதி கேட்டுக் கடிதங்கள் வந்திருக்கின்றன. இக்காலத்தில் சென்னைப் பல்கலைக்கழகத்தில் பேராசிரியராக இருந்த வையாபுரிப்பிள்ளை இந்த ஆய்வேட்டின் உழைப்பையும் சில முடிவுகளையும் பாராட்டியிருக்கிறார்.

இவர் இந்த ஆய்வை நடத்தியபோது, செய்திகளுக்காகக் களஆய்வுக்குச் சென்றிருக்கிறார். அந்தக் காலத்தில் பேருந்து வசதிகள் அதிகம் கிடையாது. அதனால் சில ஊர்களுக்கு மாட்டு வண்டியில் பயணம் செய்திருக்கிறார். இதுகுறித்த அனுபவத் துணுக்குகளைக் கூட இவர் எழுதியிருக்கிறார்.

இராசமாணிக்கனார் எழுதிய நூல்களில் முரண்பாட்டுக் கொள்கையால் பிரபலமானது; தொடர்ந்து ஆய்வுக்குத் தூண்டுகோலாக இருந்தது 'தமிழர் திருமணத்தில் தாலி' என்ற நூல் (1955). இராசமாணிக்கனார் மதுரை தியாகராஜர்

கல்லூரியில் பணியாற்றியபோது (1959) மதுரை திருவள்ளுவர் கழகத்தில் தென்னிந்திய வரலாறும் தமிழ் இலக்கியமும் என்ற தலைப்பில் பேசினார். அந்தப் பேச்சின் இடையே கி.பி. 10ஆம் நூற்றாண்டுக்குப் பின்பே தமிழ்ப் பெண்கள் தாலி அணிய ஆரம்பித்தனர் என்ற செய்தியைப் பேச்சுவாக்கில் கூறினார். அப்போது தினத்தந்தி நாளிதழ் இவர் பேசிய இலக்கியச் செய்திகளை விட்டுவிட்டு தமிழ்ப் பெண்களுக்குத் தாலி கிடையாது என்று பேரா. மா.இரா பேசுகிறார் என்ற தலைப்பில் வெளியிட்டது. இச்செய்தி வந்த சில நாளில் ம.பொ.சி. தினத்தந்தி தீபாவளி மலரில் இராசமாணிக்கனார் கூறுவது உண்மைக்கு மாறானது என்று மறுத்து எழுதினார்.

ம.பொ.சி. கட்டுரைக்குக் கண்ணதாசன் தென்றல் பத்திரிகையில் எதிர்வினையாற்றினார். இதன் பிறகு மதுரை தியாகராச செட்டியார் தான் நடத்திய தமிழ்நாடு பத்திரிகையில் தாலி பற்றி விரிவாக எழுதும்படி மா.இராவைக் கேட்டுக் கொண்டார். இவர் கட்டுரைகள் எழுதினார். தொடர்ந்து இதற்கு எதிர்வினையாற்றினார் ம.பொ.சி. கண்ணதாசன் இராசமாணிக்கனாரை ஆதரித்து எழுதினார். இவர்களின் கட்டுரைகளுக்கு மறுப்பும் ஆதரவுமான கடிதங்கள் தமிழ்நாடு, தென்றல், செங்கோல் பத்திரிகைகளில் வந்தன.

இராசமாணிக்கனார் தான் எழுதிய இந்தக் கட்டுரைகளைப் புதுக்கி மேலும் செய்திகள் சேர்த்துப் புத்தகமாக வெளியிட்டுள்ளார். இந்த நூலில் அவர் “முடிவை முன்னே மனதில் கொண்டு நூலில் அதற்கேற்ப மூலங்களுக்கு உரை கூறுதலோ உரையாசிரியர் துணையை நாடுதலோ அல்லது இதுதான் பொருள், வேறில்லை என்று அழிவழக்கு பேசுவதாலோ சான்றோர் பழிக்கும் சாத்திரிய ஆராய்ச்சி (Scientific Research) ஆகாது” என்றிருக்கிறார். இவரது ஆய்வுநெறிமுறை பற்றிய கருத்தாக்கம் இதுதான் என்று எடுத்துக்கொள்ளலாம்.

இராசமாணிக்கனார் சிறுகதைகளும், நாட்டுக்கு நல்லவை (1959), தமிழரசி (1958) என்னும் இரண்டு நாவல்களும் எழுதியுள்ளார். தீவிர ஆராய்ச்சியாளர்களில் வையாபுரிப்பிள்ளை உட்பட சிலர் தங்களைப் படைப்பாளிகளாக அடையாளம் காட்டிக்கொள்ள வேண்டும் என்னும் உந்துதலைக் கட்டுப்படுத்த முடியாமல் செய்த காரியங்களில் நாவல், சிறுகதை, கவிதை எழுதியதும் ஒன்று. இராசமாணிக்கனாரும் இதைத்தான் செய்திருக்கிறார்.

இராசமாணிக்கனார் சாதாரண குடும்பத்தில் தான் பிறந்திருக்கிறார். தந்தை மாணிக்கம் சர்வே டிபார்ட்மென்ட்டில் அலுவலர்; அம்மா தாயாரம்மா; தந்தை அலுவல் காரணமாக

கர்நூலில் (ஆந்திரா) இருந்தபோது இராசமாணிக்கனார் பிறந்தார் (1904 மார்ச் 12). ஆந்திராவில் அம்மா இருந்ததால் 9 வயதுவரை இராசமாணிக்கனார் தெலுங்கு மொழிதான் படித்திருக்கிறார். தந்தை பணி மாறுதலுக்காக மதுரை வந்தபின் தமிழ் படிக்க ஆரம்பித்தார். அவர் படித்ததெல்லாம் முறைசார்ந்த படிப்பல்ல. இவர் பத்து வயதில் தந்தையை இழந்தார். பின்னர் மூத்த அண்ணனின் பராமரிப்பில் வளர்ந்தார். அண்ணனும் அரசுப் பணியில் இருந்ததால் அவரும் இடம் மாறிக்கொண்டே இருந்தார்.

இராசமாணிக்கனாரின் அண்ணன் திண்டுக்கல்லில் இருந்தபோது, இராசமாணிக்கனார் அங்கிருந்த மௌனசாமியுடன் தொடர்புகொண்டிருக்கிறார். அவரிடம் சித்தர் பாடல்களையும் பக்தி இலக்கியங்களையும் பாடம் கேட்டிருக்கிறார். குடும்பச்சூழல் காரணமாக மூன்று ஆண்டுகள் படிப்பு தடைப்பட்டது. இக்காலத்தில் தையல்கடையில் காசா போடும் வேலை பார்த்திருக்கிறார். (அப்போது இவர் வாங்கிய சம்பளம் காலணா (1918-21).

தையல் வேலையை விட்டபின் மறுபடியும் பள்ளியில் படிக்க ஆரம்பித்தார். தஞ்சை பீட்டர்ஸ் பள்ளியில் படித்தபோது புத்தகம் வாங்கக் கூடக் காசில்லாமல் இருந்திருக்கிறார். பள்ளிப்படிப்பு முடிந்ததும் மதுரைத் தமிழ்ச்சங்கத் தேர்வில் முதல் வகுப்பில் வெற்றிபெற்றார். தஞ்சையில் இவருக்குத் தமிழ் கற்பித்தவர் கரந்தைக் கவியரசு வேங்கடாசலம் அவர்கள். இக்காலத்தில் வேங்கடசாமி நாட்டார், தமிழவேள் உமாமகேஸ்வரனார் போன்றோரிடம் தொடர்பு கொண்டிருக்கிறார்.

இவருக்கு ஆரம்பத்திலேயே சைவ ஆச்சாரியர்களிடமும் பக்தி இலக்கியங்களிலும் ஈடுபாடு இருந்திருக்கிறது. சிறுவயதில் திருவையாறு ஏர் திருவிழாவில் தேவாரக் குழுவினருடன் பாடச் சென்றிருக்கிறார்.

1927இல் தஞ்சை ஒரத்தநாடு உயர்நிலைப்பள்ளியில் எழுத்தர்; அடுத்த ஆண்டில் சென்னை தியாகராயர் பள்ளி ஆசிரியர். இங்கு எட்டு ஆண்டுகள் பணி. இக்காலத்தில் இவரது நாற்பெரும் வள்ளல்கள் என்ற பாடநூலை கே. பழனியா பிள்ளை என்பவர் வெளியிட்டார் (1930). இவர் சென்னை முத்தியாலுபேட்டை உயர்நிலைப்பள்ளியின் ஆசிரியராக இருந்தபோது பி.ஓ.எல்., எம்.ஏ.எல்.,எல்.டி.போன்ற பட்டங்களைப் பெற்றார்.

இன்றும் சிறந்த ஆய்வு நூல்களாக மதிக்கப்படும் மொகஞ்ச தாரோ (1941), பல்லவர் வரலாறு (1941), சேக்கிழார் (1945), சோழர் வரலாறு (1947) போன்ற நூல்களை எழுதியது இந்தப்

பள்ளியில் ஆசிரியராகப் பணியாற்றியபோதுதான். இக்காலத்தில் பெரியாரின் சுயமரியாதை இயக்கத்துடன் இவருக்குத் தொடர்பு இருந்திருக்கிறது.

சென்னை விவேகானந்தா கல்லூரி நிர்வாகம் இவரைத் தங்கள் கல்லூரியில் பணிசெய்ய விரும்பி அழைத்தது *(1947)*. இங்கு *1953* வரை பணிபுரிந்தார். பின் *1953–59* வரை மதுரை தியாகராசர் கல்லூரித் தமிழ்த்துறைத் தலைவராக இருந்தார். *1959–67*இல் சென்னை பல்கலைக்கழகத்தில் பணி. இங்குப் பணியாற்றும்போது இதயநோயால் பாதிக்கப்பட்டு அமரரானார் *(26.5.1967)*.

இராசமாணிக்கனாருக்கு எட்டுப் பிள்ளைகள்; ஒருவர் மருத்துவர். மற்றவர்கள் பள்ளி, கல்லூரிகளில் ஆசிரியர்கள்.

இராசமாணிக்கனார் சைவசமயம் குறித்து சொற்பொழிவாற்ற இரண்டு முறை இலங்கை சென்றிருக்கிறார். கோலாலம்பூரில் இரண்டாம் தமிழர் மாநாடு நடந்தபோது இவர் அரசு அழைப்பாளராகச் சென்றார். திருவாவடுதுறை ஆதீனம் இவரைச் சைவ வரலாற்று ஆராய்ச்சிப் பேரறிஞர் என்றும் *(1951)*, மதுரை ஆதீனம் ஆராய்ச்சிக் கலைஞர் என்றும் *(1955)*, சைவசித்தாந்த சமாஜம் சைவ நெறிக் காவலர் என்றும் *(1959)*, தருமபுர ஆதீனம் சைவ இலக்கியப் பேரறிஞர் என்றும் *(1963)* விருதளித்துப் பாராட்டிஇருக்கின்றன.

37

பெரியசாமித் தூரன்
(1908-1987)

அப்போது தூரனுக்கு 23 வயதுதான். பி.ஏ., எல்.டி. என்னும் பட்டங்களை வாங்கிவிட்டார். கோவை அவினாசிலிங்கம் வித்தியாலயத்தில் ஒருவரின் சிபாரிசின் பேரில் வேலைக்குச் சேர்ந்தார். நிர்வாகம் அவருக்கு மாதம் ரூபாய் 25 தருவதாக வாக்களித்தது. அவரோ ரூ. 15 போதும் என்றார். மட்டுமல்ல, அவர் தலைமை ஆசிரியராகப் பதவி ஏற்றபோது கூட சம்பளம் 60 ரூபாய் போதும் என்று சொல்லிவிட்டார். அப்போது தலைமை ஆசிரியருக்கு ரூ.120 சம்பளம் கொடுத்தார்கள். கல்விப் பணிசெய்யும் ஆசிரியருக்கு அதிகச் சம்பளம் கொடுப்பதோ வாங்குவதோ தவறு என்ற வைராக்கியம் அந்த இளைஞனுக்கு.

மற்ற தமிழறிஞர்களிடமிருந்து பெரியசாமி வேறுபட்டு பல்வேறு துறைகளிலும் கவனம் செலுத்தினார். இனிமையான தமிழ்க் கீர்த்தனைகளை

எழுதியது; தன் சமகால அறிஞர்கள் ஞானிகளுடன் தொடர்பு கொண்டது; பாரதியின் உண்மையான சீடராக வாழ்ந்து கடைசி வரை பணத்தை ஒரு பொருட்டாக மதிக்காதது; மொழியின் வளர்ச்சிக்குக் குழந்தை இலக்கியம் முக்கியம் என்று கருதியது; தமிழ்க்கலைக்களஞ்சியத்தை உருவாக்கியது என்று பல அம்சங்களைச் சொல்லிக்கொண்டே போகலாம்.

தூரன் மரபுவழிக்கவிஞர், கர்நாடக சங்கீதம் அறிந்து கீர்த்தனைகள் எழுதியவர், பாரதி ஆய்வாளர், மொழி பெயர்ப்பாளர், பதிப்பாளர், கலைச்சொற்களை உருவாக்கியவர் எனப் பல முகங்களை உடையவர். 79 ஆண்டுகள் வாழ்ந்த தூரன் 67 புத்தகங்கள் எழுதியிருக்கிறார். கவிதைத் தொகுதிகள் 5, சிறுகதைத் தொகுதிகள் 5, கட்டுரைத் தொகுதிகள் 5, நாடகத் தொகுப்புகள் 7, கீர்த்தனைத் தொகுப்புகள் 8, குழந்தை இலக்கியங்கள் 16, பாரதி பற்றிய நூல்கள் 11, அறிவியல் நூல்கள் 7, மொழிபெயர்ப்புகள் 4, பதிப்பித்தவை 4 என இவர் பல துறைகளில் எழுதிய நூல்கள் எல்லாவற்றையும்விட தமிழ் கலைக்களஞ்சியம் (1948–1968) குழந்தைகள் கலைக்களஞ்சியம் (1969–1976) இரண்டிற்கும் முதன்மை ஆசிரியராக இருந்ததுதான் இவருக்கு அழியாத புகழைக் கொடுத்தது.

சென்னையில் நடந்த எழுத்தாளர் மாநாடு ஒன்றில் (1947) தலைமை தாங்கிய பெரியசாமித் தூரன் ஆங்கிலமொழியில் உள்ள *Encyclopedia Britancia*வுக்குச் சமமாகத் தமிழில் கலைக்களஞ்சியம் வெளியிட வேண்டும் என்ற கருத்தை முன்வைத்தார். (அப்போது அவர் பொருட்களஞ்சியம் என்னும் சொல் தொடரையே பயன்படுத்தினார்) தூரன் பேசிய பேச்சைப் பத்திரிகையின் வழி அறிந்த அன்றைய கல்வியமைச்சர் அவினாசிலிங்கம் அவர்கள் தமிழ் வளர்ச்சிக் கழகம் என்ற அமைப்பை நிறுவி அதன் வழி கலைக்களஞ்சியத்தை வெளியிட அரசு முன்வரும் என்று அறிவித்தார்.

தமிழ் வளர்ச்சிக் கழகம் நிறுவப்பட்டபோது அதில் தூரனும் பங்கு வகித்தார். கலைக்களஞ்சியம் வெளியிட வேண்டும் என்ற முடிவையும் தமிழ் வளர்ச்சிக் கழக உறுப்பினர்கள் ஏற்றுக் கொண்டனர். கலைக்களஞ்சியத்தின் முதன்மை ஆசிரியரைத் தேடினார்கள். பாஸ்கரத் தொண்டைமான், திரிகூடசுந்தரம் பிள்ளை எனப் பல பெயர்கள் சிபாரிசு செய்யப்பட்டன. கல்வியமைச்சருக்கு இந்தப் பெயர்கள் திருப்தியளிக்கவில்லை; யார் பெயரும் முடிவு செய்யப்படவில்லை.

முதன்மை ஆசிரியர் தேர்வில் ஓராண்டு கடந்தது. ஒருமுறை தற்செயலாகக் கல்வியமைச்சரைச் சந்தித்த எழுத்தாளர்

கல்கி, கையில் வெண்ணையை வைத்துக்கொண்டு நெய்க்கு அலையலாமா என்று சொல்லிவிட்டு, கலைக்களஞ்சிய வேலைக்குப் பெரியசாமித் தூரனைத் தவிர வேறு யார் இருக்கிறார்கள் என்றார். அவினாசிலிங்கம் யோசிக்காது, கலைக் களஞ்சியப் பொறுப்பைத் தூரனிடம் ஒப்படைக்கலாம் என்ற உத்திரவை அனுப்பினார்.

கலைக்களஞ்சிய முதன்மை ஆசிரியராகத் தூரன் பொறுப்பேற்ற போது அவருக்கு வயது 40. சம்பளம் ரூ.350தான். அந்த நேரத்தில் அகில இந்திய வானொலி நிலையத்தில் அதிகச் சம்பளத்துடன் நிகழ்ச்சிப் பொறுப்பாளர் பதவி தேடிவந்த போதும் தூரன் அதை நிராகரித்துவிட்டார்.

1948இல் கலைக்களஞ்சியப் பணி ஆரம்பித்தது. முதல் தொகுதி வர ஆறு ஆண்டுகள் ஆயின. பின் தொடர்ந்து ஓராண்டுக்கு ஒரு தொகுதி என 9 தொகுதிகள் வந்தன. இந்தத் தொகுதிகளில் விட்டுப்போன செய்திகள் பத்தாம் தொகுதியில் சேர்க்கப்பட்டன. ஒரு தொகுதியில் 750 பக்கங்கள், பத்து தொகுதிகள்; 1200க்கு மேற்பட்ட அறிஞர்கள் எழுதிய 15000க்கும் மேற்பட்ட கட்டுரைகள் என அமைந்த தமிழ்க் கலைக்களஞ்சியம் தான் இந்திய மொழிகளில் வெளிவந்த முதல் கலைக்களஞ்சியம்.

தூரனின் கலைக்களஞ்சியத்துக்கு மாதிரி கிடையாது. ஆங்கிலக் கலைக்களஞ்சியத்தை மாதிரியாகக் கொண்டாலும் தமிழுக்கு ஏற்பப் பொருத்தமான தலைப்புகளைத் தேர்ந்தெடுப்பதில் கடின உழைப்பு தேவைப்பட்டது. பொதுக் கலைக்களஞ்சியப் பணி முடிந்ததும் குழந்தைகள் கலைக்களஞ்சியத் தொகுப்பின் பொறுப்பை ஏற்கும்படி அரசு கேட்டுக்கொண்டதற்கேற்ப அதன் முதன்மை ஆசிரியர் ஆனார். இந்த வேலை 7 ஆண்டுகள் நடந்தது (1969–1976). ஒரு தொகுதி 100 பக்கங்கள் என 10 தொகுதிகள் வந்தன.

பொதுக் கலைக்களஞ்சியம் முழுதும் வந்தபோது (1963) முதலமைச்சர் காமராசர் தலைமையில் தூரனுக்குப் பாராட்டுக் கூட்டம் நடந்தது. அப்போது மத்திய அமைச்சர் சி. சுப்பிரமணியம் "தமிழால் எதுவும் முடியும் என்பதற்குக் கலைக்களஞ்சியம் ஒரு உதாரணம்" என்றார்.

தூரன் கலைக்களஞ்சியத்திற்காகக் கட்டுரைகள் எழுதும் அறிஞர்கள், படங்களைத் தேடுவதற்குப் பட்ட சிரமத்தை விட கலைச்சொல்லாக்கத்திற்குப் பட்ட சிரமம் அதிகம். தமிழ் வளர்ச்சி அமைப்புக் குழுவினர் பல ஆண்டுகள் உழைத்து 20,000 கலைச்சொற்களைத் தொகுத்திருக்கிறார்கள். கலைக்

களஞ்சியத்தில் இவற்றைத் தகுந்த இடத்தில் பயன்படுத்தியிருக்கிறார்.

தமிழ் வளர்ச்சிக் குழுவினருக்குச் சவாலாக இருந்த சொற்களுக்குத் தமிழ் வடிவத்தைக் கண்டுபிடிக்க முடியாமல் திணறிய சமயம் தெ.பொ.மீ போன்ற அறிஞர்கள் உதவியிருக்கின்றனர். Personality என்ற சொல்லுக்குத் தோற்றம், தோற்றப் பொலிவு, மூர்த்திகரம் என்னும் சொற்களை முன்வைத்தனர் குழுவினர். ஆனால் யாருக்கும் இதில் திருப்தியில்லை. தெ.பொ.மீ. இதற்கு நாளை விடை சொல்கிறேன் என்றார். அடுத்த நாள் ஆளுமை என்ற சொல்லைச் சொன்னதும் தூரனுக்கு மகிழ்ச்சி கரைபுரண்டோடியதாம்.

பெரியசாமித் தூரன் பாரதி பற்றி 11 நூல்கள் எழுதியுள்ளார். இவற்றில் பாரதிதமிழ் என்ற தொகுப்பு 1953இல் வந்தது. பின்னர் வெளிவந்தவை பாரதி பற்றிய விமர்சனங்கள், பாரதிப்பாட்டு, பாரதியும் பாப்பாவும், பாரதியும் சமூகமும் என வந்த நூல்கள் எல்லாமே 1979-1982களில் வானதி பதிப்பகம் வழி வந்தவை.

தூரன் பாரதி பாடல்களைத் தேடிப் படித்ததற்குச் ச.து.சு. யோகியார் ஒரு காரணம், அன்றைய சூழ்நிலை இன்னொரு காரணம். பர்மாவில் பிரிட்டிஷ் அரசால் பாரதி பாடல்கள் தடைசெய்யப் பட்டபோது (1929) தமிழகத்திலும் தடை ஆணை வந்தது. இது காங்கிரஸ்காரர்களுக்கு அதிருப்தியைக் கொடுத்தது.

சத்தியமூர்த்தி இதை எதிர்த்து ஆவேசமாகப் பேசினார். இச்செய்தியைப் பத்திரிகைகளில் பார்த்த இளைஞர்கள் பாரதியின் பாடல்களைத் தேடிப்பிடித்துப் படிக்க ஆரம்பித்தனர். இந்தச் சமயத்தில் திரு.வி.க. சுதேசமித்திரன் பத்திரிகையில் வெளிவந்த பாரதிப் படைப்புகளைத் தொகுக்கும்படித் தூரனிடம் சொன்னார்.

1930இல் தூரன் தொகுத்த பாரதியின் படைப்புகள் 1953இல்தான் நூல் வடிவில் வந்தன. (அமுத நிலையம் – சென்னை). 134 தலைப்புகளில் பாரதி எழுதிய படைப்புகளை முதல்முறையாகத் தூரன் தொகுத்திருக்கிறார். 1935ஆம் ஆண்டு பாரதி பாடல்களுக்குத் தடை நீங்கிய பிறகு பாரதி பிரசுராலயம் ஒரு தொகுப்பை வெளியிட்டது. அத்தொகுப்பில் உள்ள பல பாடல்கள் ஏற்கெனவே தூரன் தொகுத்தவைதாம். ஆனால் தூரனின் தொகுப்பு வெளிவராததால் இவருக்கு அப்போது முக்கியத்துவம் வரவில்லை. என்றாலும் ரா.அ. பத்மநாபன், சீனி விசுவநாதன், ஆ. இரா. வேங்கடாசலபதி, ய. மணிகண்டன் போன்ற பாரதி தொகுப்பாளர்களுக்கு முன்னோடி தூரன். இவர் எழுபது வயதிற்குப் பிறகும் பாரதி ஆய்வில் முழுமூச்சாய்

ஈடுபட்டிருக்கிறார். இதற்குப் பொள்ளாச்சி மகாலிங்கம் உதவி செய்திருக்கிறார்.

தூரன் எழுதிய நாடகங்களும் கீர்த்தனைகளும் பெருமளவில் வெளிச்சத்துக்கு வரவில்லை. அறுபதுகளில் இவர் முக்கிய நாடக எழுத்தாளராக அறியப்பட்டிருக்கிறார். அழகு மயக்கம் (1955), சூழ்ச்சி (1955), பொன்னாச்சியின் தியாகம் (1955), ஆதி அத்தி (1958), காதலும் கடமையும் (1957), மனக்குகை (1960), இளந்துறவி (1961) என்னும் இவரது நாடகங்களில் உள்ள முகவுரைகள் முக்கியமானவை.

சங்ககாலக் காதலர்களான ஆதிமந்தி ஆட்டனத்தியின் வரலாற்றை அடிப்படையாகக் கொண்டு பாரதிதாசன் சேரதாண்டவம் என்ற தலைப்பில் ஒரு நாடகமும் கண்ணதாசன் ஆட்டனத்தி ஆதிமந்தி என்ற தலைப்பில் காவியமும் ஆக்கி யுள்ளார். தூரன் இதே கதையை ஆதிஅத்தி என்ற தலைப்பில் நாடகமாக்கியுள்ளார். இதில் அத்தி – ஆதி – மருதி முக்கோணக் காதல் வருகிறது.

“தூரனின் நாடகங்களில் நாட்டுப்பற்று, தூய காதல், உள்ளத்து முரண்பாடுகளின் மோதல், கலை விளைவிக்கும் தடுமாற்றம், மகளிரின் தியாகம், ஆழ்மனம் நிகழ்த்தும் விளையாட்டு ஆகிய அடிப்படைகள் மிகுதியாகத் துலங்குகின்றன” என்கிறார் சிற்பி பாலசுப்ரமணியம்.

தூரன் இசைப்பாடல்கள் (கீர்த்தனைகள்) இயற்றியவர். இவர் ஆரம்பக்காலத்தில் என். சிவராம கிருஷ்ண அய்யரிடமும் பின்னர் சென்னையில் பி.கே. கோவிந்த ராவிடமும் பயிற்சி பெற்றார். அண்ணாமலைப் பல்கலைக்கழகம் தமிழ் இசைப்பாடல்கள் என்ற தொகுப்பையும், தமிழ்நாடு இயலிசை நாடக மன்றம் முருகன் அருள்மணி மாலை, கீர்த்தனை அமுதம், நவமணி இசைமாலை போன்ற தொகுப்புகளையும் வெளியிட்டுள்ளன. இவரது கீர்த்தனைகளுக்கு முசிறி சுப்பிரமணிய அய்யரின் மாணவர் டி.கே. கோவிந்தராவும் சில கீர்த்தனைகளுக்குத் தண்டபாணி தேசிகரும் ராக தாளங்களை அமைத்துள்ளனர்.

தூரனின் கீர்த்தனைகளை டைகர் வரதாச்சாரியார், முசிறி சுப்பிரமணிய அய்யர், செம்மங்குடி ஸ்ரீனிவாச அய்யர் போன்றோர் பாராட்டிஉள்ளனர். தூரனுக்குக் கர்நாடக சங்கீதத்தில் ஈடுபாடு ஏற்படக் காரணம் அவரது சித்தப்பா அருணாசலக் கவுண்டர் என்பதை அவர் சொல்லியிருக்கிறார்.

தூரன் எழுதிய நூல்களில் அதிக எண்ணிக்கையில் அமைந்தது குழந்தைகளுக்கான கதைகள், பாடல்கள்தாம்.

சிறுவர்களுக்காக இவர் எழுதியவை 16 புத்தகங்கள். இவற்றில் கதை நூல்கள் 6, நாவல்கள் 5, அறிவியல் கதைகள் 2, கவிதை நூல்கள் 3 ஆகியன அடங்கும். இந்த நூல்களை எல்லாம் சென்னை பழனியப்பா பிரதர்ஸ் வெளியிட்டுள்ளனர்.

இவர் சிறுவர்களுக்காக எழுதிய பாடல்கள் அவர்களின் வயதுக்குத் தக்க அமைந்தவை. தூரன் எழுதிய 7 அறிவியல் நூல்களும் 60களில் வந்தவை. பாரம்பரியம் (1956), அறமனம் (1957), குமரப்பருவம் (1962), மனமும் அதன் விளக்கமும் (1960), குழந்தை மனமும் அதன் மலர்ச்சியும் (1953) ஆகியன குழந்தைகளுக்கான உளவியல் நூல்கள். கருவில் வளரும் குழந்தை (1962) என்ற நூலின் பின்னிணைப்பில் கலைச்சொற்கள் சிலவற்றைத் தந்திருக்கிறார். தூரனின் பங்களிப்புகளில் முக்கியமானவை கலைச்சொல்லாக்கம் என்று கூறலாம். (அண்டம் (Ovary), நிறக்கோல் (Chromosome), கருத்தடை (Placenta), பூரித்த அண்டம் (Fertilised Egg) என்பன சில)

தூரன் சிறந்த மொழிபெயர்ப்பாளர். கலைக்களஞ்சியத்திற்குக் கட்டுரை அனுப்பிய அறிஞர்கள் சிலர் ஆங்கிலத்திலேயே கட்டுரைகளை அனுப்பினர்; தூரன் அவற்றை மொழிபெயர்த்து கலைக்களஞ்சியத்தில் சேர்த்திருக்கிறார். தூரன் 4 புத்தகங்களை மொழிபெயர்த்திருக்கிறார். இரவீந்திரர் குழந்தை இலக்கியம் (1903) என்ற நூல் தாகூர் பணியை எடுத்துக்காட்டுவது. நேஷனல் புக் டிரஸ்ட் பதிப்பகத்திற்காக ஜமால் ஆரா எழுதிய பறவைகளைப் பார் என்ற நூலை மொழிபெயர்த்திருக்கிறார் (1970).

தூரன் மொழிபெயர்த்த இன்னொரு நாவல் கானகத்தின் குரல் (1958) – ஜாக் லண்டன் எழுதிய The Call of the Wild.

காளமேகத்தின் சித்திரமடல், திங்களூர் நொண்டி நாடகம், மோகினி விலாசம் ஆகியவற்றைப் பதிப்பித்திருக்கிறார். இவர் எழுதிய கவிதைகள் 5 தொகுப்புகளாக வந்துள்ளன. இவற்றைப் பாரி நிலையம் வெளியிட்டுள்ளது. தமிழின் சிறந்த மரபுக் கவிஞர்களுள் தூரன் முக்கியமானவர். கவிதையின் வடிவத்தில் சோதனை முயற்சிகள் அதிகம் செய்தவர். மொழியமைதியும் கற்பனை வளமும் மிக்கவை இவரது கவிதைகள்.

பெரியசாமித்தூரன் ஈரோடு மாவட்டத்தில் மொடக்குறிச்சி அருகே மஞ்சக்காட்டு வலசு என்ற ஊரில் 1908 செப்டம்பர் 26இல் பிறந்தார். தந்தை பழனி வேலப்பக் கவுண்டர். கொங்கு வேளாளர்களின் உட்கிளைகளில் ஒன்றான தூரன் கூட்டத்தைச் சேர்ந்தவர். தாய் பாவாத்தாள். தூரன் சின்ன வயதில் தாயாரை இழந்தவர்.

மஞ்சக்காட்டு வலசு பழனியப்பக்கவுண்டர் பெரியசாமி என்பது இவரது இயற்பெயர். இவரது ஆரம்பப் படிப்பு சொந்த ஊரான மொடக்குறிச்சியில். மேல்நிலைக் கல்வி ஈரோடு மகாஜனசபா உயர்நிலைப்பள்ளியில். சென்னை மாநிலக் கல்லூரியில் பி.ஏ. (கணிதம்), எல்.டி. படிப்பு.

படிப்பு முடிந்ததும் கோபி உயர்நிலைப்பள்ளியில் சில காலம் பணி; 1933 முதல் போத்தனூர் ராம கிருஷ்ணா வித்தியாலயத்தில் ஆசிரியர்.

தூரன் 1939இல் காளியம்மாளை மணந்தார். இவர்களுக்கு நான்கு மக்கள். பின்னர் பாளையத்தில் தலைமை ஆசிரியர் பணி. இது 1948 வரை. பின் சென்னை வாசம். 1948 முதல் 68 வரை தமிழ்க் கலைக்களஞ்சியப் பணியில் முதன்மை ஆசிரியர்; 1968 முதல் 76 வரை குழந்தைகள் கலைக்களஞ்சியப் பணி. 1976க்குப் பின் ஓய்வு; முழுநேர எழுத்தாளர். ஓய்வு பெற்றபின் உடல்நலம் குன்றி மனஅமைதியின்றி இருந்தார். இறைவழிபாடு இவருக்கு நிம்மதியளித்தது. 1987 ஜூன் 20இல் அமரரானார்.

தூரன் தமிழ் வளர்ச்சிக் கழகச் செயலர், குழந்தை எழுத்தாளர் சங்கச் செயலர், தமிழ் எழுத்தாளர் சங்கத் தலைவர், பண்ணாராய்ச்சிக் குழு ஒருங்கிணைப்பாளர் போன்ற பொறுப்பு களில் இருந்தவர்.

இவர் வாழ்ந்த நாட்களில் பல விருதுகள் பெற்றிருக்கிறார். தமிழ் எழுத்தாளர் சங்கம் இவரது பாரதி நூல் பணியைப் பாராட்டித் தங்கப்பதக்கம் வழங்கியது. மத்திய அரசு இவரது ‘கருவிலே வளரும் குழந்தை’ நூலுக்கும், சென்னைக் கல்வித்துறை இவரது குழந்தை இலக்கியங்களுக்கும் பரிசு வழங்கின. தருமபுர ஆதீனம் இவருக்குச் செந்தமிழ் கலைச்செல்வம் விருதும், கோவை நன்னெறிக் கழகம் தமிழ் அறிஞர் விருதும் தமிழிசைச் சங்கம் இசைப்பேரறிஞர் விருதும் சென்னை நக்கீரர் கழகம் பெருந்தமிழ்ச் செல்வர் விருதும் வழங்கின. இயலிசை நாடக மன்றம் இவருக்குக் கலைமாமணி விருது கொடுத்தது. பாரதக் குடியரசுத் தலைவர் இவருக்கு பத்மவிபூஷன் விருதை வழங்கினார்.

தூரன் உன்னத லட்சியத்தோடு வாழ்ந்தவர். அமைதி, எளிமை இவரது குணங்கள். பணம், பதவியை எதிர்நோக்காதது இவரது பணி.

38

ஆ. முத்துசிவன்

(1910–1954)

பேராசிரியர் ஜேசுதாசன் முதுகலை வகுப்பில் எனக்குக் கவிதை பற்றிப் பாடம் நடத்தியபோது பேராசிரியர் ஆ. முத்துசிவன் தூத்துக்குடி கம்பன் விழாவில் பேசியதைச் சொல்லிவிட்டுப் பாடத்தை ஆரம்பித்தார். முத்துசிவன் அந்த விழாவில் பேச்சின் தொடக்கத்தில்,

'பாக்காவது கமுகம்பழம் பருப்பாவது துவரை
மேற்காவது கிழக்கே நின்று பார்த்தால் அது தெரியும்
நாற்காதமும் முக்காதமும் நடந்தால் ஏழு காதம்
ராக்கா உண்மை சொன்னேன் இனி ரட்சிப்பாயே
பட்சிப்பாயே'

என்னும் பாடலைச் சொல்லிவிட்டு இதில் யதார்த்தம் உள்ளது; இலக்கணம் இருக்கிறது. இந்த இரண்டும் இருந்தால் கவிதை என்று சொல்லலாமா? என்ற பீடிகையுடன் ஆரம்பித்து கம்பனுக்குள் நுழைந்துவிட்டாராம்.

நாற்பது, ஐம்பதுகளில் தமிழகத்தில் வாழ்ந்த மேடைப் பேச்சாளர்களில் பலர் கல்வி நிறுவனம் சார்ந்தவர்களாய் இருந்தனர். இவர்கள் பெரும்பாலும் சைவ அல்லது வைணவச் சார்பாளர்களாய் இருந்தனர். அன்றைய காலகட்டத்தில் பெரிய அளவில் தெரியாமல் கிடந்த நந்திக்கலம்பகம், குற்றாலக்குறவஞ்சி போன்ற நூல்களைக் கூட பொதுமக்களிடம் நயமாகக் கூறியிருக்கிறார் முத்துசிவன்.

அண்ணாமலைப் பல்கலைக்கழகத்தில் தமிழுக்கென்று, பட்டப்படிப்பும் ஆனர்ஸ் படிப்பும் ஆரம்பித்த காலகட்டத்தில் அதற்குப் பெரிய மரியாதை இல்லாமல் இருந்தது. அதோடு மதராஸ் ராஜதானியின் கீழடங்கிய கல்லூரிகளில் தமிழ்ப் பேராசிரியர்களுக்குச் சம்பளமும் குறைவாக இருந்தது. அவர்களுக்குப் பெரிய மரியாதையும் கிடையாது. முக்கியமாக இவர்களுக்கு ஆங்கிலம் பேசத் தெரியாது என்பதும் புறக்கணிப்புக்கு ஒரு காரணமாய் இருந்தது. உ.வே.சா. கும்பகோணத்தில் அரசு கலைக்கல்லூரியில் வேலை பார்த்தபோது ஏற்பட்ட அனுபவத்தை எவ்வளவுதான் உயர்வாய்ச் சொல்லியிருந்தாலும் அவருக்கு அங்கு இருந்த இடம் உறுத்திக் கொண்டுதான் இருந்தது. இந்தப் பின்னணியில் பார்க்கும்போது ஆ. முத்துசிவன் வித்தியாசமான பேராசிரியராக இருந்தது தெரியும்.

திருநெல்வேலி மாவட்டம் விக்கிரமசிங்கபுரம் ஆறுமுகம் பிள்ளை, இசக்கியம்மை தம்பதிகளுக்கு 15.11.1910இல் பிறந்தவர் முத்துசிவன். அவருடைய மனைவி நாகர்கோவிலைச் சேர்ந்த கிருஷ்ணம்மா.

முத்துசிவன் தன் பள்ளிப்படிப்பை விக்கிரமசிங்கபுரத்தில் முடித்திருக்கிறார். அவர் திருநெல்வேலி இந்துக் கல்லூரியில் இண்டர்மீடியட் படிக்கும்போது புதுமைப்பித்தனிடம் நெருக்கம் இருந்தது. 1935இல் அண்ணாமலைப் பல்கலைக்கழகத்தில் பி.ஏ. ஆனர்ஸ் (தமிழ்) படிப்பை முடித்ததும் புதுவையில் சரஸ்வதி வித்தியாலயா பள்ளியில் தலைமையாசிரியராகப் போனதற்கு ஒரே காரணம் சரளமாக அவர் ஆங்கிலம் பேசுவார் என்பதுதான். பின்னர் திருநெல்வேலி இந்துக் கல்லூரியில் விரிவுரையாளராக இருந்தார். அப்போது அழகப்பா செட்டியார் முத்துசிவனைக் கட்டாயப்படுத்தி காரைக்குடியிலிருந்த தன் கல்லூரிக்கு அழைத்துச் சென்றிருக்கிறார். அங்கே முத்துசிவன் 1940 முதல் 54 வரை தமிழ்த்துறைத் தலைவராய் இருந்தார்.

அழகப்பா கல்லூரியில் முத்துசிவன் பணிபுரிந்தபோது, கல்லூரி முதல்வராய் இருந்தவர் டாக்டர் ஏ.என். தம்பி ஆவார். ஆக்ஸ்போர்டு பல்கலைக்கழகத்தில் பிஎச்.டி. பட்டம் பெற்ற இவர் கேரளக் கல்வித்துறையில் இயக்குநராய் இருந்தவர். அதே கல்லூரியின் ஆங்கிலப் பேராசிரியர் கே.பி.கே. மேனன் ஆக்ஸ்போர்டில் பிஎச்.டி. வாங்கியவர். இந்த இருவருக்கும் முத்துசிவனிடம் மிகுந்த மதிப்பிருந்ததற்குக் காரணம் அவரின் ஆங்கில அறிவுதான்.

ஸ்ரீனிவாசராகவன், பண்டிதமணி கதிரேசன் செட்டியார், வேங்கடசாமி நாட்டார், சோமசுந்தர பாரதியார் என்னும்

பிரபலங்களிடம் முத்துசிவன் படித்தாலும் இலக்கியம் பற்றிய தன் பார்வையை வித்தியாசமாகவே காட்டிக்கொண்டார். கல்லூரியில் தமிழாசிரியர்களை மட்டும் பண்டிதர் என்னும் அடைமொழியுடன் கூறவதை முத்துசிவன் விரும்பவில்லை. அதனால் சக ஆசிரியர்களுடன் சமமாக இருந்து சரளமாக ஆங்கிலத்தில் பேசியிருக்கிறார்; சிகரெட் பிடித்திருக்கிறார். டென்னிஸ் விளையாடினார். இவர் வகுப்பில் தமிழ்ப் புலவர்களை ஆங்கிலக் கவிஞர்களுடன் ஒப்பிட்டுப் பாடம் நடத்தியதை மாணவர்கள் பெருமையாகச் சொல்லிக்கொண்டார்கள்.

பம்பாய், பூனா, கல்கத்தா போன்ற நகரங்களில் இருந்த பல்கலைக்கழகங்களில் சொற்பொழிவாற்றச் சென்றிருக்கிறார். அங்கு இவர் ஆங்கிலத்தில் பேசிய பேச்சுகளே இவருக்குப் பெரிய மரியாதையைக் கொடுத்திருக்கிறது. இலங்கையில் இவர் பேசியதை ஈழகேசரி பத்திரிகை (1950) தலையங்கமாக வெளியிட்டிருக்கிறது. ‘சுதந்திரன்’ என்ற கொழும்பு பத்திரிகை இவரது பேச்சு முழுவதையும் பிரசுரித்திருக்கிறது. இதில் தமிழ் மொழியின் எதிர்காலம்; கல்வி நிறுவனங்களின் நிலை பற்றிய முத்துசிவனின் கருத்துக்கள் வெளிப்படையாகவே வருகின்றன.

‘தமிழ் மொழி தனியாக இயங்க முடியாது, மொழிக்கலப்பைத் தமிழன் ஏற்றுக்கொள்ள தமிழன் பிறமொழிகளைப் படிக்க வேண்டும். மொழி என்பது இலக்கியத்தை உள்ளடக்கியது மட்டுமல்ல; அது மொத்த கலாச்சாரம் தொடர்பானது. அதனால் இசை, நடனம், ஓவியம், சிற்பம் என எல்லாவற்றையும் கணக்கில் எடுத்துக்கொள்ள வேண்டும். தமிழனுக்கு இலக்கியம் மட்டும்தான் கண்முன்னே நிற்கிறது. தமிழில் ஒப்பீட்டிலக்கியத்துறை மிகத் தேவையானது. இலக்கியப் பரிமாற்றம் தமிழிற்கு வளம் சேர்க்கும். கல்வி நிறுவனங்களில் ஊழல் இல்லை என்பது உண்மைதான் (இது 1950–54இல்) ஆனால் பாடத்திட்டத்தைத் தயாரிப்பதில் உள்நோக்கம் இருக்கிறது. இதுவும் ஒரு வகையில் ஊழல்தான்.’ இப்படியான முத்துசிவனின் கருத்துக்கள் அவரின் சமகாலத்தில் சலசலப்பை உண்டாக்கியிருக்கின்றன.

முத்துசிவன் எழுதியது 13 புத்தகங்கள்தாம். எல்லாம் 1942–54க்குள் வெளிவந்தவை. இவர் எழுதியவற்றில் அசோகவனம், அசலும் நகலும், கவிதையும் வாழ்க்கையும், மின்னல் கீற்று, கவிதை ஆகியன விமர்சன நூற்கள். மதம் வேண்டுமா, நடராஜத் தத்துவம் என்னும் நூல்கள் தத்துவச்சார்பானவை. அமரகவி பாரதி பற்றி ஒரு விமர்சன நூல் உண்டு. மேடைக்கலை பற்றிய நூல் சாதாரணமானது. நந்திக்கலம்பகம், கலிங்கத்துப்பரணி இரண்டும் விளக்க உரையுடன் கூடிய உரை நூல்கள்.

இவர் கம்பன் கழகத்திலும், அகில இந்திய வானொலியிலும் படித்த பாடல்கள் நூல் வடிவில் வரவில்லை. பாரதியின் காக்கைக் குருவி... பகைவனுக்கருள்வாய்... அச்சமில்லை... தேடிச் சோறு நிதம்... எனத் தொடங்கும் பாடல்களையும் ஆங்கிலத்தில் மொழிபெயர்த்துள்ளார். இவை டாக்டர் கே.பி.கே. மேனனின் அணிந்துரையுடன் சிறுநூலாக வந்திருக்கிறது.

முத்துசிவத்திற்குக் கவிதை பற்றித் தனி அபிப்பிராயம் இருந்தது. ஒருவிதத்தில் இது டி.கே.சி.யை ஒத்துப் போனாலும் விமர்சனம் என்றும் ரீதியில் சற்று வேறுபட்டு இருந்தது. அசோகவனம், கவிதை என்ற இரண்டு நூல்களிலும் இவரது கவிதை பற்றிய கருத்து பரவலாக வருகிறது.

'கவிதை, யதார்த்தம் என்னும் திரையைக் கிழித்து அழகைக் காணத் துணை செய்வது. கவிதையை எப்படி எழுதியிருக்கிறான் என்பது பற்றித்தான் பார்க்க வேண்டும்.' இதற்குக் கம்பனையும், நந்திக்கலம்பகம் ஆகிய நூல்களை மேற்கோள் காட்டிக்கொண்டு போகும் முத்துசிவன் கவிதை பற்றிய கோட்பாடுகளை ஏ.சி. பிராட்லியிடமிருந்தே எடுத்துக்கொள்கிறார்.

முத்துசிவன் கவிதையை இசையுடன் பாடுவதில் விருப்பமுடையவர். இவருக்குக் கர்நாடக சங்கீதம் கேட்டுப் பழக்கம் உண்டு. அதனால் கம்பன் பாடலுக்குக் கூட ராக தாளம் கற்பிக்கிறார். கவிதை பற்றிய இவரது கணிப்பு ஆங்கில விமரிசன மரபு சார்ந்ததாக இருந்தாலும் சொந்தக் கருத்துகளை காட்டும் படியாகத்தான் விளக்குகிறார். தமிழ்க் கவிஞர்களிடம் நகைச்சுவைப் பஞ்சம் உண்டு என்பதைக் கிண்டலாகவே முன்வைத்திருக்கிறார். இதை நீண்ட கட்டுரையாக எழுதியிருக்கிறார். இவர் கூட்டத்தில் பேசும்போதும் எழுதும்போதும் மொழியை எளிமையாகவே கையாளுகிறார்.

முத்துசிவன் மூலமொழியில் இருப்பதை அப்படியே மொழி பெயர்க்க வேண்டும் என்பதில் நம்பிக்கை இல்லாதவர். மொழிபெயர்ப்பாளன் சுதந்திரத்துடன் செயல்பட வேண்டும் என்பதை ஒரு கட்டுரையில் சொல்லியிருக்கிறார். கீட்ஸ், ஷெல்லி பைரன், வேர்ட்ஸ்வொர்த் போன்றவர்களின் கவிதைகள் சிலவற்றை ஆசிரிய விருத்தத்தில் மொழிபெயர்த்துள்ளார். இவை நூல் வடிவில் வரவில்லை.

முத்துசிவன் ஆரம்பத்திலிருந்தே காங்கிரஸ் அனுதாபியாகத் தான் இருந்திருக்கிறார். செங்கல்வராயனின் தொடர்புக்குப் பின் இது தீவிரமானது. இவர் வகுப்புக்குப் போகும்போது பேண்ட், புஷ்கோட் என ஆடம்பரமாகத்தான் போவார். சில சமயம்

தலையில் காங்கிரஸ் தொப்பியுடனும் போவார். 1950–54களில் எடுத்த புகைப்படங்களில் காங்கிரஸ்காரராகவே தன்னை அடையாளப்படுத்தியிருக்கிறார்.

தி.க., தி.மு.க. கட்சிப் பேச்சாளர்களின் இலக்கிய ரசனையை வெளிப்படையாகவே விமர்சித்துப் பேசியிருக்கிறார் முத்துசிவன். 'கம்பரச'த்தைக் கடுமையாகச் சாடியிருக்கிறார். இராஜாஜி முதலமைச்சராக இருந்தபோது அறிவியல் கலைச்சொல் வங்கித் தொகுப்புக் குழுவில் முத்துசிவம் இருந்தார். அவர் முதல் கூட்டத்திலேயே அறிவியல் சொற்களை அப்படியே பயன்படுத்தலாம், அதற்குத் தனிச்சொற்கள் கண்டுபிடிப்பது தேவையற்றது என்றிருக்கிறார். இதை ராமநாதபுரம் சேதுபதி எதிர்த்திருக்கிறார்.

அறுபதுகளில் காரைக்குடி பொதுமேடையிலும் அழகப்பா கல்லூரியிலும் பேசிய தி.மு.கழகப் பேச்சாளர்கள் ஆ. முத்துசிவத்தை நேரடியாகத் தாக்கிப் பேசியதை இன்றும் நினைவுகூர்கிறார் அவரது மகன் பேரா. மு. லட்சுமி நாராயணன் (முன்னாள் முதல்வர், தெ.தி. இந்துக்கல்லூரி, நாகர்கோவில்)

13.8.54 அன்று தனது நாற்பத்து நான்காவது வயதில் மாரடைப்பின் காரணமாக காரைக்குடியில் காலமானார். அன்னாருக்கு நான்கு ஆண், நான்கு பெண் மக்கள். அவரது நூல்களை மீண்டும் பதிப்பித்தால் அவை தற்காலத் தமிழுக்கு வளம் சேர்க்கும்.

அ.கா. பெருமாள்

39

புலவர் கா. கோவிந்தன்

(1913–1991)

தமிழக அரசியல்வாதிகளில் திராவிடச் சார்புக் கழகங்கள், காங்கிரஸ், பொதுவுடைமை இயக்கங்கள் என எல்லா கட்சியைச் சார்ந்தவர்களிலும் தமிழ் இலக்கியம் பற்றிப் பேசியவர்கள், படித்தவர்கள் உண்டு. ஆனால் மிகச்சிலரே எழுதியிருக்கின்றனர். இப்படிப்பட்டவர்களுக்குப் பொதுவான அரசியல்வாதிகளுக்குக் கிடைக்காத மரியாதையும் மதிப்பும் எப்போதும் கிடைத்திருக்கிறது.

புலவர் கா. கோவிந்தன் 75 வயது வாழ்ந்தவர். 31ஆம் வயதில் எழுத ஆரம்பித்தவர். இறுதிவரை எழுதியவர். நான்குமுறை சட்டமன்ற உறுப்பினராய் இருந்தவர். முழுநேர அரசியல்வாதி. ஆனால் படிப்பும் எழுத்தும் இவரை முழுதும் இயக்கி இருக்கிறது.

புலவர் கா. கோவிந்தனின் முதல் கட்டுரை கரந்தைத் தமிழ்ச் சங்க இதழில் (தமிழ்ப்பொழில், 1935) வந்தது. அப்போது புரிசை முருகேச முதலியார் என்பவர் பானுகவிராயர் சங்கத்தில் நடத்திய சிறுகூட்டத்தில் கோவிந்தன் திருவாசகம் பற்றிப் பேசினார். இது இவருக்கு ஒரு அடையாளத்தைக் கொடுத்தது. முருகேச முதலியாரின் தூண்டுதலால் காவிரி என்ற கட்டுரையைத் தமிழ்ப் பொழிலுக்கு அனுப்பினார். இது கோவிந்தனின் முதல் எழுத்து. பின் தொடர்ந்து செந்தமிழ்ச் செல்வி, செந்தமிழ், மித்திரன், சித்தாந்த இதழ் போன்ற இதழ்களில் எழுதினார்.

சைவ சித்தாந்த நூல் பதிப்புக்கழகம் ஏற்பாடு செய்திருந்த நற்றிணை மாநாட்டில் (1942) தெ.பொ.மீ தலைமையில் பாலைத்திணை பற்றி இவர் பேசிய சொற்பொழிவு வெகுவான பாராட்டைப் பெற்றது. அப்போதுதான் சைவ சித்தாந்தக் கழகம் சுப்பையா பிள்ளையின் தொடர்பு ஏற்பட்டது. பின் இது தீவிர நட்பாக மாறியது. சுப்பையா பிள்ளையின் தூண்டுதலால் இவர் எழுத ஆரம்பித்தார். இவரது முதல் நூல் 'திருமாவளவன்'. 1951இல் இந்நூல் வந்தது. இந்த ஆண்டிலிருந்து இறுதிக்காலம் வரை (1991) இவர் தொடர்ந்து எழுதியிருக்கிறார்.

கோவிந்தன் 1951 முதல் 1960 வரை 40 ஆண்டுகளில் 42 புத்தகங்களை எழுதியுள்ளார். 60 முதல் 90 வரை எழுதியவை எட்டு புத்தகங்கள், 90க்குப்பின் எழுத்தில் தீவிரமாய் இருந்தார். மொழிபெயர்ப்பு உட்பட இவர் எழுதியவை 51 புத்தகங்கள், இன்னும் அச்சில் வராதவையும் உண்டு.

இவர் எழுதிய நூல்களில் சங்ககாலப் புலவர்கள் பற்றியவை 16. அரசர்கள் வரிசையில் 6 எனச் சங்கப் பாடல்கள் தொடர்பாக இவர் எழுதியவை 21நூல்கள். சைவசித்தாந்த நூல் பதிப்புக்கழகம் வெளியிட்ட இந்த நூல்கள் எல்லாம் 1951–60க்குள் வந்தவை. இவரது பிற நூல்களை வள்ளுவர் பண்ணை, மலர் நிலையம், அருணா பதிப்பகம் போன்றவை வெளியிட்டுள்ளன.

கோவிந்தன் நல்ல மொழிபெயர்ப்பாளர். டாக்டர் கால்டு வெல்லின் திராவிடமொழி ஒப்பியல் நூலைத் 'திராவிட மொழிகளின் ஒப்பீட்டு இலக்கணம்' என்னும் தலைப்பில் எழுதியிருக்கிறார் (1954). இது மொழிபெயர்ப்பு என்று சொல்ல முடியாது. மூலநூலை உள்வாங்கிக்கொண்டு எழுதிய சுருக்கநூல்.

பி.டி. ஸ்ரீனிவாச அய்யங்காரின் *History of Tamil* நூலைத் 'தமிழர் வரலாறு' என்ற தலைப்பிலும் (1990), *Pre Aryam Tamil culture* நூலை 'ஆரியருக்கு முந்திய தமிழ்ப் பண்பாடு' என்ற

தலைப்பிலும் (1990) மொழிபெயர்த்திருக்கிறார். பி.ஏ.எஸ்.சின் Stone age in India என்ற நூலை மொழிபெயர்த்திருக்கிறார் (1991) அச்சு விவரம் தெரியவில்லை.

புலவர் கோவிந்தன் கழுமலப்போர் (1958), தமிழர் வணிகம் (1959), தமிழர் தளபதிகள் (1960), சாத்தான் கதைகள் (1960), தமிழர் வாழ்வு (1960), தமிழகத்தில் கோசர் (1960) போன்ற நூல்களையும் எழுதியிருக்கிறார்.

சங்ககாலப் புலவர்கள் எத்தனை பேர் என்பதில் அறிஞர்களுக்குள்ளேயே முரண்பாடு உண்டு. ஆரம்பக்காலத் தமிழ் இலக்கிய ஆசிரியர்களும் பதிப்பாளர்களும் அணிலாடு முன்றிலார், தேய்புரிப் பழங்கயிற்றினார் போன்ற பெயர்களைப் புலவர்களின் பெயர்களாகவே கருதினர். வையாபுரிப் பிள்ளையின் சங்க இலக்கியப் பதிப்பு வந்த பிறகு சங்கப் புலவர்களின் எண்ணிக்கை 473 என வரையறை செய்யப்பட்டது. இப்புலவர்களைப் பற்றிய குறிப்புகள், அவர்கள் பாடல்களின் அடிக்குறிப்பில் மட்டும் கூறப்பட்டன. சங்கப்புலவர்களை முழுமையாக ஆராய்ந்து முதலில் எழுதியவர் கோவிந்தன்தான்.

சங்கப் புலவர்கள் பற்றிப் பல்வேறு தலைப்புகளில் 16 புத்தகங்களை எழுதியிருக்கிறார் கோவிந்தன் இவற்றை வெளியிட்ட சைவ சித்தாந்த நூல் பதிப்புக் கழகம் சங்கப்புலவர் வரிசை எனப் பொதுவான பெயரில் குறிப்பிட்டது. கோவிந்தன் இப்புலவர்களின் தன்மைக்கேற்ப வகைப்படுத்திக்கொடுத்திருக்கிறார்.

உவமையாகப் பெயர் பெற்றோர் (1953), பெண்பால் புலவர்கள் (1953), மாநகர் புலவர்கள் – மூன்று பகுதிகள் (1954), காவலர் பாவலர் (1953), கிழார் பெயர் பெற்றோர் (1954), வணிகப்புலவர்கள் (1954), உழைப்பாலும் சிறப்பாலும் பெயர் பெற்றோர் (1955), குட்டுவன் கண்ணனார் முதலிய 80 புலவர்கள் (1956) என்னும் தலைப்புகளில் சங்கப்புலவர் வரிசை நூல்கள் வந்துள்ளன.

சங்ககால அரசர்களைச் சேரர், சோழர், பாண்டிய வள்ளலார், அகுதை முதலிய 44 பேர், திரையன் முதலிய 29 பேர் என்னும் ஆறு தலைப்புகளில் தொகுத்திருக்கிறார். இவை எல்லாமே 1960க்கு முன்வந்தவை.

இவர் பெரும்பாலும் திட்டமிட்டே புத்தகங்களை எழுதியிருக்கிறார். இவை கல்விசார் ஆய்வாளர்களைப் போல பொதுவான நியதியுடனும் திட்டமுடனும் எழுதப்பட்டவை.

இந்த நூல்கள் வந்த காலகட்டத்தில் முதுகலைத் தமிழ் மாணவர்கள் இவற்றைப் படிக்க வேண்டும் என வகுப்பில் ஆசிரியர்கள் சிபாரிசு செய்திருக்கின்றனர். கைலாசபதி, அ.சா. ஞானசம்பந்தம், வித்தியானந்தன் என்பவர்களைப் போன்ற தீவிர ஆராய்ச்சியாளர் இல்லை என்றாலும் கட்டுப்பாடான தகவல் தொகுப்பாளர் இவர்.

எடுத்துக்காட்டாக ஒரு நூலைப் பார்க்கலாம். மாநகர் புலவர் வரிசையில் மூன்று பகுதிகள் வந்திருக்கின்றன. 77 ஊர் களில் வாழ்ந்த 110 புலவர்கள் பற்றியும் இந்த மூன்று பகுதிகளில் வருகின்றன. இவற்றில் புலவர்களின் வரலாறு, பாடல்கள் விமர்சனங்கள் உள்ளன.

இந்தப் புலவர் வரிசை அகரவரிசைப்படி கூறப்படுகிறது. பெண்பால் புலவர்களைத் தனியாகத் தொகுத்துக் கூறியிருக்கிறார். சங்கப்பாடல்களின் அடிப்படையிலேயே பெண்பால் புலவர்களைத் தேர்வு செய்திருக்கிறார். என்றாலும் குறிப்பிட்ட புலவரைப் பற்றிய நாட்டார் வழக்காறுகள், தனிப்பாடல் திரட்டுச் செய்திகள், பன்னூல் திரட்டில் வரும் பாடல்களின் செய்திகள் கல்வெட்டுச் செய்திகள் போன்றவற்றையும் இணைத்தே காட்டுகின்றார்.

பாரிமகளிரைப் பற்றிய கட்டுரையில் கபிலர், பாரிமகளிர் பற்றிய செய்திகளைச் சங்கப் பாடல்களிலிருந்து விரிவாகச் கூறிவிட்டுத் தனிப்பாடல் திரட்டில் வரும் பாரிமகளிர் அவ்வையார் தொடர்புச் செய்தியையும் சொல்கிறார். கட்டுரை இறுதியில் புறநானூறு, திருக்கோவில் கல்வெட்டு இரண்டையும் சான்றுகளாகக் காட்டுகிறார். "பாரி மகளிருடன் அவ்வையைத் தொடர்புபடுத்த நல்ல ஆதாரங்கள் கிடைக்கவில்லை. பழைய வரலாற்றிலிருந்து பிற்காலத்தில் உருவான கதைகள் இவை" என்கிறார்.

இப்படியாகப் பல்வேறு செய்திகளைச் சொன்னாலும் ஆராய்ச்சிப்பூர்வமாக உள்ள விஷயங்களுக்கு அழுத்தம்கொடுத்து முடிவுரையாகக் குறிப்பிடுகிறார்.

கோவிந்தனின் நடை எளிமையானது. அவர் சிறுவயது முதலே தி.மு. கழகத்தின் பாதிப்பு உடையவராக இருந்தாலும் கழகநடை அவரிடம் வரவில்லை. மிகச்சிறிய தொடர்கள்; ஆரவாரமோ ஆவேசமோ இல்லாத மொழி; படிக்கும்போது போலித்தனமில்லாத சொற்சேர்க்கை; சொல்லும் முறையில் தெளிவு. ஒரு சான்று வருமாறு:

“பறம்பு மலையை விட்டுப் பிரிந்து ஒரு திங்கள் ஆயிற்று; மூவரும் ஒரு வீட்டில் தங்கி இருந்தனர்; அன்று முழுநிலா; அந்த வீட்டை அடுத்துச் செல்லும் உப்பு வணிகர்கள் உப்பு வண்டிகளை வரிசையாக ஓட்டிச் சென்றனர். அவற்றைக் கண்டதும் அம்மகளிர் உள்ளம் மகிழத்தொடங்கியது . . .”

கோவிந்தன் கால்டுவெல் எழுதிய திராவிட மொழிகளின் ஒப்பிலக்கணம் நூலை மொழிபெயர்த்ததே பி.ஓ.எல். மாணவர்களுக்கு அது பாடத்திட்டத்தில் இருந்ததால்தான். கோவிந்தன் பள்ளி இறுதிவரைதான் முறையாகப் படித்தார். பி.ஓ.எல்., எம்.ஓ.எல். என்னும் படிப்புகளை வீட்டிலிருந்துதான் படித்தார். ஆனால் கால்டுவெல்லின் நூலை மொழிபெயர்க்கும் அளவுக்கு அவர் ஆங்கில அறிவைப் பெற்றிருக்கிறார். பி.டி. சீனிவாச அய்யங்கார், வி.ஆர். ராமசந்திர தீட்சிதர் போன்றோரின் நூல்களை மொழிபெயர்க்கும் அளவுக்குத் தன்னை உருவாக்கியிருக்கிறார்.

கோவிந்தன் தன் இறுதிக்காலத்தில் எழுதிய கட்டுரை ஒன்றில் திருக்குறள் பற்றியும் சங்க இலக்கியங்களில் உள்ள செல்வாக்கு பற்றியும் குறிப்புகள் எடுத்துவைத்துள்ளேன்; காலம் இடம் தந்தால் எழுதுவேன் என்றிருக்கிறார். ஆனால் அவர் ஆசை நிறைவேறுமுன் மறைந்துவிட்டார்.

புலவர் கா. கோவிந்தன் முழுநேர அரசியல்வாதியாக இருந்தாலும் பிறரால் மதிக்கப்பட்டவர், கறுப்பு நிறம்; நரைத்த தலை; நடுத்தர உயரம்; தும்பைப்பூ வேட்டி, சட்டை; மேல் துண்டு; பார்த்த உடனே எளிமையானவர் என்ற எண்ணத்தை உருவாக்கும் தோற்றம்.

திருவண்ணாமலை மாவட்டத்தில் சம்பந்தர் பாடிய தலம் செய்யாறு. இவ்வூரில் வேதபுரீஸ்வரரும் பாலகுஜலாம்பிகையும் குடிகொண்ட கோவில் உண்டு. இவ்வூரைச் சேர்ந்த பானுகவிராயர் என்ற துறவி இத்தலத்து அம்மையின் பேரில் இளமுலை நாயகி பிள்ளைத்தமிழ் பாடியிருக்கிறார்.

செய்யாறில் சைவ மரபில் வந்த காங்க முதலியாருக்கும் சுந்தரம் அம்மையாருக்கும் 15.4.1915இல் கா. கோவிந்தன் பிறந்தார். இவரது குடும்பம் பரம்பரையில் விவசாயத் தொழிலில் ஈடுபட்டது. நெசவுத் தொழில் தொடர்புண்டு. காங்க முதலியாருக்குச் சொந்தமாக அரிசி ஆலை உண்டு.

கோவிந்தன் ஆரம்பத்தில் செய்யாறு திண்ணைப் பள்ளிக்கூடத்திலும் பின் செய்யாறு அரசு பள்ளியிலும் படித்தார். அப்போது அங்கு அவ்வை சு. துரைசாமிப் பிள்ளை தமிழாசிரியராக

இருந்தார். பள்ளி வகுப்பில் மட்டுமல்ல அவ்வையின் வீட்டிலும் தனியாகத் தமிழ் படித்திருக்கிறார். இவர் பள்ளிப்படிப்பு முடிந்த பிறகும் அவ்வையின் மாணவராக இருந்தார். கோவிந்தன் அவ்வையிடம் தமிழ் படித்த காலத்தில் தமிழ் படிக்க காஞ்சி புரத்திலிருந்து அறிஞர் அண்ணா வந்திருக்கிறார்.

அவ்வை செய்யாற்றில் வேலைபார்த்தபோது பள்ளி மாணவர் கழகம் ஒன்று நடத்தினார். அதில் பழைய நூல்களை அறிமுகப்படுத்தித் தொடர்ந்து பேசியிருக்கிறார். இந்தக் கழகம் வழியாக அவ்வை பதிப்பித்த ஐங்குறுநூறு வந்திருக்கிறது.

கோவிந்தன் விவசாயியாகவே வாழ்ந்திருக்கிறார். அதனால் படிக்க நிறையவே நேரம் கிடைத்திருக்கிறது. சொந்தமாக நிறையப் புத்தகங்கள் வாங்கியிருக்கிறார். மதுரைத் தமிழ்ச் சங்கத் தேர்வில் பெற்ற புலவர் பட்டம் அவர் பெயருடன் முன்ஒட்டாக ஒட்டிக்கொண்டது.

பள்ளிப்படிப்பு முடிந்தபிறகும் அவ்வையின் மாணவராக இருந்தார். அவ்வையின் ஏற்பாட்டில் செய்யாறில் நடந்த இலக்கியக் கூட்டங்களில் ஞானியாரடிகள், மறைமலையடிகள், வேங்கடசாமி நாட்டார். சோமசுந்தர பாரதியார், தமிழ்வேள் உமா மகேஸ்வரனார் போன்றோர் பேசினர். அப்போது கோவிந்தன் இத்தமிழறிஞர்களுடன் தொடர்பு வைத்துக்கொண்டார்.

கோவிந்தன் புலவர் பட்டம் பெற்றபின் வேலையின்றி இருந்தார். வேலூர் திருப்பதி தேவஸ்தானம் நடத்திய வெங்கடேஸ்வரா உயர்நிலைப்பள்ளியில் தமிழாசிரியராக இருக்கும்படி அழைத்தபோது சென்றிருக்கிறார் (1941). இரண்டோ மூன்றோ ஆண்டுகள் ஆசிரியப்பணி. அப்போது இவரிடம் பயின்றவர் ஈ.வே.ரா பெரியாரின் இரண்டாவது மனைவி மணியம்மை.

கோவிந்தன் முழுநேர அரசியல்வாதி. 19 வயதில் (1934) சுயமரியாதை இயக்கத்தில் இணைந்தார். இராஜாஜி முதலமைச்சராக இருந்தபோது (1937) நடந்த இந்தி எதிர்ப்புப் போராட்டத்தில் கலந்துகொண்டிருக்கிறார். இக்காலத்தில் மாமன்மகள் கண்ணம்மாவை மணம் செய்துகொண்டார்.

1944 ஆகஸ்ட் 27இல் சேலம் தி.க. மாநாட்டில் இவர் முக்கியப் பங்கு வகித்தார். அண்ணா தலைவர். இந்த மாநாட்டில்தான் பொங்கல்விழா தமிழர் விழா என அறிவிக்கப்பட்டது. இதற்கு அப்போதே எதிர்ப்பு தெரிவித்துச் சிறுபிரசுரங்கள் வந்திருக்கின்றன. "பொங்கல் திருநாளைக் கிறுத்தவரும்

இஸ்லாமியரும் கொண்டாடுகிறார்களா ?" என்ற கேள்வியுடன் கூடிய விவாதம் எழுப்பப்பட்டது. சேலத்தில் நடந்த பத்துநாள் விழாவில் தமிழறிஞர்கள் பலர் பேசியிருக்கின்றனர். அவர்கள் பொங்கல்விழா பற்றிய விவாதத்தில் ஆழமாகச் செல்லவில்லை என்ற குற்றச்சாட்டும் பின்னர் வைக்கப்பட்டது.

தி.க.விலிருந்து தி.மு. கழகம் தனியாகப் பிரிந்தபோது 30 பேர் கொண்ட உள்வட்டக்குழு அமைக்கப்பட்டது. அதில் கோவிந்தன் இருந்தார். 1958இல் திருவத்திபுரம் பேரூராட்சி தேர்தலில் வெற்றி; 1962இல் செய்யாறு தொகுதி சட்டமன்ற உறுப்பினர். 1967இல் இதே தொகுதியில் வெற்றி; தி.மு. கழக ஆட்சியில் பேரவைத் துணைத் தலைவர். 1969இல் தலைவர். மறுபடியும் செய்யாறு தொகுதியில் வெற்றி. 1977வரை பேரவை உறுப்பினர்.

கோவிந்தன் இங்கிலாந்து; பாரிசு போன்ற நாடுகளுக்குப் பயணம் செய்திருக்கிறார். 1989இல் அண்ணா விருது; 1980இல் திரு.வி.க விருது; 1990இல் பவளவிழா பாராட்டு எனப் பல பாராட்டுகளையும் விருதுகளையும் வாழ்ந்த காலத்தில் பெற்றவர்.

பவளவிழா பாராட்டில் "நான் தொடர்ந்து எழுதுவேன், படிப்பேன், இதுவே என் லட்சியம்" என்றார். ஆனால் 2.7.1991இல் அமரரானார்.

40

வ.சுப. மாணிக்கம்
[1917-1989]

அந்தச் சிறுவனுக்குப் பதினோரு வயது. வட்டிக்கடையில் வேலை. ஒருநாள் முதலாளி அந்தச் சிறுவனிடம் தன் அறையில் இருந்துகொண்டே முதலாளி இல்லை என்று வாடிக்கையாளர்களிடம் சொல் என்கிறார். பையன் பொய் சொல்ல மாட்டேன் என்கிறான். இதனால் வேலையை இழந்தான். இது நடந்தது பர்மா ரங்கூனில். பையனுக்கு அந்த ஊரில் வேறு வேலையும் கிடைக்கவில்லை. அவன் சொந்த ஊரான மேலைச் சிவபுரிக்குத் திரும்பிவிடுகிறான். அங்கே சில கடைகளில் கணக்குவழக்கு, எடுபிடிவேலை எனக் காலம் கழிகிறது.

இந்தச் சிறுவன்தான் பிற்காலத்தில் மதுரைப் பல்கலைக்கழகத்தின் துணைவேந்தரான

வ.சுப. மாணிக்கம் (1917–1989). மேலைச்சிவபுரிக்கு என்று தனி வரலாறு உண்டு. பண்டை இலக்கியங்களின் அடிப்படையில் வரலாறு எழுதியவர்கள் இந்த ஊர் சங்ககாலப் பறம்புமலையின் ஒரு பகுதி என்கிறார்கள். கபிலர், பாரி போன்றோர் வாழ்ந்த பகுதி இது என்பது சிலரின் முடிவு. இப்பகுதியில் உள்ள மகிபாலன்பட்டி என்ற கிராமத்தில்தான் பண்டிதமணி கதிரேசன் செட்டியார் பிறந்தார்.

தந்தையோடு கல்வி போம்; தாயோடு அறுசுவை போம் என்பது ஏட்டு வாக்கியம்தான். இதற்கு நேர் எதிரான உதாரணங்களை நிறையக் காட்ட முடியும். வ.சுப. மாணிக்கத்தின் வாழ்க்கை இதற்கு நல்ல உதாரணம். இவரது பெற்றோர் சிறு வயதில் இறந்துவிட்டனர். உடன்பிறந்தவர்கள் நான்கு பேர். பரம்பரைச் சொத்து அதிகமில்லை. இந்த நிலையில் ஆதரவற்று நின்ற குழந்தைகளை வளர்க்கும் பொறுப்பை, தாய்வழித் தாத்தா அண்ணாமலை செட்டியார் ஏற்றுக்கொண்டார்.

அவரது ஆரம்பக்காலப் படிப்பு உள்ளூரில் நடேச அய்யன் திண்ணைப் பள்ளிக்கூடத்தில்தான் நடந்தது. பள்ளிப் படிப்பு முடிந்த பிறகு தொடர்ந்து படிக்கவைக்கும் வசதி அண்ணாமலை செட்டியாருக்கு இல்லை. பெற்றோரில்லாத ஐந்து பிள்ளைகளை வளர்ப்பதே பெரும்பாடாய் இருந்தது.

அந்தக் காலத்தில் சிதம்பரம் ஊரில் காரைக்குடி சொக்கலிங்கம் என்பவர் நிறுவிய மெய்கண்ட வித்தியாசாலை என்ற தமிழ்ப் பள்ளிக்கூடம் இருந்தது. அங்கே தமிழ் ஆர்வமுள்ளவர்களுக்கு உணவளித்து படிப்பு சொல்லிக் கொடுத்தார்கள். உறைவிடம் இலவசம். பண்டிதமணி கதிரேசன் செட்டியாரின் சிபாரிசில் வ.சுப. மாணிக்கம் இந்தப் பள்ளிக்கூடத்தில் புலவர் அறிமுக வகுப்பில் சேர்ந்து படித்தார்.

இதன் பிறகு நான்கு ஆண்டுகள் அண்ணாமலை பல்கலைக்கழகத்தில் முதுநிலை புலவர் வகுப்பில் படித்தார். அப்போதும் இவருக்குச் சில உதவிகள் கிடைத்தன.

1940இல் புலவர் படிப்பு முடிந்த ஆண்டிலேயே அதே பல்கலைக்கழகத்தில் தமிழ் இலக்கண வரலாறு தலைப்பில் ஆய்வு மாணவராகச் சேர்ந்தார். இதற்கும் பல்கலைக்கழக உதவி உண்டு. ஆய்வு மாணவராக ஓர் ஆண்டுதான் இருந்தார். அண்ணாமலைப் பல்கலைக்கழகத்தில் 1941 முதல் 1948வரை ஆசிரியராக இருந்தார். அதே பல்கலைக்கழகத்தில் பி.ஓ.எல். படித்து முதல் வகுப்பில் தேர்ச்சி பெற்றார். அந்தக் கால

பி.ஓ.எல். படிப்பில் இரண்டு தாள்கள் ஆங்கிலம் உண்டு. அது ஆங்கிலம் வழி மெட்டிரிகுலேசன் படிப்புக்குச் சமமானது. அன்று தமிழ் பி.ஓ.எல். முடித்தால் இரண்டு ஆண்டுகள் கழித்து எம்.ஏ. பட்டம் போட்டுக்கொள்ளலாம். ஒருவகையில் அன்றைய பி.ஏ. ஹானாஸ் போன்றதுதான் பி.ஓ.எல். பட்டமும் மு.வ., துரையரங்கனார், மா. ராசமாணிக்கனார், கி.வா.ஜ. போன்றோர் பி.ஓ.எல். முடித்தவர்களே.

தமிழ் அறிஞர்களான பண்டிதமணி கதிரேசன் செட்டியார், வேங்கடசாமி நாட்டார், ரா. ராகவையங்கார் லெ.ப.கரு. ராமநாதன் செட்டியார் ஆகியோரிடம் பாடம் கேட்டவர் இவர்.

வ.சுப. மாணிக்கம் அண்ணாமலையில் பி.ஓ.எல். முடித்ததும் எம்.ஓ.எல். பட்டமும் பெற்றார். அன்று அது ஆராய்ச்சிப் படிப்பு. எம்.ஓ.எல். என்பது பிற்கால எம்.லிட். போன்றது. 1947இல் அழகப்பா செட்டியார் காரைக்குடியில் தன் பெயரில் கல்லூரியை நிறுவியபோது அங்கே விரிவுரையாளராகச் சேர்ந்தார். அக்கல்லூரியில் தமிழ்த் துறைத் தலைவராக இருந்த ஆ. முத்துசிவன் 1954இல் மாரடைப்பால் இறந்தபோது வ.சுப. மாணிக்கம், துறைத் தலைவர் பொறுப்பை ஏற்றுக்கொண்டார். இது 1964 வரை நீடித்தது.

சென்னைப் பல்கலைக் கழகத்தின் வழி 'சங்க இலக்கியங்களில் அகத்திணைக் கொள்கை' என்ற தலைப்பில் ஆய்வு செய்து முனைவர் பட்டம் பெற்றார். 1964 முதல் 1970 வரை காரைக்குடி கல்லூரியிலேயே முதல்வராகப் பணியாற்றினார். அந்தக் காலத்தில் முறைப்படியாகக் கல்லூரியில் படிக்காத ஒருவர் அதிலும் தமிழாசிரியர் 47 வயதில் முதல்வராக வருவது அபூர்வம்.

1970இல் அண்ணாமலைப் பல்கலைக்கழகத்தின் துணைத் தலைவர் பொறுப்பை ஏற்றார். 1978 வரை இதில் தொடர்ந்தார். இங்கிருந்து ஓய்வுபெற்ற பின்பு மதுரைப் பல்கலைக்கழகத்தின் துணைவேந்தர் (1989 முதல் 1992வரை.) ஆனார்.

இன்றைய கல்லூரிப் பேராசிரியர்களின் பணி பற்றி அனைவரும் அதிருப்திப்படுவது ஏன்? அந்தக் காலப் பேராசிரியர் களுடன் ஒப்பிட்டுப் பார்ப்பதுதான் முதல் காரணம். முந்தைய தலைமுறையினர் அறிஞர்கள்; தமிழ்ப் பணியைத் தொண்டாகச் செய்தவர்கள்.

1945இல் திருமணம் செய்துகொண்ட வ.சுப. மாணிக்கத்துக்கு ஆறு மக்கள். வ.சுப. மாணிக்கம் அண்ணாமலையில் இருந்த

போதும், மதுரையில் இருந்தபோதும், தன் குடும்பத்தைக் காரைக்குடியிலேயே வைத்திருந்தார். அதற்கு முக்கிய காரணம், அப்படி இருந்தால் தான் படிப்பதற்காக நேரம் ஒதுக்க முடியும் என்றார். ஆங்கிலம் தவிர இந்தி, பிரெஞ்சு மொழிகளையும் இவர் அறிந்திருக்கிறார். அண்ணாமலையில் பணியாற்றியபோது கொஞ்சநாள் கர்நாடகச் சங்கீதமும் பயின்றிருக்கிறார்.

இவர் கல்வி வளர்ச்சி தொடர்பாக சிங்கப்பூர், மலேசியா, பர்மா, இலங்கை, இங்கிலாந்து, பிரான்ஸ், ஜெர்மனி, கனடா, இத்தாலி, ஜப்பான் போன்ற நாடுகளில் சுற்றுப் பயணம் செய்திருக் கிறார். அங்குள்ள தமிழ்ச் சங்கங்களில் உரையாற்றியிருக்கிறார்.

வ.சுப. மாணிக்கனார் எழுதிய நூல்கள் 23. இவற்றில் 4 ஆங்கிலம், 4 நாடகங்கள், 3 கவிதைத் தொகுதிகள், ஆராய்ச்சி நூல்களாக 8, பிற வகைகளாக 4 உள்ளன. இவர் முதலில் எழுதியது மனைவியின் உரிமை என்ற நாடகம். இதில் 5 நாடகங்கள் உள்ளன. இவை தவிர நெல்லிக்கனி, உப்பங்கழி போன்ற நாடகங்களையும் எழுதியுள்ளார்.

இவரது கவிதைத் தொகுப்புகள் மாணிக்கக் குறள், மாமலர்கள், கொடைவிளக்கு என்னும் தலைப்புகளில் வந்துள்ளன.

சிலரின் நாடகங்களோ கவிதைகளோ இலக்கிய நயம் மிக்கதல்ல. தமிழறிஞர்கள் பலர் தங்களைப் படைப்பாளிகளாகக் காட்டிக்கொள்வதில் முனைப்புடன் இருந்திருக்கின்றனர். குறிப்பாகக் கவிஞனாகும் முயற்சி இவர்களால் தவிர்க்க முடியாததாய் இருந்தது. நுட்பமான ஆராய்ச்சியாளரான வையாபுரிப் பிள்ளை கவிதை, நாவல், சிறுகதை என எழுதுவதில் ஆர்வம் காட்டியிருக்கிறார். ஒருவரின் மேதமையை மதிக்கும்போது, அவர் பங்களித்த பிற துறைகளிலும் அவர் விற்பன்னராக இருக்க வேண்டும் என்று எதிர்பார்க்கலாகாது.

வ.சுப. மாணிக்கனார் ஓய்வு பெற்ற பிறகு தொல்காப்பிய எழுத்ததிகாரத்தின் நூல்மரபு, மொழிமரபு இரண்டிற்கும் உரை எழுதினார். எஞ்சிய பகுதிகளுக்கு எழுதுமுன்பே காலமாகி விட்டார்.

மணிவாசகர் நூலகம் வெளியிட்டுள்ள சுப. மாணிக்கத்தின் திருக்குறள் தெளிவுரை என்ற நூல் உரைநூல் அல்ல. திருக்குறளை உரைநடையில் கூறும் நூல். இது இவரின் மறைவிற்குப் பின்வந்தது.

சிலப்பதிகாரத்தையும் மணிமேகலையையும் இரட்டைக் காப்பியங்களாகக் கொள்ளும் மரபு இலங்கையிலிருந்து வந்ததாக

இருந்தாலும் இரண்டு காப்பியங்களையும் ஒருசேர முறைப்படி ஆராய்ந்து முதலில் பதிப்பித்தவர் வ.சுப. மாணிக்கம்தான். இது முதலில் மலிவுப் பதிப்பாக வந்தது (1938). நகரத்தார் சமூகத்தினரின் தர்மப் பட்டயங்களைப் பிரதிசெய்து நூலாகப் பதிப்பித்துள்ளார். சுப. மாணிக்கம் என்றதும் அவரது வள்ளுவம், கம்பர், தமிழ்க் காதல் என்னும் மூன்று நூல்களும்தான் முதலில் நினைவுக்கு வரும். 1953இல் வெளிவந்த 'வள்ளுவம்' திட்டமிட்டு எழுதப்பட்ட ஆய்வு நூல். குறள் கூறும் அறங்கள் கூறியது கூறியதல்ல என்பதை இதில் நிறுவுகிறார். அதோடு குறள் அறத்திற்கும் வாழ்வுக்குமான ஒத்திசைவு இதில் விளக்கப்படுகிறது.

இவர் 1957இல் முனைவர் ஆய்வுக்காகத் தொகுத்த செய்திகளின் அடிப்படையில் தமிழ்க் காதல் என்ற தலைப்பில் ஒரு நூலை வெளியிட்டார் (1962). கைக்கிளை, பெருந்திணை இலக்கணங்களைப் பழைய உரைகளின் போக்கில் சொல்வது இதன் சிறப்பு. அவை அகத்திணையின் பால் பட்டன என்பதைச் சரியான விளக்கங்களுடன் இந்நூலில் காட்டுகிறார்.

ரா.பி. சேதுப்பிள்ளையின் அம்மாவின் நினைவாக அண்ணா மலைப் பல்கலைக்கழகத்தில் நிறுவப்பட்ட சொர்ணாம்மாள் நினைவுச் சொற்பொழிவில் கம்பனின் காப்பியப் பார்வை, காப்பியக் களம், காப்பிய நேர்மை என்னும் தலைப்புகளில் சுப. மாணிக்கம் பேசியிருக்கிறார் (1964). இவ்வுரைகளின் எல்லாப் பகுதிகளையும் அண்ணாமலைப் பல்கலைக்கழகம் வெளியிட்டிருக்கிறது (1965). இந்நூலுக்கு ஆறு பதிப்புகள் வந்துள்ளன.

கம்பனின் காப்பியத்தை முழுமையாகத்தான் மதிப்பிட வேண்டும். இந்த ஒருமைப் பார்வைதான் காப்பியப் பார்வை. கம்பனின் ஒருசில செய்யுட்களை மட்டும் ரசிக்கும் உதிரிப் பார்வையோ – ஒப்புமைப் பார்வையோ நயம் சொல்லப் பயன் படலாமேயன்றி அது காப்பியப் பார்வையாகாது. தேர்ந்தெடுத்த பாடல்களை மட்டும் படித்துக்கொண்டு பொதுவான கருத்தைச் சொல்வது மிகைப்படுத்தலுக்கும், குறை கூறலுக்கும் வழிவகுக்கும் என்ற கருத்துகளை இந்நூலில் கூறுகிறார் வ.சுப. மாணிக்கம்.

அவரது எம்.ஓ.எல். ஆய்வேடும் (*A Study of Tamil Verb*) பி.எச்.டி ஆய்வேடும் (*The Tamil Concept of Love*) ஆங்கிலத்தில் வந்துள்ளன. இவர் ஆங்கிலத்தில் எழுதியுள்ள ஆய்வுக் கட்டுரைகள் இரண்டு தொகுதிகளாக வெளிவந்துள்ளன.

அண்ணாமலைப் பல்கலைக்கழகம் வெளியிட்டுள்ள, வெங்கட்டராம செட்டியாரின் உத்தரகாண்டப் பதிப்புக்கு இவர் உதவி புரிந்திருக்கிறார். இதுபோலவே இப்பல்கலைக்கழகம் வெளியிட்ட புலவர் வரலாற்றுக் களஞ்சியம் தொகுப்பு வெளிவர இவரது முயற்சி முக்கிய காரணம். இவர் அங்கிருந்து சென்ற பிறகு இத்தொகுப்பு வேலை நடக்கவில்லை.

இவர் துணைவேந்தராக இருந்து ஓய்வு பெற்ற பின்பு திருவனந்தபுரம் மொழியியல் கழகத்திற்காகத் தமிழ் யாப்பின் வரலாறும் வளர்ச்சியும் என்னும் தலைப்பில் ஆய்வு செய்திருக்கிறார். இது நூல் வடிவில் வரவில்லை.

வ.சுப. மாணிக்கம் உயிரோடு இருக்கும்போதே அண்ணாமலைப் பல்கலைக்கழகத்திற்குத் தன் சொந்தப் புத்தகங்கள் சேர வேண்டும் என உயில் எழுதி வைத்துவிட்டார்.

வ.சுப. மாணிக்கம் தன் உயர்வுக்காக அரசியலாளர்களைத் தூக்கிப்பிடிக்கும் தந்திரங்கள் அறியாதவர். அதனால்தான் அவர் இறந்து மூன்று ஆண்டுகள் கழிந்த பின்னரே அவருக்கு வள்ளுவர் விருது கிடைத்தது.